अभिप्राय

एक सुंदर वाङ्मयकृती 'वंशवृक्ष'

डॉ. एस. एल. भैरप्पा यांच्या 'वंशवृक्ष' या गाजलेल्या कन्नड कादंबरीचा उमा कुलकर्णी यांनी मराठी अनुवाद केला आहे. या कादंबरीत सनातन धर्मपरंपरा आणि बदलती जीवनमूल्ये यांच्यातील संघर्षाचे कौटुंबिक पातळीवर उमटणारे भावकल्लोळ प्रभावीपणे रेखाटले आहेत.

तरुण भारत, २२ नोव्हेंबर १९८७

वंशवृक्ष : धर्म, परंपरा व नवीन जीवन मूल्यांचा प्रवास

'वंशवृक्ष' या डॉ. एस. एल. भैरप्पा यांनी लिहिलेल्या दर्जेदार कन्नड कादंबरीचा उमा कुलकर्णी यांनी केलेला मराठी अनुवाद सुबोध व प्रवाही आहे. सनातन धर्मपरंपरा आणि आजची बदलती जीवनमूल्ये यातील संघर्ष हाच कादंबरीचा आत्मा आहे.

रविवार सकाळ, ६ डिसेंबर १९८७

वाचनीय भाषांतरित कादंबरी

ज्येष्ठ कन्नड साहित्यिक डॉ. एस. एल. भैरप्पा लिखित आणि उमा कुलकर्णी अनुवादित 'वंशवृक्ष' या मराठी कादंबरीमध्ये पांढरपेशा सुशिक्षित समाजातील सुख-दु:खांचे चित्रण आहे. श्रोत्री घराण्याचा हा वंशवृक्ष लेखकाने प्राय: ताकदीने उभा केला आहे.

महाराष्ट्र टाइम्स, ३१ जुलै १९८८

मूळ कन्नड कादंबरीला 'कर्नाटक साहित्य अकादमी पुरस्कार' (१९६६)

साहित्य अकादमीचा पहिला अनुवाद पुरस्कार (१९८९) आणि
महाराष्ट्र सरकारचा महाराष्ट्रगौरव पुरस्कार (१९९०) मिळवणारी कलाकृती

वंशवृक्ष

लेखक

डॉ. एस. एल. भैरप्पा

अनुवाद

सौ. उमा कुलकर्णी

मेहता पब्लिशिंग हाऊस

VANSHVRUKSHA by Dr. S. L. BHYRAPPA

Translated into Marathi Language by Uma Kulkarni

वंशवृक्ष / अनुवादित कादंबरी

अनुवाद : उमा कुलकर्णी

Email : author@mehtapublishinghouse.com

प्रकाशक : सुनील अनिल मेहता, मेहता पब्लिशिंग हाऊस,
१९४१, सदाशिव पेठ, माडीवाले कॉलनी, पुणे ४११०३०.

मुद्रक : ट्रिनिटी ॲकॅडमी फॉर कॉर्पोरेट ट्रेनिंग लिमिटेड

मुखपृष्ठ : चंद्रमोहन कुलकर्णी

प्रकाशनकाल : १५ मार्च, १९८७ / १५ मार्च, १९९२ / जानेवारी, १९९८ / एप्रिल, २००७ / जून, २०११ / फेब्रुवारी, २०१४ / जून, २०१७ / पुनर्मुद्रण : ऑक्टोबर, २०२१

किंमत : ₹ ३५०

P Book ISBN 9788171617678
E Book ISBN 9789387319110
E Books available on : amazonkindle Apple Books Google Play Books

दुसऱ्या आवृत्तीची प्रस्तावना

प्रस्तुत कादंबरीची ही दुसरी आवृत्ती प्रसिद्ध होत असताना मला विशेष आनंद होत आहे. 'सर्वसामान्य वाचक अनुवादित साहित्य वाचत नाही.' या विधानापेक्षा 'चांगलं' वाचायला मिळालं, तर मराठी वाचक मोकळेपणानं त्याचं स्वागत करतो.' या विधानावर विश्वास ठेवावा, असे अनेक चांगले अनुभव येत असतानाच ही दुसरी आवृत्ती प्रसिद्ध होत आहे.

डॉ. भैरप्पा या लेखकाविषयीचं कुतूहल मराठी वाचकांना वाटावं आणि त्यांच्या इतरही कादंबऱ्या वाचाव्या. अशी उत्सुकता वाचकांच्या मनांत निर्माण करण्याचं काम या कादंबरीनं केल्यामुळे यानंतर आलेल्या डॉ. भैरप्पांच्या इतर कादंबऱ्याही वाचकांनी आवडीनं वाचल्या.

१९८७ साली मुंबई इथे भरलेल्या कन्नड साहित्य संमेलनात डॉ. शिवराम कारंत यांच्या हस्ते 'वंशवृक्ष' च्या प्रतिमा प्रकाशनानं प्रकाशित केलेल्या मराठी अनुवादाचं प्रकाशन झालं होतं. मराठी वाचकांनीही 'खूप दिवसांनी चांगले काहीतरी वाचायला मिळाले' या अभिप्रायासह या पुस्तकाचं चांगलं स्वागत केलं. डॉ. द. दि. पुंडे आणि सौ. शकुंतला पुंडे यांनी पुस्तकांमध्ये प्रथमपासूनच आस्था दाखवली.

मध्यंतरी काही काळ हे पुस्तक उपलब्ध नव्हतं. आता 'मेहता पब्लिशिंग हाऊस'च्या श्री. अनिलभाई आणि श्री. सुनील मेहता या पिता-पुत्रांच्या पुढाकारामुळं वाचकांसाठी पुन्हा उपलब्ध होत आहे. या आवृत्तीसाठी वाचकांचा योग्य तो प्रतिसाद मिळेल, असा विश्वास वाटतो.

सौ. उमा वि. कुलकर्णी

Please contact us at **Mehta Publishing House,** Pune 411030.
✆ +91 020-24476924 / 24460313 / Mob. No. 9545000513
Email : production@mehtapublishinghouse.com
Website : www.mehtapublishinghouse.com

एक

कपिलेला चोवीस साली मोठा पूर आला होता तेव्हाही श्रीनिवास श्रोत्रींचं घर नदीच्या काठाजवळच होतं. पूर ओसरल्यानंतर नंजनगूडच्या इतर सगळ्या लोकांनी थोड्या उंचीवरच्या सपाट भागावर आपापली घरं उभारली. देवळालगतची शाळा, तिथली दुकानं, नारायणरावांचा अग्रहार– कुठंच आता पहिल्यासारखी वर्दळ राहिली नव्हती.

कुणा पूर्वजानं बांधलेलं घर सोडून नवं घर बांधायचं आणि त्यात राहायला निघून जायचं हे काही तितकंसं सोपं नसतं. त्यातही श्रीनिवास श्रोत्रींच्या दृष्टीनं तर ती अशक्य कोटीतली गोष्ट होती.

कपिलेनं उग्र रूप धारण केलं आणि तिच्या अक्राळविक्राळ रूपानं पाच दिवस हैदोस घातला तेव्हा सगळ्या गावकऱ्यांच्या तोंडचं पाणी पळालं होतं, विलंबित लयीतून द्रुतगतीत जावं आणि गत वाढत जाऊन अखेर नादाची लय तालाच्या वेगात विलीन व्हावी तशी कपिलेची शांत गती संचाराच्या तीव्र गतीपर्यंत जाऊन पोहोचली होती. शुभ्र रंगाच्या कपिलेनं आता भयानक रक्तवर्णी रूप धारण केलं होतं. आपल्या परिसरातील सारी मलिनता धुवून काढण्याच्या अट्टाहासानं रोरावणाऱ्या कपिलेत कितीजणं मेली आणि किती घरं उद्‌ध्वस्त झाली, याचा अंदाज येत नव्हता.

त्यावेळी श्रोत्रींच्या घरातही घोट्याएवढं पाणी शिरलं होतं. सगळ्या गावकऱ्यांनी झालेल्या नाशासाठी नदीला दोष दिला तरी श्रोत्रींनी मात्र कपिलेला मुळीच दोषी ठरवलं नव्हतं. उलट, दारापर्यंत आलेल्या कपिलेत शांत चित्तानं 'गंगेच यमुनेचैव' म्हणत डुबक्या घेतल्या होत्या. आठ वर्षांच्या नंजुंडानं, भागीरथम्मांनी, एवढंच काय घरच्या मोलकरणीनं-लक्ष्मीनंही-त्यांना घर सोडण्याची विनंती केली, पण श्रीनिवास श्रोत्रींनी ठामपणे नकार दिला. तळमजल्यावरील पाण्यात भिजणाऱ्या सामानाची आवराआवर करताना ते पत्नीला - भागीरथम्मांना म्हणाले 'इतके दिवस आपल्याला जगविणारी आई आता थोडी रागावली आहे एवढंच! म्हणून आपण पळून जायचं? चला, माडीवर स्वयंपाक करा पाहू. चूल पेटवा–'

पुराचा जोर ओसरला. द्रुतगतीचं संगीत संपल्यानंतर शांत सुरावट कानात

घुमत राहावी तसा कपिलेचा प्रवाहही आता शांतपणानं वाहू लागला.

ज्येष्ठ-आषाढात पुराचा मनसोक्त धुमाकूळ घालणं आणि इतर वर्षभर शांतपणानं वाहाणं हा कपिलेचा स्वभावच बनून गेला होता. वर्षातून एकदा तो सारा परिसर संकटात सापडत होता. पण तिला काय त्याचं?

अशीच काही वर्षे गेली.

श्रोत्रींचा नंजुंड मोठा झाला होता. मैसूरच्या कॉलेजमध्ये त्याचं शिक्षण सुरू होतं. त्याचं लग्न झालं होतं. आई-वडिलांच्या पसंतीची कात्यायनी त्यालाही आवडली होती. त्यांना एक मुलगाही झाला होता.

मुलगा सहा महिन्यांचा झाला आणि त्याच वर्षीच्या ज्येष्ठात कपिलेनं नंजुंडाचा बळी घेतला!

तसं नंजुंडाला चांगलं पोहायला येत होतं. कपिलेच्या प्रवाहात त्याची दमछाक व्हावी असा तो दुर्बलही नव्हता. वडिलांप्रमाणेच त्याचा देह भव्य होता. चांगलं वीतभर रुंदीचं कपाळ होतं त्याचं!

पण कपिलेच्या भयाण पुरात त्याचं काही चाललं नसावं.

नदीच्या महापुरात त्यानं काही अविचारानं उडी मारली नव्हती.

मणिकर्णिका घाटावर अंघोळ करण्यासाठी तो सावधपणे उतरत होता. पाय घसरला आणि तो धारेला लागला. पोहून काठावर येण्यासाठी त्यानं धडपड केली, पण त्याचे सगळे प्रयत्न निष्फळ ठरले. काठावरची माणसं ओरडत होती. त्यानंही ओरडण्याचा प्रयत्न केला, पण दुसऱ्याच क्षणी तो नदीच्या प्रवाहात कायमचा दिसेनासा झाला.

त्यानंतर त्याचं प्रेतही सापडलं नाही. पार नरसीपूरपर्यंत दोन्ही काठांनी माणसं शोधत होती, पण त्याचा मृतदेह हाती लागला नाही.

दोन चार दिवसांनी नदीचं पाणी ओसरलं. नदीच्या काठावरच नंजुंडाचे अंत्यसंस्कार उरकले गेले.

या घटनेलाही सहा महिने लोटले.

तरुण आणि एकुलत्या एक लाडक्या मुलाच्या मृत्यूचं दुःख मोठं, की वयाच्या विसाव्या वर्षी प्रेमळ पतीचा चिरवियोग नशिबी येण्याचं दुःख मोठं, हे सांगणंच अशक्य!

मुलाच्या अकाली मृत्यूमुळे भागीरथम्मा अधिकच वृद्ध भासत होत्या. एकुलता एक मुलगा गेला म्हणून रडावं, तरुण विधवा सुनेकडे पाहून हंबरडा फोडावा की काहीच न समजल्यामुळे खिदळत असलेल्या तान्ह्या नातवाकडे पाहून आक्रोश

करावा, हेच त्यांना कळेनासं झालं होतं. नंजुंडाच्या आठवणीनं व्याकूळ होऊन नातवाला उराशी कवटाळलं की सुनेचे हुंदके पुन्हा सुरू होत. आपलं दु:ख गिळून सुनेला त्या जवळ घेत. सुख-दु:खापासून दूर असलेलं ते तान्हुलं मात्र खिदळत राही.

त्या दोघींची मनं थोडीफार सावरली ती त्या तान्हुल्याकडे पाहूनच.

दुपारचे दोन वाजले होते. माडीवरच्या खोलीत पाळण्यात बाळ झोपला होता. पाळण्याशेजारी बसून कात्यायनी आपल्याच विचारांत गर्क झाली होती.

तिच्या लग्नाला फक्त दोन वर्ष झाली होती. मनाजोगता, प्रेमाचा भरपूर वर्षाव करणारा रसिक पती, सोन्यासारखे सासू-सासरे, आणि हसण्या-खिदळण्यानं साऱ्या घरात चांदणं फुलवणारा बाळ-कुणाही स्त्रीनं आनंदानं फुलून जावं असा होता तिचा संसार.

सासऱ्यांचा शांत आणि गंभीर स्वभाव त्यांच्या वेदशास्त्रातील पांडित्यामुळे अधिकच धीरगंभीर भासत होता. गावात तर त्यांच्याविषयी पराकोटीचा आदर होता याउलट, नंजुंडाचा स्वभाव मात्र खेळकर आणि उमदा होता.

कात्यायनी त्यावेळी आनंदानं निथळत होती. 'अजून काय हवं माझ्या सुखी संसाराला!' असं म्हणण्याइतकी ती तृप्त होती.

सहा महिन्यांपूर्वी कपिला तिच्या सुखावर उठली होती. तिनं नंजुंडाला नेलं होतं. त्या दिवसापासून कात्यायनीच्या डोळ्यांतून जे अश्रू वाहिले त्यांचं मोल कपिलेच्या पाण्यापेक्षा कणभरही कमी नव्हतं. कधी ती अंतर्मुख होऊन जीवनाचा समग्र विचार करण्याचा प्रयत्न करीत असे. पण तिच्या बुद्धीला कशाचंच आकलन होत नसे.

तशी कात्यायनी इंटरपर्यंत शिकली होती. साहित्यिकांची आणि इतर अनेक विद्वानांची जीवनाविषयीची भाष्यं तिनं अभ्यासली होती. पण जीवनातील या आपत्तीत त्यांचा काहीच उपयोग नाही असं तिच्या लक्षात आलं होतं.

जिन्यावर कुणाची तरी पावलं वाजली म्हणून कात्यायनीनं मागं वळून पाहिलं. श्रीनिवास श्रोत्री वर येत होते. खाली मान घालून तिनं पाळण्याला अकारणच झोके देण्यास सुरुवात केली.

श्रोत्री आपल्याच विचारात गर्क होते. त्यांचं कात्यायनीकडे लक्ष नव्हतं. ते सरळ माडीवरच्या दुसऱ्या खोलीत शिरले.

ती खोली म्हणजे त्यांचं ग्रंथालयच होतं. काही ताडपत्रांवरील लिखाण, कितीतरी छापील ग्रंथ, शिवाय काही त्यांनी स्वत: लिहून काढलेले ग्रंथ तिथं होते. एका कोनाड्यात घरातच नाचणी जाळून केलेली शाई आणि टाक होता. खिडकीच्या खालच्या बाजूला भिंतीला टेकून बसता येईल अशा रीतीनं एक मोठं व्याघ्रचर्म अंथरलं होतं. त्यावर एक तक्क्या ठेवला होता. समोरच छोटंसं मेज होतं.

गेली तीस वर्षं या खोलीतच त्यांचा वेदशास्त्र, पुराणं, धर्मशास्त्र आणि आयुर्वेदाचा अभ्यास चालला होता. नंजुंडाचा अकाली मृत्यू झाल्यानंतर त्याचं क्रियाकर्म संपेपर्यंत ते त्या खोलीत गेले नव्हते. त्यानंतरही दोनएक आठवडे ते पत्नीचं आणि सुनेचं सांत्वन करत त्या दोघींबरोबरच दिवसातला बराच वेळ असत. त्यानंतर मात्र त्यांनी स्वत:ला पुन्हा अभ्यासात बुडवून घेतलं होतं.

भागीरथम्मा दिवसातला बराच वेळ लक्ष्मीबरोबर असत. लक्ष्मी त्यांच्या घरात खूप पूर्वीपासून घरकाम करत होती. कधी त्या सुनेपाशी बसून थोडंफार बोलत आणि बोलता-बोलता मुलाच्या आठवणीनं गहिवरून जात.

कात्यायनीच्या अश्रूंनाही खळ नव्हता. पतीच्या आठवणी तिला सतत दुःखाचे उमाळे आणत होत्या.

लक्ष्मीही मूकपणे त्या दोघींचं दुःख अनुभवत होती.

पण या अकस्मात आलेल्या आपत्तीतही कात्यायनीनं श्रोत्रींच्या डोळ्यांत पाण्याचा थेंब पाहिला नव्हता. ते कठोरहृदयी नाहीत, हे तिनं गेल्या दोन वर्षांत चांगलंच जाणलं होतं. तरीही त्यांच्या सहनशक्तीचा अंत तिच्या ग्रहणशक्तीला लागत नव्हता.

संध्याकाळचे पाच वाजले तरी बाळ झोपलाच होता. कात्यायनीही पाळण्यापाशी बसली होती; कधीही भरून न येणारी मनाची जखम कुरवाळत.

'बाळ-' कुणीतरी लांबून हाक मारावी तशी हाक कानावर आली. कात्यायनी भानावर आली, तिनं मागे वळून पाहिलं. पायरीपाशी श्रोत्री उभे होते.

कात्यायनी उठून उभी राहिली. खाली जायला निघालेले श्रोत्री पुन्हा माघारी आले. तिच्याजवळच्या एका खांबापाशी बसले आणि तिला म्हणाले, 'बैस बाळ!'

खाली मान घालून ती बसली. लग्नानंतरच्या दोन वर्षांत त्या दोघांचं नातं बाप लेकीसारखं बनलं होतं. सासऱ्यांशी बोलताना संकोच वाटावा असंही नव्हतं. पण नंजुंडाच्या मृत्यूनं कात्यायनीची जणू वाचाच गेली होती.

'परवा सांगितलं होतं मी. वाचतेस भगवद्‌गीता?'

तिनं काहीच उत्तर दिलं नाही. श्रोत्रींनी पुन्हा तोच प्रश्न विचारला तेव्हा ती खालच्या मानेनंच उत्तरली, 'मी प्रयत्न केला, पण अर्थ नाही समजत आणि मनही नाही गुंतत त्यात.'

'जेवढं समजेल तेवढं समजेल. आपण वाचत राहिलं की अर्थही हळूहळू समजू लागतो.'

'-पण फारच कठीण आहे ते तत्त्वज्ञान. आणि आपलं दुःख कमी करायची शक्ती कुठल्याच तत्त्वज्ञानात नाही. मग कशाला वाचायचं?'

श्रोत्री खिन्नपणानं हसले. तिचं सांत्वन केल्याच्या स्वरात म्हणाले, 'आपलं

दुःख आपणच भोगायचं असतं हे तर खरंच! कुठलाही ग्रंथ किंवा तत्त्वज्ञान ते दुःख आपल्यापासून काढून घेऊ शकत नाही. तरीही या विशाल जगातल्या इतर घटना पाहाताना, त्यांच्या तुलनेत आपलं दुःख नेमकं केवढं आहे हे मात्र आपल्याला समजतं. आपलं दुःखही परमेश्वराचीच इच्छा आहे, हे जाणवलं की दुःख सहन करण्याचं मनोबलही वाढतं. म्हणून म्हटलं, तू थोडं मन लावून वाच-'

पाळण्यातल्या बाळाला जाग आली आणि तो रडू लागला.

'बाळाला शांत करून खाली आणून दे-' म्हणत श्रोत्री जिन्यावरून खाली उतरले.

कात्यायनी बाळाला पदराआड घेऊन पाजू लागली. आईच्या मांडीची ऊब मिळताच बाळ शांत झाला. कात्यायनीला तीव्रतेनं पतीची आठवण झाली. तिनं बाळाला छातीशी घट्ट कवटाळलं आणि त्या क्षणापुरतं पतिनिधनाचं दुःख मागे सरलं. तिच्या लुप्तप्राय जीवनात आता तेवढाच आधार राहिला होता.

बाळाचं पोट भरलं होतं. आता तो हात-पाय हलवून खेळू लागला. आईच्या तोंडावर नखानं ओरखाडे काढू लागला. त्याच्या खिदळण्याचा आवाज घरभर पसरला.

बाळाचं खिदळणं ऐकून श्रोत्रींनी त्याला हाक मारली, 'चिनी-'

कात्यायनीनं बाळाला उचललं आणि ती खाली आली. माजघरात उभ्या असलेल्या श्रोत्रींनी त्याला उचलून घेतलं आणि ते गोठ्याकडे वळले. कात्यायनी स्वयंपाकघरात गेली.

तिथं भागीरथम्मांचा स्वयंपाक चालला होता. कात्यायनी आत जाऊन नुसतीच उभी राहिली. तिची चाहूल लागताच भागीरथम्मांनी वर पाहिलं. त्या तिला म्हणाल्या, 'बाळ, अशी एकटीच बसू नकोस. एकटं राहिलं की तेच ते विचार डोक्यात येत राहातात. माझ्याशी किंवा लक्ष्मीशी काही बोलावं. नाही तर गुरांना चारा घालावा, वासरांना पाणी द्यावं. काहीतरी करत राहावं म्हणजे थोडातरी विसर पडतो माणसाला. अशी उभी का राहिलीस? बैस.'

त्यांनी चुलीवरच्या आधणात डाळ वैरली. दुसऱ्या चुलीवर भाताचं ठेवून चुलीतला जाळ कमी करून म्हणाल्या, 'तू इथंच थांब. चुलीतल्या जाळाकडे लक्ष असू दे. तोवर मी देवघरात पूजेची तयारी करते. रात्रीच्या पूजेला यायची वेळ झाली त्यांची.' ... 'देवा रे -' म्हणत त्या देवघरात गेल्या.

सायंसंध्या आणि देवपूजा संपवून श्रोत्री देवघरातून बाहेर पडले तेव्हा नेहमीप्रमाणे रात्रीचे आठ वाजले होते. दारापाशी असलेल्या केळीला संध्येचं पाणी घालून ते पुन्हा देवघरात वळले त्याचवेळी कात्यायनी म्हणाली,

'मैसूरचे सदाशिवराव आलेत. दिवाणखान्यात बसलेत.'

'किती वेळ झाला त्यांना येऊन?'

'दोन तास झाले. तुम्ही नुकतेच संध्येला बसला होतात.'

पुन्हा श्लोक म्हणण्याचा विचार बदलून हातातली भांडी देवघरात ठेवून ते दिवाणखान्यात आले. दिवाणखान्यात सदाशिवराव बसले होते.

पस्तिशीची मध्यम बांध्याची शरीरयष्टी, डोळ्यांना चष्मा, डोक्यावरचे बरेच केस करड्या रंगाचे, आणि कपड्यांकडे पुरेपूर दुर्लक्ष झालेलं! दिवाणखान्यातील एका खुर्चीवर बसून ते एक संस्कृत ग्रंथ वाचण्यात मग्न झाले होते.

'बराच वेळ बसावं लागलं ना? क्षमा करा हं!'

ग्रंथातून मान वर करत सदाशिवरावांनी श्रोत्रींना पाहिलं. श्रोत्रींच्या तोंडची क्षमेची भाषा त्यांना तितकीशी रुचली नाही. ते म्हणाले, 'आपण मोठे! असं म्हणू नये आपण! मला काही घाई नव्हती. भरपूर वेळ घेऊन आलोय मी!'

तिथल्या एका खुर्चीवर बसत श्रोत्रींनी विचारलं, 'कुठवर आला तुमचा ग्रंथ?'

'प्रकाशित झाला. लंडनच्या एका प्रकाशनसंस्थेनं ती जबाबदारी घेतली होती. तो तुम्हाला द्यायला आलोय मी!' म्हणत सदाशिवरावांनी एक छापील ग्रंथ आदरानं श्रोत्रींच्या हातात दिला.

श्रोत्रींनी तो ग्रंथ मोठ्या आस्थेनं हातात घेतला. सुमारे साडेचारशे पानांचा तो ग्रंथ अतिशय सुरेख अशा छपाईनं नटला होता. 'प्राचीन भारतीय राज्यशास्त्राला धर्माचा आधार' असं त्याचं नाव होतं. मुखपृष्ठ उघडताच आत लिहिलं होतं,

'पूज्य श्रीनिवास श्रोत्री यांना-

- भक्तिपूर्वक अर्पण!

-सदाशिवराव'

ते पाहून श्रोत्री काहीसे संकोचून म्हणाले, 'माझा इतका सन्मान केलात तुम्ही!'

'खरं पाहिलं तर या ग्रंथाचे तुम्हीच मार्गदर्शक आहात. यातले कितीतरी संदर्भ तुम्हीच सांगितलेत मला! कितीतरी शंकांचं निरसनही तुम्हीच केलंत! प्रस्तावनेत लिहिलंय मी ते.'

श्रोत्रींना इंग्लिश भाषा फारशी येत नव्हती. तसं रोजच्या कामात - चेक लिहिणं, पत्ता लिहिणं वगैरे बाबतीत - त्यांचं काही अडत नसलं तरी एवढा मोठा ग्रंथ वाचून समजून घेण्याच्या दृष्टीनं त्यांचं इंग्लिशचं ज्ञान बेताचंच होतं, असं म्हणायला हवं.

ते म्हणाले, 'तुम्ही एवढा मोठा ग्रंथ लिहिलात; पण मला तो संपूर्ण वाचायलाही जमणार नाही. माझी सून वाचेल म्हणा! त्यानंतर मात्र या दिवाणखान्यातल्या एका कपाटात– चला, उठा! हात-पाय धुवून घ्या. जेवण उरकून निवांत गप्पा मारू.'

स्वयंपाकघर आणि देवघराच्या मधल्या खोलीत ते दोघे जेवायला बसले. भागीरथम्मा वाढत होत्या.

एक-दोन घास खाऊन होताच अचानक सदाशिवरावांनी विचारलं, 'नंजुंड दिसत नाही कुठं?'

श्रोत्री क्षणभर विचलित झाले. तरीही स्वत:ला सावरून शांत स्वरात म्हणाले, 'जेवण होऊ द्या, नंतर सांगेन.'

श्रोत्रींचं उत्तर ऐकून सदाशिवराव गोंधळात पडले. ते नंजुंडाचे प्राध्यापक होते. बी. ए. च्या वर्गात त्यांनीच त्याला इतिहास शिकवला होता. त्याच्यामुळेच त्यांची श्रोत्रींशी ओळख झाली होती.

नंजुंडाच्या लग्नाच्या वेळीही सदाशिवराव हजर होते. एक-दोनदा कात्यायनीशी त्यांचं बोलणंही झालं होतं. पण आज मात्र त्यांना दरवाजात पाहाताच त्यांना बसायला सांगून ती घाईनं आत निघून गेली होती.

संध्याकाळच्या धूसर प्रकाशात तिचा चेहराही त्यांना व्यवस्थित दिसला नव्हता.

जेवण संपवून दोघेजण दिवाणखान्यात येऊन बसले. तबकातली पान-सुपारी सदाशिवरावांना देत श्रोत्री म्हणाले, 'मी विडा खायचं सोडून दिलंय.'

आपलं पान तोंडात सारत सदाशिवरावांनी पुन्हा विचारलं, 'नंजुंड कुठं गावी गेलाय का?'

शांतपणे श्रोत्री उत्तरले, 'नाही. तुमच्या शिष्योत्तमाला कपिलेनं नेलं. ज्येष्ठ महिन्यात पाय घसरून वाहून गेला. देहही मिळाला नाही!'

सदाशिवराव दचकलेच. असली चेष्टा करण्याचा श्रोत्रींचा स्वभाव नव्हता. तरीही त्यांना हे खरं वाटलं नाही. ते अवाक् होऊन श्रोत्रींच्या चेहऱ्याकडे पाहू लागले.

'वाईट वाटलं तुम्हाला? पण हे सहन करायलाच हवं माणसानं! घरात सून आणि वर्षाचा नातू आहे. आता तोच मोठा व्हावा आणि तुमच्यासारख्या विद्वानांचा शिष्य व्हावा असा आशीर्वाद द्या ! बरं, ते जाऊद्या! आता पुढचा काय विचार आहे तुमचा? आजच्या पिढीला आपल्या पूर्वजांचं जीवन समजावं म्हणून तुमच्यासारख्या विद्वानांनी लिहायला हवं! तुम्हाला इथं आल्याला दीड वर्ष होऊन गेलं, नाही का!'

श्रोत्रींविषयी सदाशिवरावांच्या मनात उदंड भक्ती आणि आदर होता. तरीही एकुलत्या एक मुलाच्या अकाली अपघाती मृत्यूनंतरही ते असे धीरगंभीर राहू शकतील असं त्यांना मुळीच वाटलं नव्हतं. तो विषय अधिक न वाढवण्याची श्रोत्रींची इच्छा मनोमन जाणवून त्यांनीही विषय बदलला.

'या ग्रंथानं मला खूप यश दिलं. युरोपमधल्या अनेक विद्वानांनी या ग्रंथाविषयी समाधान व्यक्त केलं आहे. तशी त्यांची पत्रंही आली आहेत. पण तरी या ग्रंथामुळे

माझं समाधान झालं नाही. आता संपूर्ण भारतीय जीवनालाच असलेला धर्माचा आधार माझ्या लक्षात आला आहे. प्राचीन इतिहासाचाही आढावा घ्यायचाय मला! आणखी पाच ग्रंथ लिहावे लागतील. पंचवीस वर्ष लागतील त्यासाठी! आणि तुमचं सहकार्यही हवंच! शिवाय आशीर्वादही!'

एव्हाना कात्यायनीनं दोन अंथरुणं अंथरली होती. पाण्याचा भरलेला तांब्या ठेवून ती आत निघून गेली होती.

अंथरुणावर पडल्या पडल्याही त्या दोघांच्या गप्पा चालल्या होता. सदाशिवराव सांगत होते, 'आजवर कितीतरी जणांनी या देशाचा इतिहास लिहिलाय. फक्त राजकीय इतिहासच. सांस्कृतिक इतिहासही दोघा-तिघांनी लिहिलाय. पण मला इतिहास लिहायचाय तो वेगळ्याच दृष्टीनं! भारतीय संस्कृतीत कला, राजनीती आणि नित्यजीवन या सगळ्यांच्या मागे असलेली धर्मभावनाच या सगळ्यांचं पोषण करते. ब्राह्मण, बौद्ध, जैन वगैरे धर्म भरभराटीत असताना काही सांस्कृतिक बदल झाले खरे; पण मुस्लिम हल्ले होण्याआधी या तिन्ही संस्कृतीत फारसे संघर्ष झाले नाहीत. कारण या तिन्ही धर्मांचं अंत:सत्त्व एकाच मुळापासून जन्मलंय. मुसलमान चढाईनंतर मूळ संस्कृतीवर कोणता परिणाम झाला आणि आज तिचं स्वरूप काय आहे, या सगळ्याचा विचार मला या पुढच्या ग्रंथात करायचा आहे. त्यासाठी भारतीय धर्मशास्त्र, साहित्य आणि तत्त्वज्ञानाचा अभ्यास करायला हवा. काही ग्रंथ तुमच्या बरोबरीनं वाचायला हवेत. याबाबतीत तुम्ही मला मदत करायला हवी.'

रात्रीचे बारा वाजून गेले तरी त्यांच्या गप्पा चालल्या होत्या. मध्येच श्रोत्री काहीतरी विचारीत होते. सदाशिवराव काही सांगत होते.

'पण अशा कामांसाठी भरपूर वेळ हवा. हाताखाली दोन-तीन माणसं हवीत! काही ग्रंथांसाठी गावोगाव फिरावं लागतं. ग्रंथ मिळाला की तिथंच मुक्काम टाकून टिपणे काढावी लागतात. काही ऐतिहासिक ठिकाणी प्रत्यक्ष जाऊन यायला हवं. या सगळ्यांसाठी पैसा हवा! माझ्या या पुस्तकाची प्रत मी महाराजा कृष्णराज वडेयारना पाठवली आहे. सोबत पुढच्या ग्रंथाचा आराखडाही पाठवलाय. येत्या सोमवारी त्यांना भेटायला जायचं आहे. बहुधा महाराज मदत करतील असं वाटतं.-'

श्रोत्री लक्ष देऊन ऐकत होते.

त्या दोघांना झोप लागली तेव्हा रात्रीचे दोन वाजून गेले होते.

नेहमीप्राणे श्रोत्रींना चार वाजता जाग आली. प्रातर्विधी उरकण्यासाठी ते घरालगतच्या गुंडल ओढ्याकडे गेले. कृष्णपक्ष असल्यामुळे आकाशात चंद्र नव्हता. आकाशात शुक्राची चांदणी चमकत होती. चमचमणाऱ्या असंख्य तारकांमुळे विश्वाच्या असीमतेची कल्पना येत होती.

प्रातर्विधी उरकून श्रोत्री गाठ्यात आले. त्यांची चाहूल लागताच गुरं उठून उभी राहिली. त्यांच्या गळ्यातील मधूर घंटांचा आवाज काही क्षण निनादला. गुरांच्या अंगावरून हात फिरवत त्यांनी गुरांनी किती चारा खाल्लाय त्याची पाहणी केली. गुरांना गोठ्याबाहेर बांधून ते घरात आले.

एव्हाना भगीरथम्माही उठून कामाला लागल्या होत्या.

हातात एक पंचा आणि तांब्या घेऊन श्रोत्री नंजुडेश्वर देवळासमोरच्या रस्त्यानं मणिकर्णिका घाटाकडे निघाले.

कपिला षड्जाच्या श्रुतीप्रमाणे वाहात होती.

नदीत स्नान करून, छोट्या पंचाचा पिळा खांद्यावर टाकून, पाण्यानं भरलेला तांब्या घेऊन ते घरी आले तेव्हा नेहमीप्रमाणे पक्ष्यांचा कलकलाट सुरू झाला होता.

आल्या आल्या श्रोत्री देवघरात शिरले.

सदाशिवराव जागे झाले तेव्हा सकाळचे आठ वाजले होते. ती त्यांची नेहमीचीच उठायची वेळ होती. रोज रात्री दोन-दोन वाजेपर्यंत अभ्यासच चाले.

ते खुर्चीवर उठून बसले तेव्हा कात्यायनी तिथं आली आणि म्हणाली, 'त्यांची पूजा संपत आली, तुम्हीही स्नान करून घ्या. पाणी काढलंय.'

अंघोळ करून सदाशिवराव दारापाशी उभे राहिले. आरती होताच त्यांनाही तीर्थ मिळालं.

दुपारी सदाशिवराव मैसूरला परतणार होते. सकाळी सदाशिवरावांची न्याहारी झाली. श्रोत्री इतक्या सकाळी काहीच घेत नसत. त्यावेळात ते एकटेच कुठंतरी जाऊन आले.

दुपारचं जेवणं होताच सदाशिवराव गावी जायला निघाले. श्रोत्रींनी त्यांच्यासमोर एक तबक धरलं आणि म्हणाले, 'याचा स्वीकार करा!'

तबकात विड्याची पानं, सुपारी, एक नारळ आणि पाकीट होतं. मागे सरत सदाशिवराव नम्रपणे म्हणाले, 'तुमचा आशीर्वाद म्हणून हा नारळ घेतो, पण हे पाकीट मला नको.'

'फार मोठं काम अंगावर घेतलंय तुम्ही! अशा कामाला मिळेल तेवढा पैसा हवाच. परमेश्वरानं जे दिलंय त्याचा याहून चांगला विनियोग कुठला? तुम्ही घ्या ते पाकीट.'

'मला तुमच्याकडून वेगळ्या प्रकारच्या सहकार्याची अपेक्षा होती-'

'सहाय्य करणारा मी कोण? तुम्ही केव्हाही इथे या. पण हे मात्र घेतलंच पाहिजे. हे काही तुमच्यासाठी नाही. आणि मी देतोय असंही समजू नका. अशा कामासाठी आपोआप पैसा उभा राहातो. धर्मकार्यासाठी कुणी मदत केली तर ती नाकारू नये. दात्यानं शंकित मनानं दिलेलं दान, पत्नी मुलांच्या तळतळटानं दिलेलं

दान, किंवा अन्यायानं मिळवलेलं द्रव्य ‘दान’ म्हणून दिलं तर ते स्वीकारू नये, असा धर्माचा आदेश आहे. तुम्ही या मदतीला नकार दिलात तर तो अधर्मच!’

अखेर सदाशिवरावांना त्या तबकाचा स्वीकार करावाच लागला.

भागीरथम्मांचा निरोप घेऊन आणि कात्यायनीला चार सांत्वनाचे बोल सांगून सदाशिवराव दुपारच्या गाडीनं निघाले.

गाडीनं स्टेशन सोडताच त्यांनी कुतूहलानं पाकीट उघडून पाहिलं आणि ते चकितच झाले!

शंभर-शंभराच्या दहा नोटा होत्या त्यात!

गाडी मैसूरला पोहोचेपर्यंत त्या पैशाचा विनियोग कसा करायचा तेही त्यांनी ठरवून टाकलं होतं. दोनशे रुपयांचा उत्तम टाईपरायटर, तीनशे रुपयांची अत्यावश्यक पुस्तकं घ्यायची आणि उरलेल्या पैशाचा उपयोग संशोधनासाठी आवश्यक असलेल्या प्रवासासाठी करायचा.

■

दोन

नऊ वाजले तरी सदाशिवराव आपल्या झोपायच्या खोलीतून बाहेर आले नव्हते. आदल्या दिवशी रात्री वाचून खुणा केलेल्या ग्रंथांवर त्यांची दृष्टी फिरत होती. या ग्रंथात त्यांना काही नवे विचार आढळले होते. त्यांचा परामर्श घेण्यात ते मग्न झाले होते. दोन हजार वर्षांपूर्वीच्या इतिहासात ते रंगून गेले होते.

सकाळी उठल्या-उठल्या त्यांना कॉफीची गरज भासत नव्हती. त्यांना तशी सवय लागू शकली नव्हती. जेव्हा पत्नी कॉफी आणि खाणं आणून देई तेव्हाच ते भानावर येत.

आताही कुणीतरी डोक्यावर हात ठेवला तेव्हाच ते भानावर आले. त्यांची पत्नी वाटीतलं थोडं तेल त्यांच्या टाळूवर घालून हलक्या हातानं चोळू लागली.

सदाशिवराव गोंधळून गेले. त्यांनी विचारलं, 'सकाळी-सकाळी काय करतेस हे?'

नागलक्ष्मी उत्तरली, 'का? एवढंही नाही का कळत? उठा पाहू, आणि जुना टॉवेल लावून बसा. अंगालाही थोडं तेल लावते.'

'डोक्याला लावलंस तेवढंच पुरे! आज सकाळीच काय चालवलंयस तू? माझी अजून कितीतरी कामं पडली आहेत.'

नागलक्ष्मी हसत म्हणाली, 'हो, ठाऊक आहे मला! डोक्यात कितीतरी पुस्तकं कोंबून फिरताय तुम्ही! कुठल्या राजाकडे किती हत्ती होते अन् घोडे होते ते तोंडपाठ आहे तुम्हाला. पण काल रात्री तुमच्या बायकोनं तुम्हाला काय सागितलं ते लक्षात आहे का? सांगा पाहू, मी रात्री काय सागितलं?'

सदाशिवरावांनी डोकं खाजवलं पण त्यांना काही आठवेना. रात्री वाचलेल्या त्या तीनशे पानी ग्रंथातली ओळन् ओळ त्यांना आठवत होती. पण-

नागलक्ष्मी खोडकरपणे हसत म्हणाली, 'नाही ना आठवत? बायकोकडे लक्ष कुठाय? तेही जाऊ दे! आपला वाढदिवस आहे आज हे तरी लक्षात आहे का? काय काय ठरलं होतं आपलं? तेल लावून तुम्हाला न्हाऊ घालायचं आणि जेवणात खीर करायची, असं नव्हतं का ठरलं? म्हणजे मी नव्हतं का तसं सागितलं? आता डोक्याला तेल लावलं म्हणून वैतागू नका. चला, जुना टॉवेल घ्या कमरेला गुंडाळून.'

न्हाणीघरात गेल्यावर नवऱ्याच्या पाठीला तेल लावून पाठ रगडत नागलक्ष्मी म्हणाली, 'केसांकडे मुळीच लक्ष नाही तुमचं! पाहिलंत? सगळे केस पांढरे झालेत. आज चौतीस वर्षं पूर्ण झालीत आणि एवढ्यातच म्हतारपण आलं तुम्हाला! ते जाऊ द्या. आता सांगा पाहू-तुमच्या बायकोचं वय काय?'

सदाशिवराव हसत उत्तरले, 'चौतीसपेक्षा नक्कीच कमी!'

'बायकोकडे लक्ष नाही, तर तिच्या वयाकडे तरी कसं लक्ष असेल म्हणा! आता सांगा - राजपेक्षा मी दोन महिन्यांनी मोठी आहे आणि पंधरा दिवसांपूर्वी त्याला चोवीस वर्षं पूर्ण झाली. मग आता माझं वय किती?' नागलक्ष्मीनं कोडंच घातलं.

'राजहून दोन महिने जास्त!' सदाशिवराव भाबडा चेहरा करून उत्तरले.

'पुरे झाला तुमचा शहाणपणा!' नागलक्ष्मी फणकारली, 'मी तुमच्यापेक्षा किती वर्षांनी लहान आहे, सांगा पाहू?'

'जितका राज लहान त्याहूनही दोन महिने कमी लहान!'

सदाशिवरावांचं नाक चिमटीत पकडत नागलक्ष्मी लटक्या रागानं म्हणाली, 'तुम्ही नाही सागितलंत तरी आज मी तुम्हाला सोडणार नाही, सांगून ठेवते! थोडं तेल मुरू द्या. मी डाळ लावून तुमच्यासाठी कॉफी घेऊन येतेच. निदान आज तरी आंघोळ झाल्याशिवाय तुम्हाला खायला देणार नाही.'

नागलक्ष्मी स्वयंपाकघरात गेली. आदल्या दिवशीच तिनं स्वयंपाकघर सारवून रांगोळी काढून ठेवली होती. पूजेची तयारी करून ठेवली होती. भाजी चिरून ठेवून, डाळीत डाव फिरवत असतानाच शेजारी खेळायला गेलेला चार वर्षांचा पृथ्वी घरात आला. आल्या-आल्या तो म्हणाला, 'आई, भूक लागली मला.'

'आज अण्णांचा वाढदिवस आहे बाळ! त्यांची आंघोळ झाली की देते खायला. तोपर्यंत हे घे-' म्हणत नागलक्ष्मीनं त्याच्या शर्टाच्या वरच्या खिशात पोहे भरले. तो पुन्हा खेळायला पळाला.

कामं संपवून नागलक्ष्मी न्हाणीघरात आली. तिथं सदाशिवराव नव्हते! ती त्यांच्या अभ्यासाच्या खोलीत डोकावली. तिथं एका जुन्या पोत्यावर बसून सदाशिवराव रात्री वाचून ठेवलेल्या ग्रंथातली टिपणं काढत होते!

नागलक्ष्मी आत जाऊन त्यांच्याशेजारी उभी राहून म्हणाली, 'उठा! वर्षातले तीनशेचौसष्ठ दिवस तुमचं वाचन चाललेलं असतं. आजचा एक दिवस तरी बायको-मुलांबरोबर सुखानं घालवा! आंघोळ, जेवण करून थोडं झोपून घ्या. आणि मी म्हणते, आज रात्री आपण 'वसंतसेना' पाहायला जाऊया का? लक्ष्मी नावाची नटी वसंतसेनेचं काम फार छान करते म्हणे!'

'बरं! आज तुझ्या म्हणण्याप्रमाणे होऊ दे. पण अरेच्चा! किती वाजले?' भिंतीवरच्या घड्याळात साडेअकरा वाजले होते.

‘लवकर आंघोळ उरकायला हवी! मी विसरूनच गेलो होतो. आज तीन वाजता महाराजांना भेटायला जायचंय.’

‘खरं! मला नाही सांगितलं ते! काय काम होतं त्यांच्याकडे?’

‘सांगितलं नव्हतं तुला? विसरलो वाटतं. डायरीत लिहिलं होतं. चल, पाणी काढ पाहू.’

‘डायरीत लिहिलं की बायकोला सांगायची गरज राहात नाही वाटतं! आणि तुमची डायरी वाचायला मला इंग्लिश कुठं येतंय? उठा आता. सांगूनसवरून मी तर कुणिगल रामण्णांची ‘ढ’ मुलगी! खेडवळ!’

न्हाणीघरात गेल्यावर तिनं कढत पाण्याचे तांबे त्यांच्या डोक्यावर रिते केले आणि त्यांचं अंग चोळून एखाद्या लहान मुलाला न्हाऊ घालावं तसं मायेनं न्हाऊ घातलं. स्वत:च देवांची पूजा केली. सदाशिवरावांना देवांना नमस्कार करायला लावला. त्यांना आणि पृथ्वीला प्रसाद दिला. तिनं लगबगीनं जेवणाची पानं मांडली.

तिघांची जेवणं झाली तेव्हा दुपारचा दीड वाजला होता. उष्टं-खरकटं काढून, उरलेल्या अन्नाची झाकापाक करून, विड्याचं तबक घेऊन ती सदाशिवरावांच्या अभ्यासिकेत आली तेव्हा ते कपडे बदलून तयार झाले होते. उन्हाळ्यातही सूट वापरण्याची त्यांची पद्धत होती. डोक्याला मैसूरी फेटा गुंडाळून ते तयार होताच नागलक्ष्मीनं विचारलं, ‘हे काय, इतक्यात निघालात? निदान आजतरी जोडीनं विडा खाऊया. थांबा ना!’

‘नको नागलक्ष्मी. दीड वाजलाच आता. तीन वाजता महाराज भेटतील. दात रंगले की पुन्हा घासावे लागतील. महाराजांसमोर रंगलेल्या तोंडानं जाणं बरं नव्हे!’... म्हणत ते निघालेच.

हातातलं तबक टेबलावर ठेवून नागलक्ष्मीनं त्यांचे दोन्ही हात आपल्या हातात घेतले आणि म्हणाली, ‘माझ्याकडे पाहा बरं!’

सदाशिवरावांनी तिच्याकडे पाहिलं.

स्नेहभरल्या आवाजात ती म्हणाली, ‘जाऊन या. मी नुकतीच देवाची पूजा केली आहे. तुमचं काम निश्चित होईल.’

सदाशिवराव दहा वर्षांचे असताना त्यांची आई निवर्तली होती. बाळंतपणात गेली ती. बाळ मात्र जगलं होतं. मुलगा होता. दोन्ही मुलांना त्यांच्या मामांनी, कुणिगल रामण्णांनी आपल्या घरी नेलं. पत्नीच्या पाठोपाठ दोन वर्षांतच सदाशिवरावांचे वडीलही वारले. वडिलोपार्जित कुठलीही संपत्ती या भावंडांना मिळाली नव्हती. मामांनी मात्र मुलांना मायेनं सांभाळलं.

मामांची मुलगी नागलक्ष्मी सदाशिवरावांपेक्षा दहा वर्षांनी लहान होती. ती

पाच वर्षांची असतानाच ते हायस्कूलच्या शिक्षणासाठी मैसूरच्या अनाथालयात जाऊन दाखल झाले होते. नागलक्ष्मी आणि सदाशिवरावांचा धाकटा भाऊ राज दोघे बरोबरीचे होते. लपंडाव, लंगडी वगैरे विविध खेळ खेळण्यात ते दोघेही रंगून जात.

सदाशिवरावांनी चोविसाव्या वर्षी एम. ए. संपवलं आणि ते महाराजा कॉलेजमध्ये इतिहासाचे प्राध्यापक म्हणून कामावर हजर झाले. कामावर हजर झाल्याझाल्याच त्यांनी डॉक्टरेट मिळवण्याच्या दृष्टीनं हालचाल सुरू केली होती.

मामांनी त्यांना नागलक्ष्मीशी लग्न करण्यासंबंधी विचारलं. चौदा वर्षांची नागलक्ष्मी चांगली उंच आणि अंगापिंडानं भरली होती. स्वभाव सालस होता. घरकामातही हुशार होती. पण मुलकीची परीक्षा मात्र ती पास होऊ शकली नव्हती!

'मुलीच्या जातीला काय करायचं एवढं शिकून?' या आई-वडिलांच्या विचारांशी ती पूर्णपणे सहमत होती.

सतत पुस्तकांच्या गराड्यात असलेल्या आणि अभ्यासात रंगून गेलेल्या सदाशिवरावांनी स्वत:च्या विवाहाविषयी फारसा विचारच केला नव्हता.

मामांच्या आग्रहाखातर नागलक्ष्मीचं आणि सदाशिवरावांचं लग्न झालं. मैसूरला बिऱ्हाडही थाटण्यात आलं. राजही शिक्षणासाठी मैसूरलाच आला. राजशी नागलक्ष्मीचं चांगलंच जमत होतं. मित्र-मैत्रिणींप्रमाणे त्यांच्या खूप गप्पा होत. पण त्यामानानं ती सदाशिवरावांशी तितक्या सलगीनं वागत नव्हती.

तसं सदाशिवरावांचं पत्नीवर प्रेम होतं. पण ती फारच सहज गोष्ट होती. पत्नीवर जाणूनबुजून प्रेम करायचं म्हणजे नेमकं काय, हे त्यांना समजत नव्हतं! मात्र त्यांचा दिवसातला बराच वेळ वाचन-लेखन, संशोधन यातच जात होता.

लग्नानंतर सहा वर्षांनी पृथ्वीचा जन्म झाला. त्यानंतर रामण्णा स्वर्गवासी झाले. त्यांच्या पत्नीही पुढे वर्षभरात मरण पावल्या. नागलक्ष्मीचा भाऊ गावाकडील जमीनजुमल्याची देखभाल करू लागला.

हळूहळू राजचंही शिक्षण झालं. इंग्रजी घेऊन एम. ए. झाल्यानंतर त्याला त्याच कॉलेजमध्ये प्राध्यापकाची नोकरी मिळाली. पाठोपाठ इंग्लंडला जाऊन अधिक अभ्यास करण्याची त्याला संधीही मिळाली. दोन वर्षांपूर्वी तो ऑक्सफर्डला गेला होता.

नागलक्ष्मीचे दिवस मात्र आता खूपच कंटाळवाणे जात होते. तिचा स्वभाव तसा बोलघेवडा होता. त्याउलट सदाशिवरावांचा अबोल स्वभाव! ग्रंथालयात गेले की स्वत:चं भान विसरायचे ते! घरी आले तरी रात्री दोन वाजेपर्यंत त्यांचा अभ्यास सुरूच असायचा. परदेशी असलेल्या एकुलत्या एक भावाला पत्र लिहायलाही त्यांना वेळ नसे. नागलक्ष्मीनं लिहिलेल्या पत्रावर इंग्लिशमध्ये पत्ता तेवढा ते लिहून देत.

परदेशातील शिक्षण संपवून राज जहाजानं स्वदेशी यायला निघाला होता. एक-दोन दिवसांत त्याचं जहाज मुंबई बंदराला लागणार होतं.

सदाशिवराव महाराजांना भेटायला निघून गेले. नागलक्ष्मीला घरात काहीच काम नव्हतं. इन मिन तीन माणसांचं काम तरी केवढं असायचं ? मात्र नागलक्ष्मीचं मन आनंदात होतं. कारण सदाशिवरावांनी नाटकाला यायचं कबूल केलं होतं! दुपारपासूनच ती हरखून गेली होती.

महाराजांच्या भेटीला असा कितीसा वेळ लागणार? सांगूनसवरून महाराज ते! पण काही का असेना, महाराजांना भेटायला जायची बातमी त्यांनी आपल्याला का सांगू नये? नाहीतरी आपल्याला ते काय सांगतात म्हणा! ते आणि त्यांचं ते लिखाण!

पाच वाचले तरी सदाशिवरावांचा पत्ता नव्हता. नागलक्ष्मीनं शेजारी खेळायला गेलेल्या पृथ्वीला हाक मारली. त्याचे हात-पाय-तोंड धुवून त्याला चांगलेसे कपडे घालून तीही तयार झाली. अजून सदाशिवराव आले नव्हते.

आज स्वत:चा वाढदिवस! पण काहीच वाटत नाही त्यांना! काही तरीच!

'आई, आण्णा नाही आले अजून? नाटकाला नाही जायचं?'

'येतील हं एवढ्यात.' तिनं पृथ्वीची समजूत घातली.

सहा वाजले तरी सदाशिवराव आले नव्हते. नागलक्ष्मी दारात उभी राहून त्यांची वाट पाहात होती. सदाशिवरावांऐवजी एक पोस्टमन आला आणि एक तार नागलक्ष्मीच्या हाती देऊन गेला.

तीन शब्दांची ती तार होती. खालचं नाव 'राज' असल्याचं तिला समजलं होतं. एकेक अक्षर लावून तिनं कशीबशी तार वाचली. तिला मजकूर समजला, 'मंगळवारी संध्याकाळी येत आहे.' पण आपण वाचलं ते बरोबर की चूक? कुणाला विचारावं? सगळी पत्रं कन्नडमध्ये लिहिणाऱ्या या राजनं तार का इंग्लिशमधून केली? त्यानंही आपल्या अज्ञानी भावजयीची थट्टा केलेली दिसते! बरं आहे! येऊ दे तर त्याला! पाहून घेता येईल!

रात्री आठ वाजता सदाशिवराव घरी आले. तार वाचून त्यांनी सांगितलं, 'उद्या संध्याकाळी राज येतोय.'

'म्हणजे मी वाचलं ते बरोबर होतं!' नागलक्ष्मी आनंदून म्हणाली.

'तशी तू शहाणीच आहेस! आता राज आला की त्याच्याकडून चांगलं इंग्लिश शिकून घे. म्हणजे मलाही तुझी मदत होईल.'

'तेवढंच राहिलंय आता! माझ्या नशिबात शिक्षणच नाही! - ते जाऊद्या, आजचं नाटक तर बुडालं. उद्या राज येईल. परवा सगळेजण मिळून जाऊया. महाराज

काय म्हणाले ते नाही सांगितलंत?' नागलक्ष्मीनं एकदम आठवून विचारलं.

'माझा ग्रंथ मी त्यांना आधीच पाठवला होता. त्यांना खूप आवडला म्हणे! पुढच्या ग्रंथासाठी आवश्यक ते साहाय्य देण्याचं त्यांनी कबूल केलंय.'

'या कामासाठी गेला होतात तर! मला नाहीच सांगितलं तुम्ही!' नागलक्ष्मी फुरंगटून म्हणाली.

'विसरलो मी. आता बराच उशीर झाला. पृथ्वीला भूक लागली असेल.'

पृथ्वीला उचलून घेत नागलक्ष्मी स्वयंपाकघराकडे वळली.

राजला आणण्यासाठी सदाशिवराव स्टेशनवर गेले होते. गाडी वेळेवर आली. गाडीतून उतरल्या-उतरल्या राजनं सदाशिवरावांना वाकून नमस्कार केला.

घरात पाऊल टाकताच नागलक्ष्मी म्हणाली, 'हं! पहिल्यापेक्षा थोडा गोरा झालास म्हणा! पण बारीक झालास बाबा!'

'तिथं तुझ्या हातचं जेवण कुठं मिळत होतं? पोटापाण्याचा प्रश्न मिटवण्यासाठी तिथल्याच एखाद्या मडमेशी लग्न करायचा विचार होता. पण म्हटलं, तू काय म्हणशील?'

'तर, तर! ठाऊक आहे किती वहिनीचं ऐकतोस ते! घे. आधी हे लिंबाचं सरबत पी पाहू!'

एवढ्यात सदाशिवरावांकडे कुणीतरी आलं. त्यांच्याशी गप्पा मारत ते त्यांच्या अभ्यासिकेत गेले. पृथ्वीला प्रथम काकांची ओळख पटली नव्हती. आईचं ऐकून कालपासून 'काका येणार' 'काका येणार' म्हणून गोंधळ घालणारा पृथ्वी आता मात्र दूर दूरच होता! तो दोन वर्षांचा असताना राज इंग्लंडला गेला होता. पण त्याआधी दोन वर्षं त्याची आणि पृथ्वीची चांगली गट्टी होती. राजच्या स्वभावाचं वैशिष्ट्यच असं होतं की कुठलीही मुलं त्याच्याकडे पटकन जात.

राजनं वहिनीला विचारलं, 'या दोन वर्षांत तू वेळ कसा काढलास, नागू? अण्णाच्या ग्रंथाचा परदेशातही बराच बोलबाला झालाय. पण घरात तो तुझ्याशी काही बोलत होता की नेहमीप्रमाणेच?'

'माणसाचा स्वभाव असा कधी बदलतो का?' चुलीतला जाळ कमी करत ती म्हणाली.

'तरीही घरात फक्त बायको असताना तिच्याशी गप्पा मारण्याची गंमत-' राजनं चेष्टा केली.

'त्यांनाच विचार हवं तर! - ते जाऊ दे. आधी मला सांग, तिथं तू काय काय केलंस? बरीच नाटकं पाहिली ना? कशी होती ती?'

राजला नाटकाची अतोनात आवड होती. इंग्लंडमध्ये शिक्षण घेतानाही तिथली

नाटकं आणि नृत्याचे कार्यक्रम तो चुकवत नसे. रंगभूमीवरच्या काही प्रसिद्ध नटांशी त्याची ओळखही झाली होती. त्यांच्या मेकअपपासून पडद्यामागील यांत्रिक करामतीपर्यंत त्यानं सगळं जाणून घेतलं होतं. आता नागलक्ष्मीनं विचारताच तिला आवडेल तेवढा त्यातला भाग त्यानं सांगायला सुरुवात केली.

तो सांगत होता त्यातलं सगळं नागलक्ष्मीला समजत होतं असं मुळीच नव्हे; पण कुणीतरी आपल्याशी आस्थेनं गप्पा मारतंय याचा तिला आनंद झाला होता. तीही सांगू लागली. 'गावात एस. एस. एस. नाटक कंपनी आलीय. पंधरा दिवस झाले, वसंतसेनेचे खेळ लावतात. अख्ख्या गावानं पाहिलं ते नाटक. त्यातली लक्ष्मी फारच छान काम करते म्हणे! काल आम्हीही निघालो होतो. पण- पण तुझी तार आली. मग म्हटलं, उद्या सगळेजण मिळून जाऊया.'

राज हसत म्हणाला, 'अरे वा! तूही खोटं बोलतेस? मघाशी तर म्हणालीस - ते माझ्याशी बोलतच नाहीत! आणि आता सांगतेस - काल नाटकाला निघालो होतो म्हणून!'

'अरे, काल त्यांचा वाढदिवस होता ना! मीच हट्ट धरला म्हणून झाले कबूल! पण महाराजांना भेटायला गेले ते रात्री आठ वाजता परतले! तेवढ्यात तुझी तार आली-'

मित्रांना पोहोचवून सदाशिवराव आत आले. राजशी काय बोलावं ते न सुचल्यामुळे ते म्हणाले, 'इंग्लंडची हवा चांगली दिसतेय. मानवलीय तुला!'

राज हसत म्हणाला, 'नागू म्हणाली - मी रोड झालो, आणि तू म्हणतोस- मला हवा मानवलीय! कुणाचं खरं आहे यात?

'माझंच खरं आहे.' नागलक्ष्मी म्हणाली.

'हो! तिचंच बरोबर आहे!' क्षणाचाही विलंब न लावता सदाशिवराव उत्तरले.

जेवताना सदाशिवरावांनी राजला विचारलं, 'माझं नवं पुस्तक तू पाहिलंस?'

'मला पुस्तक नाही पाहायला मिळालं. पण त्यावरची परीक्षणं वाचली. तिथल्या आमच्या युनिव्हर्सिटीतल्या इतिहासाच्या प्राध्यापकांशी माझी ओळखही झाली तुझा भाऊ म्हणून! यानंतरही आणखी काही लिहिणार आहेस ना?'

'कुणी सांगितलं तुला?'

'मातोश्री नागलक्ष्मी ॲण्ड कंपनीनं बुलेटिन पाठवलं होतं मला!'

'खरंय ते. मोठीच योजना आहे ती! नंजनगूडच्या श्रीनिवास श्रोत्रींनी हजार रुपये दिलेत. त्यांचा आशीर्वाद आहे या कार्याला. काल महाराजांनाही भेटलो. त्यांनीही मदतीचं आश्वासन दिलंय. सहा महिन्यापूर्वी युनिव्हर्सिटीकडेही अर्ज केला होता. तसा व्हाईस चान्सलरनाही भेटलोय. त्यांनी काही फारसा उत्साह दाखवला नाही. एका साध्या लेक्चररशी बोलावं तसं ते माझ्याशी बोलले. खरं म्हणजे अशा

संशोधनासाठी भरपूर प्रवास करायला हवा. त्यासाठी पैशाचं पाठबळ हवं पण एवढा पैसा कुठाय! आवश्यक तेवढी रजाही मिळत नाही. महाराज मदत करतील असं वाटतं खरं!'

परदेशात अशा विद्वानांना मिळणारं प्रोत्साहन आठवून राज म्हणाला, 'आपल्या इथल्या या अनास्थेमुळेच आपल्याकडचे विद्वान परदेशी जातात. ऑक्सफर्ड किंवा इतर कुठल्याही युनिव्हर्सिटीनं तुझ्या या एका ग्रंथाकडे पाहूनच तुला हवी ती मदत केली असती. हिंदुस्थानच्या इतिहासावर संशोधन करणाऱ्या विद्वानांना इथल्यापेक्षा इंग्लंडमध्येच अधिक प्रोत्साहन मिळतं.'

मध्येच नागलक्ष्मी म्हणाली, 'इंग्लंडला पाठवलं तर त्यांना बायको-मुलगा-घरदार सगळ्यांचा विसर पडेल आणि इथं यायचंच विसरून जातील!'

'तू काही एवढी घाबरू नकोस. एवढ्या मोठ्या विद्वानाबरोबर पत्नीही परदेशी जाऊ शकते. तुला इथं सोडून तो परदेशी गेला तर तो तिथं खाईल काय? तुझ्या हातचं सार नसलं तर तो मुळी जेवतच नाही. व्वा! सार मस्त झालंय! मला थोडं वाढ पाहू!'

'असल्या बोलण्यानं कुणालाही बनवशील तू!'–म्हणत नागलक्ष्मीनं राजला सार वाढलं.

सदाशिवरावांचं मन मात्र ब्रिटिश म्युझियम, ग्रंथालय आणि युरोपातल्या विश्वविद्यालयात जाऊन पोहोचलं होतं.

त्या एका दिवसात पृथ्वी काकाशी दंगामस्ती करू लागला. दुसरे दिवशी नाटकाला जाताना त्यानं काकाचाच हात धरला होता. खरं तर सदाशिवरावांना नाटक पाहाण्याचा फारसा उत्साह नव्हता; पण बऱ्याच दिवसांनी माघारी आलेल्या भावानं विचारताच त्यांना त्याला नकार देता आला नव्हता. पृथ्वीला हाताशी धरून राज, नागलक्ष्मी आणि सदाशिवराव शिवरामपेठेतल्या नाटकाच्या थिएटरकडे चालत निघाले. 'संगीत साहित्य साम्राज्य' या कंपनीचा तो वैभवाचा काळ होता. विद्वान आणि अशिक्षित सारख्याच उत्साहानं नाटक पाहात होते.

थिएटरपर्यंत जाईतो राजच्या ओळखीची कितीतरी माणसं भेटत होती. त्याची चौकशीही करत होती. पत्नी आणि मुलांबरोबर सदाशिवरावांना पाहून मात्र सगळे चकित होत होते. न राहवून काही प्रौढ प्राध्यापक सदाशिवरावांजवळ येऊन म्हणाले देखील, 'अरे व्वा! बॅक टू लाईफ! काँग्रॅच्युलेशन्स!'

थिएटरमध्ये शिरल्यावर मधल्या खुर्चीवर सदाशिवराव बसले. नागलक्ष्मी आणि राज त्यांच्या दोन्ही बाजूला बसले. पृथ्वीनं काकाच्या मांडीवरची जागा पटकावली.

नाटक नुसतं पाहण्यापेक्षा त्यावर टीकात्मक विचार करण्याइतका राज आता सुजाण झाला होता.

डॉक्टर सदाशिवरावांचं तर अभ्यासकाचं मन! पूर्वी कधीतरी त्यांनी हे 'मृच्छकटिक' ऐतिहासिक दृष्टीनं अभ्यासलं होतं. पुन्हा एकदा ते त्या काळची सामाजिक परिस्थिती, त्या काळचं जनजीवन वगैरे विचारात गुंतून गेले.

नागलक्ष्मी आणि पृथ्वी मात्र विस्मयानं आणि कुतूहलानं बंद पडद्याकडे पाहात होते. या नाटकाविषयी शेजारपाजारच्या बायकांनी नागलक्ष्मीला बरंच सांगितलं होतं. पतीबरोबर नाटक पाहण्याची ही पहिलीच वेळ होती नागलक्ष्मीची! लहान असताना तिनं गावी 'शनिमाहात्म्य', 'दानशूर कर्ण' वगैरे नाटकं पाहिली होती. खेड्यातल्या उत्साही लोकांनी बसवलेली नाटकं ती. कंपनीच्या नाटकासारखं त्यांना नीटसं नेपथ्य नव्हतं. पृथ्वीही राजला नाटकांविषयी उत्सुकतेनं काहीतरी विचारत होता.

हार्मोनियम आणि तबला वाजू लागताच तो मान उंचावून रंगमंचाकडे पाहू लागला. 'राम जयतु श्रीराम सुनाम'– सुरू होताच नागलक्ष्मीच्या अंगावर रोमांच उभे राहिले!

पहिल्या अंकात चारुदत्त आणि विदूषक रंगमंचावर अवतीर्ण झाले. वसंतसेनेला पळवून घेऊन आलेला शकार सांगत होता, 'हे वसंतशेने! तू माझं हृदय वणव्याप्रमाणे जाळतेश. रात्री माझ्या झोपेलाही तू पळवून लावतेश. आणि आता मात्र तुला पळता भुई थोडी होते आहे. आता तू कुंती जशी रावणाच्या हाती शापडली तशी माझ्या हाती शापडलीस! विश्ववशूच्या बहिणीला, शुभद्रेला जशा अंजनेय पळवून घेऊन गेला तशा तुला आता मी पळवून घेऊन जातो!-'

अखेरचं वाक्य ऐकून प्रेक्षकांत हास्याचा कल्लोळ उडाला. नागलक्ष्मीनं हसतच सदाशिवरावांच्या हातावर हात ठेवला आणि म्हणाली, 'पाहा तर! हा राजाचा मेहुणा म्हणे! किती मूर्ख आहे तो, नाही का?'

सदाशिवरावांचं मन इतिहासात गुंतलं होतं. कुठल्याही काळी राज्यकर्त्यांच्या नातेवाईकांना हा फायदा मिळायचाच. ते कितीही अडाणी असले तरी -

'लक्ष कुठाय तुमचं? नाटक पाहात नाही तुम्ही-' नागलक्ष्मीनं त्यांचा हात हलवून विचारलं.

'छे:! छान आहे नाटक!' सदाशिवराव तत्परतेनं म्हणाले.

शकार बोलतच होता, - 'तिच्या हाराचा शुगंध मला ऐकू येतोय! पण अंधारामुळे तिच्या दागिन्याचा आवाज मला दिशत नाही-' पुन्हा एकवार सभागृह हास्यानं भरून गेलं. नागलक्ष्मीचा आवाजही त्यात मिसळला होता.

एक अंक संपल्यावर राजनं नागलक्ष्मीला विचारलं, 'आवडलं का नाटक?'

'फारच छान आहे. शकाराचं काम कुणी केलंय?'

'नागेंद्ररावांनी केलंय. आणि चारुदत्ताचं सुब्बय्या नायडूंनी. गातात किती छान!'

तिसऱ्या अंकात चारुदत्ताच्या घरी चोरी करताना शर्विलक म्हणत होता, 'ह्या जाळलेल्या विटा पहा. इथं विविध आकाराच्या विटा आहेत. पद्माकार, सूर्याकार, चंद्राच्या कोरीसारखी, विहिरीसारखी, ही भली मोठी स्वस्तिकाकार आणि ही पूर्णकुंभाकार! उद्या सगळ्यांनी माझ्या शिल्पकलेचं कौतुक करावं अशा मांडून ठेवतो या विटा!'

नागलक्ष्मीला यात काही विशेष वाटलं नाही. उलट तिला वाटलं चोरी करायला आलेल्या चोरानं इतका हळूपणा केला तर कसं?

या सविस्तर वर्णनानं सदाशिवरावांचं कुतूहल मात्र चाळवलं गेलं. त्या काळी इतक्या प्रकारच्या विटा खरोखर वापरत होते का? अशा विविध आकाराच्या विटांच्या वापरामुळे बांधकामात नेमका कोणता फायदा होत असावा? शिल्पशास्त्रात हा उल्लेख आहे काय? म्हणजे शिल्पशास्त्राच्या निर्मितीचा काळ कोणता? अजून विचार करायला हवा. खूप संदर्भ पाहायला हवेत-

साध्या, सरळ रंगमंचावर कितीतरी प्रभावी नाटकं राजनं इंग्लंडमध्ये पाहिली होती. पृथ्वी गाढ झोपला होता.

नागलक्ष्मी मात्र लक्ष देऊन नाटक पाहात होती. चारुदत्ताला मृत्युदंडाची शिक्षा फर्मावताच तिचे डोळे पाण्यानं भरले होते. अखेरीस चारुदत्ताची मृत्युदंडाच्या शिक्षेतून सुटका होऊन चारुदत्त, वसंतसेना आणि चारुदत्ताची पत्नी एकत्र येताच तिला आनंद वाटला तरी आता या दोघी सवती-सवती एकत्र कशा नांदतील, अशीही तिला काळजी वाटली! रोहिताशुला सोन्याच्या गाडीला जुंपलं त्यावेळी सहजच तिची दृष्टी राजच्या मांडीवरच्या पृथ्वीकडे गेली.

नाटक संपल्यावर ते घरी आले तेव्हा पहाटेचे चार वाजले होते.

आठवडाभरात सदाशिवरावांना विश्वविद्यालयाच्या अधिकाऱ्याकडून एक पत्र आलं. त्यांना असिस्टंट प्रोफेसर म्हणून बढती मिळाली होती. शिवाय, वर्षाला पाचशे रुपये अभ्यासवेतन, अभ्यासासाठी वाचनालयातली एक अभ्यासिका आणि संशोधनाच्या कामासाठी मिळणाऱ्या रजेच्या सवलतीविषयीही त्यात लिहिलं होतं.

एकंदरीत महाराजांचं दर्शन लाभदायक ठरलं होतं तर! कृतज्ञता व्यक्त करणारं एक पत्र लिहिण्यासाठी सदाशिवरावांनी कागद पुढे ओढला.

■

तीन

गेला आठवडाभर सदाशिवरावांचा प्रवास चालला होता. यापूर्वी त्यांनी भारतातल्या बहुसंख्य ऐतिहासिक स्थळांना भेटी दिल्या होत्या. आता वेगळ्याच संदर्भात पुन्हा प्रवास करण्याचा त्यांनी संकल्प सोडला होता. कन्याकुमारीपासून तंजावर, महाबलीपुरम्, चिदंबरम् वगैरे गावांना भेटी देऊन ते वेरुळची लेणी पाहण्यासाठी आले. तिथलं थोडंफार निरीक्षण करून देवगिरी-औरंगाबादमार्गे ते अजिंठा इथं येऊन दाखल झाले होते.

एक हलकासा होल्डॉल, एक ट्रंक, पाण्याची पिशवी, खांद्यावर लटकलेला एक उत्तम कॅमेरा, प्रवासासाठी योग्य असा खाकी शर्ट, उन्हाच्या तापापासून रक्षण करणारी हॅट, नोट्स काढण्यासाठी पेन-पेन्सिल-कागद, एका ठिकाणाहून अधिक व्यापक प्रदेशांचं दर्शन घेण्यासाठी एक चांगली दुर्बीण ही त्यांची प्रवास सामग्री होती. अजिंठ्याच्या लेण्यापासून काही अंतरावर असलेल्या फर्दापूर गेस्टहाऊसमध्ये ते उतरले होते, कारण तिथून रोज लेण्यात जाणं त्यांना सोयीचं होतं.

पहिल्या दिवशी त्यांनी त्या परिसराचं निरीक्षण करून आपल्या वहीत नोंद केली : घोड्याच्या नालेसारख्या आकाराच्या या डोंगरात लेणी खोदली आहेत. समोरच्या बाजूस आणखी एक डोंगर आहे, किंवा एकाच डोंगराचा काही भाग दुभंगला असावा. या प्रदेशातली कुठलीही गोष्ट मानवाच्या सोयीची नाही. अशा या दुर्दम्य प्रदेशात ही बौद्ध लेणी खोदली याचे पहिले कारण म्हणजे लेण्यांसाठी योग्य असा इथला दगड होय. तसेच, ही लेणी म्हणजे भिक्षुकांच्या तपाची स्थाने होती. म्हणूनच ती लोकवस्तीपासून दूर आणि दुर्गम प्रदेशात आहेत.

एके ठिकाणी त्यांनी नोंद केली : इसवीसनाच्या आठव्या शतकापासून एकोणिसाव्या शतकापर्यंत जगाला या लेण्यांच्या अस्तित्वाची माहिती नव्हती. आधुनिक जगतापासून अपरिचित अशा या चित्रमय गुहांची माहिती प्रकाशझोतात आणण्याचे श्रेय काही आंग्ल सेनाधिकाऱ्यांकडे जाते, यावर विश्वास ठेवणं कठीण आहे. राजकीय परिस्थिती आणि धर्मकल्पनांमधील बदल यांमुळे समाजातील या लेण्यांसंबंधीची श्रद्धा कमी झाली असावी. त्यामुळेच या लेण्यांकडे दुर्लक्ष झाले असावे. स्वतःच सगळं काही शोधून काढल्याच्या थाटात हे आंग्ल संशोधक लिहीत असतात. कोलंबसच्या आधी

अमेरिकेत कुणी माणसंच राहात नव्हती की काय?

तिथं जाऊन पोहोचल्याच्या दुसऱ्या दिवशी सदाशिवराव चोवीस नंबरच्या अपूर्ण लेण्याचे निरीक्षण करत उभे होते.

'आपण अभ्यासक दिसता?' त्यांना कुणीतरी इंग्रजीत विचारलं.

सदाशिवरावांनी मागे वळून पाहिलं. एक वृद्ध जोडपं त्यांच्याजवळ उभं होतं. त्यापैकी साठी उलटलेले गृहस्थ सदाशिवरावांना प्रश्न विचारत होते. त्यांच्या अंगावर पांढरी पँट आणि पांढरा शर्ट होता. हातात कडं होतं. काळीसावळी मध्यम बांध्याची मूर्ती होती. त्यांच्या पत्नीचीही पन्नाशी उलटलेली होती. पांढरीशुभ्र साडी नेसण्याची त्यांची पद्धत पाहून ते सिलोनी जोडपं असावं हे सदाशिवरावांच्या लक्षात आलं.

त्या सिलोनी गृहस्थांनी विचारलं, 'हे लेणं असं का बरं आहे? यात काहीच कलाकुसर नाही. कुणी अडाण्यानं खोदावं तसं दिसतंय ते!'

'हे एक अपूर्ण लेणं आहे.' सदाशिवराव सविस्तरपणे सांगू लागले. या लेण्याची निर्मिती तीन टप्प्यांत होत होती. प्रथम अकुशल कामगार खोदण्याचं काम करत होते. त्या कामासाठी आजूबाजूच्या गावातले मजूर येत असावेत. त्यानंतर कुशल कारागीर कलाकाराच्या सांगण्यावरून खांब व इतर आकाराची रचना करत. अखेरीस निष्णात कलावंत संपूर्ण लेण्याला कलाकुसरीनं मढवून सुंदर रूप देत. हे सारं होण्यासाठी कितीतरी दशकांचा कालावधी जात असे. या लेण्याचं सुरवातीचं काम पूर्ण होईतो राजकीय परिस्थिती पालटली असली पाहिजे. कदाचित लोकांच्या धार्मिक भावना बदलल्या असतील. आर्थिक मदतही थांबली असेल!'

त्या गृहस्थांनी आपल्या भाषेत हे सगळं आपल्या पत्नीला समजावून सांगितलं. त्यांच्या भाषेवरून ते सिलोनचेच असावेत याविषयी सदाशिवरावांची खात्री पटली. त्या गृहस्थांनी इतरही शंकांचं निरसन करून घेतलं आणि अखेर एकमेकांची ओळख करून घेताना ते म्हणाले, 'कालपासून पाहतोय आम्ही तुम्हाला. तुम्ही संशोधकच असणार हे माझ्या मुलीनं कालच ओळखलं. आम्ही फर्दापूरच्या गेस्टहाऊसमध्येच उतरलोय. आपली ओळख झाली नव्हती एवढंच. पश्चिम सिलोनमधल्या कलुतर गावी राहातो आम्ही. जयरत्ने म्हणतात मला. माझी मुलगी इतिहासाची विद्यार्थिनी आहे. तिनं वर्षापूर्वीच केंब्रिजमध्ये एम.ए. केलंय. तीही कुठल्याशा गुहेत टिपणंच काढतेय!'

सदाशिवरावांनीही स्वत:ची ओळख करून दिली.

दुपारचे बारा वाजून गेले होते. तेही आता थकले होते. जयरत्नेंनी त्यांना विचारलं, 'जेवणासाठी गेस्टहाऊसवर जाणार आहात?'

'नाही. गेस्टहाऊसच्या नोकरानं इथंच जेवण आणून देण्याचं कबूल केलंय.'

'मीही इथंच जेवण आणायला सांगितलं. एवढ्यात येईलच जेवण. काल याच वेळेला तो नोकर आला होता. चला, आपण थोडं मागच्या बाजूला जाऊन बसूया.'

ते तिघेही चोवीस क्रमांकाच्या लेण्याकडून बारा क्रमांकाच्या लेण्याकडे निघाले. समोरून एक युवती येत होती. पंचवीस-सव्वीस वर्षाची ती युवतीही सिलोनी पद्धतीची साडी नेसली होती. तिच्या गोल चेहऱ्यावर विद्येचं गांभीर्य विलसत होतं. सावळाच रंग, पाणीदार डोळे, कानांत पैलूदार हिऱ्याच्या कुड्या झळाळत होत्या. हातात एक पेन आणि नोटबुक होतं. ती याच जोडप्याची मुलगी असावी, असं सदाशिवरावांच्या मनात येतं न येतं तोच जयरत्नेंनी ओळख करून दिली - 'ही माझी मुलगी, करुणारत्ने. बाळ, तुझा अंदाज खरा ठरला. खरंच हे संशोधक आहेत. बरीच माहिती सांगितली त्यांनी आम्हाला. यांचं नाव सदाशिवराव.'

एकमेकाला अभिवादन करून दोघेही स्तब्ध राहिले. काही क्षण विचार करून करुणारत्नेनं विचारलं, 'सदाशिवराव तुमचं नाव?'

'हो.'

'म्हणजे 'प्राचीन राज्यशास्त्राला धर्माचा आधार' ह्या ग्रंथांचे लेखक-'

'हो.'

'मला अजून तो ग्रंथ नाही मिळाला वाचायला. पण त्यावरील बरेच अभिप्राय वाचलेत मी! एवढ्या महान ग्रंथाच्या लेखकाला भेटून फारच आनंद वाटला.-' करुणारत्ने खरोखर आनंदून गेली.

चालता चालता जयरत्ने म्हणाले, 'आपण थांबू इथंच. वय झालं आमचं. थकलो मी!'

जवळच्या लेण्याच्या दरवाजापाशी सावलीत ते चौघेजण बसले. करुणेनं विचारलं, 'मला वाटलं होतं तुम्ही हे सगळं या आधीच पाहिलं असेल. पुन्हा तपशीलवार अभ्यास चाललाय वाटतं? काही नवं लिहायचा विचार आहे का?'

'हं! अंदाजे पाचेकशे पानी ग्रंथाचा एक आराखडा तयार केला आहे.'

'कोणता विषय? आणि दृष्टिकोन कोणता? तुम्हाला राग येणार नसेल तर-'

एवढ्यात गेस्टहाऊसचा नोकर येत असलेला दिसला. उन्हातून आल्यामुळे तो घामाघूम झाला होता. घामानं त्याचा शर्ट भिजून गेला होता. डोक्यावरची टोपली खाली ठेवत त्यानं विचारलं, 'साहेब, सगळेजण एकत्रच जेवणार आहात ना? थांबा, मी पाणी घेऊन येतो.-' म्हणत एक घागर घेऊन तो पुन्हा खाली उतरून गेला.

महाराष्ट्रीय पद्धतीचं ते जेवण रुचकर होतं. शिवाय, सगळेजण चांगलेच भुकेजले होते. वरण, बाजरीची भाकरी, दही, भात-सगळंच चविष्ट होतं. जेवता जेवता गप्पा चालल्या होत्या.

जयरत्ने महायान बौद्धधर्माचे होते. कलुतर गावी त्यांचा मोठा व्यापार होता. गावापासून पंधरा मैलांवर रबर आणि मिरीची शेती होती. आता त्यांचा मुलगा सगळ्याची देखभाल करत होता. यात्रेसाठी म्हणून भारतातली बौद्धधर्मियांची तीर्थक्षेत्रं पाहण्यासाठी ते भारतात आले होते. पण करुणेच्या प्रवासाचा हेतू मात्र इतका मर्यादित नव्हता.

'मी आई-वडिलांना सोबत म्हणून आलेय खरी, पण माझा मूळ हेतू वेगळाच आहे. बौद्धधर्माच्या पार्श्वभूमीवर सिलोनी संस्कृतीचा अभ्यास करायचा विचार आहे माझा. आमच्या देशातील बौद्धधर्मक्षेत्रांचाही मी थोडाफार अभ्यास केला आहे. काही टिपणंही काढली आहेत. पण मार्गदर्शनाशिवाय हा अभ्यास करणं अशक्य वाटतंय... तरीही होईल तेवढं मी करतेच आहे.'

नोकर सगळ्यांना वाढत होता. करुणारत्नेच्या आईनं बाजरीची भाकरी खाल्ली नाही. त्यांना वरणही फारसं आवडलं नसावं. त्यांनी फक्त भातच खाल्ला. जयरत्नेंचे दात काढलेले असले तरी कवळीच्या साहाय्यानं त्यांनी दोन भाकऱ्या खाल्ल्या. करुणारत्ने आणि सदाशिवरावही व्यवस्थित जेवले.

दहीभात खाता-खाता जयरत्ने म्हणाले, 'या ठिकाणी काही हीनयानांची लेणी आहेत, तर काही महायानांची. हीनयान लेण्यांत बुद्धमूर्ती नसते. बाकी कुसर कितीही असली तरी मूर्तीशिवाय लेणं म्हणजे यजमानाशिवाय घर वाटतं! मी महायान पंथाचा आहे म्हणून असं म्हणतो असं नव्हे, पण महायान लेण्यातला शांतीचा मूर्तिमंत पुतळा असा बुद्ध पाहिला की एकप्रकारचं अभय वाटतं!'

'खरंय ते.' सदाशिवराव म्हणाले, 'बौद्धधर्माच्या सुरवातीच्या काळातल्या कर्मठ हीनयान पंथात गुरूची पूजा करणे हाही अविचार मानला गेला. बुद्धविचाराच्या प्रसाराचा काळ तो. सर्व काही शून्यात विलीन करण्याचा प्रयत्न होता त्यांचा. पण फक्त विचारांमुळे मानवाच्या आशा-आकांक्षांची परिपूर्ती होत नाही. यातूनच बुद्धमूर्तीची पूजा करण्यास सुरुवात झाली. काहीजण यालाच हिंदुधर्माचा प्रभाव असं म्हणतात. काही प्रमाणात ते खरं असलं तरी ते महायानपंथाच्या प्रसाराचं एकमेव कारण नाही. पूजाप्रवृत्ती नसलेला एकही धर्म अस्तित्वात नाही. कितीही कठोर नियमांनी जखडलेला धर्म असला, तरी कधी ना कधी त्यात मूर्तिपूजेचा शिरकाव होतोच.'

सगळ्यांची जेवणं होताच नोकरानं सगळं आवरलं. सगळ्यांना सुपारीबडिशेप देऊन त्यानं विचारलं, 'साहेब, पाच वाजता गाडी येईल,चालेल?'

'चालेल.' जयरत्ने उत्तरले. नोकर निघून गेला.

चौघेही तिथंच बसून विश्रांती घेत होते. करुणारत्नेच्या आई तिथंच लवंडल्या. जयरत्नेही भिंतीला टेकून पाय पसरून विश्रांती घेऊ लागले. करुणेनं सदाशिवरावांना विचारलं, 'टिपणं काढायचं काम झालंय तुमचं?'

'नाही. का बरं?'

'मला तुमची टिपणं काढायची पद्धत पाहायची होती. नंबर एकचं लेणं मला व्यवस्थित पहायचं आहे. तुम्हाला सवड आहे? त्यातल्या कितीतरी गोष्टी मला समजल्या नाहीत. तुम्ही समजावून सांगाल तर-'

'मीही अजून तिथली टिपणं काढली नाहीत. चला, आपण तिथं जाऊन येऊ.'

'चला. डॅडी, आम्ही एक नंबरच्या लेण्यात आहोत बरं का! तुमची विश्रांती झाली की तिथंच या तुम्ही.'

जयरत्नेंनी मिटल्या डोळ्यांनीच होकार दिला. करुणेची आई तर मंद लयीत घोरत होती! बाहेर ऊन तापलं होतं. हॅट डोक्यावर चढवून सदाशिवराव निघाले. साडीचा पदर डोक्यावरून घेत करुणाही त्यांच्या मागोमाग निघाली. तिथल्या एका टॉर्चवाल्या गाईडला घेऊन ते लेण्यात शिरले. आत शिरता-शिरता करुणा म्हणाली, 'आपण आता वेगवेगळी टिपणं काढण्याची आवश्यकता नाही. तुम्ही सांगा आणि मी टिपणं घेते. रात्री मी त्याची आणखी एक प्रत काढून तुम्हाला देईन.'

दोघेही त्या लेण्याची पाहणी करत होते. सदाशिवराव सांगतील त्याची करुणारत्ने नोंद करत होती. तिथल्या प्रत्येक चित्राचं सविस्तर वर्णन, त्याचं वैशिष्ट्य, त्या चित्रातील इतर तपशिलावरून समजून येणारी त्या काळची संस्कृती, त्या काळच्या जीवनातील मूल्ये - कितीतरी गोष्टींच्या त्यांनी नोंदी केल्या.

संध्याकाळी पाच वाजता जयरत्ने त्या लेण्यात आले. आपली वेळ झाल्यानं तिथला गाईड निघून गेला होता. सदाशिवराव स्वत:च्या टॉर्चच्या उजेडात चित्रांचं निरीक्षण करून काही मुद्दे सांगत होते आणि करुणा उतरवून घेत होती.

जयरत्ने म्हणाले, 'अख्खं लेणंच उतरवून घेतलेलं दिसतंय! चला, गाडी आलीय खाली. निघूया.'

अंधार होत आल्यानं आता बरंचसं दिसेनासं झालं होतं. ते दोघेही जयरत्नेंबरोबर लेण्याबाहेर आले. बैलगाडीतून जाताना जयरत्ने सांगत होते, 'आम्ही सव्विसाव्या लेण्यातून बाहेर गेलोच नाही. तिथला बुद्धाच्या महानिर्वाणाचा देखावा फारच भव्य आहे! सुमारे पंचवीस हात लांबीचा भगवान आपला अखेरचा क्षण निरखत पहुडला आहे! आम्ही तिथंच होतो आतापर्यंत.'

सदाशिवराव बरेच थकले होते. कुठंतरी टेकून बसण्याचा त्यांनी प्रयत्न केला, पण ते त्यांना शक्य झालं नाही. करुणाही थकली होती. तरी सदाशिवरावांच्या चेहऱ्यावरून ते थकल्याचं दिसत असल्यानं ती थोडी वडिलांकडे सरकली आणि तिनं सदाशिवरावांना जागा करून दिली.

गाडी एका विशिष्ट लयीत हेलकावे घेत चालली होती.

खरं तर दुसरेच दिवशी तिथून निघायचा जयरत्नेंचा विचार होता, पण करुणेनं

त्यांना दोन दिवस मुक्काम वाढवण्यास भाग पाडलं. सदाशिवरावांच्या पद्धतीनं टिपणं काढणं तिला सोयीचं वाटत होतं. त्या दोघांनी अजिंठ्यातील काही महत्त्वाची लेणी आणि त्यातून स्पष्ट होणारा त्या काळचा समाज यावर बऱ्याच नोंदी केल्या. उभ्या उभ्या सदाशिवराव मुद्दे सांगत होते आणि करुणा ते मुद्दे स्वत:च्या वहीत उतरवून घेत होती. शॉर्टहँडनं लिहिलेल्या टिपणांनी तिच्या तीन वह्या भरल्या होत्या.

अजिंठा परिसरातला मुक्काम हलवण्याची वेळ एक दिवसावर येऊन ठेपली. दुसरे दिवशी जयरत्नेंचं कुटुंब जळगावमार्गे दिल्लीला जाणार होतं आणि सदाशिवराव औरंगाबादहून पुणेमार्गे गावी परतणार होते. महिनाभर गावी विश्रांती घेऊन त्यानंतर उत्तर हिंदुस्थानच्या प्रवासाला जायचं त्यांनी ठरवलं होतं.

फर्दापूरचं ते अतिथिगृह त्या चौघांचं घरच बनलं होतं त्या चार दिवसांत. दोघांच्या खोल्या समोरासमोर असल्यामुळे जेवण झाल्यानंतरही जयरत्ने सदाशिवरावांशी गप्पा मारत. बौद्धधर्म आणि इतर इतिहासाविषयी कितीही ऐकलं तरी जयरत्ने पुन्हा एखादा प्रश्न विचारत. इतर इतिहासकारांनी फक्त राजकारणाला महत्त्व दिलं असलं तरी सदाशिवराव मात्र धर्माचाही विचार करून इतिहासाकडे पाहात. दुसऱ्याच दिवशीच्या पहिल्या बसनं सदाशिवराव निघणार असल्यानं जयरत्नेंनी त्यांना लवकर झोपायला सांगितलं आणि ते आपल्या खोलीत गेले.

पण सदाशिवरावांना अंथरुणावर पडल्या पडल्या झोप लागली नाही. अजिंठ्यानं त्यांचं मन संपूर्ण व्यापून टाकलं होतं. आता हा परिसर सोडून जायचं! गेले चार दिवस ते वेगळ्याच जगात वावरत होते! आता पुन्हा वास्तव जगात येणं भाग होतं.

रात्रीचे नऊ वाजून गेले होते. सर्वत्र चांदणं पसरलं होतं. त्या चांदण्यात तो परिसर स्वप्नवत भासत होता. ह्या स्निग्ध शांतीमधूनच बौद्धभिक्षू, चित्रकार आणि शिल्पकारांनी ही अमूल्य लेणी घडवली असली पाहिजेत! खिडकीतून दिसणारं चांदणं पाहून सदाशिवराव उठले आणि बाहेर आले. काही पावलांवर असलेल्या एका दगडावर ते बसले. दिवसभराचा थकवा आता नाहीसा झाला होता. त्या जाईच्या चांदण्यात त्यांचं मन प्रफुल्लित झालं होतं. डोळ्यांसमोर अनेक चित्र स्पष्ट होत होती. हजारो वर्षांपासून चालत आलेली परंपरा त्यांच्या कल्पनेसमोर तरळत होती. मनात अनेक गोष्टींचा उलगडा झाला होता, तर काही प्रश्न पुन:पुन्हा मनाच्या गाभाऱ्यात घुमत होते.

-या संस्कृतीची सुरुवात कुठं आहे? वेदांप्रमाणे हीही अपौरुष आहे काय? की इतिहासतज्ज्ञ म्हणतात तसे ख्रिस्तपूर्व दोन हजाराच्या जवळपास हिची सुरुवात झाली असावी? या संस्कृतीच्या प्रारंभाचा नेमका बिंदू कोणता? जीवशास्त्राच्या दृष्टिकोनातून आपल्याला संस्कृतीविषयी खात्रीशीरपणे समजू शकेल का?-

‘उद्या पहाटे निघायचं ना? अजून झोपला नाही?’ सदाशिवरावांनी या प्रश्नांसरशी चमकून मागे वळून पाहिलं. त्यांच्यामागे करुणा उभी होती.

‘कसला विचार चालला होता?’ तिनं पुन्हा विचारलं, ‘मी डिस्टर्ब नाही ना केलं?’

‘छे:! बसा ना!’

‘तुम्हाला एक गोष्ट सांगायला आलेय मी. आपल्या टिपणांनी तीन वह्या भरल्या आहेत. आता इथं तुम्हाला तुमची प्रत काढून देणं अगदी अशक्य आहे. टिपणं शॉर्टहँडमध्ये असल्यानं तुम्हालाही समजणार नाहीत. त्यापेक्षा असं करू का?’

‘कसं?’

‘महिनाभरानं आम्ही गावी परतू. त्यानंतर ही टिपणं तुम्हाला टाईप करून पाठवून देईन. चालेल?

क्षणभर सदाशिवरावांच्या मनाची चलबिचल झाली. नंतर ते म्हणाले, ‘ती किती महत्त्वाची टिपणं आहेत हे तुम्हालाही ठाऊक आहेच. मात्र विसरू नका म्हणजे झालं!’

‘मुळीच विसरणार नाही.’

दोघेही काही न बोलता उभे होते. काही क्षण तसेच गेल्यावर करुणेनं विचारलं, ‘एक विचारू? अं - थोड्या शंका विचारल्या तर चालतील?’

‘विचारा.’

‘नेहमी इतिहासकार प्राचीन, इतिहासपूर्व किंवा आधुनिक युग अशी विभागणी करतात. कुठल्याही देशाच्या इतिहासाचे इतक्या स्पष्टपणे भाग पाडता येणार नाहीत. मग अशा विभागणीत काय अर्थ आहे?’

‘या बाबतीत मला काय वाटतं ते सांगतो. मला वाटतं, इतिहासाच्या संदर्भात ‘युग’ या शब्दाला निश्चित अशी कालमर्यादा नाही. समाज नेहमी त्या समाजातल्या व्यक्तीच्या मनात खोलवर रुजलेल्या मूल्यांच्या आधारावर उभा असतो. ही मूल्ये कैक वेळा शेकडो, नव्हे हजारो वर्ष टिकून राहातात. या विशिष्ट काळात त्या समाजात निर्माण होणाऱ्या साहित्य, कला आणि धर्म-पंथांमध्ये वरवर काही फेरबदल आढळले तरी त्यामध्ये मूलभूत असा फरक नसतो. कारण या साऱ्यांचा पाया याच समाजातल्या जीवनमूल्यांमध्ये रोवलेला असतो. ज्यावेळी या जीवनमूल्यांमध्येच स्पष्ट स्वरूपाचं परिवर्तन होऊ लागतं तेव्हा नव्या युगाचा प्रारंभ होतो. अशा वेळी साहजिकच इतिहासही वेगळ्या स्वरूपात सामोरा येतो.’

‘हा युग-परिवर्तनाचा काळ इतिहासकार कसा ओळखतो?’

‘सूक्ष्म अंत:चक्षूनं पाहून! फक्त भौतिक परिवर्तनाचा आढावा घेणाऱ्याला खरा इतिहासकार म्हणता येणार नाही. समाजाच्या अंत:प्रवाहातल्या लहरींचा वेध घेऊन

त्यातला संघर्ष फक्त भौतिक घटनांमधूनच दिसतो असं नव्हे. त्या काळातल्या इतर ललितकलांमधूनही तो व्यक्त होत असतो. या दृष्टीनं पाहिलं तर इतिहास आणि साहित्यात फारसा फरक नाही. संपूर्ण समाजाचा वेध घेऊन या अंत:सत्वाचा वेध घेण्याचं काम इतिहास करत असतो, तर याच अंत:सत्वाचा काल्पनीक व्यक्तींच्या जीवनावर घडणारा परिणाम आणि असलेला प्रभाव दर्शवणं हे साहित्याचं काम. या मन्वंतर-काळातील इतिहास रंगवणारं साहित्यच खऱ्या अर्थानं महान कृती बनतं. याच दृष्टीनं पाहता आमच्या भारतात रामायण आणि महाभारत या महाकाव्यांना इतिहास मानलं जातं.'

करुणारत्ने त्यांच्या बोलण्याचा विचार करत होती. तिनं केंब्रिजमध्ये पदव्युत्तर शिक्षण घेतलं होतं. इतिहासाच्या स्वरूपाविषयी आणि त्याच्या कार्यक्षेत्राविषयी तिनं बरंच वाचन केलं होतं. पण हा दृष्टिकोन तिला वेगळा वाटला. त्यामुळे तिनं आपल्या मनातली एक शंका विचारली,–

'इतिहासानं मूल्य-परिवर्तनाचं स्वरूप आणि कारणं सांगावीत असं तुम्ही म्हणता, पण त्यासाठीही ऐतिहासिक घटनांचा तपशील महत्त्वाचा नाही का? इतिहास हा प्रगतीचा मार्ग आहे, की अधोगती होत मागे हटणारी मानवसमाजाची करुण कहाणी आहे? तुम्हाला काय वाटतं?'

'जर इतिहासाला प्रगती मानली तर आपले पूर्वज कमी दर्जाचे होते असं म्हणावं लागेल; आणि अधोगती मानली तर आपण अध:पतनाच्या मार्गावर आहोत असं म्हणावं लागेल. म्हणजे भारतीय दृष्टीनं पाहता कृत, त्रेता, द्वापार आणि कलि याक्रमानं अध:पतनाचीच दिशा हा इतिहास दाखवतो असं म्हणावं लागेल. पण कलियुग हाही काही अंत नाही. यानंतर पुन: युगचक्राला प्रारंभ होतो.'

'म्हणजे याला अंतच नाही की काय?'

'या जगाच्या निर्मितीचा निश्चित काळ सांगणं जसं अशक्य आहे तसंच याच्या अंताविषयी तर्क मांडणं म्हणजे मूर्खपणा आहे. याअर्थी अंत नसलेल्या या जगात काही जीवनममूल्ये कितीतरी वेळा अतिशय दुर्बळ झाली असतील आणि कालांतरानं पुन्हा बलवानही झाली असतील. या दृष्टीनं पाहता ही सगळी भगवंताची लीलाच म्हणायची! पण हे जबाबदारीचं काम करताना इतिहासकारानं सावध असलं पाहिजे.'

लक्ष देऊन ऐकत असलेली करुणारत्ने भावपूर्ण स्वरात म्हणाली, 'गेले चार दिवस आपण या अजिंठ्यात राहात आहोत. सगळ्या वादांचा विसर पडावा अशा प्रशांत वेळी आणि वातावरणात तुम्ही सांगत आहात. माझाही या विचारांवर विश्वास बसू लागलाय. एक उपकार कराल?'

'मी? आणि उपकार?' सदाशिवराव गडबडले.

मला केंब्रिजहून येऊन वर्ष झालं. आमच्या गावी प्रगत अभ्यासाची कसलीच

सोय नाही. पुढच्या वर्षी मला कोलंबो विश्वविद्यालयात शिरकाव करता येईल. तुम्हाला मी पत्रानं काही शंका विचारल्या तर चालतील का?'

'जरूर! मला जमेल तेवढी मी निश्चित मदत करीन. पण एखाद्या वेळी नाही जमलं तर मात्र गैरसमज नको. आधीच सांगून ठेवतो-'

रात्रीचा एक वाजेपर्यंत याच विषयावर त्यांचं बोलणं चाललं होतं. चांदणं उतरल्यावर दोघेही आपापल्या खोलीकडे परतले.

दुसरे दिवशी दोघांनी एकमेकांना एकमेकांचे पत्ते दिले. करुणारत्नेच्या आई-वडिलांनी सदाशिवरावांचा निरोप घेतला. गाडीत चढताना करुणेनं सदाशिवरावांशी हस्तांदोलन करून म्हटलं, 'टिपणाच्या प्रती निश्चित पाठवून देईन. माझं सुदैव म्हणून मला ही टिपणं मिळाली.'

■

चार

प्रतिवर्षाप्रमाणे ज्येष्ठ-आषाढात कपिला भरून वाहात होती. यावर्षी तिनं कुणाचा बळी घेतला नव्हता. नंजनगूडच्या प्रमुख नागरिकांनी नदीच्या काठावर 'सावधान! येथे पोहण्यात धोका आहे' अशी पाटी लावली असली तरी पोहणारे पोहतच होते.

श्रोत्रींच्या मुलाचं-नंजुंडाचं वर्षश्राद्ध होऊन महिना लोटला होता.

नंजुंडाच्या अपघाती मृत्यूचं दु:ख भरून येणं अशक्य असलं तरी दिवसेंदिवस त्या दु:खाची तीव्रता कमी होत होती. श्रीनिवास श्रोत्री आणि त्यांच्या पत्नी नातवाच्या जीवनात समरस होऊ पाहात होत्या. दीड वर्षाचा चिनी बराचसा वडिलांसारखा दिसत होता. त्याचं निष्पाप हसू पाहून नंजुंडाची आठवण येत होती.

चिनीला खांद्यावर बसवून त्याच्याशी खेळण्यात श्रीनिवासराव रंगून जात. सव्वीस वर्षापूर्वी छोट्या नंजुंडाला ते असंच खेळवत असत. त्यावेळी छोटा नंजुंड आपल्या मुठीत त्यांची काळीभोर केसांची गाठ पकडून 'अण्णा-अण्णा' करत खेळत असे. त्यांची पत्नी-चोवीस वर्षांची भागीरथी चुटक्यांच्या आवाजानं त्याला खेळवत असे. घरची मोलकरीण-लक्ष्मी लहानग्या नंजुंडाला उचलून परसात, शेतात फिरवून आणत असे.

आता मात्र श्रोत्रींचे सगळे केस पांढरे झाले होते. त्या पांढऱ्या विरळ केसांच्या गाठीला हिसडे देत चिनी 'आजोबा' अशी हाक मारत होता. मुलाचा खोडकरपणा बघून कात्यायनीच्या चेहऱ्यावर मंदसं समाधान पसरत होतं.

चिनी नेहमी आजी-आजोबा आणि लक्ष्मीशी मस्ती करत खेळत असे. मधूनच आईची आठवण येताच कात्यायनीकडे धाव घेत असे. रात्री मात्र झोपायला त्याला आईचीच कुशी हवी असे. गाढ झोपलेल्या चिनीला उराशी कवटाळताना कात्यायनीच्या दृष्टीसमोरून कितीतरी दृष्यं तरळत असत. नंजुंडाचा स्वभाव सौम्य होता. आई-वडिलांचं ऐकण्यात तो धन्यता मानत होता. अर्थात श्रोत्री पती-पत्नींनीही आपल्या मुला-सुनेवर मोठेपणाचा हक्क गाजवला नव्हता. उलट, मुलगी नसल्याची त्रुटी त्यांनी कात्यायनीवर मायेचा वर्षाव करून भरून काढली होती. स्वत: श्रोत्रीही कात्यायनी-नंजुंडाशी हास्यविनोद करत स्वत:ही मनसोक्त हसत. गावात एखादं

चांगलं नाटक आलं की आग्रह करून त्या दोघांना नाटकाला पाठवून देत.

अलीकडे त्यांनी नंजुंडाला शेती-व्यवसायातल्या खाचा-खोचा समजावून सांगण्यास सुरुवात केली होती. स्वत: देवपूजेसाठी अधिकाधिक वेळ काढत होते. लांबवरच्या शेतीकडे तर त्यांनी जाणंच बंद केलं होतं. सगळा जमाखर्च आता नंजुंडच पाहात होता.

नंजुंडाच्या अकाली मृत्यूनंतर पुन्हा सगळं चित्र पालटलं होतं. जीवनातून लक्ष काढून पारमार्थाच्या वाटेनं निघू पाहणाऱ्या श्रोत्रींना पुन्हा शेतावर जाऊन येणं, वसुली करणं वगैरे कामात गुरफटावं लागत होतं.

आई-वडिलांपेक्षाही समर्थपणे आधार देणाऱ्या सासू-सासऱ्यांमुळे कात्यायनीला धन्य वाटत असलं तरी रात्री चिनीला जवळ घेताना पतीची आठवण तिला विव्हळ करत होती. नंजुंडाला शेतावरून यायला थोडा उशीर झाला तरी कातरतेनं वाट पाहणाऱ्या कात्यायनीच्या नशिबी आता पतीचा चिरवियोग आला होता.

तिला अशी तळमळताना पाहून भागीरथम्मा विचारत, 'बाळ, झोप नाही आली?'

'आलीय आई' असं कात्यायनीनं सांगितलं तरी ते खोटं असल्याचं जाणवून भागीरथम्मांच्या डोळ्यांत अश्रू उभे राहात. नंजुंडाच्या आठवणीनं गहिवरून त्या त्याच्या बालपणीच्या आठवणी सांगत,

'लहानपणी तोही या चिनीसारखाच होता. रात्री तर त्याच्या मस्तीला ऊत यायचा अगदी! मलाही खेळायला बोलवायचा. मी दटावून झोपवू लागले की सुरू त्याचं रडणं. तुझे मामंजी माडीवर झोपायचे-'

भर तारुण्यातही श्रोत्री पत्नी आणि मुलाला खाली झोपण्यास सांगून स्वत: एकटेच माडीवर झोपायचे, हे कात्यायनीलाही ठाऊक होतं.

'रात्रभर खेळायचा गुलाम! आणि पहाटे पहाटे झोपी जायचा. मला मात्र पहाटे उठायला लागायचं यांच्या पूजेची तयार करायला. कधी फारच झोप आली की लक्ष्मीला उठवून त्याला तिच्या हाती देऊन मी झोपायची मग. तेव्हापासून लक्ष्मी माझ्याच खोलीत झोपायला लागली -'

नंजुंडाच्या बाललीला सांगता सांगता त्या इतक्या भावनाविवश होत की अखेर कात्यायनीच त्यांची समजूत घाली, 'आई, आपल्या हातात काय आहे?'

अशाच प्रसंगी एकदा ती म्हणाली, 'आपण फार सामान्य माणसं आहोत, आई! दीड वर्ष झालं तरी आपलं दु:ख तिथंच आहे. अण्णा मात्र खरे धीराचे! त्या दिवशी हे नदीत दिसेनासे झाले असं समजताच ते नदीकडे धावले. नंतर आपल्याला घरापर्यंत आणताना किती समजूत घातली त्यांनी! घरी येताच तुमची तर शुद्धच हरपली. मीही खांबापाशी जमिनीवर कोसळले. त्यांनी लक्ष्मीला तुमच्या चेहऱ्यावर

थंड पाणी शिंपडण्यास सांगितलं. माझीही शुद्ध हरपत होती. माझं डोकं मांडीवर घेऊन त्यावेळी ते म्हणाले, 'अशा प्रसंगी धैर्य लागतं बाळ! देव परीक्षा घेतोय आपली!' त्यावेळी मला तो कोरडा उपदेश वाटला होता, आई! किती आश्चर्य वाटलं होतं मला! आपला एकुलता एक तरणाताठा मुलगा गेल्यावर एक पिता सांगतो हे? पण आता वाटतं जर तेवढं धैर्य आपल्या अंगी असतं तर आपणही धैर्यानं तोंड दिलं असतं या परिस्थितीला!'

'पण हेही काही खरं नव्हे बाई! माणसानं आनंदाच्या प्रसंगी हसावं, तसं दुःखात पोटभर रडावं म्हणजे मन हलकं होतं. आता पाहा ना, आपण दोघी एकमेकीत दुःख वाटून घेतो, पण त्यांच्यासमोर डोळ्यातून टिपूस काढायची प्राज्ञा नाही आपली.'

शेजारच्या खोलीतून लक्ष्मीचा संथ श्वासोच्छ्वास ऐकू येत होता.

'बघ, लक्ष्मीसुद्धा कशी निवांत झोपलीय. नंजुंडाला अगदी तान्हा असल्यापासून तिनंच अंगाखांद्यावर खेळवला होता. तीच त्याला शाळेत पोहोचवायची. स्वतःचा मुलगा असल्यागत सगळं केलंय त्याचं तिनं. तो वाहून गेला तेव्हा किती आक्रोश केला तिनंही! आपलं सांत्वन केलं तसे तिलाही चार शब्द सांगितले यांनी. सगळं दुःख गिळून ती मुकाट्यानं कामाला लागली. तिलाही सुख-दुःख सारखंच मानणं जमतं!'

कात्यायनीचा रडून रडून डोळा लागला आणि चिनी रडत उठला. भागीरथम्मांनी घाईनं त्याला आपल्या जवळ घेतलं आणि उशाशी ठेवलेलं दूध त्याला पाजलं.

कधी कधी चिनीचं रडू थांबलं नाही की बाहेरच्या दिवाणखान्यात झोपलेले श्रोत्री हाक मारत, 'त्याला इकडं आण पाहू!'

दिव्याच्या उजेडात आजोबांना पाहताच चिनी त्यांच्याकडे झेप घेई. पत्नीला झोपायला सांगून ते नातवाला घेऊन बाहेर अंगणात जात. चांदण्याची गंमत पाहता पाहता थंडगार वाऱ्याच्या झुळकेमुळे चिनी त्यांच्या खांद्यावर गाढ झोपी जाई. ते त्याला आपल्याच अंथरुणावर झोपवत. त्याच्या अंगावर हलकेच शाल घालून ते त्याच्या शेजारी आडवे होत. झोप आली नाही की ते सरळ माडीवरच्या आपल्या अभ्यासिकेत जात आणि दिव्याच्या उजेडात एखादा जुनापुराणा ग्रंथ समोर घेऊन वाचायला सुरुवात करत.

चिनी दोन वर्षांचा झाला तसा त्याचा खोडकरपणा फारच वाढला. आता तो चांगला चालायला लागला होता. लक्ष्मीची नजर चुकवून तो सरळ रस्त्यावर जाई. एकदा तर तो देवळातच फिरत राहिला होता आणि तिथल्या एका पुजाऱ्यानं त्याला घरी आणून सोडलं होतं. इथं घरी चिनी सापडत नाही म्हणून केवढा गोंधळ उडाला

होता! श्रोत्री गल्लीभर त्याला शोधत होते, तर लक्ष्मी न राहवून नदीच्या डोहापाशीही जाऊन आली होती.

त्या दिवशीही तसंच झालं.

फाल्गुनातल्या उन्हाचा कडाका पडला होता. चिनी सगळ्यांची नजर चुकवून कुठंतरी निघून गेला होता. संध्याकाळचे चार वाजले तरी त्याचा कुठं पत्ता नव्हता. अखेर घाबऱ्या घाबऱ्या श्रोत्री मणिकर्णिका घाटावर आले. नदीच्या घाटावर गुराख्यांच्या मुलांबरोबर वाळूत खेळण्यात चिनी दंग झाला होता. आजोबांना पाहताच तो बोबड्या शब्दांत म्हणाला, 'बगा, बगा! माज्यंच घल मोथ्थं!'

उन्हानं त्याचा चेहरा लालबुंद झाला होता घामामुळे त्याचे कपडे ओलेचिंब झाले होते. तहान लागली म्हणून तो तिथल्या डोहाचं पाणी ओंजळीनं प्यायला होता त्या मुलांबरोबर!

श्रोत्री त्याला घेऊन घरी आले. त्याच्यावर कुणी लक्ष न ठेवल्यानं ते सगळ्यांवरच संतापले होते. कधी नव्हे ते चिनीनंही आजोबांची बोलणी खाल्ली - 'पुन्हा घराबाहेर पाऊल ठेवलंस तर पाय बांधून ठेवीन तुझे!'

रात्री दहा वाजता चिनी झोपला होता. सगळी कामं आटोपून कात्यायनी त्याच्या शेजारी बसली. मायेनं तिनं त्याच्या कपाळावर हात ठेवला आणि तिच्या हाताला चटका बसला!

'आई, चिनीला ताप आलाय.' ती भागीरथम्मांना म्हणाली. भागीरथम्मांनी निलगिरीतेलाची बाटली आणली आणि त्या बाळाच्या छाती, कपाळ आणि पाठीवर तेल चोळू लागल्या.

दिवाणखान्यातले श्रोत्री अजूनही जागेच होते. आतली चाहूल लागताच ते आत आले. चिनी झोपला होता. एकवार त्याच्याकडे पाहून ते म्हणाले, 'उद्या सकाळी मात्रा उगळून देईन त्याला.'

दुसरे दिवशी श्रोत्रींना शेतावर जाण्याची घाई असल्यामुळे अंगाला हात लावून तापाचा अंदाज घेत त्यांनी त्याला कस्तुरी-मात्रा चाखण्यास सांगितले आणि ते बाहेर पडले.

चिनी जागा झाला आणि नेहमीप्रमाणे खेळू लागला. आता काळजी करायचं कारण नाही, असा विचार करून भागीरथम्मा स्वयंपाकघरात गेल्या आणि कात्यायनी धुण्याचे कपडे घेऊन परसातल्या विहिरीवर गेली.

धुणं आटोपून ती आत आली तेव्हा चिनी तिथं नव्हता. कात्यायनीच्या छातीत धस्स झालं. ती त्याला शोधण्यासाठी धावपळ करू लागली. काय करावं ते तिला सुचेना. तोच मागच्या दारानं लक्ष्मी चिनीला घेऊन आत आली कात्यायनीचा जीव भांड्यात पडला.

'कुठं होता हा?'

'गुरं घेऊन येत होते, तर हा नदीपाशी खेळत होता.'

उन्हाळ्यात नदीला फारसं पाणी नसल्यानं त्या दोघींना त्याचं काही विशेष वाटलं नाही. बाळाला आत घेऊन त्यांनी घराचे दोन्ही दरवाजे बंद करून घेतले.

दुपारी तीन वाजता चिनीचं अंग पुन्हा तापलं. संध्याकाळी श्रोत्री घरी आले तेव्हा तो तापानं चांगलाच फणफणला होता. तापाच्या ग्लानीत तो पडून होता.

श्रोत्री लगेच घराबाहेर पडले आणि व्यंकटाचार्य पंडिताना घेऊन घरी आले.

दुसरे दिवशी चिनीची प्रकृती पाहून पंडित म्हणाले, 'हा सन्निताप आहे. एकवीस दिवस ताप येईल. मात्रा देतो. जिवाला मात्र धोका नाही.'

पंडितांचं निदान खरं ठरलं होतं. चिनीचा ताप उतरला नाही. तो तापाच्या ग्लानीत निपचीत पडून होता. आजोबांच्या हाकेलाही तो क्वचितच हुंकार देत होता. रडत नव्हता की हसत नव्हता. कुणालाच ओळखत नव्हता तो!

श्वासोच्छ्वास मात्र चालला होता.

श्वासोच्छ्वासही सहन न होण्याइतकं त्याचं शरीर दुर्बल झालं होतं. बारा दिवस अंगातला ताप हटला नव्हता. त्यानंतर मात्र परिस्थिती चिंताजनक झाली. त्याच्या जिवाविषयीची काळजी प्रत्येकाच्या चेहऱ्यावर दिसत होती. पण तोंडानं कुणीच तसं बोलत नव्हतं.

पंधराव्या दिवशी परिस्थिती अधिकच गंभीर झाली. तापानं नेहमी बंद राहणारे डोळे किलकिले झाले होते. डोळ्यांत जीव नव्हता. चेहऱ्यावरचं चैतन्य लोपलं होतं.

भागीरथम्मांनी घाबरून श्रोत्रींना हाक मारली. श्रोत्री चिनीजवळ आले. त्यांनी पाहिलं- बाळाचे हात-पाय थंड पडत होते. कपाळावर घामाचे थेंब साचले होते. श्वास थांबून थांबून चालला होता.

चिनीच्या जिवाची आशा सोडण्याचा क्षण जवळ येत होता!

श्रोत्रींनी पटकन चिनीला मांडीवर घेतलं आणि लक्ष्मीला पंडितांना बोलावण्यासाठी पिटाळलं. पत्नीला शेणीची राख आणण्यास सांगितलं.

क्षणाक्षणाला थंड पडणारे चिनीचे हात-पाय त्यांनी राखेनं चोळण्यास प्रारंभ केला. नुसता हाडाचा सापळाच राहिलेली छातीही चोळली, आणि ते पंडितांची वाट पाहू लागले.

कात्यायनीला परिस्थितीचं आकलन झालं होतं. तिला तिथं राहाणं अशक्य झालं. ती स्वयंपाकघरात धावली. उचंबळून येणारा हुंदका आता तिला आवरता येईना. ती हुंदके देऊन रडू लागली. आवाज बाहेर ऐकू जाऊ नये म्हणून तिनं पदराचा बोळा तोंडात कोंबला, तरी हुंदका बाहेर पडलाच.

बाहेर पंडित आल्याची चाहूल लागली.

श्रोत्री आत आले आणि कात्यायनीला समजावत म्हणाले, 'अशा परिस्थितीत रडून काहीच लाभ होत नाही. जा, पंडितांना आत घेऊन ये.'

पंडितांनी चिनीला तपासलं. सहाणेवर एक मात्रा उगाळून मधातून चिनीच्या जिभेवर चाटवली. औषध गिळण्याचं त्राणही चिनीच्या अंगी नसल्यानं त्यांनी इतर औषधंही त्याच्या जिभेवर ठेवून दिली.

हातापायाला राख चोळल्यामुळे चिनीच्या हातापायाला थोडी ऊब आली. दोन तास तिथंच थांबून पंडितांनी दुसरी मात्रा देऊन सांगितलं, 'आता घरी जातो मी. ही मात्रा दर दोन तासांनी अर्धा वळसा उगाळून त्याला चाटवा. मी सकाळी येतोच पुन्हा.'

पंडित तिथून गेल्यावर कात्यायनी चिनीपाशी आली. भागीरथम्मांच्या डोळ्यांत अश्रू असले तरी चेहरा मात्र निश्चल होता. लक्ष्मी श्रोत्रींपाशी येऊन म्हणाली, 'शीनप्पा, चिनीला आता माझ्या मांडीवर दे.'

'नको! तो माझ्याकडेच असू दे.' काहीतरी विचार करून ते कात्यायनीला म्हणाले, 'दिवाणखान्यातलं घड्याळ इथं आणून ठेव. दर दोन तासांनी मात्रा उगाळून चाटवायची आहे. तुम्हाला नाही जमणार ते!'

भागीरथम्मांनी आतून कपिलेचं पाणी आणि संध्येची पळी आणली.

श्रोत्री चिनीला मांडीवर घेऊन निश्चल बसून होते.

आजानुबाहू देहयष्टी, माजघराच्या दरवाजातूनही वाकून जावं लागण्याइतकी भरपूर उंची, साठीतही टिकून राहिलेला ताठ बांधा, दिवसाकाठी वीसेक मैल सहज चालण्याची क्षमता असलेला बलदंड देह तो! रुंद कपाळावरचे सात्त्विक तेज:पुंज डोळे! मांडीवर चिनी नसल्याप्रमाणे ते भोवताली जल शिंपडत पुटपुटले -

'य: स्मरेत् पुंडरीकाक्षाय सबाह्यांतर शुचि:'

नंतर आचमन करून उजव्या हातानं जानव्याची ब्रह्मगाठ धरून मनातल्या मनात त्यांनी गायत्री मंत्राचा जप करायला प्रारंभ केला.

कात्यायनीची दृष्टी चिनीच्या चेहऱ्यावर खिळली होती. भागीरथम्मा आणि लक्ष्मी श्रोत्रींच्या चेहऱ्याकडे टक लावून पाहात होत्या.

त्या दोघींना त्यांच्याकडे पाहताना कसलंसं अभय वाटत होतं.

श्रोत्री सनातन धर्माचं कटाक्षानं पालन करणाऱ्यांपैकी एक होते. विवाह हा विधी गृहस्थधर्माचं पालन करण्यासाठीच होय, असा त्यांचा विश्वास होता. गृहस्थधर्म म्हणजे इहलोकातील आपल्या कर्तव्याची पूर्तता करणं आणि मुलांचा जन्म म्हणजे वंशवृक्षाचा विस्तार, अशी त्यांची धारणा होती. ज्याला संतान नाही अशी व्यक्ती वंशवृक्षाच्या वृद्धीसाठी फक्त शून्यच शिल्लक ठेवते. वाडवडिलांपासून आलेल्या

या देहाचं ऋण फेडायचं ते वंशासाठी संतान देऊनच, असा त्यांचा विश्वास होता.

श्रोत्रींना आपल्या घराण्याचा अपार अभिमान होता. अत्यंत पुरातन होतं त्यांचं घराणं! गोत्र-प्रवर्तक अशा ऋषींचा काळ जसा इसवीसनानं मोजणं अशक्य आहे तसं या प्राचीन घराण्याचं मूळही सांगता येणं शक्य नव्हतं. तिन्हीत्रिकाळ संध्या करताना 'काश्यपावत्सारनैद्रव प्रवस्ययान्वित अश्वलायन समन्वित: । ऋक् शाखाध्यायी श्री श्रीनिवास श्रोत्रियोऽहं भो: ईश्वरत्वामभिवादयामि ।' असा आपला प्रवर पठण करताना त्यांना अनन्वित आनंद होत होता. आपण जर धर्मानं वागलो नाही तर आपल्या घराण्याला तो एक कलंकच, अशा जाणिवेनं त्यांचा दिनक्रम आखलेला असे.

चांगला हाताशी आलेला मुलगा निवर्तला होता आणि आता हा नातूच त्यांच्या साऱ्या घराण्याचं आशास्थान झाला होता.

मुलाचं लग्न होताच त्यांनी निवृत्त जीवन अंगिकारलं होतं. पण विधीपुढे नमतं घेऊन या नातवासाठीच त्यांनी निवृत्ती टाकून सांसारिक जीवनास प्रारंभ केला होता. त्यांच्या मनात लोभ, आशा वगैरे भावनांना मुळीच स्थान नव्हतं. पण नातवाला मोठं करून त्याला गृहस्थधर्माचा स्वीकार करायला लावणं हे त्यांच्या जीवनाचं आता इतिकर्तव्य ठरलं होतं. त्यांचे वडील नंजुंडराय श्रोत्री वारले तेव्हा ते अवघे अठरा वर्षांचे होते. त्यांचं तेव्हा लग्नही झालं होतं. खरं तर नंजुंडराय इतकी वर्षं कसे जगले हेच एक आश्चर्य होतं. श्रीनिवासरावांचं लग्न होताच ते मरण पावले. याआधी चार वर्षं त्यांची आई वारली होती. नंजुंडरायांच्या मृत्यूनंतर श्रीनिवास श्रोत्रीच त्या भल्या मोठ्या संपत्तीचे मालक झाले होते. वर्षाकाठी बरंच उत्पन्न येत होतं. पण ते उत्पन्न वाढावं म्हणून श्रीनिवास श्रोत्रींनी मुद्दाम काही केलं नव्हतं. बँकेतील काही पैसे आणि पोटापुरतं अन्नधान्य एवढं राखून ठेवून उरलेलं सगळं दानधर्मातच ते संपवत होते. नंजुंडेश्वर देवस्थानात वर्षातून एकदा समाराधनेचा उत्सव करणं, दुष्काळ पडला तर आपल्या कुळांना उदारपणे मदत करणं, अशा कितीतरी मार्गानं त्यांची संपत्ती वाटली जात होती.

निर्लिप्त जीवन जगणाऱ्या श्रोत्रींचा नातू मरणाच्या दारात होता. त्यांच्या घराण्याचा एकुलता एक नंदादीप विझत आला होता! एरवी निश्चल असलेलं श्रोत्रींचं अंत:करण आता मात्र ढवळून निघालं होतं. नेहमी गायत्रीपठण करताना सहजपणे मंत्रांशी एकरूप होणारं मन आज विचारात मग्न होतं. आजवर कुणाकडेही कसलीही याचना न करणारं त्यांचं मन गायत्रीदेवीकडे नातवासाठी उदंड आयुष्य मागत होतं! सकाम भक्तीविषयी पराकोटीचा तिटकारा असणारे श्रोत्री असहाय्यपणे नातवाच्या आयुष्याची याचना करताना मनोमन अगतिक झाले होते.

नंजुंडाच्या पश्चात भागीरथम्मांचं सगळं वात्सल्य नातवावरच एकवटलं होतं.

चिनीतच त्या आपल्या मुलाचं बालरूप पुन:पुन्हा पाहात होत्या. आता त्या नातवाच्या जिवावरच घाला आलेला पाहून त्यांनी देवघरात धरणं धरलं होतं.

तारुण्य बहरत असताना कात्यायनीनं पती गमावला होता. त्याला विसरणं तर अशक्यप्राय होतं. तसं पाहिलं तर तिचं सगळं आयुष्यच खडतर म्हणायला पाहिजे. तिचे वडील श्रीरंगपट्टण येथे वकील होते. ती आठ वर्षांची असताना तिची आई वारली होती. दुसऱ्या विवाहानंतर वडिलांचीही लेकीवरची माया आटली होती. रोज मैसूरला जाऊन ती इंटरपर्यंत शिकली होती. कॉलेजमध्ये एक हुशार विद्यार्थिनी म्हणून तिनं लौकिकही मिळवला होता. पण श्रोत्रींसारख्या उत्तम घराण्याशी संबंध जुळून येणार म्हणून तिच्या वडिलांनी तिचं शिक्षण तिथंच थांबवून तिचं लग्न करून दिलं होतं.

नंजुंडही बी. ए. ला बसला होता, पण पास होऊ शकला नव्हता. दुसऱ्या वेळी बसण्याची तयारी करत असतानाच आई-वडील, मुलगा आणि तरुण पत्नी साऱ्यांना सोडून तो परलोकी निघून गेला होता.

पतीच्या मृत्यूनंतर तिला सगळं जीवन अंध:कारमय भासू लागलं होतं. पण जेव्हा चिनीची प्रकृती गंभीर झाली तेव्हा मात्र भीषण भविष्यकाल करालरूपानं तिच्यासमोर उभा राहिला. आजवर ती मुलाच्या भवितव्याचा विचार करण्याइतकीही आपल्या दु:खातून बाहेर आली नव्हती. आता मात्र चिनीचं भावी जीवन तिच्या भोवती फेर धरून नाचू लागलं. आजोबांच्या मांडीवर पडून मोठ्या कष्टानं श्वासोच्छवास करणाऱ्या चिनीला पाहताच येणारा हुंदका कसाबसा आवरत ती तिथून निघून गेली.

लक्ष्मी तर त्या घरची कायमची मोलकरीण. तिचे आई-वडीलही याच घरी काम करत होते. लक्ष्मी पंधरा वर्षांची झाल्यावर श्रीनिवास श्रोत्रींनी सगळा खर्च करून तिचं लग्न करून दिलं हातं. पण लग्नानंतर चारच वर्षांत तिच्या नवऱ्याचा खून झाल्यानं विधवा लक्ष्मी पुन्हा श्रोत्रींच्या घरी परतली होती. या अवधीत तिचे वडीलही वारले. आई तर ती लहान असतानाच वारली होती. तेव्हापासून या घरची सगळी सुख-दु:ख लक्ष्मीचीही झाली होती. नंजुंडाला तिनं अंगाखांद्यावर खेळवलं होतं, तसंच चिनीलाही ती खेळवत होती.

श्रोत्रींच्या मनाची आजची उलाघाल तिलाही चांगलीच जाणवत होती. ज्या घराला आपलं सर्वस्व मानून ती विसंबली होती त्या घरचा कोवळा अंकुर करपत असताना आपण काहीही करू शकत नाही, अशी अगतिक भावना तिच्या मनात भरून राहिली होती.

तरीही श्रोत्रींच्या गायत्री मंत्रावरचा तिचा विश्वास तितकाच गाढ होता.

रात्रभर कुणाचाही डोळ्याला डोळा लागला नव्हता. सगळ्यांच्या चेहऱ्यावरची कळा लोपली होती.

सकाळी सहा वाजता पंडित आले. चिनीला तपासून समाधानानं त्यांनी सांगितलं, 'धोका टळला! ताप अजूनही आहे, पण नाडी चांगली आहे. आज सोळावा दिवस, नाही का? आणखी पाच दिवसांत ताप उतरेल. काळजीचं कारण नाही.'

'खरं?' भागीरथम्मांनी न राहवून विचारलं.

'हो!' आणखी थोडं औषध देऊन, पथ्यपाण्याविषयी सांगून पंडित निघून गेले. कात्यायनीला चिनीकडे लक्ष द्यायला सांगून श्रोत्री अंघोळीसाठी उठले.

त्यानंतरही पाच दिवस चिनीच्या अंगात ताप होता, पण त्याचा श्वास सुरळीतपणे चालला होता. फाटलेल्या दुधाचं पाणी पोटात जात होतं. आता घरातल्या सगळ्यांच्याच जिवात जीव आला होता. एकविसाव्या दिवशी संपूर्ण ताप कमी झाला. एकदोन दिवसांत चिनीनं कसेबसे डोळे उघडले आणि हाक मारली, 'आजोबा!'

जवळ बसलेल्या कात्यायनीनं श्रोत्रींना हाक मारली. अर्धवट पूजा टाकून श्रोत्री धावत आले आणि चिनीच्या कपाळावर हात ठेवत त्यांनी हलकेच हाक मारली, 'चिनी!'

चिनीनं पुन्हा हाक मारली नाही. पण आजोबांच्या हाकेनं त्याच्या चेहऱ्यावर थोडी टवटवी आली होती.

मृत्यूच्या दारातून परतलेल्या आपल्या मुलाच्या तोंडचे शब्द ऐकून कात्यायनीचे डोळे अश्रूंनी डबडबले होते. तिच्याकडे वळून श्रोत्री म्हणाले, 'बाळ, जसा आपण सुखाचा स्वीकार करतो तसा दु:खाचाही स्वीकार करायला हवा. नुसत्या भावनावेगानं काहीच होत नसतं.'

श्रोत्रींच्या बोलण्याकडे कात्यायनीचं लक्ष होतं की नाही कोण जाणे. ती चिनीचा अशक्त हात हातात घेऊन बसून होती.

त्यानंतरही महिनाभर श्रोत्री बाहेरची सगळी कामं बंद करून चिनीच्या पथ्य-पाण्याकडे आणि औषधोपचाराकडे लक्ष देत होते. पंडितांच्या औषधानं तो दिवसेंदिवस सुधारत होता.

■

पाच

राजाराव परदेशातून आल्यापासून कॉलेजला नवं कलाजीवन मिळाल्यागत झालं होतं. परदेशी जाण्याच्याही आधी तो कॉलेजच्या नाट्य संघाचा अध्यक्ष होता. विद्यार्थ्यांकडून चांगली नाटकं बसवून घेण्यात तो वाकबगार होता. आता परदेशी जाऊन आल्यापासून तर अध्यापकवर्गातही त्याचा भाव वधारला होता. त्यामुळे त्यानं बसवलेल्या नाटकांची प्रतिष्ठाही वाढली होती.

तो भारतात परतल्यावर चारच महिन्यांत इंग्लंडमधली एक प्रसिद्ध शेक्सपिअर नाटक कंपनी भारतात आली होती. मैसूरमध्येही त्यांची चार नाटकं ठरली होती. कलाकारांच्या रेल्वेस्टेशनावरील स्वागतापासून रंगमंचव्यवस्था, तिकिटविक्री, कार्यक्रमाच्या पहिल्या दिवशी पाहुण्यांची ओळख करून देणं, वगैरे सगळी कामं राजकडेच होती. राजलाही अशा कामाची मनापासून आवड होती. मैसूरमधील नाटकं यशस्वी झाल्यामुळे शेवटच्या दिवशी नाटक कंपनीच्या मॅनेजरनं राजला स्टेजवर बोलावून त्याचे मन:पूर्वक आभार मानले आणि त्याच्या नाट्यातील जाणकारीचं मुक्तकंठानं कौतुक केलं.

राजची प्रतिष्ठा आणखी वाढली.

कॉलेजच्या प्रिन्सिपॉलसाहेबांनाही कलागुणांची कदर असल्यानं त्यांनी कॉलेजच्या नाट्यसंघासाठी एक हॉल तर दिलाच होता, शिवाय, कॉलेजच्या थिएटरात महिन्यातून एखादा नाट्यप्रयोग करण्याचीही सोय करून दिली होती. या संधीचा फायदा करून घेऊन राजनं एका नाटकाचा एक जाहीर प्रयोग केला आणि त्यातून मिळालेल्या पैशांतून नाटकासाठी आवश्यक असलेल्या इतर वस्तूंची खरेदी केली होती.

लहानपणापासून राज हुशार मुलगा म्हणून प्रसिद्ध असला तरी आपल्या मोठ्या भावाप्रमाणे एखाद्या गहन गंभीर विषयात डोकं खुपसून बसण्यात किंवा प्रबंधलेखनात त्याला फारशी आस्था नव्हती. तशी त्यानं काही नाटकं लिहिलीही होती, पण ती होती फक्त कॉलेजच्या विद्यार्थ्यांसाठी. ती नाटकं रंगमंचावर बरीच यशस्वी ठरत. पण ती पुस्तक रूपानं प्रसिद्ध करण्याचा खटाटोप त्यानं कधीच केला नाही. कारण साहित्यिक दृष्टीनं त्यांचं मूल्य बेताचंच असल्याची त्याला स्वत:लाही जाणीव होती.

त्याचा स्वभाव सगळ्यांशी मिळूनमिसळून राहायचा होता. प्रभावी संभाषणानं

स्वत:कडे लक्ष वेधून घेण्याची हातोटीही त्याला जमली होती. शिवाय, रंजक वक्तृत्वासाठीही तो प्रसिद्ध होता. परदेशाच्या वास्तव्यात त्यानं पाश्चात्यांच्या ऐटबाज इंग्लिश उच्चारांचंही सहीसही अनुकरण केलं होतं.

एकंदरीत कॉलेजमधील विद्यार्थ्यांच्या दृष्टीनं राज म्हणजे अगदी 'हीरो' होता.

सदाशिवरावांचा उत्तर भारताचाही प्रवास संपला होता. आता ते आपल्या महाग्रंथाची काही प्रकरणं लिहिण्यात रंगले होते. कॉलेजच्या ग्रंथालयात त्यांच्यासाठी एका स्वतंत्र खोलीची व्यवस्थाही केली होती. त्यांनी स्वत:च्या मालकीचा टाईपरायटरही विकत घेतला होता, पण अजून त्यावर त्यांचा हात बसला नव्हता. राजला उत्तम टायपिंग येत असलं तरी मोठ्या भावाच्या कामात त्याला तिळमात्रही आस्था नसल्यानं तो त्या फंदातच पडत नव्हता.

आता सदाशिवराव असिस्टंट प्रोफेसर झाले होते. त्यामुळे त्यांच्या पगारात वाढ झाली होती. शिवाय, राजचा पगार वेगळाच. एकूण काय, घरात भरपूर पैसा खेळत होता.

प्रथमपासून सदाशिवरावांचं घरात फारसं लक्ष नव्हतंच. नागलक्ष्मीच सगळं पाहात होती. त्यात राज इंग्लंडहून आल्यापासून तर त्यांनी घराकडे संपूर्ण दुर्लक्ष केलं होतं. पृथ्वीचं आजारपण, चादरी-पांघरुणांची खरेदी करणं किंवा इतर कपडे आणणं, काहीही असलं तरी नागलक्ष्मीच ठरवून टाकत असे. सदाशिवराव फक्त तिच्या सोबत जात. राज आल्यापासून त्यांनी तेही सोडून दिलं होतं. लहानग्या पृथ्वीच्या अभ्यासापासून ते सदाशिवरावांचे कपडे आणि वहिनींच्या साड्या आणण्यापर्यंतची सगळी कामं त्यानं स्वखुशीनं स्वीकारली होती. एवढंच नव्हे, तर सदाशिवरावांना लागणारा कागद आणि शाईही तोच आणत होता.

सदाशिवरावांचा दिवस सकाळी नऊ वाजता सुरू होई. उठल्यावर दात घासून अंघोळ केल्यावर काही वेळ ते उन्हात अंग शेकत उभे राहात. दहा वाजता राजबरोबर जेवण उरकून कॉलेजला जात. आठवड्यातून तीन-चार तास शिकवण्याची जबाबदारी त्यांच्यावर होती. एखाद्या दिवशी शिकवण्याचा मूड नसेल तर 'आज पिरियड घेत नाही' असं विद्यार्थ्यांना सांगून ते ग्रंथालयाजवळच्या आपल्या अभ्यासिकेत शिरत. अमूक ग्रंथातला अमूक भाग वाचून काढायचाय, अमूक ग्रंथातल्या वर्णनावरून काळाचा अंदाज येतो, त्याची टिपणं काढायची, प्राच्य संशोधनालयात जाऊन जुनी कागदपत्रं पाहायची, आपल्याला जाणवलेले विचार देश-विदेशच्या विद्वानांना कळवायचे, अशा असंख्य विचारांनी त्यांचं डोकं सतत व्यापलेलं असे.

दुपारी तीन वाजता कॉलेजचा चपराशी थोडं खाणं आणि कॉफी हॉटेलमधून मागवून देत असे. तेवढ्यापुरता कामातून थोडा वेळ काढत तेवढंच! त्यानंतर संध्याकाळी सातपर्यंत त्यांचा अभ्यास सुरूच असे. दिवसभराच्या अभ्यासानं देह

आणि बुद्धी दमून गेली असल्यामुळे घरी आल्यानंतर कुणाशी काहीही न बोलता ते आरामखुर्चीवरच बसून राहात. रात्री आठ वाजता राजनं बोलावल्यावर जेवायला उठत. कधी राज, नागलक्ष्मी आणि पृथ्वीशी गप्पा मारत जेवत, तर कधी स्वत:च्याच तंद्रीत चार घास खाऊन घरातल्या आपल्या अभ्यासिकेत शिरत. विकत घेतलेल्या पुस्तकांनी त्यांची अभ्यासिका गच्च भरली होती.

रात्री दोन-दोन वाजेपर्यंत, कधी पहाटे पाच वाजेपर्यंत त्यांचा अभ्यास चाललेला असे. सकाळी नऊ वाजता उठल्यावर जेवण उरकून पुन्हा अभ्यासास प्रारंभ होई. रविवारी-सुट्टीच्या दिवशीही-त्यांच्या अभ्यासात खंड नसे.

त्या रविवारी दुपारी पृथ्वीचं अंग गरम झालं होतं. तापानं फणफणलेलं ते पोर हट्ट करत होतं-'काका, मला अण्णांकडे जायचंय!'

'असा हट्ट नाही करायचा. रात्री अण्णा तुझ्याजवळ झोपतील हं! आता झोप पाहू!' राज त्याची समजूत घालत होता.

घासभर भात उष्टाळून पृथ्वी झोपी गेला. त्याच्या उशाशी राज बसला होता. स्वयंपाकघरातली कामं संपवून नागलक्ष्मी शेजारच्या खुर्चीवर बसली होती. पृथ्वीपाशी ममतेनं बसलेल्या राजला पाहून तिचे डोळे पाणावले.

'एवढ्याशा कारणासाठी डोळ्यांत पाणी?' राजनं विचारलं, 'संध्याकाळी डॉक्टरांकडे जाऊन येऊया. कसलातरी किरकोळ ताप असेल. डॉक्टरांचं देणं दिलं की निघून जाईल.'

'त्यासाठी नव्हे-' पदरानं डोळे टिपत नागलक्ष्मी म्हणाली.

'मग?'

'तापाचं काही एवढं नाही. पण लहान मूल वडिलांची आठवण काढतंय. आजतरी यांनी घरी राहू नये का?'

'पण आज पृथ्वीला ताप येणार हे त्याला कसं ठाऊक असणार? सकाळी तर चांगला खेळत होता पृथ्वी. म्हणून नेहमीप्रमाणे गेला तो लायब्ररीत.'

'हं! नेहमीप्रमाणे! किती शांतपणानं सांगतोहेस तू! पण मी म्हणते रविवारीही का जावं लायब्ररीत? बायको-मुलगा-भाऊ कुणाविषयीच काही वाटत नाही त्यांना!'

राज काहीच बोलला नाही. वहिनी रागावलेली असताना बोलण्यात अर्थ नसतो, हे त्याला ठाऊक होतं. नागलक्ष्मी मात्र बोलतच होती,-

'अकरा वर्षं झाली लग्नाला.... सुरवातीचे दिवस बरे होते तेवढंच! यायची तेव्हा नागूची आठवण! ती पीएच. डी. करताना तीन वर्षं तर बायकोचा विसरच पडला होता. नंतर कुठलंतरी पुस्तक लिहिण्यात गुंतले. आता पुन्हा तसलंच कुठलंतरी भूत शिरलंय यांच्या डोक्यात! मोठी मोठी पाच पुस्तकं लिहिणार आहेत

म्हणे! काहीही करून पंचवीस वर्षांत हे काम संपवणार आहेत म्हणे! तोपर्यंत तरी त्यांना कुणाची गरजच नाही. ठीक आहे! तोपर्यंत माझीही पन्नाशी उलटून जाईल. कुठल्या नक्षत्रावर हे जन्मले कोण जाणे! लग्नाच्या वेळी पत्रिका दाखवली तर छान जुळली होती माझ्या पत्रिकेशी!'

'मग? आता नाही का तुमचं पटत? भांडणं होतात तरी का तुमची? कारण तू कितीही भांडलीस तरी अण्णा अवाक्षरही बोलत नाहीत, हे ठाऊक आहे मला!'

'गप्प न बसून सांगतात कुणाला? तू एवढा मोठा शहाणा आहेस, मग एवढंच कसं समजत नाही तुला?' पुन्हा तिच्या डोळ्यांतून अश्रू ओघळले.

राज काहीच बोलला नाही. ग्रंथनिर्मितीत गढून गेलेला आपला थोरला भाऊ आपल्याबरोबर तरी कुठं जिव्हाळ्याच्या चार गप्पा मारतो? पण इंग्लंडच्या वास्तव्यात त्यानं गाढ्या विद्वानांचा व्यासंग जवळून पाहिला होता. एवढ्या चिकाटीशिवाय आपल्या भावाचा ग्रंथ लिहून होणार नाही हे त्याला समजत होतं. म्हणून त्यानं नागलक्ष्मीला विचारलं, 'म्हणजे अण्णानं एवढं मोठं पुस्तक लिहून जगभर कीर्ती मिळवली, त्याचा 'थोर विद्वान' म्हणून गौरव झाला तर तुला ते नाही आवडणार?'

'तसं कुठं म्हणते मी? पण घरच्या माणसांना इतकं विसरून जायचं?'

'असंच असतं विद्वानांचं! परदेशातले विद्वानही असेच असतात. आपल्या देशात तर अण्णांसारखा विद्वान एखादाच आढळतो!'

'परदेशातही असेच असतात विद्वान? मग त्यांच्या बायका काय करतात?

'त्यांच्या बायकांना हा प्रश्नच नसतो. कारण - हं! जाऊ दे !' तो गप्प बसला.

त्यानं ऑक्सफर्डमध्ये पाहिलेल्या काही विद्वानांच्या बायका पतीच्या संशोधनाला हातभार लावण्याएवढ्या शिकलेल्या होत्या. नवऱ्याच्या लिखाणाची टिपणं काढणं, प्रुफं तपासणं यांसारख्या कामासाठी राबत होत्या. नवऱ्याच्या सेक्रेटरीची सगळी कामं त्या पाहात होत्या. राजला इंग्लंडमध्ये शिकवणाऱ्या प्रोफेसरांची पत्नीही अशीच होती. त्यामुळे पती-पत्नींमध्ये संभाषणासाठी विषयांची कमतरताच जाणवत नव्हती. एवढंच नव्हे, तर पत्नीच्या सहकार्याशिवाय काहीही करणं पतीला अशक्य होतं. अर्थात तिथलं सगळंच वेगळं! एकमेकांच्या व्यवसायाला पूरक असा जीवनसाथी निवडण्याची तिथली प्रथा! शिवाय, एवढं करून पटलं नाही तर एकमेकांपासून अलग होऊन पुन्हा सुयोग्य जोडीदारांचा शोध घेणंही तिथं शक्य आहे. तिथली पद्धत आणि इथली पद्धत यातील फरक राजला जाणवत असला तरी यापैकी कुठली पद्धत योग्य आणि कुठली अयोग्य हे ठरवण्याच्या गोंधळात पडायचा त्याचा स्वभाव नव्हता.

पण अण्णा आणि वहिनी या दोघांमधली प्रचंड बौद्धिक तफावत राजला नेहमीच जाणवत होती. नागलक्ष्मीचं लग्न झाल्यावर ते मैसूरला आले. त्यानंतर

राजनं तिला इंग्लिश शिकवण्याचा प्रयत्न केला. काहीही करून तिला कॉलेज शिक्षण घेण्यास भाग पाडावं म्हणून खूप खटपट केली. त्यावेळी सदाशिवरावांनीही खूप प्रोत्साहन दिलं. पण नागलक्ष्मीला शिक्षणाची मुळी आवडच नव्हती. तिला त्याची आवश्यकताही वाटली नाही. 'माझ्या नशिबात विद्या नाही. आणि मी शिकून काय करणार आहे?' असं म्हणून तिनं दोघांनाही निरुत्साही केलं होतं.

राज काही बोलत नाहीसा पाहून नागलक्ष्मीनं विचारलं, 'का? गप्प का?'

'अं? काही नाही. त्या देशातल्या विद्वानांच्या बायकाही अशाच सहनशील असतात.'

'मी म्हणते, तूही त्यांच्यासारखाच शिकलास ना? मग तू कसा आमच्याशी गप्पा मारतोस? मग त्यांनी का गप्पा मारू नये?'

राज हसत म्हणाला, 'मी म्हणजे चॅटर बॉक्स - अं - बडबड्या आहे! सारखी आपली बडबड! मी काही अण्णासारखी पुस्तकं लिहीत नाही. नाटकं हासुद्धा माझा विरंगुळा आहे. मला खूप सवय आहे बडबडीची. आता मीही पुस्तक लिहू का?'

'नको रे बाबा! तुझी नाटकंच बरी आहेत.' ती पुढं म्हणाली, 'तुलाही आता पंचविसावं वर्ष, नाही का? आता तुझं लग्न झालं की मला एक मैत्रीण मिळेल!'

'नको, नको! आता अगदी सुखात आहे मी. उद्या लग्न झालं की तीही तुझ्यासारखीच माझ्यावर रागावणार! मग माझीही गत अण्णासारखीच व्हायची.' राज खोटं खोटं घाबरल्यासारखा करत म्हणाला.

राजनं आपल्या परीनं समजूत घालण्याचा प्रयत्न केला तरी दिवसभर नागलक्ष्मी रागावलेलीच होती. संध्याकाळी पाच वाजता राज पृथ्वीला घेऊन डॉक्टरांकडे जाऊन आला. डॉक्टरांनी एक दिवसाचं औषधही दिलं.

रात्री सात वाजता सदाशिवराव घरी आले. राज बाहेर गेला होता. त्यांनी घरात पाऊल ठेवताच नागलक्ष्मीनं विचारलं, 'रविवारी एक दिवस घरात राहिलात तर काही बिघडलं असतं का तुमचं?'

तिच्या आवाजातला रोष जाणवून सदाशिवराव गप्प बसले. तिनं पुन्हा एकवार तोच प्रश्न रागात विचारला तेव्हा ते उत्तरले, 'कुणी रागावून बोलत असता शांतपणे उत्तर दिलं, तरी त्या व्यक्तीचा राग वाढतच असतो. मग गप्प राहिलेलंच चांगलं नाही का?'

नागलक्ष्मीनं त्यांचा हात पकडला आणि त्यांना पृथ्वी झोपला होता त्या खोलीत ओढत घेऊन गेली. आणि म्हणाली, 'आज सकाळपासून तापानं तळमळतंय पोर!'

'राज घरात नाही?' पृथ्वीच्या कपाळावर हाताचा तळवा ठेवत त्यांनी विचारलं.

'होता इतका वेळ घरातच! त्याच्याशिवाय कोण बघणार त्याला? डॉक्टरांकडे

नेऊन औषधही त्यानंच आणलं. पण तुम्ही त्याचे वडील आहात. तुम्हाला त्याची काळजी नको?'

सदाशिवराव पृथ्वीच्या शेजारी निमूटपणे बसून राहिले. त्यांच्याकडे तीक्ष्ण दृष्टीनं पाहात तिनं विचारलं, 'नुसते गप्प काय बसलात?'

'मग काय करू? राजनं औषध आणलंय आणि उरलेलं सगळं तू पाहतेच आहेस-'

'जळ्ळं मेलं माझं नशीब!' म्हणत नागलक्ष्मी हुंदके देऊन रडू लागली.

सदाशिवराव गोंधळले, व्याकुळले. उठून नागक्ष्मीच्या पाठीवरून हात फिरवत म्हणाले, 'मला सगळं समजतंय. पण - जाऊ दे! यानंतर लवकर घरी येत जाईन मी.'

तेवढ्यानंच नागलक्ष्मीचं समाधान झालं. दोन्ही हातांनी त्यांचा दंड धरत ती म्हणाली, 'तुम्ही अभ्यास करा हो; पण मला अशी विसरू नका! नाहीतर मी कशी जगू?'

राजची चाहूल लागताच डोळे पुसत नागलक्ष्मी स्वयंपाकघरात गेली.

त्या रात्री सदाशिवरावांनी बळेच नागलक्ष्मीला झोपायला लावलं आणि स्वत: पृथ्वीशेजारी बसले. आता पृथ्वीचा तापही उतरला होता.

नागलक्ष्मीलाही झोप लागली नव्हती. दोघेही पृथ्वीच्या दोन्ही बाजूला झोपले. नागलक्ष्मी काहीतरी सांगत होती आणि सदाशिवराव ऐकत होते. शेजारच्या घरातल्या मोलकरणीची हकिकत संपल्यावर राजनं हैदराबादहून आणलेल्या तुरीच्या डाळीविषयी ती बराच वेळ सांगत होती. मधूनमधून सदाशिवराव हुंकार देत होते. अकराच्या सुमारास तिचे डोळे मिटू लागले. पृथ्वी तर केव्हाच झोपला होता.

नागलक्ष्मीला गाढ झोप लागल्यावर सदाशिवराव हळूच उठले आणि आपल्या अभ्यासिकेकडे वळले.

अजिंठ्याहून येऊन दोन महिने होऊन गेले होते. एक दिवस पोस्टमननं आणून दिलेला एक भला मोठा लखोटा सदाशिवरावांनी फोडला. करुणारत्नेनं पाठविलेलं ते रजिस्टर होतं. त्यात त्या दोघांनी अजिंठ्यात काढलेली टिपणं होती. सुमारे साठएक पानी बाड होतं ते!

सदाशिवरावांनी ती टिपणं अथपासून इतिपर्यंत वाचून काढली. त्यातली शुद्ध आणि अतिशय मुद्देसूद अशी इंग्लिश भाषा त्यांना मोहवून गेली. त्यांनी रत्नेला फक्त काही मुद्दे सांगितले होते. एका लेण्यातून दुसऱ्या लेण्यात जाता जाता सांगितलेल्या विवेचनात अशी सुसंगती असणं शक्यच नव्हतं.

पण आता त्यांच्या हाती होता तो करुणेनं परिश्रमपूर्वक लिहिलेला एक निबंध!

सुबक टंकलिखित अशा त्या नीटस टिपणांमध्ये त्यांना शोधूनही चूक सापडली नव्हती. सोबत तिचं एक पत्रही होतं,-

'तिथून आल्यावर एकदा मी कोलंबो विश्वविद्यालयाच्या ग्रंथालयात गेले होते. डॉ. गुलाम एच्. दाणी यांच्या 'अजिंठ्यातील चित्रकला- एक आकलन' चे चार भाग पाहिले. त्यांची भाषा फारच सुंदर आहे. पण त्यात ऐतिहासिक दृष्ट्या मौलिक विचारांची चर्चा केलेली नाही. टंकलेखन करत असताना या टिपणांचं महत्त्व मला मनापासून जाणवलं ते याच दृष्टीनं. हीच टिपणं थोडीफार सविस्तरपणे मांडून छोट्या पुस्तकाच्या स्वरूपात प्रसिद्ध केली, तर विद्येच्या जगतात त्यांचं स्वागतच होईल. आपण परवानगी दिलीत तर मी या टिपणांचं छोट्या पुस्तकात रूपांतर करून पाठवून देईन.

आपण मांडलेली इतिहासाची कल्पना मला पटली आहे. बौद्धधर्माच्या इतिहासावर अभ्यास करण्याची माझी इच्छा असल्याचं मी आपल्याला सांगितलं आहेच. त्यापैकी 'श्रीलंकेची संस्कृती' या विषयावर आपण व्यक्त केलेल्या दृष्टिकोनातून अभ्यास करणंच योग्य असं मला वाटू लागलं आहे. भारताचा सांस्कृतिक इतिहास लिहिण्याची आपली महत्त्वाकांक्षा भव्य आहे. आपली ही इच्छा सफल होवो ही माझी परमेश्वराचरणी प्रार्थना!

माझे आई-वडील आपली आठवण काढतात. त्यांनी आपल्याला प्रणाम सांगितला आहे.'

केवळ तीन दिवसांच्या भेटीत आपल्याविषयी इतका आदर बाळगणाऱ्या या विदेशी तरुणीचं सदाशिवरावांना कौतुक वाटलं. पुन्हा एकदा त्यांनी ती टिपणं वाचून काढली. खरोखरच ते बाड एखाद्या छोटेखानी पुस्तकाप्रमाणे होतं. ते बाड त्यांनी फाईलला लावून ठेवलं. आणि एवढे कष्ट घेतल्याबद्दल रत्नेला त्यांनी एक पत्र लिहिलं.

पहिल्या ग्रंथाची बरीच तयारी होत आली होती. दोन-तीन महिन्यांत ग्रंथाच्या लिखाणाला सुरुवात करायची असं त्यांनी ठरवलं होतं. याआधीच्या ग्रंथाच्या प्रकाशनाची जबाबदारी घेतलेल्या लंडनच्या प्रकाशनसंस्थेनं या ग्रंथाचीही जबाबदारी स्वीकारण्याचं कबूल करून योग्य ते मानधन देण्याची तयारीही दर्शवली होती.

'भारतीय संस्कृतीचा आरंभ आणि आधार' या ग्रंथाची सुरुवात व्हायची होती. यातील दृष्टिकोन नंतरच्या सर्व ग्रंथाशी सुसंगत असावा असं त्यांना वाटत होतं. सगळी कच्ची तयारी झाली होती. ते ग्रंथनिर्मितीच्या विचारात गढलेले असतानाच रत्नेचं आणखी एक पत्र आलं. त्यात तिनं लिहिलं होतं -

'प्राचीन राज्यशास्त्राला धर्माचा आधार' हा आपला ग्रंथ मी वाचला. यापूर्वी मी फक्त यावरील काही परीक्षणंच वाचली होती. हा ग्रंथ इतक्या उच्च प्रतीचा असेल

याची मला तेव्हा कल्पना नव्हती.

हे पत्र मी आपलं अभिनंदन करण्यासाठी लिहिलेलं नाही. अशा महान ग्रंथाच्या निर्मात्याचं अभिनंदन करण्याची माझी योग्यता नाही. आपल्या चरणी एक प्रार्थना करण्यासाठी हे पत्र मी लिहित आहे. 'सिंहली संस्कृती' या नावाचा एक ग्रंथ आपल्या मार्गदर्शनाखाली लिहिण्याची माझी मनीषा आहे. हाच पीएच.डी. चा प्रबंध म्हणून लिहून त्यानंतर ग्रंथरूपाने प्रसिद्ध करावा असं मला वाटतं. आपण अनुमती दिलीत तर हे संशोधनाचं काम आपल्या मार्गदर्शनाखाली करण्याची इच्छा आहे. माझे आई-वडील आणि ज्येष्ठ बंधू या माझ्या विचाराशी सहमत आहेत. कृपया माझा विद्यार्थिनी म्हणून स्वीकार करावा. आपले अनुमतीचे पत्र येताच मी इथून निघेन.'

एवढ्या बुद्धिवान विद्यार्थिनीचं गुरूपद मिळणं हा विद्यापीठातील प्राध्यापकांच्या दृष्टीनं अभिमानाचा विषय! तरी संशोधनासारख्या कामासाठी एकट्या तरुणीनं एवढ्या लांबवर येणं कठीणच, असं सदाशिवरावांना वाटलं. पण इंग्लंडमध्ये एकटीनं राहून तिनं शिक्षण घेतल्याचं त्यांना आठवलं. आपली त्याला काही हरकत नसल्याचं आणि तिच्या सोयीनुसार येण्याविषयी त्यांनी तिला कळवलं.

त्या दिवशी दुपारी चार वाजता नागलक्ष्मी अंगणातल्या झाडाखाली उभी होती. पांढरी साडी नेसलेली सावळी, नीटस तरुणी टांग्यातून उतरून अंगणाच्या फाटकापाशी आली आणि तिनं नागलक्ष्मीला इंग्लिशमध्ये विचारलं, 'डॉक्टर सदाशिवरावांचं घर हेच आहे काय?'

त्या प्रश्नातील मथितार्थ समजल्यासारखा वाटून नागलक्ष्मी कन्नडमध्ये म्हणाली, 'होय.'

करुणारत्नेला हे उत्तर समजलं नाही. तिनं पुन्हा एकवार तोच प्रश्न सविस्तरपणे विचारला. आता मात्र नागलक्ष्मीला त्यातलं काहीही समजलं नाही. करुणारत्नेचाही गोंधळ उडाला. ती माघारी वळण्याच्या विचारात होती तोच राज कॉलेजमधून घरी आला.

त्यानं चौकशी करताच करुणारत्नेनं सविस्तरपणे आपला येण्याचा हेतू सांगितला. राजनं रत्नेला आदरपूर्वक घरात बोलवलं आणि नागलक्ष्मीला कॉफी करायला सांगितलं. कॉफी पिऊन होताच त्यानं तिच्या जेवणाचीही चौकशी केली.

तिनं सांगितलं, 'जेवण झालंय माझं. एका हॉटेलमध्ये उतरून अंघोळ आणि जेवण उरकूनच मी इथं आले.'

'तुम्ही येण्याची वेळ आणि तारीख माझ्या भावाला कळवली होती का?'

'हो. त्यांचं उत्तरही आलं होतं त्या पत्राला.'

'मला वाटतं अभ्यासाच्या ओझ्यामुळे तो विसरूनही गेला असेल. चला, लायब्ररीजवळच्या त्याच्या खोलीवर जाऊ.'

जाता जाता रत्ने आणि राजची ओळख आणखी दृढ झाली.

सदाशिवराव आपल्या अभ्यासिकेतच बसले होते. टेबलावर काही हस्तलिखितं विखुरली होती. त्यातील काही भागांवर लाल पेननं खुणा करण्याचं काम करताना त्यांची तंद्री लागली होती. टेबलभर पाच-सहा पुस्तकं उघडी पडली होती. अख्खी खोली पुस्तकांनीच भरून गेली होती. अजून दुपारचा उकाडा कमी झाला नसला तरी डोक्यावरचा पंखा लावायचं ते विसरले होते.

कुणाची तरी चाहूल लागताच त्यांनी वर पाहिलं. करुणारत्नेला पाहताच ते चांगलेच गडबडले. किंचित उठल्यासारखं करत ते म्हणाले, 'या, या! वेलकम! मी विसरूनच गेलो होतो. केव्हा आलात?'

करुणा आणि राज दोघेही तिथल्या खुर्चीवर बसले. सदाशिवरावांनी विचारलं, 'आई-वडील बरे आहेत ना?'

'हो. चांगले आहेत. त्यांनी तुम्हाला नमस्कार कळवलेत.'

पुढं काय बोलावं ते सदाशिवरावांना सुचेना. ते अजून आपल्या अभ्यासाच्या तंद्रीतून पूर्णपणे बाहेर पडले नव्हते. ते काही न बोलता गप्प बसून राहिल्यानं रत्ने संकोचून गेली. अखेर वातावरण हलकं करण्यासाठी राजनंच तिला विचारलं, 'खूप लांबून आलात?'

'एवढं कुठं लांबून आले?'

'तेही खरंच म्हणा! तसा काही सिलोन भारतापासून लांब नाही. नाही तर एकाच झटक्यात रावणानं सीतेला कशी नेली असती?'

राजचं बोलणं ऐकून तिला हसू आलं.

सदाशिवरावांनाही आता उत्साह आला आणि ते सांगू लागले, 'रामायणाच्या कवीनं निश्चितच लंका पाहिली असली पाहिजे! आता लंकेच्या राजाला वाल्मीकीनं राक्षस म्हटलं असलं तरी वेदांचा अभ्यासक, असा ब्रह्मनिष्ठ तपस्वी असंही त्याचं वर्णन केलंय. सांस्कृतिक दृष्ट्या हे दोन्ही देश एकच. म्हणजे-'

'पण अण्णा, एवढ्या लांबून त्या आल्या आहेत. त्यांची खुशाली विचारण्याऐवजी तू इतिहासाचं आख्यानच सुरू केलंस की!'

सदाशिवराव खजिल झाले. त्यांनी शरमून करुणेला विचारलं, 'खरंच, तुम्ही कुठं उतरलात?'

'हॉटेलमध्ये'

'का बरं? त्याची आवश्यकता नव्हती. सरळ आमच्या घरीच येऊन उतरायचं तुम्ही. आता तुम्ही असं करा - राजबरोबर जाऊन तुमचं सामान घेऊन घरी चला. उद्या तुमच्या रजिस्ट्रेशनसाठी विश्वविद्यालयात अर्ज देता येईल. दोन-तीन दिवसांत लेडीज होस्टेलमध्ये तुमच्या राहाण्याची काहीतरी व्यवस्था करता येईल.'

ती दोघं निघून गेल्यावर सदाशिवराव पुन्हा आपल्या अभ्यासात गढून गेले.

रत्नेचं सामान घेऊन सात वाजता राज घरी आला. घरी आल्यावर त्यानं रत्नेला इंग्लिशमधून नागलक्ष्मीची ओळख करून दिली. दोघींनी एकमेकींना नमस्कार केला.

नंतर स्वयंपाकघरात स्वयंपाक करताना तिनं आत आलेल्या राजला विचारलं, 'लग्न करून सुखाचा संसार करायचं सोडून बायकांनी इतक्या लांबवर का यावं?'

'का म्हणजे? अभ्यास करायला. ती इंग्लंडलाही जाऊन माझ्याइतकं शिकलीय! आता माझ्या अण्णाच्या हाताखाली शिकायला आलीय. काय वाटलं तुला माझा अण्णा म्हणजे!'

'फक्त तुझेच अण्णा काय! माझे ते कुणीच नाहीत?' ती अभिमानानं म्हणाली.

'तुझे कोण लागतात ते त्यालाच विचार.' - म्हणत राज बाहेरच्या खोलीत गेला.

आठ वाजता सदाशिवराव घरी येईपर्यंत पाहुणीला कंटाळा येऊ नये याची त्यानं काळजी घेतली. 'इंग्लंडमधील विद्यार्थीजीवन' ह्या समान विषयावर त्यांच्या बऱ्याच गप्पा चालल्या होत्या.

■

सहा

घरात मायेची पाखर घालणारे सासू-सासरे, सोन्यासारखं गोजिरवाणं मूल आणि इतर सुखं असली तरी आताशा कात्यायनीला जीवन कंटाळवाणं वाटत होतं. पतिनिधनाच्या दु:खाची धार आता थोडी बोथटली होती. अधूनमधून सासू-सासऱ्यांशी ती हसत गप्पाही मारत होती. मुलाबरोबर घोडा-घोडा, लपाछपी, पळापळी खेळत होती. पण त्यात कितीसा वेळ रमणार?

सकाळी उठल्यावर घरादाराचा केर काढणं, सारवणं, अंगणात सडा घालणं, रांगोळी काढणं, ही सगळी कामं ती करत होती. त्यावेळपर्यंत सासू-सासऱ्यांची अंघोळ होई. श्रोत्री देवघरात जात आणि भागीरथम्मा स्वयंपाकघरात. उरलेली कामं लक्ष्मी करत असे. आपली आणि चिनीची अंघोळ उरकून सगळ्यांचे कपडे धुवून वाळत टाकले की तिचं कामच संपायचं. पुढे दिवसभर वेळ जाता जात नसे. कधी भागीरथम्मा सारीपट खेळायला तिला बोलवत. पण तिला त्यातही फारशी रुची नव्हती.

नंजुंडाच्या मृत्यूनंतर तिचे वडील तिला काही दिवसांसाठी माहेरी श्रीरंगपट्टणला घेऊन गेले होते. पण तिथं ती फारशी रमू शकली नव्हती. घरात आपल्यापेक्षा फक्त दोन वर्षांनी मोठी असलेली सावत्र आई आणि श्रोत्रींपेक्षा सोवळ्या-ओवळ्याचं अवडंबर माजवणारे वडील! श्रोत्रींच्या आणि तिच्या वडिलांच्या सोवळ्या-ओवळ्याच्या कल्पनेत जमीन-अस्मानाचा फरक होता. श्रोत्री आपल्या आचरणानं प्रकाश देणाऱ्या धर्माच्या अंत:सत्वाचा वेध घेत होते, तर वकील श्रीकंठैय्या धर्माचं बहिर्मुख आंधळ्या कडवेपणानं पाळत होते. जावयाच्या अकाली मृत्यूनंतर आपल्या मुलीनं केशवपन करणंच कसं योग्य आहे, ते त्यांनी श्रोत्रींना स्पष्टपणे सांगितलं असलं तरी श्रोत्रींनीच त्याकडे दुर्लक्ष केलं होतं.

तिथल्या सगळ्या वातावरणाला वैतागून माहेरी फार दिवस न राहाता कात्यायनी लगेच नंजनगूडला परतली होती.

रिकाम्या वेळी ती परसातल्या बागेत झाडांमधून वाढलेलं गवत उपटत होती. विहिरीचं पाणी ओढून झाडांना घालत होती. त्यामुळे घराच्या अंगणातली आणि परसातली फुलझाडं चांगलीच फोफावली होती. फुलांनी डवरली होती.

पण बागेत काम करताना पतीची आठवण झाल्याशिवाय कशी राहील? खरं तर बागेला पाणी घालायचं काम त्या दोघांचं होतं. जुईच्या घनदाट मांडवात उभं राहून फुलं खुडताना त्यांची थट्टा-मस्करी सुरू असे. तीही त्याच्यावर लटकंच रागावत असे! तिचं मन मात्र अशा वेळी बहरून येत असे.

आता परसातल्या जुईच्या मांडवापाशी येताच ती आठवण उसळी मारून बाहेर येत होती.

परसातली झाडं बहरून डोलत होती. काही दिवसांपूर्वी निष्पर्ण असलेल्या वृक्षांना पालवी फुटली होती. काही दिवसांपूर्वी वाळलेल्या गवताच्या गंजीप्रमाणे असलेलं भाताचं शेतही पुन्हा हिरवंगार होऊन सळसळत होतं.

खरं आहे! नेहमीच वठलेलं राहाणं हा निसर्गाचा नियमही नाही आणि धर्मही नाही! ती तीव्र नि:श्वास टाकत होती.

चिनीला जवळ घेताना तिचं मन भरून येत होतं. तरीही फक्त चिनीचं लालनपालन करण्यात ती सर्वार्थानं रमत नव्हती.

कधी ती बागेत राबत असताना श्रोत्री तिथं अकस्मात येत आणि तिला पाहून अनुकंपेनं म्हणत, 'या उन्हात इथं एकटी काय करतेस बाळ? घरात जा.'

श्रोत्रींची ममता तिच्या जीवनात थोडाफार आनंद निर्माण करत होती.

कधी तिला तिचे कॉलेजमधले फुलपाखरी दिवस आठवत. दररोज श्रीरंगपट्टणहून मैसूरला रेल्वेनं जाणं, हुशार विद्यार्थिनी म्हणून प्राध्यापक आणि विद्यार्थ्यांत मिरवणं, सीनियर इंटरमिजिएटच्या वर्षी मुलींनी बसवलेल्या 'सत्यवान-सावित्री' या नाटकातील तिच्या सावित्रीच्या हृद्य भूमिकेचं सगळ्यांनी केलेलं कौतुक - सारं सारं तिला आठवत असे.

लग्नानंतर दोनच वर्षांत तिच्या जीवनानं असं दयनीय रूप घेतलं होतं! वास्तव जीवनात ती सावित्री होऊन आपल्या पतीचा जीव वाचवू शकली नव्हती.

इंटरमिजिएटची परीक्षा होण्याआधी तिचं लग्न झालं होतं. त्यावेळी तिला कॉलेज-शिक्षण अर्धवट राहिल्याचं दु:खही झालं नव्हतं. श्रीनिवास श्रोत्रींसारखे सासरे, भागीरथम्मांसारख्या सासूबाई आणि नंजुंड श्रोत्रीसारखा पती लाभल्यामुळे तिला त्यावेळी कॉलेज-शिक्षण अपुरं राहिल्याचं वाईट वाटलं नव्हतं.

अलीकडे मात्र तिच्या मनात राहून राहून एक विचार डोकावत होता- आपण शिक्षण पूर्ण करावं का? तशा काही मुली रोज नंजनगूडहून मैसूरला कॉलेजसाठी जात होत्या. आपणही बी. ए. पर्यंत का शिकू नये?

नंजुंडांची काही बी. ए. ची पुस्तकं माडीवरच्या खोलीत असल्याचं आठवताच ती माडीवर गेली. कपाटातली संस्कृत, इतिहास, इंग्लिशची पुस्तकं तिनं बाहेर काढली. प्रत्येक पुस्तकावर नीटसं कव्हर घातलं होतं. आणि सुरेख अक्षरांत लिहिलं

होतं - एन. एस. नंजुंड श्रोत्री. त्यांपैकी काही नावं तर तिनं स्वत:च लिहिली होती. त्या नावाशेजारीच त्यानं खोडकरपणे 'कात्यी' असं पेन्सिलनं लिहिल्याच्या आणि ते तिनं रबरानं खोडल्याच्या खुणाही दिसत होत्या.

नंजुंड पहिल्या वर्षी बी. ए. च्या परीक्षेला बसू शकला नव्हता. दुसऱ्या वेळी बसला तरी काही विषयांत तो पास होऊ शकला नव्हता. तिसऱ्या वेळी परीक्षेला बसण्यासाठी तो झटून अभ्यास करत होता. त्यानं बी. ए. व्हावं अशी श्रोत्री दांपत्याची फार इच्छा होती. त्यांची इच्छा पूर्ण होण्याआधीच तो कपिलेच्या भुकेला बळी पडला होता.

पुन्हा कॉलेजला जाण्याची तिची इच्छा हळूहळू प्रबल होत होती. प्रश्न होता तो श्रोत्रींच्या परवानगीचा. या विचारानं तिला क्षणभर गोंधळल्यासारखं झालं तरीही तिनं एकदा त्यांच्याजवळ हा विषय काढलाच.

'बाळ, रोज सकाळी उपाशी पोटी रेल्वेनं एवढ्या लांब जाऊन शिकण्याची काय गरज आहे? त्याऐवजी सुखानं घरात राहा. चिनी मोठा झाला की तो शिकेल.'

कात्यायनी खालच्या मानेनं म्हणाली, 'त्या वर्षी ते निश्चित बी. ए. झाले असते, पण आपलं दुर्दैव! त्यांची इच्छा माझ्याकडून पूर्ण झाली तर तेवढंच माझ्या मनाला समाधान वाटेल.'

कुठल्याही गोष्टीकडे दुर्लक्ष करण्याचा श्रोत्रींचा स्वभाव नव्हता. त्यामुळे सुनेचं नीरस जीवन त्यांच्याही लक्षात आलं होतं. ते म्हणाले, 'तुला सांगितलं होतं भगवद्गीता वाच म्हणून. कॉलेजला जाण्याऐवजी भगवद्गाता वाचलीस तर मन:शांती मिळेल. नाही तर उपनिषद् वाच. रोज सकाळी देवांची पूजा झाली की मी समजावून सांगेन हवं तर. अगदी पोटापाण्याचाच प्रश्न आराता तर गोष्ट वेगळी. देवदयेनं तो प्रश्न नाही. मला विचारशील तर तुझ्यासारखीनं कॉलेजला जाण्यापेक्षा उपनिषद, गीता वगैरे अभ्यासणंच योग्य.'

श्रोत्रींनी सहजपणे उच्चारलेला 'तुझ्यासारखी' हा शब्द कात्यायनीच्या जिव्हारी लागला आणि तिचे डोळे अश्रूनं तुडुंब भरले. श्रोत्रींना त्या अश्रूंमागील नेमकं कारण समजलं नाही. कॉलेजच्या निमित्तानं तिच्या जीवनात काही विरंगुळा वाटला तर बरं, असा विचार करून ते म्हणाले, 'तुला एवढं शिकायचं असेल तर शिकता येईल. त्यासाठी डोळ्यांत पाणी का?'

डोळे टिपत कात्यायनी म्हणाली, 'भगवद्गीता वाचायचा मी प्रयत्न केला, पण मला त्यात इतकासा रस वाटला नाही. काय करू मी? माडीवरच्या कपाटातली यांची पुस्तकं मला आवडली. म्हणून-'

'तुझंही खरं आहे बाळ!' सुस्कारा सोडून श्रोत्री म्हणाले, 'प्रत्येक गोष्टी साठी योग्य वेळ यावी लागते हे खरं!'

दुपारच्या वेळी कात्यायनी चिनीला कुशीत घेऊन झोपवत होती. तिचं लक्ष अंगणातच होतं. तिथं भागीरथम्मा, लक्ष्मी आणि श्रोत्री गप्पा मारत होते विषय होता 'कात्यायनीचं कॉलेज.'

भागीरथम्मा म्हणत होत्या, 'एवढं सगळं होऊन गेलं आणि आता कसलं कॉलेज? तिला या जगाची, जीवनाची काय माहिती आहे? ती विचारतेय आणि तुम्ही आपले होकार देताय? मी म्हणते, घरात राहून बाळाकडे लक्ष देत जगलं तर काय बिघडलं?

त्यांची समजूत घालत श्रोत्री सांगत होते, 'अजून लहान वय आहे तिचं. घरात बसून काय करील? तेवढीच दोन वर्ष चांगली जातील.'

'लहान वयात तिचं असं झालं म्हणून आम्हाला नाही का वाईट वाटत? सोवळी झाली असती तर घरभर फिरून भरपूर कामं करता आली असती. देवघराची उठाठेव, पूजा, फुलवाती करणं, काही व्रत-वैकल्य करता करता तिचं आयुष्य गेलं असतं. अलीकडच्या काळातली मुलगी. तुम्हीही नको म्हणालात मलाही वाईट वाटलं म्हणून म्हटलं जाऊद्या. आता वेळ जात नाही म्हटलं तर कसं?'

लक्ष्मी मध्येच म्हणाली, 'कात्यम्मा कालीजला जातेय ती नवऱ्याचं काम पुरं करायलाच, नव्हे का? ती काय आपल्यासाठी जाते म्हणतेय? जाऊ दे बाई! शिकू दे तिला. तुझं काय जातंय?

ह्या मुद्द्याची लक्ष्मीनं आठवण करून देताच त्या गप्प बसल्या. त्यांचं मौन म्हणजे संमती असल्याचं श्रोत्रींनी जाणलं. ते म्हणाले, 'एवढ्या लहान वयात केशवपन करायला कुणाला आवडेल? जर कुणाला मनापासून तसं वाटलं तर गोष्ट वेगळी. ज्याच्यासाठी सगळा साजशृंगार करायचा ती व्यक्तीच निघून गेल्यावर काय राहिलं? पण असा विचार जेव्हा अंत:करणातून येतो तेव्हाच त्याला अर्थ आहे. एखाद्यावर तो बाहेरून लादू नये.'

एवढ्यात बाहेर कुणाचीतरी चाहूल लागली. लक्ष्मीनं बाहेर जाऊन पाहिलं. सदाशिवराव आले होते. लक्ष्मीनं आत येऊन सांगताच श्रोत्री हात जोडून बाहेर येत म्हणाले, 'या, या! दीड वर्ष झालं तुम्हाला इथं येऊन! चला आत दिवाणखान्यात.'

मोठी कातडी बॅग हातात घेऊन सदाशिवराव दिवाणखान्यातल्या खुर्चीवर बसले. श्रोत्रींनी आत जाऊन एका लोटीतून ताक आणलं. ते सदाशिवरावांसमोर ठेवत त्यांनी विचारलं, 'काही खाऊन घेताय का?'

'नको. जेवण झाल्या झाल्या लगेच इथं आलो.'

थोड्या इकडच्या तिकडच्या गप्पा झाल्यावर सदाशिवरावांनी आपल्याला महाराजांनी दिलेल्या सवलतीविषयी सांगितलं. त्याच संदर्भात नंतर श्रोत्रींनी विचारलं, 'तुमच्या

ग्रंथाचं काम कुठवर आलं?'

'त्याचसाठी तर आलोय. सुरवातीच्या काही प्रकरणांचं कच्चं लिखाण झालंय. पहिला खंडच महत्त्वाचा आहे. 'भारतीय संस्कृतीचा आरंभ आणि आधार' या नावानं ते पूर्ण करायचंय. त्याच संदर्भात मला काही विचारायचं होतं म्हणून आज आलोय-'

'बरं, ते असू द्या. आधी हातपाय धुवून घ्या. थोडी विश्रांती तर घ्या, खूप ऊन आहे बाहेर.' - म्हणत श्रोत्रींनी त्यांना न्हाणीघराकडे नेलं. हातपाय धुवून दिवाणखान्यात येताच सदाशिवरावांनी आपल्या बॅगमधून टंकलिखित कागदांची चवड काढली.

'आपण माडीवर जाऊया. आता वय झालं माझं. स्मरणशक्ती पहिल्यासारखी राहिली नाही. काही ग्रंथ पाहावे लागले तरी ते तिथंच आहेत.'

दोघेही माडीवर निघाले. कात्यायनी चिनीला घेऊन खाली येत होती. तिला पाहताच सदाशिवरावांनी तिची विचारपूस केली- 'बरी आहेस ना?'

'हो. केव्हा आलात?' तिनंही चौकशी केली.

श्रोत्री आणि सदाशिवराव माडीवर गेले. श्रोत्रींच्या खोलीतल्या व्याघ्रचर्मावर बसले. आपल्या हातातल्या टंकलिखित कागदांवर नजर फिरवत सदाशिवरावांनी विचारलं, 'अपौरुष अशी वेदोपनिषदेच 'भारतीय संस्कृतीचा आरंभ आणि तेच आपल्या संस्कृतीचे आधार' या सिद्धान्ताबरोबरच माझ्या ग्रंथाला सुरुवात होते. पुढच्या प्रकरणात येणारे सगळे संस्कृतीचे आधार वेदोपनिषदात असले पाहिजेत. इतिहासाच्या ओघात नंतर येणारी मूर्तिपूजा, नागपूजा, निसर्गपूजा वगैरे सगळ्या गोष्टी अनार्य असल्याचं आणि त्या वेदोपनिषदात नसल्याचं काही युरोपियन विद्वानांचं मत आहे. जर हे मत मान्य केलं तर माझ्या ग्रंथाची सुरवातच चुकीची ठरेल. यावर तुम्हाला काय वाटतं?'

सदाशिवरावांच्या प्रश्नांची खोली जाणून काही वेळ श्रोत्री विचारात मग्न झाले. नंतर म्हणाले, 'निसर्गपूजा ही हीन प्रतीची आराधना आणि ती अनार्य पद्धत आहे, हा सिद्धान्त आपण का मानायचा? अश्वाक्षपूजा, नागपूजा वगैरे आर्यांच्या का असू नयेत? वेदातही तीन प्रकारच्या उपासना दिसतात : भूतोपासना, देवतोपासना आणि अंतर्याम्युपासना. पंचमहाभूतरूप असलेल्या अग्नीची उपासना करताना अग्नीलाच हविज जातो. पण तो पोहोचतो अग्नीच्या अंतर्यामी असलेल्या परब्रह्माला. असा सगळ्याचा नीट अंतरार्थ न जाणता केलेली भूतपूजा हीन दर्जाचीच. अर्थ जाणून केलेल्या निसर्गपूजेचा उल्लेख वेदातही आहेच.-'

रात्री सात वाजेपर्यंत त्यांची चर्चा चालली होती. अधूनमधून सदाशिवराव वहीत काही खूणा करत होते. 'वय झालं, आठवत नाही.' म्हणता म्हणता श्रोत्री वेदातली अनेक उदाहरणं सांगत होते. काही वेळा संस्कृत ग्रंथातली काही पानंही काढून दाखवत होते.

रात्री आठ वाजता श्रोत्री अभ्यासिकेतून बाहेर पडले. अंघोळ करून देवघरात गेले. सदाशिवराव चर्चा केलेल्या विषयांवर विचार करत दिवाणखान्यात बसून राहिले.

नऊ वाजता जेवण होताच पुन्हा ते दोघे अभ्यासिकेत शिरले आणि पुन्हा यांची चर्चा सुरू झाली. मध्यरात्री एक वाजता दोघे दिवाणखान्यातल्या अंथरुणावर झोपले. पडल्या पडल्या श्रोत्रींनी कात्यायनीच्या शिक्षणाचा विषय काढला.

'तेही खरंच म्हणा! घरात बसून काय करायचं?' सदाशिवराव म्हणाले.

'पण घरातून थोडा विरोध आहे. कॉलेज म्हणजे काय आहे कोण जाणे, असं तिला वाटतंय!'

'चांगलं माणूस कुठंही असलं तरी काही होत नाही. आणि बिघडणाऱ्याला कुठंही ठेवलं तरी त्यानंही फरक पडत नाही. कॉलेज म्हणजे काही एवढी वाईट गोष्ट नाही. मी तिथंच असतो ना!'

'तेही खरंच! कॉलेज केव्हा सुरू होईल?'

'अजून दहा दिवसांनी. चोवीस तारखेला. तिला पाठवून द्या. मी युनिव्हर्सिटीतल्या लायब्रीतल्या अभ्यासिकेत असतो. त्याचवेळी प्रवेश अर्ज भरून देता येईल. नंतर लेक्चर्स सुरू झाल्यावर नेमानं यायचं.'

श्रोत्रींनी कात्यायनीला पुढे शिकवण्याचा विचार पक्का केला.

बाजारात राहणाऱ्या डॉक्टर श्रीपादरावांची मुलगी वासंती यंदा बी. ए. ला होती. श्रोत्रींची सून आपल्या कॉलेजला येणार हे समजताच ती श्रोत्रींच्या घरी गेली. घराजवळचीच सोबत मिळतेय हे पाहून कात्यायनीला आनंद झाला. श्रोत्री दांपत्यालाही थोडं बरं वाटलं.

सदाशिवरावांनी गेल्या गेल्या पाठवून दिलेला अर्ज कात्यायनीनं भरला. त्यावर पालकांच्या जागी तिनं श्रोत्रींची सही घेतली. भागीरथम्मांनी सांगितल्याप्रमाणे अर्ज देवघराच्या उंबऱ्यावर ठेवून तिनं देवाला नमस्कार केला. फॉर्म वहीमध्ये नीट जपून ठेवत ती कॉलेजला जायला निघाली.

सकाळपासून तिचं मन काहीसं गोंधळून गेलं होतं. इतकं अस्वस्थ होण्याचं कारणही तिला उमगत नव्हतं. देवालय शोभावं अशा घरातून रोज सकाळ ते संध्याकाळ बाहेर राहून आपण साधणार तरी काय, हा प्रश्न तिच्या मनाचा गोंधळ उडवत होता. दिवसभर या घराच्या छायेपासून दूर राहायचं! तिथं चिनीचं गोड गोड बोलणंही कानावर येणार नाही. एवढ्यापरीनं आपण कॉलेजमध्ये का जावं?

जेवतानाही ती याच विचारात बुडाली होती. ती एकटीच जेवायला बसली होती. यानंतर दोन वर्षं असं एकटीनंच जेवायचं?

बाहेरून चिनी धावत आला आणि आईला आधी जेवायला बसलेली पाहून

त्यानं आश्चर्यानं विचारलं, 'आमाला शोदून तू एकती मं मं कलतेश?'

'अम्मा मैसूरला जाणाराय बाळ!' वाढता वाढता भागीरथम्मा म्हणाल्या.

'कशाला जानाल?'

चिनीचा प्रश्न कात्यायनीलाही गोंधळात टाकून गेला.

पावणे नऊ वाजता वासंती श्रोत्रींच्या घरी आली. सासू-सासऱ्यांना नमस्कार करून कात्यायनी घराबाहेर निघणार तोच चिनीनं भोकाड पसरलं, 'अम्मा, नको ना जाऊ. मी पन येनाल!' - म्हणत त्यानं तिचा पदर ओढण्यास सुरुवात केली.

श्रोत्रींनी पुढं होऊन चिनीला उचलून घेतलं आणि त्याचे डोळे पुसत सांगितलं, 'अरे, आई संध्याकाळी येणार आहे.'

कशी कोण जाणे, पण चिनीची समजूत पटली. तो आईला म्हणाला, 'अम्मा, लवकर ये हं!'

आपल्याला एवढं दु:ख का वाटावं हेच कात्यायनीला कळेनासं झालं होतं. वासंतीबरोबर ती स्टेशनवर गेली. घरापासून पाच मिनिटांच्या अंतरावर स्टेशन होतं. तिथं नऊ वाजता चामराजपूरहून आलेल्या गाडीच्या बायकांच्या डब्यात बसताना कात्यायनीचे डोळे पुन्हा पाणावले.

'एवढा विचार करू नका तुम्ही!' वासंतीनं आपल्यापरीनं तिची समजूत घातली.

गाडी निघाली. ही गाडी आपल्याला कुठं नेणार आहे कोण जाणे, असं कात्यायनीला वाटत होतं. संध्याकाळी याच गाडीनं आपण घरी परतणार आहोत, एवढाही विवेक तिला सुचत नव्हता.

गाडी विशिष्ट लयीत चालली होती. ज्येष्ठाचा पाऊस सुरू झाला होता. कपिलेचं पाणी वेगानं वाहात होतं. दळवाई पुलावरून गाडी निघाली तेव्हा नदीचे दोन्ही काठ तिच्या नजरेत भरले. अर्ध्या मैलावर श्रीकंठेश्वराचं देऊळ निश्चल उभं होतं. देवळाच्या उजव्या हाताला अंघोळीचा दगडी घाट दिसत होता. तिथंच-

दोन वर्ष झाली त्या घटनेला! नंजुंड तिथंच बुडाला होता. तिचं आयुष्य शून्यवत करून निघून गेला होता तो-

गाडी पुढं चालली होती. कांबळी मठ ओलांडल्यावर गाडीचा वेग वाढला होता. वासंती कात्यायनीशी काहीतरी गप्पा मारण्याचा प्रयत्न करत होती.

'ऐच्छिक विषय कुठले घ्यायचे ठरविले आहे तुम्ही?'

'इतिहास, इंग्लिश आणि संस्कृत.'

'का बरं? असे का विषय निवडले?'

कात्यायनी काही बोलली नाही. काय सांगणार? तरी काहीतरी उत्तर द्यायलाच पाहिजे म्हणून ती उत्तरली, 'नाहीतरी शिकून काय उपयोग? चार दिवस जायचं कॉलेजला. पास झालं किंवा नापास झालं तरी तेवढंच!'

गाडी कडकोळला पोहोचण्याआधी उजवीकडे चामुंडी टेकडी दिसत होती. एक अनामिक भावना त्या टेकडीविषयी तिच्या मनात दाटली होती. मागे दोनदा ती पतीबरोबर त्या टेकडीवर गेली होती. एवढ्या उंचावरून आजूबाजूची गावं, खेडी, ओढे, नद्या पाहताना तिला खूप गंमत वाटली होती.

आज मात्र ज्येष्ठाच्या ढगांनी टेकडीचं शिखर वेढलं होतं. त्यामुळे तिची नेमकी उंची तितकीशी नजरेत भरत नव्हती.

कात्यायनीची दृष्टी खिडकीबाहेरच होती.

टेकडी आपली जागा बदलत होती. सुरुवातीला पळणाऱ्या गाडीच्या उजव्या खिडकीतून दिसणारी टेकडी सामोरी आली तेव्हा गाडी थांबली. दक्षिण मैसूर स्टेशन आलं होतं.

नंतर पाच मिनिटांतच आलेल्या चामराजपूर स्टेशनवर उतरून त्या दोघी कॉलेजच्या दिशेनं निघाल्या. त्याच स्टेशनवर नंजनगूडहून आलेले कितीतरी विद्यार्थी उतरले.

कॉलेजच्या लेडीजरूममध्ये गेल्यावर वासंतीनं विचारलं, 'कुणाला भेटायचं होतं तुम्हाला?'

'डॉक्टर सदाशिवरावांना.'

'ओह! त्यांना भेटायचंय? त्यांचं नाव सगळ्यांना ठाऊक असलं तरी त्यांना प्रत्यक्ष पाहणारे विद्यार्थी मात्र फारच कमी आहेत. आणि खरं सांगू? मीही त्यांना पाहिलं नाही. लायब्ररीनजीकच्या त्यांच्या अभ्यासिकेत ते असतात म्हणे! चला, आपण तिथं जाऊया. तुम्ही त्यांना भेटा. हवा तेवढा वेळ थांबा. पण संध्याकाळी पाच वाजता मात्र लेडीजरूममध्ये या, बरं का! साडेपाचला आपली गाडी आहे-'

लायब्ररीपाशी येताच तिथल्या एका चपराशाला तिनं कात्यायनीला डॉक्टर सदाशिवरावांची खोली दाखवायला सांगितलं आणि ती कॉलेजमध्ये परतली.

चपराशानं दाखवलेला दरवाजा लोटून कात्यायनी आत गेली.

सदाशिवराव टेबलाजवळच्या खुर्चीवर बसून काहीतरी गंभीरपणे सांगत होते पांढरीशुभ्र साडी नेसलेली एक सव्वीस-सत्तावीस वर्षांची सावळी तरतरीत युवती त्यांच्या समोरच्या खुर्चीवर बसून शीघ्रलिपीत ते लिहून घेत होती. मध्येच सदाशिवराव टेबलावरचे कागद चाळत होते. सगळी खोली पुस्तकांनी भरून गेली होती. त्यामुळे आत गेल्या-गेल्या कात्यायनीला थोडं घुसमटल्यासारखं झालं.

त्या दोघांचं कात्यायनीकडे लक्ष नव्हतं. ते आपल्या कामात रंगून गेले होते. कात्यायनीला तिथून निघून जावंसं वाटलं. पण ते योग्य नव्हे, असा विचार करून ती तशीच उभी राहिली.

काही वेळ तसाच गेला. सदाशिराव टेबलावरचे कागद चाळू लागले. लिखाणाच्या कामात खंड पडल्यामुळे त्या युवतीनंही मान सरळ केली. तिचं लक्ष कात्यायनीकडे गेलं. तिनं सदाशिवरावांचं लक्ष तिच्याकडे वेधलं.

सदाशिवरावांनी वळून पाहिलं. सुरुवातीला त्यांनी चटकन कात्यायनीला ओळखलंच नाही. डोळ्यावरचा चष्मा काढून त्यांनी तिच्याकडे पुन्हा एकवार पाहिलं,

संकोचून खाली मान घालून कात्यायनी उभी होती.

ओळख पटताच खुर्चीतून उठल्यासारखं करत ते म्हणाले, 'या या! आज चोवीस तारीख, नाही का? किती वेळ झाला तुम्हाला येऊन? आणि हाक का नाही मारलीत?'

करुणेनं एक खुर्ची पुढं सरकवली. त्यावर कात्यायनी बसली. करुणारत्नेची ओळख करून दिल्यावर कात्यायनीची ओळख करून देताना त्यांनी सांगितलं, 'मी नेहमी सांगतो ना माझे गुरू श्रीनिवास श्रोत्रींच्या विषयी, त्यांच्या या सूनबाई. आता या इथं शिकायला येताहेत.'

त्या दोघींनी एकमेकींना अभिवादन केल्यानंतर सदाशिवरावांनी कात्यायनीला विचारलं, 'कुठाय तुमचा अर्ज?'

तिनं दिलेल्या अर्जावरील विषय पाहात ते म्हणाले, 'इतिहास, संस्कृत आणि इंग्लिश. नंजुंडाचेही हेच विषय होते का? आता मी बी. ए. चे वर्ग घेत नाही. माझेच विद्यार्थी तुम्हाला इतिहास शिकवतील. इंग्लिशचे काही पेपर्स माझा भाऊ घेतोय आणि संस्कृत - बहुतेक नरसिंहशास्त्री.' म्हणत त्यांनी टेबलावरची बेल दाबली. आत आलेल्या चपराशाला त्यांनी सांगितलं, 'कॉलेजमध्ये जा आणि राजरावांना घेऊन ये.'

तो गेल्यावर त्यांनी पुन्हा कात्यायनीला विचारलं, 'तुम्ही किती वाजता घरातून निघालात?'

'पावणेनऊ वाजता.'

'आणि घरी पोचायला सहा-सात वाजतील, नाही का? हे पाहा, आमचं घर इथंच चामराजपूरलाच आहे. रोज दीड वाजता सुट्टीत आमच्या घरी जाऊन जेवण करून येत जा.'

'अं? नको! नंजनगूडहून आणखीही काही मुली येतात. येताना मी डबाही घेऊन येते.'

'डबा आणा तुम्ही! तो इथं मला द्या आणि तुम्ही आमच्या घरी जेवण करून या.' म्हणत ते मोठ्यानं हसले. 'संकोच करू नका. तेही तुमचंच घर, नाही का?'

सदाशिवराव का हसले ते करुणारत्नेला समजलं नाही. त्या दोघांच्या बोलण्यातला एखाददुसरा संस्कृत आणि इंग्लिश शब्द सोडता तिला काही समजलं नाही.

सदाशिवरावांनी हसण्याचं कारण तिला इंग्लिशमध्ये सांगितलं. त्यांच्या गप्पा चालल्या होत्या, त्याचवेळी राज तिथं आला.

त्याची कात्यायनीशी ओळख करून देऊन त्यांनी त्याला विचारलं, 'तुला नंजुंड श्रोत्री ठाऊक आहे ना?'

'हो. आम्ही दोघं क्लासमेट्स.'

सदाशिवराव कात्यायनीला म्हणाले, 'तुमचा अर्ज आणि फीचे पैसे याच्याकडे द्या. वर्ग सुरू होण्याच्या सुमारास तो तुम्हाला पत्र लिहील. तोपर्यंत कॉलेजला येण्याची जरुरी नाही. आता तुम्ही याच्याबरोबर आमच्या घरी चला.'

'नको. मी-'

'तुम्ही आमच्या घरी कधीच आला नाहीत. आमचं घर तरी पाहा. आता तुमची गाडी संध्याकाळी आहे.'

निरुपाय झाल्यानं कात्यायनीनं आपला अर्ज आणि पैसे राजच्या हाती दिले. ते दोघे निघण्याआधी करुणेनं राजला विचारलं, 'या वर्षी कुठलं नाटक बसवायचं ठरलं?'

'चंद्रगुप्त मौर्य.' तुम्हा इतिहासकारांना सडकून टीका करता यावी असंच नाटक बसवतोय मी!' म्हणत हसत हसत तो तिथून बाहेर पडला. सदाशिवरावांनी पुन्हा समोरचे कागद हातात घेतले आणि रत्नेही टिपणं घ्यायला तयार झाली.

राजबरोबर चालताना कात्यायनी संकोचून गेली होती. राजला सगळ्या परिस्थितीची कल्पना असल्यानं तिचा संकोच थोडा दूर व्हावा म्हणून त्यानं तिला विचारलं, 'कुठले विषय ठरले?'

'इतिहास, इंग्लिश आणि संस्कृत.'

'वा! छान! इतिहास माझ्या भावाचा विषय, आणि उरलेले दोन विषय म्हणजे साहित्य आलंच! तुम्हाला साहित्याची बरीच आवड दिसते?'

ती काहीच बोलली नाही.

'मिळतील तेवढ्या कथा-कादंबऱ्या वाचल्या असतील, नाही का?' राजनं पुन्हा विचारलं.

'थोड्या-' ती संकोचानं पुटपुटली.

'काही हरकत नाही. आता कॉलेजच्या लायब्ररीतली पुस्तकं वाचायला सुरुवात करा. कन्नडमधल्या सगळ्या कादंबऱ्या वाचल्यात ना?'

'दोन वर्षांपूर्वी वाचत होते. अलीकडे काहीच नाही-'

घर आलं. ते घरात शिरले.

नागलक्ष्मीला श्रोत्रींविषयी ठाऊक होतं. त्यामुळे कात्यायनीशी ओळख होताच तिला कात्यायनीविषयी अनुकंपा वाटली.

राजनं विचारलं, 'सकाळी तुम्ही केव्हा घरातून बाहेर पडलात?'

'पावणेनऊ वाजता.'

'मग तुम्ही आता इथं जेवण करा. वहिनी वाढेल तुम्हाला.'

आता कात्यायनीसाठी खायला काय करावं, याचा विचार करत असलेल्या नागलक्ष्माला हा विचार पटला. तिनं कात्यायनीचा हात धरून आग्रहानं स्वयंपाकघरात नेलं आणि तिला जेवू घातलं. तिचं जेवण होताच राजनं आग्रहानं सांगितलं, 'तुम्ही रोज जेवायला इथंच या.'

दोघा भावांच्या तोंडून सारखाच आग्रह ऐकून कात्यायनीला बरं वाटलं तरी थोडं आश्चर्यही वाटलं!

जेवताना आणि जेवण झाल्यावर त्या दोघींच्या बऱ्याच गप्पा झाल्या. दोघींनाही एकमेकींचे स्वभाव पटल्यासारखे वाटले. अखेर कात्यायनी जायला निघाली तेव्हा नागलक्ष्मींनही तिला रोज जेवायला यायला सांगितलं.

राजही कॉलेजमध्येच निघाला होता. तो कात्यायनीला म्हणाला, 'चला, तुम्हाला कॉलेजमध्ये पोहोचवतो. नाटकाच्या तालमीसाठी मलाही तिथंच जायचंय.'

सदाशिवराव आणि त्यांच्या घरातील इतरांचं सहृदय वागणं पाहून कात्यायनीचं मन हळुवार झालं होतं. सकाळी घरातून निघताना मनात असलेली चिंतेची भावना आता बरीचशी कमी झाली होती. तिच्या मनातला संकोच थोडा कमी झाला असला तरी ती राजशी काही बोलली नाही.

राजनं लेडीजरूमपाशी तिला सोडलं. ती एकटीच आत जाऊन बसली. काही अपरिचित मुली तिथं बसल्या होत्या. अजून वासंती आली नव्हती. लवकर घरी जायची इच्छा तर आता पुन्हा तीव्र झाली होती. दोनतीनदा ती लेडीजरूमच्या दरवाजापर्यंत जाऊन बाहेर डोकावून आली.

अजून वासंतीचा पत्ता नव्हता.

आता कुठं दुपारचे फक्त दोन वाजले होते, हे लक्षात येताच कात्यायनी मुकाट्यानं तिथल्या एका वेताच्या आरामखुर्चीवर रेलली. पाच वाजेपर्यंत वासंती निश्चितच येणार नव्हती.

पतीची आठवण तिच्या मनाला एकाएकी झाकोळून गेली. ते कॉलेजमध्ये असताना दुपारी कुठं विश्रांती घेत कोण जाणे! त्यांनाही घरची ओढ अशीच खेचत होती का?

विचारात किती वेळ गेला कोण जाणे! वासंतीच्या हाकेनं ती भानावर आली तेव्हा संध्याकाळचे पाच वाजले होते.

■

सात

करुणा मैसूरला आली तसा सदाशिवरावांच्या लिखाणाचा वेग वाढला. ग्रंथाचं प्रत्येक प्रकरण ते तिला समजावून सांगत. आस्थेनं ऐकताना जे समजत नाही ते ती पुन्हा विचारत असे. साहजिकच कुठला मुद्दा अधिक सविस्तरपणे मांडायला पाहिजे हे सदाशिवरावांना समजत असे आणि त्या ठिकाणी ते तशी नोंद करून ठेवत.

ग्रंथालयातील ग्रंथाच्या नेमक्या जागा तिला अल्पावधीतच ठाऊक झाल्या होत्या. संदर्भग्रंथ शोधून आणणं आणि त्यांतील नेमके संदर्भ काढून देण्याचं काम तीच करत होती. अनेक वेळा सदाशिवरावांनी तोंडी सांगितलेली टिपणं ती शीघ्रलिपीत उतरवून घेत होती आणि दुसरे दिवशी टंकलिखित टिपणं त्यांच्या टेबलावर हजर असत. त्यांची टिपणं उतरवून घेताना आणि नंतरच्या लिखाणात लालित्य कसं येईल याकडेही तिचं लक्ष असे. आता सदाशिवरावांचा नवा टाईपरायटर तिच्याच होस्टेलमध्ये होता.

पीएच. डी. ची विद्यार्थिनी असल्यामुळे आणि सदाशिवरावांच्या खटपटीमुळे तिला होस्टेलमध्ये स्वतंत्र खोली मिळाली होती. तिथल्या मेसचं जेवणही आता तिच्या पचनी पडलं होतं. सकाळच्या नाश्त्याची - दूध आणि ब्रेडची - मात्र तिनं स्वतंत्र व्यवस्था करून घेतली होती.

सकाळी दहाच्या आत ती एकदा जेवण करून पुस्तकांच्या गराड्यात शिरली की संध्याकाळपर्यंत त्यातच गुरफटून जात होती. वाचन, टिपणं काढणं आणि सदाशिवराव सांगतील ती इतर कामं करून होस्टेलवर परतताना संध्याकाळचे सात वाजत. दुपारचा चहा सदाशिवरावांबरोबर होई. रात्रीच्या वेळी ती आपल्या प्रबंधाचं काम करत होती.

इथं येण्यापूर्वी तिनं बराच अभ्यास केला असला तरी प्रबंधाचं स्वरूप आणि विवरण कसं करावं हे तिला निश्चितपणे समजलं नव्हतं. मैसूरला येऊन सदाशिवरावांबरोबर दोनेक महिने काम केल्यावर आणि त्यांच्याशी चर्चा केल्यावर तिला आपल्या प्रबंधाचा केंद्रबिंदू आणि दृष्टिकोन लक्षात आला होता. आता फक्त लिहून काढण्याचं काम होतं ते तिला तितकंसं कठीण वाटत नव्हतं. त्यामुळे ती स्वत:च्या प्रबंधापेक्षा

सदाशिवरावांच्या ग्रंथालाच अधिक महत्त्व देत होती. आपल्या गुरूच्या या महान ग्रंथाच्या निर्मितीसाठी आपल्याला एवढं सगळं करायला मिळतंय हे तिला स्वत:चं सद्भाग्यच वाटत होतं.

पहिल्या प्रकरणाच्या लिखाणाला सुरुवात झाली आणि सदाशिवरावांना सगळ्या जगाचाच विसर पडला. संध्याकाळी ते घरी परतायचे खरे; पण त्यांचं कशातच लक्ष नसायचं. काही बोलणं झालंच तर ते स्वत:च्या ग्रंथासंबंधीच. त्यांची इतर काही बोलण्याची इच्छा नव्हती असं नव्हे, तर त्यांना ते शक्यही होत नव्हतं.

कधीतरी राज विचारत असे, 'कुठवर आलंय लिखाण?'

'पहिल्या प्रकरणाचा अर्धा भाग संपला.'

'आणखी किती दिवस लागतील?'

'सहाएक महिन्यांत पहिलं लिखाण लिहून होईल.'

मग राजही हातातलं नाटक पुढे वाचत बसे. याहून अधिक काही विचारावं तर तेवढं त्या विषयातलं त्याचं ज्ञानही नव्हतं आणि तेवढी त्याला आस्थाही नव्हती. शिकवण्याचं काम झालं की त्याचं लक्ष नाटकं आणि इतर गोष्टींकडे वळत होतं. घरी आल्यावर नागलक्ष्मीशी गप्पा मारणं, पृथ्वीशी दंगामस्ती करणं आणि घरातली आवश्यक ती कामं पाहणं यातही त्याचा वेळ मजेत जात होता. काही न बोलता घुम्यासारखं बसून राहाणं मात्र त्याला मुळीच जमत नव्हतं.

त्या दिवशी सदाशिवराव नेहमीप्रमाणे आठ वाजता घरी आले. राज अजून घरी आला नव्हता आणि पृथ्वी आईपाशी हट्ट करत रडत होता. वडिलांना पाहताच त्यांच्याकडे तो धावला आणि 'अण्णा, मला सायकलवरून चक्कर मारायची-' म्हणत त्यांचा हात ओढू लागला.

दररोज पृथ्वीला सायकलवरून चक्कर मारून आणायची सवय राजनं लावली होती. आज तो एका नाटकाच्या गडबडीत गुंतलेला असल्यानं पृथ्वी बेचैन झाला होता.

पृथ्वीचा हात धरत सदाशिवराव नेहमीप्रमाणे आरामखुर्चीत विसावले. आणि मग मात्र पृथ्वीनं मोठ्यानं रडायला सुरुवात केली.

सदाशिवराव सकाळपासून पार थकले होते. शिवाय, त्यांना लहान मुलांना रमवणारी चार वाक्यं तरी कुठं येत होती? समग्र भारताच्या सांस्कृतिक इतिहासात बुडालेल्या त्यांच्या तल्लख बुद्धीला लहान मुलाची समजूत घालणारे दोन मुद्दे सुचले नाहीत यात काहीच आश्चर्य नव्हतं.

आता त्यांना हवी होती शांतता. त्यांनी आपल्यापरीनं पृथ्वीला समजावलं, 'असा हट्ट करू नये. दंगा करू नये. जा बरं मुकाट्यानं अम्माकडे!'

आतून हे सगळं ऐकत असलेली नागलक्ष्मी फणफणत बाहेर आली आणि

म्हणाली, 'अम्माकडे जा-अम्माकडे जा! अम्मा तर कायमचीच आहे! आता तुम्ही कधी सुधारणार की नाही? एवढं पोर विचारतंय, पाच मिनिटं बाहेर जाऊन आलात तर तुमचं काय जातंय? हवं तर मीही आले असते सोबत!'

पत्नीबरोबर वाद घालण्याचंही बळ त्यांच्या अंगात नव्हतं. आता त्यांना फक्त शांतता हवी होती आणि त्यानंतर रात्री दोन-तीन वाजेपर्यंत अभ्यास किंवा लिखाण!

पत्नीकडे एकवार पाहून ते गप्प बसले. त्यामुळे नागलक्ष्मी थोडी निराश झाली. अखेर तिनं विचारलं, 'सारखं 'अम्माकडे जा' म्हणत आहात; तो काय माझ्या एकटीचा आहे? तुमचाही मुलगाच आहे ना?'

तरीही सदाशिवराव काही बोलले नाहीत. संतापलेल्या नागलक्ष्मीबरोबर बोललं की तिचा राग आणखीच वाढतो हे त्यांनाही ठाऊक होतं. ते आणखी खुर्चीत रेलून बसले.

नागलक्ष्मी त्यांना ऐकू येण्यासारखं स्वत:शी बडबड करू लागली, 'इतकी वर्षं झाली लग्नाला, पण बायकोकडे लक्ष नाही की पोरावर माया नाही. उद्या मी मेले की कळेल माझी किंमत! त्यावेळी म्हणाल- नागू असती तर बरं झालं असतं!'

सदाशिवराव वैतागानं म्हणाले, 'का असलं अभद्र बोलतेस? ये. इथं ये.'

आई-वडिलांचं बोलणं ऐकून पृथ्वी रडायचा थांबला होता.

नागलक्ष्मी सदाशिवरावांपाशी जात म्हणाली, 'काय?'

'ये. इथं बैस.' आरामखुर्चीच्या रुंद हातावर हात ठेवत ते म्हणाले.

'काही नको! रडून भेकून आमंत्रण मिळवणं म्हणतात याला.' फणकाऱ्यानं ती स्वयंपाकघरात गेली. पृथ्वीही तिच्यापाठोपाठ आत गेला.

ते तसेच बसून राहिले.

पाच मिनिटं तशीच गेली. नागलक्ष्मी आपण होऊन बाहेर आली. खुर्चीच्या हातावर बसली आणि म्हणाली, 'कुठलीही गोष्ट मनावर घेतली की त्याचं अतीच करता तुम्ही! प्रत्येक रविवारी तेल लावून न्हायला काय होतंय? एकदा आरशात तर पाहा, दिवसेंदिवस कसे बारीक होताय ते!'

'पण माझा ग्रंथ बाळसं धरतोय ना!' सदाशिवराव हसत म्हणाले.

'ग्रंथ, ग्रंथ! बायको नको, मुलगा नको-एवढंच नव्हे तर तुम्हीही स्वत:ला नकोत! नेहमी त्या ग्रंथाचंच वेड! मी एकदाची उलथले की येईल तुम्हाला अक्कल!'

'का अशी सारखी अशुभ बोलतेस-'

'मग काय करू? माझं दु:ख तुम्हाला कुठं ठाऊक आहे? अख्ख्या आठवड्या-आठवड्यात माझ्याशी एक शब्दही बोलत नाही की कुठं फिरायला घेऊन जात नाही. एवढी नकोशी होऊन जगू तरी कशाला?' नागलक्ष्मीनं पदर डोळ्यांना लावला.

'चल. आता फिरायला जाऊया.' सदाशिवराव उठत म्हणाले.

'आता रात्रीचे आठ वाजले आणि राज यायची वेळही झालीय.' नागलक्ष्मी म्हणत असतानाच सायकलीचा आवाज आला.

उठता उठता डोळे पुसत नागलक्ष्मी मायेनं पतीला म्हणाली, 'आता उद्या डोक्याला भरपूर तेल लावून न्हाऊन घ्या.'

'उद्या? छे:! खूप काम आहे उद्या-' ते म्हणाले.

सायकल ठेवून राज आता आला. त्याची आतुरतेनं वाट पाहात बसलेल्या पृथ्वीनं त्याच्याकडे धाव घेतली आणि राजनं त्याला मायेनं उचलून खांद्यावर घेतलं.

दुसरेच दिवशीची गोष्ट. सकाळचे दहा वाजले होते. सदाशिवराव आपल्या लायब्ररीतल्या अभ्यासिकेत बसले होते. करुणारत्ने त्यांनी सांगितलेल्या मुद्द्यांची नोंद करत होती. पाच मिनिटं गेली आणि करुणा म्हणाली, 'सर, आज आपला मूड नाही असं वाटतं.'

'का? असं का वाटलं तुला?'

'कारण आज तुम्ही व्यवस्थित मनापासून सांगत नाही.'

'असू दे. तू लिहून घे-' सदाशिवरावांनी पुन्हा सांगण्यास प्रारंभ केला.

पाच मिनिटांत पुन्हा ती म्हणाली, 'सर, खरोखरच तुमचा आज मूड नाही. कितीतरी ठिकाणी तुम्ही चुकीचं सांगितलंत. 'भारतीय पुराणे' असं सांगण्याऐवजी कालिदासाची नाटकं' म्हणालात. 'प्राचीन भारतीय संस्कृती' म्हणण्याऐवजी 'बॅबिलोनियन संस्कृती' म्हणालात.'

'हो?'

'एकदा वाचून दाखवू का तुम्ही सांगितलंत ते?'

'नको. खरंच आज माझा मूड नाही.' खुर्चीवर रेलून बसत सदाशिवरावांनी कबूली दिली. 'आज माझ्या हातून काहीही होणार नाही. तुला तुझा अभ्यास करायचा असेल तर कर.'

करुणरत्ने तिथून उठली आणि लायब्ररीत गेली. सदाशिवरावही उठून तिथल्या आरामखुर्चीत बसले.

आदले दिवशीच्या नागलक्ष्मीच्या बोलण्याने ते बेचैन झाले होते. '-मी एकदाची उलथले म्हणजे तुम्हाला अक्कल येईल.'

किती वैतागानं नागू म्हणाली हे! कधीही अशी न वागणारी नागू अशी का बोलली ते सदाशिवरावांनाही ठाऊक होतं. सगळ्या कामातूनही थोडा वेळ काढून तिच्याशी गप्पा माराव्यात हे त्यांनाही पटत होतं. पण -

सर्व संकल्पशक्तीनिशी उभारत असलेला तो ग्रंथराज त्यांना क्षणभरही मोकळं सोडत नव्हता. जेवण, झोप आणि आवश्यक तेवढी विश्रांती घेण्यासाठी वेळ

काढतानाही त्यांची पुरेवाट होत होती. या ग्रंथ-निर्मितीतून काही क्षण बाजूला काढून नागलक्ष्मीशी गप्पा मारणं म्हणजे त्यांना नवं जीवन सुरू करण्याइतकं कठीण वाटत होतं!

अर्ध्या तासानं रत्ने पुस्तकं घेऊन तिथं आली तेव्हाही ते तसेच बसून होते. ते पाहून ती त्यांना म्हणाली, 'सर, मला वाटतं तुम्हाला दोन दिवसांची विश्रांती हवी आहे. कामाचा डोंगर ओढवून घेतलाय तुम्ही! माणसाचा मेंदू म्हणजे काही मशिन नाही. मला वाटतं तुम्ही आता घरी जावं हे बरं!'

तिचं बोलणं ऐकून त्यांना थोडं बरं वाटलं. त्यांनी तिला विचारलं, 'तू काय करणार आहेस आता?'

'काल रात्री थोडं लिहून ठेवलंय. त्यावर थोडी नजर फिरवायची आहे-'

'चल, आपण कुठंतरी फिरून येऊया.'

क्षणभर विचार करून करुणारत्ने म्हणाली, 'सर, हा भारतदेश आहे-'

'म्हणून काय झालं? चल, बारा वाजता वृंदावनला एक गाडी जाते. जाऊन येऊया संध्याकाळपर्यंत. कामाचा तर मुळीच मूड नाही.'

अभ्यासिकेला कुलूप लावून दोघे तिथून बाहेर पडले. व्हॉईसरॉय रोडवर भेटलेल्या एका टांग्यात बसून दोघे रेल्वेस्टेशनवर गेले आणि तिकीट काढून गाडीत बसले. गाडी निघाली.

करुणा म्हणाली, 'वृंदावन पाहायची खूप इच्छा होती, पण एवढ्या दिवसात तशी सवडच झाली नाही. आज मूड बिघडला म्हणून जायची वेळ आली.'

सदाशिवरावांना हसू आलं.

बेळगोळहून निघून गाडी कन्नमवाडीच्या स्टेशनवर थांबली तेव्हा पाऊण वाजला होता. स्टेशनसमोरच्या हॉटेलमध्ये खाणं-पिणं आटोपलं. थोड्या वेळानं दोघेही पलीकडच्या बागेत एका झाडाखाली सावलीत जाऊन बसले.

सदाशिवरावांचं मन अभ्यासातून थोडं बाहेर आलं होतं. रोज कोंदटलेल्या खोलीत बसणारे सदाशिवराव मोकळ्या हवेत एका वृक्षाच्या थंडगार सावलीत विसावले होते. शेजारच्या पाटातून वाहणाऱ्या पाण्याच्या प्रवाहाचा आवाज कानाला छान वाटत होता. उंच विशाल वृक्षांवर असंख्य पक्ष्यांचा किलबिलाट ऐकू येत होता.

कितीतरी वेळ गप्प बसलेल्या सदाशिवरावांनी रत्नेला विचारलं, 'वर्षभरात तुझं संशोधनाचं काम संपेल आणि तुला त्यानंतर डॉक्टरेटही मिळेल. त्यानंतर गावी जाऊन काय करायचा विचार आहे?'

'तोच तर प्रश्न आहे!'

'यानंतरही पुन्हा दुसऱ्या विषयावर संशोधन कर. याचं असंच असतं. एका

विषयाचं एका दृष्टिकोनातून केलेलं संशोधन दुसऱ्या क्षेत्रातल्या समस्येकडे घेऊन जातं.'

'पण मी एकटी पुढील संशोधन करू शकेन यावर माझा विश्वास नाही.'

'छे! असा विचार नाही करायचा. हे डॉक्टरेटचं काम तुला पुढील संशोधनाचं शिक्षण देतंय. खरं काम यानंतर करायचं.' काहीतरी आठवून ते पुढे म्हणाले, 'किंवा डॉक्टरेट मिळवून गावी गेल्यानंतर लग्न करून सुखानं राहायचं असेल तर तसंही कर. याच मार्गातला नवरा मिळाला तर दोघे मिळून हे काम करा.'

करुणारत्नेनं हलकाच सुस्कारा सोडला. त्यांनी चमकून तिच्याकडे पाहिलं. आणि विचारलं, 'का? लग्नसंस्थेवर विश्वास नाही?'

'आहे ना.'

'मग?'

तिनं काहीच उत्तर दिलं नाही. त्यामुळे विषय बदलत सदाशिवरावांनी विचारलं, 'तुला इतिहासाविषयी एवढी आस्था केव्हापासून निर्माण झाली? या विषयात संशोधन करावं असं तरी का वाटलं? तुमच्या जवळपासच्या कुणा नातेवाईकानं या विषयाचा अभ्यास केलाय?'

तिचा संकोच थोडा कमी झाला. ती मोकळेपणानं सांगू लागली. 'छे! हा संशोधनाचा मार्ग स्वीकारणारी आमच्या घराण्यातील मी पहिलीच. माझ्या वडिलांचा व्यवसाय व्यापाराचा. त्याआधी पेन्टोल पेल्वोल गावचे शेतकरी आम्ही. मीही त्या गावी जाऊन आले. तिथं आमच्या रबराच्या आणि मिरीच्या बागा आहेत. तरी व्यापारी वृत्तीच आम्हा लोकांना मानवली. माझा थोरला भाऊ तिथंच बी. ए. पर्यंत शिकला. मीही बी. ए. झाले. त्यानंतरही शिकायची इच्छा होती त्यामुळे कोलंबोला येऊन मी एम. ए. केलं. संशोधनाची इच्छा प्रबळ होऊ लागली. तिथं डिसिल्वा नावाचे एक प्रोफेसर होते. सतत अभ्यासात रमलेले, पण संशोधक वृत्ती नसलेले.

त्यांच्या हाताखाली शिकताना पुस्तकांचं वेड लागलं. फक्त परीक्षेचा विचार न करता मिळेल ते पुस्तक वाचत सुटले. बौद्धधर्माचा जन्म आणि प्रसार याविषयीचं अधिक वाचन इथंच केलं मी. आमचा धर्म बौद्धच. पण या धर्माविषयी घरात कुणालाच फारशी माहिती नव्हती. त्यानंतर मी सिलोनमधली सगळी धार्मिक स्थळं पाहिली. त्यासंबंधी मिळतील ती पुस्तकं वाचली आणि त्याची टिपणंही काढली. कोलंबोत एम. ए. चा अभ्यास करताना संस्कृत आणि प्राकृतचाही अभ्यास करत होते. त्याशिवाय, बौद्धधर्माचा अभ्यास करणं कसं शक्य आहे? त्यातही भारतीय इतिहासाचा अभ्यास! नंतर सरकारची शिष्यवृत्ती मिळाली आणि मी केंब्रिजला गेले.'

सदाशिवराव मनापासून तिचं बोलणं ऐकत होते.

ती पुढं म्हणाली, 'केंब्रिजमध्ये अभ्यास कसा करावा ते शिकले मी. तरी

संशोधन कसं करावं हे मात्र इथंच तुमच्याकडे शिकले. तुम्ही भेटला नसतात तर मी एवढं लेखनही करू शकले नसते. संशोधनासंबंधीची तुमची अनन्यसाधारण निष्ठा पाहिली की माझं मन मलाही समजणार नाही इतक्या उंचीवर जातं! माझं जीवन म्हणजे काय आणि माझ्या मनातील ईप्सित जाणून माझं मन ते साध्य करून घेण्याचा प्रयत्न केव्हा करील हे मला त्यावेळी समजलं नव्हतं. इथं आल्यावर तुम्हीच मला आत्मदर्शन घडवलंत!'

रत्नेच्या तोंडून स्वत:ची अशी प्रशंसा ऐकताना सदाशिवराव रोमांचित झाले! त्यांच्या ग्रंथाविषयी अनेक विद्वानांनी स्तुतिपर पत्र पाठवली असली तरी असं समोर बसून कुणीच त्यांचं इतक्या मुक्त कंठानं कौतुक केलं नव्हतं. त्यांच्या ग्रंथाविषयी अनेक ठिकाणी छापून आलं असलं तरी कुणीही त्यांच्यासमोर त्यांना गुरू मानून वर्णन केलं नव्हतं. त्यातही करुणारत्ने म्हणजे केंब्रिजमध्ये शिक्षण घेतलेली हुशार तरुणी होती.

एका वेगळ्याच आनंदानं आणि न सांगता येणाऱ्या व्यथेनं भावनाविवश होऊन ते म्हणाले, 'रत्ने, संशोधन आणि विद्वत्तेचा मार्ग हा पिशाच्चाच्या जीवनासारखा असतो! सगळं विसरून सतत आपल्याच विश्वात राहायला पाहिजे. स्त्री-सुलभ अशा वैवाहिक जीवनाचा तू संपूर्ण त्याग करू शकशील?'

विवाहाविषयीचा प्रश्न ऐकून तिचा चेहरा आरक्त झाला. तिचे डोळे लज्जेनं झुकले. स्वत:ला सावरत ती सांगू लागली, 'माझ्या लग्नाचा प्रश्नही निर्माण झाला होता. माझ्या भावाचे एक पार्टनर आहेत, नारळाच्या निर्यातीच्या व्यवसायातले. माझ्या थोरल्या भावाबरोबरचेच आहेत वयानं. माझा भाऊ कॉलेजला जात होता तेव्हापासून ते घरी वरचेवर येत. त्यावेळी मी वीसएक वर्षांची होते. बी. ए. च्या शेवटच्या वर्गात शिकत होते. त्यावेळी ते नुकतेच धंद्यात पडले होते. एकदा त्यांनी मला लग्नाविषयी विचारलं. मी काहीच बोलले नाही. सगळ्यांना वाटलं मी संकोचामुळे काही बोलत नसावी. माझ्या भावाच्या मनात तर फारच होतं! त्याचे ते मित्र तर अगदी वेडे झाले होते माझ्यापायी! मी त्याचवेळी कोलंबोला जाऊन पुढं शिकण्याचा विचार बोलून दाखवला. आधी आई-वडिलांनी विरोध केला, पण नंतर त्यांनी संमती दिली. मी एम. ए. झाल्यानंतर होकार देईन म्हणून भावाचे मित्र वाट पाहात होते. कोलंबोतील शिक्षण झाल्यानंतर मला माझा रस्ता स्पष्ट दिसू लागला. माझं संशोधनाचं वेड आणि त्यांची व्यापारी वृत्ती यांचं जुळणार नाही, हे लक्षात येताच मी त्यांना 'माझी वाट पाहू नका' म्हणून कळवून टाकलं. त्यांचं उत्तर आलं- 'मी तुझ्यावाचून जगू शकणार नाही, मी तुझ्या शिक्षणाआड येणार नाही, वगैरे.' त्यांच्यावर माझा अविश्वास होता असं नव्हे. लिहिल्याप्रमाणे ते वागतील असं मलाही वाटलं, पण आम्हा दोघांत समान काय शोधायचं? माझ्या जीवनाचं जे ध्येय

आहे त्याविषयी ते आंधळे, आणि जो व्यापार त्यांचं जीवनच आहे त्याविषयी मला पराकोटीची उदासीनता! म्हणजे मीही त्या विषयात आंधळीच! अशा आंधळ्यांच्या संसाराचं काय होणार? आणि त्यातून साधायचं तरी काय? मी निक्षून नकार कळवला. दोघांच्याही दृष्टीनं तेच आवश्यक होतं. दोन वर्षं वाट पाहून त्यांनी अखेर दुसरीशी लग्न केलं.'

कितीतरी वेळ ती स्तब्ध होती.

भावाच्या मित्राला नकार देताना तिच्या हृदयाला ज्या यातना झाल्या होत्या त्या तिलाच ठाऊक! कितीतरी वेळा त्याच्या आठवणीनं ती व्याकूळ होत होती. कधी कधी तिलाही वाटे, हे संशोधनाचं वेड किती दिवस टिकणार आहे? त्यासाठी जीवनातलं स्थैर्य, संपत्ती, आनंद नाकारायचा? देखण्या आणि मनपसंत प्रियकराच्या हृदयाची हाक ऐकूनही कानावर हात घ्यायचे? हा अविचार तर ठरणार नाही? दोघांच्या प्रणयी जीवनात या अभ्यासाला आडकाठी मानायची? गृहिणीपद सांभाळता सांभाळता अभ्यास करणं, संशोधन करणं सर्वस्वी अशक्य आहे काय? कितीतरी प्रश्न तिला ग्रासून टाकत आणि तिचा निर्णय कमकुवत करू पाहात.

तिच्या अभ्यासू मनानं या सगळ्या प्रश्नावर मात करून तिला तसा निर्णय घेण्यास भाग पाडले असले तरी दोन वर्षांपूर्वी जेव्हा त्याचं लग्न ठरल्याचं समजलं तेव्हा तिच्या डोळ्यांत अश्रू तरारले होते. तरीही स्वत:ला आवरून भावाबरोबर ती त्याच्या लग्नाला जाऊन आली होती.

मनातला हा भावकल्लोळ मात्र तिनं सदाशिवरावांना सांगितला नाही.

अर्धा तास त्याच स्तब्धतेत गेला. कुणीच काही बोललं नाही.

करुणेनं जे सांगितलं त्यावर सदाशिवराव विचार करत होते. लग्न होण्यापूर्वीच तिनं आपल्या जीवनाचं ध्येय जाणलं होतं. पण त्यांच्या बाबतीत मात्र तसं झालं नव्हतं.

तसं पाहिलं तर लग्नाच्या वेळेपर्यंत त्यांनाही आपल्या जीवनप्रवासाची दिशा दिसू लागली होती. तरी आपलं जीवनध्येय आणि आपला संसार यांचा संबंध नेमका कसा असेल यावर त्यांनी विचार केला नव्हता. त्यावेळी ते जीवनध्येयाच्या ज्ञानानं प्रगल्भ असले तरी विवाह आणि त्यानंतरचं जीवन याविषयीचे त्यांचे विचार शैशवावस्थेतच होते. आता ते सगळं आठवताच ते अंतर्मुख झाले.

बोलावं की बोलू नये अशा विचारात रत्ने गप्प बसलेली पाहून सदाशिवरावांनी विचारलं, 'काही सांगणार होतीस का?'

'अंहं!'

'काही विचारायचं असेल तर विचार. संकोचायचं कारण नाही.'

‘काही-नाही.’ -म्हणून ती गप्प बसली तरी नंतर ती पुटपुटली, ‘तुमच्या खाजगी जीवनाविषयी-’

‘तसं काही खाजगी नाही. काय विचारायचंय तुला?’

‘तुम्ही तर नेहमी अभ्यासातच बुडालेले असता. घरी तुमच्या पत्नी न शिकलेल्या आहेत. तुम्हा दोघांचं पटतं का?’

‘हा प्रश्न का विचारलास?’ करुणेनं पाहिलं, सदाशिवरावांच्या चेहऱ्यावर वा आवाजात मुळीच राग नव्हता.

ते जाणून ती म्हणाली, ‘तसं काही खास कारण नाही. पण माझ्या आयुष्यात मी जो निर्णय घेतला तो योग्य की अयोग्य हे जाणून घेण्यासाठी मी विचारलं.’

सदाशिवराव हसले आणि म्हणाले, ‘या संदर्भात मात्र गुरूपेक्षा शिष्याच अधिक विवेकी बरं!’

‘का?’

स्वत:च्या नकळत सदाशिवराव आपल्या लग्नाची हकिकत सांगू लागले आणि तीही लक्ष देऊन ऐकू लागली.

सदाशिवचे आई-वडील वारले आणि तो वयाच्या बाराव्या वर्षी मामाच्या घरी आला. अभ्यासात प्रथमपासूनच पहिला क्रमांक मिळवणारा सदाशिव लोअर सेकंडरी परीक्षेतही पहिल्या क्रमांकानं उत्तीर्ण झाला. मैसूरच्या तातैय्यांच्या अनाथालयात त्याला जागा मिळाली आणि तो मरि मल्लप्पा हायस्कूलमध्ये जाऊ लागला.

हायस्कूलमध्ये स्वत: तातय्या त्याला शिकवत होते. त्यांनी स्वत:च्या ग्रंथसंग्रहातली मेकॉले, जॉन्सन या इतिहासकारांची पुस्तकं त्याला आवर्जून वाचायला दिली होती. बी. ए. होता होताच सदाशिवला स्वत:चा पुढचा मार्ग दिसू लागला. इतिहास घेऊन एम. ए. ची पदवी प्रथमश्रेणीत उत्तीर्ण होताच त्याला त्याच्या कॉलेजमध्ये लेक्चररची जागा मिळाली.

नागलक्ष्मी त्याच्या मामाची एकुलती एक मुलगी होती. ती तेरा वर्षांची झाली होती. आपल्या आश्रयाखाली वाढलेला, नुकताच एम. ए. झालेला सदाशिव तेवीस वर्षांचा झालेला पाहून मामानं त्याला नागलक्ष्मीशी लग्न करण्याविषयी विचारलं.

सदाशिवनंही नकार दिला नाही. कारण नकार द्यायला तसं काही कारणच नव्हतं. चांगली उंच, अंगापिंडानं भरलेली, रसरशीत नागलक्ष्मी लांबसडक वेणीवर भरपूर फुलांचा भरगच्च गजरा माळून घरभर वावरताना छानच दिसत हाती. शिवाय, घरकामातही ती तरबेज होती

स्वत:चं लग्न आणि आपली पत्नी याविषयी विचार न केलेल्या सदाशिवनं शिक्षण संपल्यावर लग्न करणं ही आवश्यक बाब आहे असंच वाटत होतं. ते शिकत असताना त्यांच्या वर्गात दोनतीनच मुली होत्या. अनाथाश्रमात राहणारे

सदाशिवराव वर्गातल्या त्या मुलींशीही कधी बोलत नसत. प्राध्यापकांनी सांगितलेले ग्रंथ वाचायचे आणि त्यांचं मनन करायचं एवढंच त्यांना ठाऊक होतं.

मामांनी लग्नाविषयी विचारल्यानंतर जेव्हा ते गावी आले तेव्हा त्यांना गंमतच वाटली! त्यांची नजर चुकवून नागलक्ष्मी घरात वावरायचा प्रयत्न करत होती. पण त्याच घरी वाढलेल्या सदाशिवरावांना घरभर फिरायची मुभा असल्यानं मध्येच अवचितपणे त्यांना ती सामोरी येत होती, लाजून चूर होत होती! त्यावेळचे तिचे विभ्रम सदाशिवरावांना साहजिकच मोहून टाकत होते. नैसर्गिकरीत्या विकसित होणारं तिचं स्त्रीत्व त्यांना आकर्षित करत होतं. वेणीतल्या भरघोस गजऱ्याचा सुगंध मोहिनी घालत होता. स्वयंपाकघरात काम करताना होणारी तिच्या बांगड्यांची किणकिण त्यांचं लक्ष वारंवार वेधून घेत होती.

त्यांनी मामांना होकार कळवला.

लग्नानंतर त्यांनी मैसूरला घर केलं. राजबरोबर नागलक्ष्मी घरात आली. तसंच राज कुणिगल हायस्कूलमध्ये शिकू लागला.

लग्नानंतरचे ते दिवस खरोखर स्वप्नमय होते. नागलक्ष्मीपासून क्षणभरही दूर होण्याची सदाशिवरावांची इच्छा नसे. नागलक्ष्मी आपल्या नव्या नवलाईच्या संसारात मनापासून रमून गेली होती.

याच काळात त्यांच्या प्राध्यापकांनी त्यांना डॉक्टरेटचं वेड लावून दिलं. लग्नाआधी त्यांचा बराच अभ्यास झाला होता. दोन वर्षांत ते प्राध्यापक निवृत्त होणार होते. त्याआधी सदाशिवरावांनी आपला प्रबंध पूर्ण करावा, अशी त्यांची तीव्र इच्छा होती.

घरात हवं ते सामानसुमान आणून द्यायला राज होता. पैशासाठी पतीला कटकट न करता थोडक्या पैशात संसार करणारी समजुतदार पत्नी होती. सदाशिवराव निश्चिंत मनानं संशोधनात रंगून गेले आणि दोन वर्षांत त्यांनी डॉक्टरेट मिळवली.

निवृत्त होताना प्रोफेसरांनी सांगितलं. 'फक्त डॉक्टरेट मिळवून तृप्त होणं खऱ्या प्राध्यापकाला शोभत नाही. सगळं जीवनच संशोधनासाठी वाहणं हे खऱ्या प्राध्यापकाचं काम आहे. तू आणखी काही लिहायला सुरुवात कर.'

त्यावेळी सदाशिवरावांचा डॉक्टरेटचा प्रबंध प्रसिद्ध झाला होता. ग्रंथरचनेचा आनंद आणि त्यापासून मिळणारा गौरव याची त्यांना ओळख झाली होती. त्यांनी पुढच्या ग्रंथाच्या कामाला सुरुवात केली. पाच वर्ष सतत राबून त्यांनी ते काम तडीसही नेलं. या नऊ वर्षांत पृथ्वीचा जन्म झाला. घरची जबाबदारी संपूर्णपणे नागलक्ष्मी आणि राज सांभाळत होते. ते संपूर्णपणे संशोधकच झाले होते.

आपल्या लग्नाची सगळी हकिकत सांगून ते करुणेला म्हणाले, 'कुणाबरोबरही लग्न झालं तरी थोडे दिवस परस्परांसंबंधी आकर्षण असतंच. त्यानंतर मात्र माझ्यासारखं

एकलकोंडं आयुष्य रेटण्याची वेळ येते!'

अनुकंपेनं ही हकिकत ऐकत असलेली करुणा मध्येच म्हणाली, 'असंच काही नाही. केंब्रिजमध्ये माझ्या प्रोफेसरांच्या पत्नी आपल्या पतीला बौद्धिक विषयातही बरीच मदत करत होत्या. त्यांची बरीचशी कामं त्या करायच्या. आता मी तुमची जी कामं करते, ती सगळी कामं त्या करत होत्या.' अखेरचं वाक्य सहजपणे तिच्या तोंडून बाहेर पडलं आणि ती संकोचून गेली.

पण सदाशिवरावांचं तिथं लक्ष नव्हतं. ते आपल्याच नादात म्हणाले, 'हा काही माझा एकट्याचा प्रश्न नाही. भारतीय समाजातला हा संधिकाल आहे. पूर्वी आई-वडिलांनी ठरवलेले विवाह योग्यच ठरत. कुळ आणि व्यवसाय यांचा निश्चित संबंध असलेल्या काळात अशा विवाहानंतर मुलगी पतीच्या व्यवसायात साहाय्यभूत होत असावी. आता तो काळ मागे पडला. वैयक्तिक आवडीनिवडीवर आता व्यवसाय ठरतो. पण याचा विचार करून विवाह ठरवायचा काळ मात्र अजून आलेला नाही अशा या संधिकालात असे विषम विवाह होणं अपरिहार्य आहे. विवाहाच्या प्रश्नावर स्वतंत्रपणे विचार करून त्यानंतर लग्न करायची पद्धत अजून आपल्याकडे प्रचलित झाली नाही.'

तिनं विचारलं, 'प्राचीन भारतीय विवाहकल्पनेपेक्षा आजची विवाहाची कल्पना भिन्न प्रकारची आहे, नाही का?'

'त्याचं असं आहे, प्राचीन काळी गृहस्थधर्मासाठी आणि वंशोद्धारासाठी विवाह अशी कल्पना होती. आता पहिलं कारण थोडंफार राहिलं असलं तरी दुसरं कारण महत्त्वाचं राहिलेलं नाही. वंशोद्धाराची कल्पना दिवसेंदिवस मागे पडत आहे. त्यात आता फारसं तथ्य उरलं नाही. मलाही एक मुलगा आहे. त्याच्यामुळे माझं नाव राहाणार आहे की नाही ते मला ठाऊक नाही; पण माझे हे ग्रंथच माझी मुलं आहेत आणि त्यांनी माझी इच्छाशक्ती, माझी बुद्धी, एवढंच नव्हे तर माझं रक्त-मांस शोषून चिरंजीव व्हावं अशी माझी तीव्र इच्छा आहे. माझ्या या ग्रंथरचनेच्या कामाला माझी पत्नी काहीही मदत करू शकत नाही. तू मात्र किती आस्थेनं राबतेस त्यासाठी!'

लज्जेनं रत्नेचा चेहरा पुन्हा आरक्त झाला. पण सदाशिवराव अगदी सरळपणे सांगत होते, 'काही वेळा तर माझ्यापेक्षाही तूच अधिक आस्थेनं करतेस. तू लग्न केलंस तरी जोडीदाराची निवड योग्यच करशील असं मला वाटतं. पण एक मात्र खरं, स्त्री असो वा पुरुष, संसारजीवन हे आवश्यकच आहे. त्याशिवाय जगणं नीरस वाटू लागतं.'

स्वत:च्या नकळत होकार देण्याच्या आत ती सावध झाली आणि काही न बोलता गप्प राहिली.

संध्याकाळचे सहा वाजले होते म्हणजे आता निघालं तरी साडेसहाची गाडी चुकणारच होती. तसाच तिथे थोडा वेळ काढून त्यांनी नंतर जायचं ठरवलं. दोघेही आपापल्या विचारात गर्क होते.

आपल्या लग्नाविषयी आज प्रथमच एवढं सदाशिवराव बोलले होते. आता ते त्यावरच अधिक स्पष्टपणे विचार करत होते. करुणा कसला विचार करत होती कोण जाणे, पण तीही विचाराच्या तंद्रीत होती.

सात वाजले तेव्हा सगळा प्रदेश अंधारून गेला होता. आज विशिष्ट दिवस नसल्यानं वृंदावनमधले दिवे लावले नव्हते. भानावर येत सदाशिवराव म्हणाले, 'केव्हा अंधार पडला तेच कळालं नाही. चल, जाऊया.'

साडी झटकत करुणा उभी राहिली. दोघेही पूल ओलांडून हॉटेलकडे निघाले. सदाशिवराव आपला चष्मा सावरत हळूहळू चाचपडल्यासारखे चालू लागले. ते पाहून तिनं त्यांचा हात धरला आणि म्हणाली, 'तुम्हाला चालायला त्रास होतोय त्या दिव्यापर्यंत माझा हात धरा.'

तिचा आधार मिळताच ते थोडे सहजपणे चालू लागले. दहाएक पावलं चालल्यावर ते हसत म्हणाले, 'संशोधनात मी तुझा गाईड असलो, तरी या अंधारात तूच माझी गाईड झालीस!'

करुणा आपल्याच विचारात चूर होती. तरीही त्यांचं बोलणं ऐकताच तिनं त्यांचा हात आणखी घट्ट पकडला.

■

आठ

कात्यायनीचं कॉलेज कुठल्याही अडीअडचणींशिवाय सुरळीतपणे चाललं होतं.

सकाळी घरी जेवून पावणेनऊ वाजता ती दही-भात लोणचं किंवा गोज्जु भात असं काहीतरी डब्यात घेऊन वासंतीबरोबर स्टेशनवर जात होती. नऊ वाजता येणाऱ्या गाडीच्या स्त्रियांच्या डब्यात बसून चामराजपूर स्टेशनवर उतरत होती. तिच्याबरोबर अजूनही सात-आठ मुली कॉलेजला जात होत्या. शिवाय, तीसहूनही अधिक मुलं त्याच गाडीनं वेगवेगळ्या डब्यांतून जात होती.

गाडीच्या तासाभराच्या प्रवासात डब्यातल्या इतर मुलींमध्ये थट्टा-मस्करी चालत असे. कोण कुठल्या मुलाशी बोलते यावरून तिची सूचक चेष्टा केली जात होती. कुणा एका मुलीचं लग्न ठरलं होतं. तिचं अभिनंदन करताना सगळ्याजणी खिदळत राहात.

अशा वेळी कात्यायनीलाही हसू आवरत नसे.

पण तरीही कुणी प्रत्यक्ष कात्यायनीशी फारसं सलगीनं बोलत नव्हतं. तिचं वैधव्य आणि एका बालकाच्या मातृत्वानं तिच्या चेहऱ्यावर आलेलं गांभीर्य पाहून त्या तशा वागत असाव्यात.

महिन्यातून एकदा कॉलेजचा नाट्यसंघ कॉलेजच्या खुल्या नाट्यगृहात एक नाटक करत असे. कात्यायनी ती नाटकं पाहायला मुळीच थांबत नसे. तिच्या मनात काही वेळा नाटक पाहण्याची इच्छा प्रबळ असे. तशा गावच्या कितीतरी जणी नाटक पाहून रात्री नऊच्या गाडीनं गावी येत. म्हणजे सोबतीचा प्रश्न नसे. पण रात्री इतक्या उशिरापर्यंत घराबाहेर राहाणं तिला योग्य वाटत नव्हतं. शिवाय, इतका वेळ मुलापासून दूर राहण्यासही ती तयार नसे, वासंतीनं कितीही आग्रह केला तरी!

बऱ्याच वेळा तास नसताना रिकाम्या वेळी ती सदाशिवरावांच्या घरी जात असे. मासिक पाळीच्या दिवसांत तर लेडीजरूमऐवजी नागलक्ष्मीच्या घरी जाणंच तिला सोयीचं वाटे. कॉलेजमधल्या मुलींशी गप्पा मारण्यापेक्षा नागलक्ष्मीशी बोलत बसणं तिला सुखावह वाटत होतं. शहरी अहंकाराचा स्पर्श न झालेल्या नागलक्ष्मीचा स्वभाव तिला मनापासून आवडला होता. कितीतरी वेळा ती कात्यायनीला गरम गरम खाणं करून देत असे, किंवा दही भात कालवून देत असे. कधी दोघी मिळून

एखादा खाद्यपदार्थ तयार करत.

बहुतेक वेळी कात्यायनीचे तास तीन वाजताच संपून जात. संध्याकाळी साडेपाच वाजेपर्यंत वेळ काढणं एवढंच तिचं काम असे. आठवड्यातले काही दिवस राज दुपारचा घरीच असे. तो स्वभावत: बोलघेवडा असल्यामुळे कात्यायनीलाही गप्पात ओढण्यात तो यशस्वी होत असे. कॉलेजमध्ये तो तिला इंग्लिश शिकवत होता. यंदा शेक्सपिअरचं 'मॅकबेथ' त्यांना होतं. राजचं शिकवणं संपूर्ण कॉलेजलाच वेड लावत होतं. त्याच्या वर्गात फक्त त्यांच्याच कॉलेजच्या नव्हे, तर इतर कॉलेजमधल्या विद्यार्थ्यांचीही गर्दी होत असे. त्याच्या अंगच्या नाट्यगुणामुळे शिकवताना तो विद्यार्थ्यांना आपल्या बोलण्यानं मोहवून टाकत होता. पात्रांप्रमाणेच तो भय, विस्मय, वीररस वगैरे भावना व्यक्त करत होता. त्याचा परिणाम असा होई की विद्यार्थ्यांना समोर प्रत्यक्ष नाटकच पाहिल्याचा भास होई!

अधूनमधून घरी येणाऱ्या कात्यायनीविषयी त्याच्या मनात अलीकडे एक प्रकारची अनामिक ओढ निर्माण होत होती. तिच्या चेहऱ्यावरील गंभीर भावना त्याच्या मनात विशिष्ट साद उमटवत होत्या.

त्या दिवशी त्यानं गप्पांच्या ओघात विचारलं, 'तुम्ही रिकाम्या वेळात कथा-कादंबऱ्या वाचता की नाही?'

'आधी वाचत होते. आता नाही तितकंसं जमत. तशी अधूनमधून एखादी वाचते-'

'तुमचा आवडता लेखक कोण?'

'शरद.'

'का? तुम्हाला का आवडतात त्यांची पुस्तकं?'

कात्यायनीला या प्रश्नाचं व्यवस्थित उत्तर सुचलं नाही. म्हणून ती म्हणाली, 'मला खूप आवडतात म्हणून!'

'हे काही माझ्या प्रश्नाचं उत्तर नव्हे!'

खरं तर तिला शरदबाबूंची स्त्री-पात्रं खूप आवडत. 'देवदास' मधली पार्वती, 'शेषप्रश्न' मधली कमळी किंवा 'श्रीकांत' मधली राजलक्ष्मी. पण ही स्त्री-पात्रं का आवडली हे तिला नेमकं सांगता न आल्यामुळे ती फक्त म्हणाली, 'त्यांची स्त्री-पात्रं खूप आवडतात मला!'

'शरदबाबूंच्या स्त्रिया अतिशय प्रेममयी आहेत. स्त्रीसुलभ भावनांमध्ये त्यांचं व्यक्तित्त्व बुडालेलं असतं. म्हणून तुम्हाला शरदबाबू आवडतात का?'

या प्रश्नाला उत्तर द्यायचा तिला संकोच वाटला. चेहऱ्यावरची आरक्तता लपवण्यासाठी तिनं चेहरा वळवला. नकळत ती घामेजून गेली. ती पटकन उठली आणि आत नागलक्ष्मीपाशी निघून गेली.

गेले कितीतरी दिवस ती त्यांच्या घरी येत असली तरी डॉक्टर सदाशिवराव तिला दिसले नव्हते. ते नेहमी ग्रंथालयाजवळच्या आपल्या खोलीत असतात हे तिलाही ठाऊक होतं. नागलक्ष्मीच्या नशिबी असलेलं एकाकीपणही तिला उमगलं होतं. पण तरी त्याविषयी तिनं नागलक्ष्मीला स्पष्टपणे विचारलं नव्हतं.

मात्र एकदा तिनं नागलक्ष्मीला गप्पांच्या ओघात म्हटलं, 'तुम्हालाही एकटीला घरी कंटाळा येत असेल. आता तुम्ही तुमच्या भाऊजींचं लग्न करून द्या म्हणजे तुम्हाला घरातच मैत्रीण मिळेल.'

'हे जळलं शिक्षण घेता घेता माणसाच्या डोक्याला काय होतं कोण जाणे बाई! इंग्लंडला जाताना त्यानं कबूल केलं होतं, 'परत आल्यावर तू म्हणशील त्या मुलीशी लग्न करीन.' आणि आता लग्नाचा विषय काढला तर म्हणतो, 'मला लग्नच करायचं नाही. त्याशिवाय माणूस जगत नाही काय?'

एवढी नाटकाची हौस असलेला आणि सगळ्या विद्यार्थ्यांचा इतका लाडका असलेला हा तरुण असं का म्हणतो हे तिला समजलं नव्हतं. शिवाय, या विषयाशी तिचा संबंधही काय येतो म्हणा!

एके दिवशी राजनं तिला विचारलं, 'इतके दिवस आम्ही नाटकं करतोय, पण तुम्ही एकदाही आमचं नाटक पाहिलं नाही.'

'माझीही खूप इच्छा आहे नाटक पाहायची. पण घरी वेळेवर जायला पाहिजे ना!'

'पण नंजनगूडच्या कितीतरी मुली नाटकासाठी थांबतात. तुमची ती मैत्रीण-'

'-वासंती.'

'हो, तीच. तिनं तर गेल्या वर्षी नाटकात कामही केलं होतं.'

'हो, हो! मीही ऐकलं. कुणी तरी म्हणत होतं ती नंजनगूडची मुलगी होती म्हणून!' नागलक्ष्मी म्हणाली, 'प्रत्येक वेळी राज मला नाटकाला घेऊन जातो. तुम्हीही या. फार छान नाटक बसवतो राज!'

'घरी विचारते.'

गावातल्या इतर मुली नाटक पाहण्यासाठी थांबल्या तरी कात्यायनी न थांबता घरी येते, हे श्रोत्री आणि भागीरथम्मांना ठाऊक होतं. कात्यायनीला स्वतःच्या दुर्दैवी परिस्थितीची जाणीव असल्याचं पाहून त्यांना तिचं कौतुकही वाटत असे. कॉलेजमधून आल्या-आल्या साडी बदलून हातपाय धुवून ती घरकाम करू लागली की भागीरथम्मा म्हणत, 'आत्ता कॉलेजमधून दमून आलीस. राहू दे गं! मी करीन नंतर.'

कधी श्रोत्री तिला जमीन जुमला, आवक-जावक, रयतांशी असलेली देणी-घेणी, जमिनीचे सर्व्हे नंबर यांविषयी सविस्तरपणे सांगत आणि म्हणत, 'माझंही वय झालं आता! तुला हे सगळं ठाऊक असायला पाहिजे.'

अलीकडे आपल्या कागदपत्रांच्या पेटीतून आपल्याला हवा असलेला कागद आणून देण्याचं कामही त्यांनी कात्यायनीवर सोपवलं होतं. त्या कागदांचं महत्त्व आणि त्यामागील व्यवहार तिला समजावून सांगताना ते म्हणत, 'तू आता शिकतेच आहेस. हे सगळं तुला यायला पाहिजे. मी मध्येच 'राम' म्हटला तर चिनीला हे सगळं कोण सांगणार?'

'तसं म्हणू नका, अण्णा! तशी वेळच यायला नको.' ती कळवळून म्हणत असे.

एकदा वासंती घरी येऊन भागीरथम्मांना म्हणाली, 'आज कॉलेजमध्ये एक चांगलं इंग्लिश नाटक आहे 'मॅकबेथ' नावाचं. तुमच्या सूनबाईंना परीक्षेसाठीही तेच नाटक आहे. त्यांना म्हटलं तुम्हीही आज नाटकाला थांबा. तर त्या नकार देताहेत.'

कात्यायनीला होकार देण्यास भागीरथम्मा थोड्या नाराज होत्या. पण श्रोत्री म्हणाले, 'परीक्षेसाठी त्याचा उपयोग होणार असेल तर तूही सगळ्यांबरोबर नाटक पाहून ये. दहा वेळा वाचण्यापेक्षा एकदा नाटक पाहिलं की चांगलं लक्षात राहातं.'

त्या दिवशी कात्यायनीनं कॉलेजमधलं पहिलं नाटक पाहिलं. स्वतः राजनं त्यात मॅकबेथची भूमिका करून चांगलीच वाहवा मिळवली. नाटक संपल्यावर प्रिन्सिपॉलसाहेबांनीही त्याचं तोंडभरून कौतुक केलं.

दुसरे दिवशी कात्यायनी सदाशिवरावांच्या घरी गेली तेव्हा राजनं तिला विचारलं, 'कसं वाटलं नाटक?'

'फारच सुंदर! वर्गात कधीच तुम्ही असं मॅकबेथ शिकवलं नाही! तुमचं काम तर अप्रतिम!'

'चला, तुम्ही नाटक तरी पाहिलंत! अहो, तुमच्यासारख्यांनी नाटक पाहून कौतुक केलं की आम्हाला घेतलेल्या श्रमाचं चीज झाल्यासारखं वाटतं!'

त्यानं एवढा मोठेपणा दिल्यामुळे कात्यायनीचं मन उल्हसित झालं, तरीही ती संकोचून गेली.

नागलक्ष्मी मात्र म्हणाली, 'एक गाणं नाही की एक विनोद नाही. भाषा समजायचा तर प्रश्नच नाही. फार कौतुक करतात इंग्लिश नाटकाचं! मला तर कंटाळा आला अगदी!'

तिचा स्पष्ट अभिप्राय ऐकून राजला हसू आलं. कात्यायनीलाही हसू आवरलं नाही.

बघता बघता कॉलेजचं वर्ष संपलं. नऊ महिन्यांचा कालावधी कसा गेला ते कात्यायनीला समजलंही नाही. तिचे पेपर्स छान गेले होते. उन्हाळ्याची सुटी जवळ आली तशी तिला सुटी कशी घालवायची, हा प्रश्नच पडला.

परीक्षा जसजशी जवळ येत होती तसतसा तिला दिवसाचा वेळ अपुरा पडत होता. उजाडण्याआधी उठून अंघोळ करून सगळ्यांचे कपडे धुवून वाळत टाकून ती अभ्यासाला बसत होती. चिनी झोपलेला असल्यानं तिचा दोनेक तास छान अभ्यास होत होता. गाडीत कंटाळा येऊ नये म्हणून ती एखादी कादंबरी वाचत होती. मधल्या सुटीत आणि इतर मोकळ्या वेळी लेडीजरूममध्ये बसून कादंबरी वाचून संपवत होती. शिवाय, नागलक्ष्मीचं घरही होतंच.

उन्हाळ्याची सुटी सुरू होऊन आठवडा लोटला. एक दिवस वासंती उत्साहानं ओथंबत श्रोत्रींच्या घरी आली. तिनं चेहऱ्यावरचे भाव लपवायचा कितीही प्रयत्न केला तरी लपत नव्हते.

वासंती यंदा बी. ए. च्या शेवटच्या वर्षाला बसली होती. तिचा उत्साही चेहरा पाहून कात्यायनीनं विचारलं, 'स्वारी खुशीत दिसतेय! आज काय विशेष?'

'अं! काही नाही.'

'असं कसं? मला समजत नाही की काय ! चेहरा बघ कसा फुललाय! परीक्षेत फर्स्ट क्लास येणार वाटतं?

'नको बाई! त्यांनी आपणहून दिला तरी मला त्यांचा फर्स्ट क्लास नको!'

'मग एवढी विशेष काय बातमी आहे?'

खरं तर वासंती विशेष बातमीच सांगायला आली होती. ती लाजत मुरकत म्हणाली, 'आणखी वीस दिवसांनी तुम्हाला आमच्या घरी जेवायला यावं लागेल!'

'हो का! अभिनंदन! कुठल्या गावचे सोयरे?'

'मैसूरचेच! आपल्या कॉलेजमध्येच आहेत. यंदा एम. ए. करताहेत. मला ठाऊकच नव्हतं. ते म्हणे माझ्यावर प्रेम करतात!' हे सांगताना वासंतीचा चेहरा लज्जेनं लालबुंद झाला होता.

कात्यायनीला त्यातली अर्धवट बातमी ठाऊक होती. वासंतीचा नियोजित वर तिच्या लांबच्या नात्यातलाच होता. कॉलेजमध्ये दोघेही रोज भेटत होतो. वासंती मधल्या सुटीत कधीच लेडीजरूममध्ये येत नसे. त्या मुलाबरोबर कुक्करहळ्ळीच्या तळ्याकडे फिरायला जात होती. कात्यायनीला ही बातमी कुणी मुद्दाम सांगितली नसली, तरी सगळ्या कॉलेजला ठाऊक असलेली ती बातमी तिच्याही कानावर ओझरती आली होती.

वासंती निघून गेली. त्या बातमीनं कात्यायनीलाही आनंद झाला होता. तिनं मनोमन प्रार्थना केली 'देवा! हिच्या नवऱ्याला उदंड आयुष्य लाभू दे!'

पण आपल्या आयुष्याचं काय? हे पुढचं एक वर्ष कॉलेजमध्ये जाईल. त्यानंतर? पुन्हा घरातच बसायचं? मग या कॉलेजच्या शिक्षणाला तरी काय अर्थ आहे? पतीची शिक्षणाची इच्छा पूर्ण करण्यासाठी ती कॉलेजमध्ये गेली होती.

पण आता त्या इच्छेचंही आकर्षण तिला फारसं वाटेनासं झालं होतं. आता आपण पदवी मिळवली तरी दिवंगत पतीला कुठला स्वर्ग मिळणार आहे? इतर व्यवहाराच्या दृष्टीनं तरी या शिक्षणाचा काय उपयोग?

तरीही पुढच्या वर्षी कॉलेजला गेलंच पाहिजे असं तिला वाटलं.

कधी कधी नागलक्ष्मीची तिला आठवण येत असे. तिचा मुग्ध आणि विश्वासपूर्ण स्वभाव आठवला की तिच्या मनात स्नेह उचंबळत असे.

गेल्या संपूर्ण वर्षभरात तिनं सदाशिवरावांना त्यांच्या घरात पाहिलं नव्हतं. अलीकडे तर लिखाणानं झपाटल्यासारखे ते सतत अभ्यासिकेत असतात असं सगळेजण सांगत असत. नागलक्ष्मीला किती कंटाळा येत असेल!

पण तरीही ती सुवासिनी आहे! सुमंगला आहे! काही पावलांच्या अंतरावर आपले पती लिहीत बसले आहेत याचा एवढा तरी आनंद आहे तिला! रोज वेणीत भरपूर गजरे माळते ती! कपाळावर छानसं कुंकू लावते. मधूनमधून चंद्राची नीटस कोरही लावते! हे काही लहानसहान भाग्य नव्हे!

आणि तिचे ते दीर! किती प्रतिभाशाली आहेत ते. शिकवतात किती सुंदर! सगळी मुलं वेडी होतात त्यांच्या शिकवण्यावर! नाटक बसवणं असो वा त्यात काम करायचं असो; किती छान जमतं ते त्यांना! कॉलेजमधल्या कितीतरी मुली भाळल्या आहेत त्यांच्यावर!

लेडीजरूममध्ये बसलेली असताना कात्यायनीच्या कानावर मुलींची त्याच्याविषयीची निर्लज्ज चर्चा येत असे.

'आज कसा होता मॅकबेथ!'

'ब्युटिफुल!'

'अगं, असं कौतुक करू नये! तू काही लेडी मॅकबेथ नाहीस!'

'का? मी लेडी मॅकबेथ असते तर तुला मत्सर वाटला असता?'

'सिली! डोंट वरी! वुई शॉल शेअर!

प्राध्यापकांविषयी बोलताना तरी थोडंफार गांभीर्य पाळलं पाहिजे, पण तेही न पाळता चाललेल्या त्या गप्पा ऐकून तिला कसंतरी वाटत असे. तरी तिलाही राजच्या मोकळ्या स्वभावाची आणि विनोदी गप्पांची आठवण येत असे. ग्रंथालयातली पुस्तकंही तो आपल्या नावानं घेऊन तिला देत असे.

पण ते लग्नाला का तयार होत नसावेत? काय कारण असावं? एवढं मात्र खरं, ते आपल्या पत्नीला निश्चितच सुखी करतील!

सुटीत दुपारच्या वेळी परसातल्या झाडांना पाणी घालून ती वेळ काढत होती. तिथल्या आंब्याच्या झाडाला बिलगून चढलेल्या जुईच्या वेलीला पाणी घालताना पतीची आठवण तिला विव्हल करत होती. या वेलीला पाणी घालताना ते आपली

किती थट्टा करत! ती थट्टा कितीही आवडली तरी कुणी एकेल या भीतीनं ती नंजुंडावर खोटं खोटं रागावतही असे! आणि आता-?

त्यावेळी जुईच्या वेलीला परडीभर फुलं येत. तिनं कितीही फुलं माळली तरी नंजुंडाचं समाधानच होत नसे. आताही वेल फुलांनी डवरून जात होती. त्यातली खूपशी फुलं देवाला आणि प्रसाद म्हणून चार भागीरथम्मांच्या अंबाड्यात. उरलेली फुलं शेजाऱ्या-पाजाऱ्यांना वाटून टाकली जात. देवाला फुलं वाहण्यास तिचा विरोध होता असं नव्हे, पण ती स्वत: मात्र वेणीत फुलं माळण्याच्या आनंदाला कायमची मुकली होती.

त्या दिवशी वेलीला पाणी घालताना ती दचकली. जुईची वेल ज्या झाडाला आलिंगन देऊन चढली होती ते झाड आतून किडीनं पोखरलं होतं. तसं ते झाड बरंच जुनंही होतं.

कात्यायनीनं लगेच ही बातमी श्रोत्रींना सांगितली. श्रोत्रींनी त्वरित येऊन पाहिलं. एका नोकराकरवी ते झाड काढून टाकलं.त्या झाडाला गाढ आलिंगन देऊन चढलेल्या वेलीचं पानन् पान त्यांनी हलक्या हातांनी मोकळं केले. झाडाच्या जागी एक मांडव बांधून त्यावर ती वेल चढवली. जवळच आणखी एक आंब्याचं झाड लावलं आणि त्याला नियमानं पाणी घालायचं काम त्यांनी कात्यायनीवर सोपवलं.

पंधरवडा उलटला. नवं आंब्याचं रोप उभारी धरून वाढू लागलं. झाड थोडं मोठं होताच श्रोत्रींनी पुन्हा ती वेली नव्या आंब्यावर चढवली.

नव्या आम्रवृक्षाला आलिंगून जेव्हा जुई शेकडो फुलांनी बहरली तेव्हा कात्यायनी आश्चर्यानं अवाक् झाली! असं कसं झालं? तिला तर वाटलं होतं की एवढा बलदंड आधार तुटल्यावर त्या जुईलाही नष्ट व्हावं लागेल!

सुटीच्या दिवसातही नेहमीप्रमाणे कामं करणारी माणसं मोजकीच असतात. डॉक्टर सदाशिवराव अशा माणसांपैकी एक होते.

पण राजच्या दृष्टीनं अगदीच नीरस काळ हा! फेब्रुवारी ते कॉलेज सुरू होऊन पंधरा दिवस होईपर्यंत त्याचा नाट्यसंघ झोप काढत असे! त्यावेळी लेक्चर्सचीही घाई नसे. परीक्षेच्या वेळी परीक्षक म्हणून तरी थोडंफार काम असे. त्यानंतर मात्र दोनएक महिने तो अपरिहार्यपणे आळशी बनत होता.

त्यात या वर्षी या सुटीत त्याला स्वत:लाही न कळणारा नीरसपणा जाणवत होता.

काहीतरी केलं पाहिजे म्हणून त्यानं रोज सकाळी उठल्यावर व्यायाम करायला सुरुवात केली. दोन दिवस कॉलेजच्या व्यायामशाळेतही तो जात होता. जोर-बैठका काढत होता. पण तिसऱ्या दिवशीच त्याचा तो उत्साह मावळला.

त्यापेक्षा आपण शास्त्रीय संगीत शिकावं असं त्यानं ठरवलं. या आपल्या विचारावर तो स्वत:च खूष झाला. म्हणजे यापुढे आपल्या नाटकाला आपणच संगीत द्यायचं! या उत्साहाच्या भरात त्यानं एका संगीत-शिक्षकांची शिकवणीही महिन्याला पंधरा रुपये देऊन ठरवून टाकली.

पहिल्याच दिवशी संगीत शिक्षकांनी सल्ला दिला - 'तुमचा गळा गाण्यालायक व्हायचा असेल तर तीन वर्षं साधना करावी लागेल. मला वाटतं त्याऐवजी तुम्ही एखादं वाद्य शिकलात तर बरं होईल! तुम्ही व्हायोलिन शिकावं असं मला वाटतं.'

त्याच दिवशी त्यानं शंभर रुपये खर्च करून एक जुनं बऱ्यापैकी व्हायोलिनही विकत आणलं आणि 'सा प सा' एवढं शिक्षणही झालं. त्यानंतर तो रोज दोन-तीन तास मेहनतही घेऊ लागला. पंधरा दिवस झाले तरी त्याचं त्या सुरांशी फारसं पटेना! एव्हाना त्याचा उत्साहही ओसरला होता. पण राजचा फी देण्याबाबतचा वक्तशीरपणा पाहून संगीत शिक्षक मात्र नियमितपणे येतच राहिले.

आजवर कुठल्याही सुटीत न जाणवणारा कंटाळा याच वर्षी का जाणवतोय याचा राज विचार करू लागला. पण काही केल्या त्याचं उत्तर सापडेना. त्याला वहिनीबरोबर गप्पा मारायचा कंटाळा आला होता. पृथ्वीला सायकलवरून फिरवून आणायचाही कंटाळा आला होता.

अखेर एक दिवस त्यानं सकाळीच सायकल बाहेर काढली आणि सायकलवर टांग मारून लांबवर जाऊन यायचं ठरवून तो निघाला. हुणसूरच्या रस्त्यावरून लांबवर जाताना त्याचं लक्ष उन्हामुळे करपून गेलेली शेतं आणि धुरकट झालेल्या जमिनीकडे गेलं. त्याचं मन विविध विचारांत गुरफटून गेलं.

हा मानवनिर्मित समाज, या रूढी, हे नीतिनियम म्हणजे मूलभूत जीवनावर वाढलेली रोपटीच! ही रोपं काढल्यानंतर जे राहातं ते निखळ नैसर्गिक जीवन. झाडं आणि रोपटी नसलेली, हिरवळीचं वस्त्र न ल्यालेली, त्यामुळे कोकिळ आणि इतर पक्ष्यांचा किलबिलाट नसल्यानं सुनीसुनी वाटणारी शेतंही निसर्गाचीच रूपं! पण हे रूप म्हणजे काही चैतन्याचं प्रतीक नव्हे, याची त्याला तीव्रतेनं जाणीव झाली. अखेर त्या रस्त्यानं जाणंच त्यानं सोडून दिलं.

त्या वर्षी चैत्र महिन्यातच तीनचार मोठाल्या वळवाच्या पावसाच्या सरी आल्या. उन्हाच्या वाढत्या तापाला थोडा आळा बसला. जमीन तृप्त होऊन हसू लागली. कॉलेजच्या मैदानावर गवताची नाजूक पाती तरारून डोलू लागली.

आठवडा गेला असेल. राजनं पुन्हा सायकलवर टांग मारली आणि तो हुणसूरच्या रस्त्यानं निघाला. पावसाच्या मोजक्या सरींनी पंधरा दिवसातच केवढं परिवर्तन केलं होतं! शेतकरी जमिनी नांगरण्यात गुंतले होते. शेतांचे चौकोन छोट्या छोट्या हिरव्या रोपांनी भरून गेले होते. बांधांवरच्या निष्पर्ण वृक्षांना पालवी फुटली

होती. कितीतरी पक्षी किलबिलाट करत इकडे-तिकडे उडत होते.

हे निसर्गाचं मूळ स्वरूप! निसर्गाच्या ठायी असलेलं चैतन्य!

तो तसाच पुढं गेला. रस्त्याच्या दुतर्फाची झाडं आता उत्साहानं सळसळत होती. काही ठिकाणी सहज हातात येतील इतक्या झाडांच्या फांद्या लावल्या होत्या. वटवृक्षांच्या पारंब्या मजेत लोंबत होत्या.

तिथंच काहीजण एका मोठ्या वृक्षाच्या फांद्या तोडत होते. राजला वाईट वाटलं. त्यानं त्या कामावरच्या मुकादमाला विचारलं, 'एवढं छान वाढलेलं झाड का कापताय?'

बोटातल्या बिडीचा जोरदार झुरका घेऊन दोन्ही नाकपुड्यांतून धुराचे लोट सोडत तो मख्खपणे उत्तरला, 'एवढं वाढलंय त्याचाच तर शिंचा त्रास आहे! रस्त्यानं जाणाऱ्या बसला त्याच्या फांद्या लागतात म्हणून कापून टाकायचा सब-ओव्हरसिअरसाहेबांचा हुकूम आहे.'

राजाला वाईट वाटलं. पण तो तरी काय करणार? मुकाट्यानं त्यानं घराकडे सायकल वळवली. सहज म्हणून जाता जाता तो गावापासून पंधरा मैल दूर आला होता.

दिवसभर त्याच्या मनात त्या माणसाचं बोलणं घुमत होतं. माणूस जिथं पोहोचलाय तिथं हे घडायचंच! आपल्या सुखसोयीसाठी निसर्गावर त्याची कुऱ्हाड चालायचीच. नाहीतरी मानवी जीवनात तरी तो काय करतो? आपल्याला हवा तसा समाज निर्माण करताना त्यानं चालवलेल्या कुऱ्हाडीमुळे कितीतरी जण कष्टी होत असतील!

रात्रीही त्याला झोप येईना. त्याच्या मनात एक नाटक जन्म घेत होतं. सारं अजूनही अस्पष्ट अन् अंधूक होतं. पात्रं आणि प्रसंग अजूनही स्पष्ट झाले नव्हते. सारा निसर्ग, सारी प्रकृतीच नाटकातलं प्रमुख पात्र बनू पाहात होती. या प्रकृतीवर वार करणारा समग्र मानवसमाजच नाटकाच्या रूपानं उभा राहू पाहात होता. ते एकच दृश्य त्याच्या मनश्चक्षूंसमोर विविध भावरूपांत उभं राहात होतं.

त्याला झोप लागली तेव्हा बराच उशीर झाला असावा. कारण त्यावेळी सदाशिवरावांच्या अभ्यासिकेतला दिवाही बंद झाला होता.

पहाटे पहाटे त्याला एक स्वप्न पडलं. स्वप्नातही तेच नाटक तरळत होतं. पण आता त्यातल्या एका पात्रानं मूर्तरूप घेतलं होतं ते एका बावीस-तेवीस वर्षाच्या मनमोहक तरुणीचं! तिच्या देहावर तारुण्याची झळाळी होती. पायांच्या सुकोमल टाचांतून आता रक्त फुटेल की काय असं वाटत होतं. नाजूक बाहू आणि नाजूक लांब बोटं - फक्त चित्रातच दिसतील अशी बोटं! शरीरावर एकही अलंकार नव्हता. निळसर झळाळी असलेले लांबसडक केस गोऱ्यापान पाठीवर सळसळत होते. चेहरा धीरगंभीर होता आणि अंगाअंगातून स्त्रीचैतन्य निथळत होतं. ती अद्‌भुत सुंदरी संपूर्ण

नग्नावस्थेत एका फुलझाडाखाली दगडावर बसली होती. दोन्ही पाय खाली सोडून दगडावर बसलेली ती लावण्यवती पाहून चांदण्यानंच स्त्रीचं निरुपम रूप घेतल्याचा आभास होत होता. निसर्गाचं मूळ सौंदर्य झाकणारी वस्त्रं तिच्या अंगावर नव्हती आणि सामान्यत: स्त्रीला नग्नतेमुळे ग्रासणारी लज्जेची जाणीवही तिच्या चेहऱ्यावर दिसत नव्हती. शेजारीच लाल गुलाबांचा ढीग पडला होता आणि ती त्या फुलांचा एक सुंदर हार गुंफत होती. झाडांपलीकडून शेकडो लोकांचा आरडा-ओरडा ऐकू येत होता- 'तू विधवा आहेस! तुझ्या हाराचा कुणीच स्वीकार करणार नाही.'

राज जागा झाला. आपल्या स्वप्नाला नाटकात बंदिस्त करायचं त्यानं ठरवून टाकलं होतं. पण स्वप्नात पाहिलेली तरुणी कोण होती? तिला कुठं पाहिलंय आपण? त्या तरुणीची तस्वीर त्याच्या मनचक्षूंसमोर स्पष्टपणे असली तरी ती कोण, हे त्याच्या नेमकं लक्षात येईना.

दोन दिवस गेले आणि त्याला एकदम आठवलं ती स्वप्नातली तरुणी आणखी कुणी नव्हती, तर ती होती त्याची विद्यार्थिनी कात्यायनी!

तो आश्चर्यचकित झाला. असं कसं स्वप्न पडलं?

प्रतिवर्षाप्रमाणे कॉलेज सुरू झालं. कॉलेजच्या पहिल्याच दिवशी सकाळी दहाच्या सुमारास राज घराच्या अंगणातल्या खुर्चीत बसून आपल्या नाटकावर अखेरची दृष्टी फिरवत होता. यावर्षी सर्वप्रथम नाट्यसंघातर्फे हेच नाटक बसवायचं त्यानं ठरवलं होतं. आतापर्यंत तसं त्यानं ते नाटक दोन-तीनदा तपासलं होतं. आज एका मित्राकडे टाईप करायला देण्यापूर्वी तो त्यावरून अखेरची नजर फिरवत होता.

कुणीतरी आल्याची चाहूल लागली म्हणून त्यानं बसल्या जागेवरून मान वर करून पाहिलं. ती कात्यायनी होती. तिच्या हातातल्या रुमालात काहीतरी बांधलेलं होतं. तिनं अलगद धरलेल्या रुमालात जुईची फुलं असावीत हे त्यानं वासाच्या घमघमाटावरून जाणलं आणि उभा राहून तो म्हणाला, 'द्या मला!'

कात्यायनीचं त्याच्याकडे लक्ष नव्हतं. ती दचकली, गोंधळून गेली. अभावितपणे तिनं रुमालातला जुईचा गजरा त्याच्या हाती दिला. तो भरगच्च गजरा हातात घेताना राजही गोंधळला. ते स्वप्नं-हा गजरा- या सगळ्याचा अर्थ न उमजून त्याच्या मनात संभ्रम निर्माण झाला होता. उत्तेजित होऊन त्यानं विचारलं, 'कुणासाठी आणलात हा गजरा?'

'नागलक्ष्मम्मासाठी!'

तो खजील झाला.

'बसा तुम्ही. वहिनी शेजारी हळदी-कुंकवासाठी गेलीय. दोन मिनिटांत येईल.'

तिथल्या दुसऱ्या खुर्चीत कात्यायनी बसली. राजनं विचारलं, 'कशी काय गेली सुटी?'

कात्यायनीच्या मनाचा गोंधळ उडाला होता. काय उत्तर द्यावं या विचारात ती असतानाच नागलक्ष्मी आली आणि कात्यायनी तिच्या पाठोपाठ आत निघाली. राजनं जुईचा गजरा नागलक्ष्मीच्या हाती दिला.

अर्ध्या तासानं कात्यायनी स्वयंपाकघरातून बाहेर पडली तेव्हा राजनं तिला विचारलं, 'हे पाहा, तुम्ही एक काम करायला हवं!'

'मी! आणि काम?' कात्यायनीनं चकित होऊन विचारलं.

'होय. मी एक नाटक लिहिलंय-'

'खरं? मला वाटलं तुम्ही नाटक बसवता आणि त्यात काम करता. तुम्ही नाटक लिहिता हे मला नव्हतं ठाऊक!'

'तशी काही लिहिली आहेत, पण एकही छापलेलं नाही. हे नवं नाटक लिहिलंय. तुम्ही त्यात काम करायला हवं!'

कात्यायनी अवाक् होऊन उभी राहिली. तिच्या तोंडून एकच वाक्य बाहेर पडलं, 'मी मरून जाईन-'

'तुम्ही इंटरला असताना एका नाटकात फार छान काम केलं होतंत हे मला ठाऊक आहे!'

'कुणी सांगितलं तुम्हाला?'

'ते काही इतकं महत्त्वाचं नाही. या वर्षीही तुम्ही काम करायलाच हवं!'

कात्यायनी गंभीर झाली. आता नागलक्ष्मीही तिथं आली होती. कात्यायनी सावकाश म्हणाली, 'तो दिवस आणि आजचा दिवस यांत फार फरक आहे. काय म्हणतील सगळे!'

'कुणी काही म्हणत नाही. कितीतरी मुली आमच्या नाट्यसंघानं बसवलेल्या नाटकात कामं करतात. हे नाटक मी लिहिलंय आणि तुम्ही माझ्या व्यक्तिरेखेला योग्य न्याय द्याल असं मला वाटतं.'

जोरानं नकारार्थी मान हलवत कात्यायनी कॉलेजला निघून गेली.

राजनं आपला हट्ट सोडला नाही. अधूनमधून तो तिला आग्रह करतच होता. अखेर तीन-चार दिवसांनी कात्यायनी कशीबशी तयार झाली. चेहऱ्याला रंग लेपून दिव्यांच्या लखलखाटात उभं राहायचा रोमहर्षक अनुभव तिनं मागे एकदा अनुभवला होता. पुन्हा त्याच विलक्षण अनुभवाला सामोरं जाण्याची संधी तिला खुणावत होती.

पण आपण नाटकात काम करणार हे सासू-सासऱ्यांना समजलं तर ते काय म्हणतील? पण यंदा वासंती सासरी असल्यानं कोण घरी येऊन सांगणार?

तरीही तिनं म्हटलं, 'पण सर, तुम्ही तर इंग्लिश नाटक लिहिलंय. मला नाही जमायचं!'

'माझी खात्री आहे की तुम्हाला उत्तम जमेल! कन्नड नाटक असतं तर कुणीही केलं असतं. कितीतरी मुली माझ्या मागे लागल्यात त्यासाठी!'

तिच्या हातात त्यानं टाईप केलेली नाटकाची एक प्रत दिली आणि म्हणाला, 'एक मात्र लक्षात ठेवायचं. ही एक ललित कलाकृती आहे. त्यातल्या पात्रांचा आणि घटनांचा कुणाशीच काही संबंध नाही. यातील पात्रं म्हणजे सूचक प्रतीकं आहेत. कथेच्याही पलीकडचा असा गहन अर्थ या नाटकाला आहे. नुसतं संभाषण वाचलं तर काहीच अर्थ समजणार नाही. रंगमंचावर छाया-प्रकाशाचा खेळ चालला असताना त्याचा नेमका अर्थ समजेल. अर्थात नंतर ते सगळं मी समजावून सांगेन म्हणा!'

नाटकाची प्रत घेऊन कात्यायनी घरी आली.

दुसरे दिवशी ती नागलक्ष्मीच्या घरी गेली तेव्हा राज तिथंच होता. त्यानं पाहिलं, तिचा चेहरा थोडा कठोर भासत होता. तरी थोडी घाबरत ती त्याला म्हणाली,'सर, मला नाही जमणार हे! तुम्ही आणखी कुणाला तरी विचारा हवं तर!'

'तुम्ही या नाटकाकडे कला म्हणून पाहायला पाहिजे-'

'तुम्ही माझ्यावरून हे नाटक लिहिलंत?' तिनं चढलेल्या स्वरात विचारलं.

'कृपा करून तसं समजू नका. मला भावलेला मुद्दाच वेगळा आहे-' म्हणत त्यानं त्या नाटकाचं त्याला भावलेलं रूप तिला सविस्तरपणे सांगितलं. अर्थात स्वप्नातल्या स्त्रीच्या नग्न स्वरूपाचा आणि ती कोण होती याचा उल्लेख टाळून!

अखेर कात्यायनीला नाटकात काम करण्यास प्रवृत्त करण्यात राज यशस्वी झाला.

नाटकात फक्त चारच पात्रं होती. त्यात काही संवाद पारदर्शक पडद्याआडून बोलायचे होते, तर काही रंगमंचाच्या मागून. नव्या तंत्राचा, नव्या रूपकाचा नवा आविष्कार असलेलं नाटक होतं ते!

रोज नाटकाच्या तालमीसाठी कात्यायनी लक्ष्मीच्या घरी येत होती. राज तिची तालीम घरातच घेत होता. इंग्लिश येत नसलं तरी नागलक्ष्मी त्या दोघांच्या तालमी पाहात बसत होती. इतर पुरुषपात्रांच्या तालमी मात्र राज कॉलेजमध्येच घेत होता. नाटकाचं नाव होतं 'The Primordial' - मूलतत्त्व.

त्या नाटकात प्रकृती ही नायिका, तर पुरुष हा नायक होता. पुरुष अधूनमधून रंगमंचावरून वावरत असला तरी त्याला फक्त एकच वाक्य बोलायचं होतं. उरलेल्या दोन पात्रांपैकी एक म्हणजे धरतीवर राज्य करणारा देवराजा आणि दुसरं म्हणजे या देवराजाच्या राज्याला धर्माचं अधिष्ठान देणारे बृहस्पती ऋषी.

ऑगस्टच्या पहिल्या तारखेला संध्याकाळी सहा वाजता नाटकाला सुरुवात झाली. त्या वर्षीचं ते पहिलंच नाटक असल्यामुळे कुलगुरू कार्यक्रमाचे अध्यक्ष म्हणून आले होते. नव्या विद्यार्थ्यांना नाटकाचं कुतूहल होतं, तर ज्यांनी गेल्या

वर्षीची राजची नाटकं पाहिली होती त्यांचा उत्साह तर अमाप होता. कॉलेजचं खुलं नाट्यगृह भरलं होतं.

रंगमंचावर हिरव्यागार वनात प्रकृती फुलं वेचत होती. अबोलपणानं. पडद्याआडून या प्रवेशाचं विवरण ऐकू येत होतं. तिनं वेचलेल्या फुलांचा भला मोठा हार तयार केला आणि ती मुग्ध होऊन त्या हाराचं सौंदर्य निरखू लागली. तोच रंगमंचावर पुरुषाचा प्रवेश झाला. त्याकडे तिचं लक्ष वेधलं आणि त्याचं आकर्षण वाटल्यामुळे ती त्याला गोड शब्दांनी आकर्षित करून घेऊ लागली. आपल्या हातातला हार ती त्याच्या गळ्यात घालण्यासाठी पुढे सरसावली. पुरुषही तिचा स्वीकार करण्यासाठी बाहू पसरून उभा राहिला.

तोच विजेच्या कडकडाटानं संपूर्ण रंगमंच अंधारात बुडाला.

पुढचं दृश्य होतं देवराजाचं न्यायालय. साखळदंडानं बांधलेली प्रकृती एका बाजूला उभी होती. सिंहासनावर बसलेल्या देवराजाच्या शेजारच्या आसनावर बसलेले बृहस्पती ऋषी म्हणाले, 'तुझ्यावर धर्मच्युतीचा आरोप आहे!'

'देवा, असं मी कोणतं पाप केलं आहे?'

'याआधी तू एका वेगळ्या पुरुषाच्या सान्निध्यात होतीस! अभिज्ञान होऊन मुक्ती मिळाल्यावर तो तुझ्यापासून दूर गेला. तू एक विधवा आहेस! आणि आता तू एका दुसऱ्या पुरुषाच्या गळ्यात हार घालायला निघालीस? हे धर्मबाह्य कृत्य आहे!'

'चिरनूतन आणि चिरचेतन अशा प्रकृतीला ह्या कृत्रिम धर्माचं बंधन घालणं हाच अधर्म नाही का देवा? चैतन्य हाच माझा मूळ स्वभाव आहे. मनाला भारून टाकणारी वनश्री, दृष्टीला संतृप्तता देणारी सुंदर दृश्यं आणि चराचराला आनंदित करणारं माझं रूप! कुठलाही धर्म याला वैधव्य देऊ शकणार नाही! देवगुरू, आपण माझ्या एका प्रश्नाचं उत्तर द्याल?'

'कोणत्या प्रश्नाचं? विचार!'

'प्रकृतीच्या संस्कारातच पुरुषाची मुक्ती आहे. नाही का?'

'होय!'

'मग मला वैधव्याचं ओवळं नेसवून वाळीत टाकलं तर मुक्तीसाठी धडपडणाऱ्या पुरुषाची काय गत?या मुक्तीला आडकाठी घालणारा धर्म कृतक नाही का?'

देवगुरू काही उत्तर न सुचून गप्प बसले.

प्रकृती पुढे म्हणाली, ' हा असला खोटारडा धर्म, नीती, राजशासन, समाजनियम, जनतेचा आरोप- सगळी असत्याची मुखं आहेत! प्रकृती चिरयौवन आहे! तिचं नितांत सुंदर रूप समजून घेण्याचा प्रयत्नही न करणारा धर्म आपोआप नाश पावेल!'

पुन्हा विजेचा कडकडाट होऊन रंगमंचावर अंधार झाला. नंतर जेव्हा रंगमंच प्रकाशमान झाला तेव्हा देवराजा आणि देवगुरू पश्चाताप दग्ध होऊन निर्जीवावस्थेत

जमिनीवर कोसळले होते. पुन्हा हातात फुलांचा हार घेऊन प्रकृती रंगमंचावर आली. आपल्या चिरंतन यौवनाविषयी ती सांगत असताना पुरुष तिच्या जवळ आला. पण तिनं त्याच्या गळ्यात हार घातला नाही.

पुरुष तिला म्हणाला, 'प्रकृती, तू विधवा नाहीस! तू तर चिरसुमंगला!'

प्रकृतीनं त्याच्या गळ्यात हार घातला. पुरुषानं तिचा हात हळुवारपणे हातात घेतला. प्रकृतीनं एकवार निश्चेष्ट पडलेल्या देवराजा आणि देवऋषीकडे दृष्टी टाकली. त्या कृपाकटाक्षानं ते दोघेही सचेतन झाले आणि तिनं आशीर्वाद देताच ते उठून उभे राहिले. रंगमंचावरील प्रकाश हळूहळू कमी होत गेला.

प्रेक्षकांनी टाळ्यांचा कडकडाट करून आसमंत भरून टाकला!

रंगपटात गेल्यावर राजनं कात्यायनीचे दोन्ही हात घट्ट धरले आणि तो बेहोषपणे उद्‌गारला,'व्वा! अदभूत! माझी कल्पना तू समर्थपणे साकारलीस!'

त्याच्या हातातून आपले हात सोडवून न घेता तीही उद्‌गारली, 'गुरू कोण होतं!'

एवढ्या वेळात रंगमंचावर एक टेबल आणि तीन खुर्च्या ठेवल्या होत्या. प्रिन्सिपॉल, कुलगुरू आणि राज त्या खुर्च्यांवर बसले. हार घालण्याचे उपचार झाले. मुलांनी ओरडा केला, 'पुरुषाला हार! पुरुषाला हार!'

प्रिन्सिपॉलसाहेब उठून उभे राहिले, 'कृपया, शांत व्हा!'

सभा शांत झाल्यावर कुलगुरू उठून उभे राहिले आणि ध्वनिवर्धकासमोर उभे राहून बोलू लागले, 'मी जीवशास्त्राचा प्राध्यापक असल्यानं मला या नाटकातला गूढार्थ तितकासा समजला नाही. तरीही श्रीयुत राजाराव मात्र खरे कलाकार आहेत हे खरं! मी त्यांचं हार्दिक अभिनंदन करतो. तसंच, प्रमुख भूमिका करणाऱ्या कुमारी-' म्हणत त्यांनी राजकडे पाहिलं.

त्यानं हळूच 'कात्यायनी' असं सांगताच ते पुढे बोलू लागले, 'कुमारी कात्यायनी यांनी आपली भूमिका अप्रतिम केली. इतरांची कामंही खूप छान झाली. नाटक फारच सुरेख होतं! मी जीवशास्त्राचा प्राध्यापक असल्यानं मी तर प्रकृतीचं नित्यनूतनत्व अशा रीतीने समजून घेतलं आहे. आपले जीवकोष मरत असले तरी नवे जीवकोष सतत निर्माण होत असतात. या रीतीनं पाहिलं तर सारं जगत् जीवमय असल्याचं आपण जाणलं पाहिजे.'

कार्यक्रम संपला तेव्हा रात्रीचे आठ वाजले होते. चेहऱ्याचा रंग पुसून साधी नेहमीची साडी नेसून कात्यायनी निघाली. तिच्या सोबत कुणी नसल्यानं राज चामराजपूरच्या स्टेशनपर्यंत तिला पोहोचवायला निघाला.

रस्त्यात तो कात्यायनीला म्हणाला,'कुलगुरू आज तुम्हाला तीनदा 'कुमारी-कुमारी-' म्हणाले-'

कात्यायनी काहीच बोलली नाही. आता तिच्या मनात एकच विचार होता. आपलं चुकलंच! आपण नाटकात काम करायला नको होतं! रंगमंचावर असताना ती स्वत:लाच विसरून गेली होती आणि आता नाटक संपल्यावर तिला वस्तुस्थितीचं भान आलं होतं.

स्टेशन जवळ येताच ती राजला म्हणाली,' तुम्ही आता जा.'

'का?'

स्टेशनवर नंजनगूडची कितीतरी मुलं असतात. त्यांना कसंतरीच वाटेल!'

काही न बोलता राज घराकडे वळला.

■

नऊ

एकत्र अभ्यास आणि संशोधन करणाऱ्या करुणारत्ने आणि सदाशिवरावांमध्ये काही दिवसांतच खराखुरा स्नेह निर्माण झाला होता. दोघांच्या जीवनाच्या ध्येयाची दिशा एकच होती. दोघांनाही आपापल्या कामाच्या संदर्भात एकमेकांची नितांत आवश्यकता भासत होती. विद्वत्तेच्या साधनेत रत्नेनं विद्यार्थिनीचं स्थान कधीच मागे टाकलं होतं. त्यामुळे सदाशिवराव तिला फक्त विद्यार्थिनी न समजता तिच्याशी मित्रत्वानंही वागत होते. काही काम नसलं की दोघे गप्पा मारत. मात्र बऱ्याच वेळा त्यांच्या गप्पांचा विषय प्रत्यक्ष वा अप्रत्यक्षरीत्या संशोधनासंबंधीच असे.

'खरं तर तुम्ही प्राध्यापक म्हणून इंग्लंडला जायला हवं!' एकदा करुणेनं सदाशिवरावांना सुचवलं.

'आधी हातातलं काम तर संपू दे! नंतर जगलो-वाचलो तर काही करता येईल.'

एखादा नवा मुद्दा रत्नेनं ध्यानात आणून दिला की ते तिचे आभार मानत. पण रत्नेला हा औपचारिकपणा मुळीच आवडत नसे. एकदा ती त्यांना म्हणाली, 'किती वेळा सांगितलं माझे आभार मानू नका म्हणून! यानंतर जर तुम्ही हे लक्षात ठेवलं नाही तर मी हा तुमचा टाईपरायटर घेऊन आमच्या गावी पळून जाईन!'

'तसंच कर! आणि तिथूनच मला सगळं टाईप करून पाठवून दे, म्हणजे झालं!' सदाशिवराव हसत उत्तरले.

एके दिवशी मंगळवारी कामातून विरंगुळा म्हणून दोघेही फिरत फिरत रत्नेच्या हॉस्टेलकडे गेले. कॉफी प्यायची तल्लफ आली म्हणून तिथून धन्वंतरी रोडनं निघाले. तिथं एक बस उभी होती आणि कंडक्टर पुकारत होता, 'चामुंडी हिल! चामुंडी हिल-अर्जंट!'

अजूनही रत्नेनं चामुंडी हिल पाहिली नव्हती. सदाशिवरावांनी तिला विचारलं, 'जायचं का?'

तिनं होकार दिला.

टेकडीवर गेल्यावर त्यांनी देवस्थान, महिषासूरविग्रह वगैरे पाहिलं. घाईनं माघारी वळण्याऐवजी संध्याकाळपर्यंत तिथंच राहून ऊन कमी झाल्यावर पायी टेकडी उतरून घरी पतरायचं, असं ठरवून दोघेही एका झाडाखाली बसले.

गप्पा मारता मारता करुणेनं विचारलं, 'तुमचा पुनर्जन्मावर विश्वास आहे?'

'का?'

'उगीच विचारलं.'

'काही आदिवासी जमाती सोडल्या तर भारतातील सगळे पंथ पुनर्जन्मावर विश्वास ठेवतात. पुनर्जन्म आणि आत्म्याचं अविनाशित्व ही दोन्ही एकाच विचाराची दोन रूपं नाहीत का! तुम्ही बौद्ध लोक कदाचित अविनाशित्व मानत नसाल!'

'पंथ आणि तत्त्वज्ञानाचं नका सांगू! व्यक्तिश: तुम्ही त्यावर विश्वास ठेवता की नाही?'

सदाशिवराव विचारात पडले. भारतीय संस्कृतीवर अधिक प्रकाश टाकायच्या संदर्भात त्यांनी तत्त्वज्ञानाचा अभ्यास केला असला तरी स्वत:च्या वैयक्तिक विश्वासांचा विचार करायचा प्रश्नच आला नव्हता. बराच वेळ ते काही बोलले नाहीत.

अखेर रत्नेच म्हणाली, 'आत्म्याचं अमरत्व आपण पाहू शकत नाही. पण या जगात जन्म घेऊन मरण पावल्यावर व्यक्तीच्या मूल्यांची आठवण म्हणून काही पिढ्यांपर्यंत काही राहिल तरी खूप झालं! तेच त्या व्यक्तीचं अविनाशित्व म्हणता येईल.'

'एवढाच मर्यादित अर्थ घ्यायचा?'

'माझ्या दृष्टीनं तरी एवढा मर्यादित अर्थ पुरेसा आहे. पण काही वेळा भावनांच्या उत्कट क्षणी मलाही पुनर्जन्मावर विश्वास ठेवावा असं वाटू लागतं. जे या जन्मी मिळालं नाही ते पुढच्या जन्मी तरी मिळावं, अशी आशा वाटणं साहजिकच नाही का?' करुणेचा आवाज भावनेनं भिजला होता.

सदाशिवराव तिचं बोलणं लक्ष देऊन ऐकत होते.

'मला काय म्हणायचंय ते समजलं?'

तिनं काय सांगितलं आणि त्यांना काय समजलं कोण जाणे! पण ते 'हं' म्हणाले खरं!

काही क्षण तसेच स्तब्धतेत गेले. तीच पुन्हा म्हणाली, 'आता उदाहरणच द्यायचं झालं तर तुमच्या ग्रंथाचं देता येईल. तुमच्या पश्चातही तुमचे ग्रंथ राहतील! त्या दृष्टीनं तुम्ही अविनाशीच!'

शिष्येच्या तोंडून असं कौतुक ऐकताना सदाशिवराव रोमांचित झाले. तरीही ते म्हणाले, 'माझ्याविषयीच्या आदरामुळे तू तसं म्हणतेस! त्यावर विश्वास ठेवावा असं मलाही वाटतं. रत्ने, तूही बुद्धिवान आहेस. तुझाही खूप अभ्यास झालाय. तुझा असाच प्रवास चालला तर तुला माझ्यापेक्षाही कितीतरी अधिक साधता येईल.'

कळत नकळत एक सुस्कारा सोडत ती म्हणाली, 'कितीही वैयक्तिक प्रयत्न केले तरी काय उपयोग? त्या प्रयत्नांना योग्य अशी मदत हवी. अशी मदत करणारी

योग्य व्यक्ती हवी. त्याशिवाय चैतन्याचा संपूर्ण विनियोग होत नाही.'

'खरंय!'

त्या दिवशी ते दोघे अभ्यासाव्यतिरिक्त आपल्या वैयक्तिक जीवनाविषयी गप्पा मारत होते. सूर्य अस्ताला निघाला तरी त्यांच्या गप्पा सुरूच होत्या. ते पुन्हा देवालयाजवळ आले त्यावेळी दिवे लागले होते.

टेकडीच्या पायऱ्या उतरत असताना सदाशिवरावांना अंधूक दिसत होतं. त्यामुळे रत्नेनं त्यांचा डावा हात हातात घेतला.

सदाशिवराव हसत म्हणाले, 'कुणीतरी मदत करणारं हवं असं आता तू म्हणत होतीस, नाही का! आता तुझ्या मदतीशिवाय मी गावात पोहोचणं शक्यच नाही.'

'पण मला उतरायचा रस्ता कुठं ठाऊक आहे? म्हणजे तुमच्यासोबत आल्याशिवाय इलाज नाही!' करुणाही हसत म्हणाली.

पायथ्याशी येईतो रात्रीचे आठ वाजले होते. चामुंडपुरीत मिळालेल्या एका टांग्यात बसून दोघेही पुढे निघाले. सदाशिवराव व्हाईसरॉय रोडवर उतरले आणि रत्ने त्याच टांग्यातून आपल्या होस्टेलला गेली.

पहिल्या खंडाचं लिखाण संपलं होतं आणि त्याची दोन-तीन वेळा बारकाईनं तपासणीही झाली होती. पाच वर्षांत संपवायचा ग्रंथ तीन वर्षांतच लिहून संपला होता. रत्ने येण्याआधी सदाशिवराव एकटेच त्यासाठी श्रमत होते. रत्ने आल्यानंतर मात्र त्या कामानं भलताच वेग घेतला. तिचा प्रबंधही लिहून झाला होता. तो तिनं विद्यापीठाकडे दिला होता. तिचं काम संपलं तरी ती सदाशिवरावांच्या कामासाठी राहिली होती. त्यासाठी ती गेला दीड महिना रात्रंदिवस खपत होती. अखेर त्या ग्रंथाची एक प्रत तिनं सदाशिवरावांच्या पत्रासोबत पार्सलनं इंग्लंडच्या एका प्रकाशकाकडे पाठवून ती आपल्या परतीच्या प्रवासाच्या तयारीला लागली.

ती सिलोनला जायचा दिवस उद्यावर येऊन ठेपला होता. रात्रभर सदाशिवरावांना झोप लागली नव्हती. गेली दोन वर्षं ती त्यांच्या कामात एकरूप होऊन गेली होती. त्यांचं लिखाण लक्षपूर्वक वाचून त्यातले काही दोषही तिनं त्यांच्या ध्यानात आणून दिले होते. कुठल्याही पगारी साहाय्यकापेक्षाही नीटनेटकेपणानं, जिवलग मित्राच्या आत्मीयतेनं आणि बौद्धिक चिकित्सा करणाऱ्या विद्वान टीकाकाराप्रमाणे या ग्रंथनिर्मितीत गुंतून गेली होती.

आता पुढचे खंड आपल्याला एकट्याला कसे लिहिता येतील, ही काळजी सदाशिवरावांना ग्रासून टाकत होती. एक मोठा पर्वत खोदून त्यापासून दुसरा एक तेवढाच मोठा डोंगर उभा राहावा अशा प्रकारच्या या ग्रंथनिर्मितीच्या कामात त्यांना एकट्यांना सोडून रत्ने निघाली होती.

ती इथं येण्यापूर्वी ते एकटेच काम करत होते. जर ती इथं आलीच नसती तर त्यांनी एकट्यानेच ते केलं नसतं का? त्यांनी स्वत:ची समजूत घालायचा बराच प्रयत्न केला, तरी त्यांचं मन शांत झालं नाही.

रात्रभर त्यांच्या डोळ्याला डोळा लागला नव्हता. शेवटी पहाटे चार वाजता ते उठले आणि कपडे करून तिच्या होस्टेलच्या दिशेनं चालू लागले. सगळं होस्टेल गाढ झोपेत असलं तरी करुणेच्या खोलीतला दिवा जळत होता. होस्टेलच्या फाटकापाशी वॉचमन झोपला होता. त्याला उठवून सदाशिवरावांनी सांगितलं, 'करुणारत्नेंना म्हणावं डॉक्टर सदाशिवराव बोलावताहेत.'

झोपेतच कूस बदलून तो म्हणाला, 'यावेळी लेडीज लोकांना बाहेर यायला परवानगी नाही!'

त्याला हलवून व्यवस्थित जागं करून सदाशिवरावांनी त्याला आत पिटाळलं. थोड्याच वेळात त्याच्यापाठोपाठ करुणा बाहेर आली.

'चल, थोडं फिरून येऊया!' ते म्हणाले.

त्यांना अशा वेळी पाहून आश्चर्यचकित झालेली करुणा म्हणाली, 'आलेच खोलीला कुलूप लावून!'

ती खोलीला कुलूप लावून आली. भल्या पहाटे साडेचार वाजता दोघेही कुक्करहळ्ळीच्या तलावाच्या दिशेनं निघाले. रत्नेनंच विचारलं, 'इतक्या पहाटेच उठून आलात-'

'का कोण जाणे, रात्रभर झोपच आली नाही. तू आज निघणार ना?'

ती काही बोलली नाही. फक्त तिनं त्यांचा हात हातात घेतला. वृंदावन गार्डनमध्ये त्यांनी सांगितलेलं तिला आठवलं. दोघेही न बोलता तळ्याच्या काठावर आले. तिथल्याच एका लतामंडपाखाली दोघेही बसले.

अजून पाच वाजले नव्हते. सगळं मैसूर शांत होतं. समोरच्या जलाशयात उठणारी एखादी लहर सोडता जलाशयही प्रशांत होता. दोघांनाही काय बोलावं ते सुचत नव्हतं. सदाशिवरावांनी विचारलं, 'इतक्या लवकर उठली होतीस?'

'मलाही रात्रभर झोप आली नाही' - म्हणत तिनं आपल्या मनातल्या भावनांना आवर घातला होता. रात्रभर जीव कुरतडणारी व्यथा आता उफाळून वर आली आणि तिला हुंदका फुटला. सदाशिवरावांनी तिला आपल्या बाहुपाशात वेढून घेतलं. ती त्यांच्या मांडीवर डोकं टेकवून हुंदके देऊन रडू लागली.

या तीन वर्षांत त्या दोघांमध्ये गाढ स्नेह निर्माण झाला होता. एकमेकांच्या जीवनाची हाक त्या दोघांनी जाणली होती. दोघांच्या जीवनाचं ध्येयही एकच होतं.

रत्नेचं मन थोडं हलकं झाल्यावर त्यांनी तिला विचारलं, 'गावी गेल्यावर काय करणार आहेस?'

'तुम्हाला ठाऊक आहे ना!' ती उत्तरली. काही क्षण शांततेत गेले. ती त्यांना म्हणाली, 'दुसऱ्या खंडाची लवकर सुरुवात करा.'

'तू नसताना ते अशक्य आहे.'

'असं म्हणू नका. मी इथं आलेच नसते तर तुम्ही तो ग्रंथ एकट्यानंच लिहिला असता की नाही? मी एवढं काय केलं? मी तर कारकुनाप्रमाणे तुमची सेवा केली. आता टाईप करण्यासाठी एखादा माणूस नेमा!' - पुन्हा काही क्षण स्तब्धतेत गेले आणि ती म्हणाली, 'मी नसले तरी तुमचा महाग्रंथ पूर्ण होईल. पण तुम्ही नसलात तर मात्र माझी अल्पशी कार्यशक्ती काहीही न करताच नष्ट होऊन जाईल. पण काय करणार! काहीही उपाय नाही.'

पक्ष्यांचा किलबिलाट ऐकू येऊ लागला. अंधूक प्रकाश सर्वत्र पसरू लागला. दोघेही सावकाश होस्टेलवर परतले तेव्हा सहा वाजले होते. होस्टेलच्या मुख्य फाटकापाशी आल्यावर सदाशिवराव म्हणाले, 'गाडी साडेसातला निघते. सामान आवरायचं असेल तर तू जा. मी इथंच थांबतो. मीही तुझ्याबरोबर स्टेशनवर येईन.'

'सामान आवरलेलंच आहे. बाहेर कुठं टांगा दिसला तर बोलवा. निघायला उशीर झाला तर आणखी दोन-तीन मुली पोहोचवायला येतील!'

ते दोघे स्टेशनवर जाऊन पोहोचले तेव्हा साडेसहा वाजले होते. गाडी प्लॅटफॉर्मला लागली होती. सेकंडक्लासच्या डब्यात सामान चढवून दोघे आत जाऊन बसले. आत कुणीही नव्हतं. रत्नेचं धनुष्कोडीपर्यंतचं तिकीट काढलं होतं.

थोडा वेळ गेल्यावर रत्ने म्हणाली, 'पहिल्या खंडाच्या छपाईचं काम आणखी पंधरा दिवसांत सुरू होईल ना? प्रुफं तपासायला आणि सूची बनवायला माझ्या पत्त्यावर पाठविण्यासाठी आजच प्रकाशकांना लिहा.'

दुसऱ्या खंडाविषयी थोडंफार बोलणं चाललं होतं तोपर्यंत डब्यातले इतर प्रवासीही स्थानापन्न झाले होते. त्यांचं एकमेकांशी काही बोलणं चाललं होतं तोच घंटा वाजली. सदाशिवराव घाईनं गाडीतून उतरले. त्यांच्या पाठोपाठ रत्नेनंही उतरून त्यांच्या पावलांना स्पर्श करून त्यांना नमस्कार केला. गाडीनं शिट्टी मारली. रत्ने डब्यात चढली. गाडी निघाली. खिडकीतून रत्नेचा हात घट्ट धरून सदाशिवराव गाडीबरोबर चालू लागले.

गाडीनं वेग घेतला तेव्हा सदाशिवरावांना रत्नेचा हात सोडावाच लागला. करुणेच्या डोळ्यांतल्या अश्रूंना मात्र खंड नव्हता.

सदाशिवरावांनी दुसऱ्या खंडाच्या पूर्वतयारीला सुरुवात केली होती. पण एकटेपणामुळे त्यांना त्या कामात पहिल्याइतका उत्साह वाटत नव्हता. संदर्भग्रंथ शोधणं, विषय क्रमवार लावून घेणं, सगळीच कामं आता त्यांच्यावर पडली होती. या कामातच त्यांचा खूप वेळ जात होता. त्यांचे एम्. ए. चे एक विद्यार्थी - होन्नय्या

त्यांचं नाव - आता त्यांच्याच कॉलेजमध्ये लेक्चरर म्हणून रूजू झाले होते. आपल्या कामात त्यांची मदत घ्यावी असं सदाशिवरावांना वाटत होतं. पण चांगली नोकरी आणि नव्या नवलाईची बायको यांत गुरफटलेल्या होन्नय्यांना संशोधन आणि ग्रंथनिर्मिती यांसारख्या गोष्टीत आस्था नव्हती. रत्नेसारखी विद्वत्ता, इंग्लिश भाषेवरील प्रभुत्व, संस्कृत आणि प्राकृतचं ज्ञान, शॉर्टहँड आणि टायपिंगचा सराव, मुख्य म्हणजे भरपूर श्रमण्याची तयारी असणारं आता तिथं कुणी नव्हतं. आणि कुणी असलंच तर ते सदाशिवरावांसाठी का श्रमतील?

तरीही सदाशिवरावांचं काम चाललंच होतं.

लंडनहून ग्रंथाचे फॉर्मस् येत असल्याचं रत्नेनं त्यांना कळवलं होतं. त्यानंतर थोड्याच दिवसांत छपाईचं काम संपल्याचं आणि प्रस्तावना लिहून पाठवण्याविषयी त्यांनी आवर्जून आणि सविस्तरपणे लिहिलं.

महिनाभरात ग्रंथ प्रसिद्ध झाला. डॉक्टर सदाशिवरावांचं रक्त-मांस शोषून निर्माण झालेला ज्ञान आणि जीवनाच्या महत्त्वाकांक्षेचं फळ असणाऱ्या महाग्रंथाचा पहिला खंड होता तो! काळ्या जाड पुठ्ठ्याच्या मुखपृष्ठावर सोनेरी अक्षरं चमकत होती. 'भारताचा सांस्कृतिक इतिहास-खंड पहिला-डॉक्टर सदाशिवराव!'

ग्रंथाच्या प्रती त्यांच्या हातात आल्या तेव्हा ते आनंदानं नखशिखांत मोहरून गेले! त्याचवेळी त्यांनी मनोमन निश्चय केला - उरलेले खंड लिहून संपल्यानंतरच शेवटचा श्वास घ्यायचा! त्याच दिवशी त्यांनी ग्रंथाची एक प्रत रत्नेला पाठवली. महाराजांच्या हाती एक प्रत ठेवायची आपली इच्छा व्यक्त करणारं एक पत्र त्यांनी महाराजांच्या सेक्रेटरीला पाठवलं. पण 'महाराजांची प्रकृती बरी नसल्यानं नंतर भेटावं' असं त्यांचेकडून उत्तर आलं.

त्यानंतर चारच दिवसांत महाराज स्वर्गवासी झाल्याची बातमी सदाशिवरावांनी वर्तमानपत्रात वाचली.

इतके दिवस आपल्या कामामागे समर्थपणे उभी असलेली शक्ती ढासळल्याची भावना सदाशिवरावांना कष्टी करून गेली. यानंतर आपल्या संशोधनाला असा समर्थ आधार कोण देईल, अशी काळजीही त्यांच्या मनाला ग्रासून गेली.

कॉलेजनं महाराजांना श्रद्धांजली वाहण्यासाठी आयोजलेल्या सभेत सदाशिवराव कधी नव्हे ते आपण होऊन बोलले. महाराजांना श्रद्धांजली वाहून खाली बसताना त्यांच्या डोळ्यांत अश्रू तरळत होते.

कॉलेजमध्ये नव्यानं प्रवेश घेतलेल्या कितीतरी विद्यार्थ्यांनी आणि नव्या प्राध्यापकांनी त्या श्रद्धांजलीच्या वेळीच त्यांना प्रथम पाहिलं.

पहिला खंड प्रसिद्ध होताच सदाशिवरावांची कॉलेजमधली प्रतिष्ठा आणखी वाढली. कॉलेजमधले इतर प्राध्यापक फावल्या वेळात त्यांच्याशी चर्चा करायला

मिळणं हा आपला गौरव समजू लागले. कधी कुठं सदाशिवराव दिसले की, 'आता पुढचा खंड कुठवर आला?' असं आस्थेनं विचारू लागले. त्याचवेळी त्यांचे इतिहासाचे प्राध्यापक सेवानिवृत्त झाल्यामुळे त्यांच्यावर इतिहास विभागाच्या प्रमुखपदाची जबाबदारी पडली.

तरीही त्यांचा व्यासंग चालूच होता. ते आपल्या अभ्यासिकेबाहेर क्वचितच दिसत.

दिवसेंदिवस करुणारत्नेची उणीव त्यांना अधिक तीव्रतेनं जाणवत होती. संशोधनाच्या कामात गुंतले असता विषयनिरूपण आणि तुलनात्मक विचाराबरोबरच इतर कामं करणं तितकंसं सोपं नव्हतं. त्यामुळे सहा महिने गेले तरी दुसऱ्या खंडाची पूर्वतयारी थोडीही झाली नव्हती. संदर्भ-ग्रंथ शोधणं आणि आवश्यक ती टिपणं काढणं यांतच सगळा वेळ जात होता. मनात उठणारे विचार व्यक्त करावेत असंही कुणी नसल्यामुळे त्यांची परिस्थिती रखरखीत वाळवंटातून चाललेल्या एकाकी प्रवाशाप्रमाणे झाली होती.

इथं येण्याची शक्यताच नसलेल्या रत्नेची आठवण काढण्यात काही अर्थ नाही हे त्यांनाही समजत होतं. आता तिच्याशिवाय काम करायची सवय करून घ्यायला पाहिजे, असंही ते अनेक वेळा ठरवत होते. रत्नेची आवश्यकता म्हणजे एखाद्या कारकुनाची आवश्यकता नव्हती. व्यासंगी मित्र म्हणून ती त्यांना हवी होती असंही नव्हे. त्यांच्या त्या महान ग्रंथाला त्यांनी लावलेल्या सकलशक्तीलाच नव्हे, तर संपूर्ण जीवनालाच आधारभूत झाली होती रत्ने! तिच्याशिवाय काही करणं म्हणजे नीरस साधना वाटत होती त्यांना.

त्याचवेळी रत्नेच्या परीक्षेचा निकाल समजला होता. तिला डॉक्टरेट तर मिळालीच होती; शिवाय, तो प्रबंध ग्रंथरूपानं प्रसिद्ध करावा, अशी शिफारसही परीक्षकांनी केली होती. तिचं मनापासून अभिनंदन करून सदाशिवरावांनी त्याच पत्रात पुढे लिहिलं होतं-

'माझं काम कसं चाललंय असं तू गेल्या पत्रात विचारलंस. चाललंय कसं तरी! परवाच मला अडतीस संपली. मला संध्याकाळच्या मंद प्रकाशात दिसत नाही हे तुलाही ठाऊक आहे. हा ग्रंथ संपूर्ण होईपर्यंत तरी परमेश्वरानं माझे डोळे शाबूत ठेवावेत! तू नसल्यामुळे माझा बराच वेळ आणि शक्ती पूर्वतयारी करण्यातच नष्ट होत आहे.

पहिला खंड पाच वर्षांत पूर्ण करायचा माझा संकल्प होता. पण तुझी साथ मिळताच तीन वर्षांतच मी तो पूर्ण करू शकलो. अनेक आंतरराष्ट्रीय स्तरांवर त्याचं कौतुकही झालं.

पण पुढचे खंड मी एकटाच पूर्ण करू शकेन याचा मला विश्वास वाटेनासा

झाला आहे. त्यामुळे शक्य तितक्या लवकर म्हणण्याऐवजी मी जिवंत असेपर्यंत हे काम पूर्ण करण्याचा मी प्रयत्न करीन. बाकी परमेश्वराची इच्छा!

आजकाल तू काय करते आहेस तेही कळव-'

आठवडाभरात रत्नेचं उत्तर आलं- 'मला डॉक्टरेट मिळाली तरी त्याचं श्रेय तुमचंच! तुमच्या प्रचंड कार्यशक्तीचा परिणाम होऊन मी एवढं तरी करू शकले. जर कधी मी तिथं आले तर ते पदवीपत्र आधी तुमच्या पायांवर ठेवून मग त्याचा स्वीकार करेन.

पहिल्या खंडावरील प्रसिद्ध झालेली परीक्षणे मीही वाचली. खूप अभिमान वाटला मला! पण प्रस्तावनेत तुम्ही माझ्याविषयी थोडं जास्तच लिहिलंय! केवळ आत्मतृप्तीसाठी मी ते काम केलं होतं. पण ग्रंथाच्या प्रत्येक ओळीत दिसतं ते तुमच्या प्रगल्भ बुद्धीचं तेजच! आणि हे माझ्याइतकं इतर कुणालाच समजणार नाही.

इथं मी काय करतेय म्हणून तुम्ही मोठ्या आस्थेनं विचारलं आहे. काहीही करत नाही! दोन महिन्यांपूर्वी माझी आई वारली. त्याच दुःखात आतापर्यंत चूर होते. माझ्या एकाकी जीवनातील चैतन्य फुलवून मला बोलतं करणारं इथं कुणीही नसल्यानं सुप्तावस्थेतलं जीवन अनुभवतेय मी!

कधी कधी वाटतं, तुम्ही सिलोनचे असता तर, किंवा मी मैसूरमध्ये राहात असते तर, रोज आपल्या नव्या खंडासाठी आपण एकत्र काम केलं असतं. ('तुमच्या' खंडाऐवजी 'आपल्या' म्हटलंय मी!) एकदा भरपूर प्रकाश पाहिलेल्याला पुन्हा अंधारानं वेढून टाकावं - अतिशय दुःखद अनुभव आहे हा!

पत्र लिहित जा-'

आपल्या गुरूपासून दूर जाणाऱ्या करुणेला आई, वडील आणि भावाला भेटण्याचा उत्साह असला तरी आपण आपल्या गुरूपासून दुरावत आहोत- 'कधीही जवळ न येण्यासाठी' ही भावना अधिक असह्य होती, पण दुसरा उपाय नव्हता.

गावी पोहोचल्यावर दोन-तीन दिवस घरातल्या सगळ्यांशी तीन वर्षांच्या साचलेल्या गप्पा मारण्यात निघून गेले. थोरल्या भावाचं मधल्या अवधीत लग्न झालं होतं आणि त्याला दोन मुलंही झाली होती. त्या मुलांशी खेळण्यात काही दिवस गेले. एवढ्या दिवसांतच तिला तिच्या जन्मगावाचा कंटाळा आला! आई-वडिलांनी पुन्हा लग्नाचा लकडा तिच्यामागे लावला. तिनं तो निग्रहानं मोडून काढला. कुठल्यातरी विद्यापीठात प्राध्यापकी करण्याची तिची इच्छा तिच्या आईला मुळीच पटली नाही.

गावी गेल्यावर पंधरा दिवसांत पहिल्या खंडाची प्रुफं यायला सुरुवात झाली. दोनेक महिने त्यातच गेले. सदाशिवरावांनी आपलं कौतुक करावं असं तिला मनोमन

वाटत होतं. प्रुफं तपासायचं कामही संपलं. त्याचवेळी तिच्या आईचा मृत्यू झाला. त्या दु:खात चूर असताना तिच्या मनात घर करून राहिलेली संशोधनाची ओढ थोडी कमी झाली होती. त्या महिन्यातला प्रत्येक दिवस आईच्या आठवणींनी ओला झाला होता. अखेर या दु:खावर इलाज म्हणून तिनं तिथल्या ग्रंथालयात मिळणारी पुस्तकं वाचायला सुरुवात केली आणि तिचं मन पुन्हा मैसूरच्या आठवणीत विहरू लागलं. सदाशिवरावांना मदत करण्यासाठी आपण मैसूरला जावं, किंवा तिथंच एखादी प्राध्यापिकेची नोकरी पाहावी, असं तिला राहून राहून वाटत होतं. आपल्या कार्यशक्तीचा काहीही उपयोग न करता तिला गाडून टाकण्याची तिची मुळीच इच्छा नव्हती.

ती अशा मन:स्थितीत असताना सदाशिवरावांचं एक पत्र आलं. त्यात त्यांनी लिहिलं होतं-

ठगेल्या काही दिवसांत प्रचंड मानसिक उलथापालथ अनुभवून हे पत्र लिहीत आहे. याकडे निदान तू तरी सामान्य लोकांच्या दृष्टीनं पाहणार नाहीस याची मला खात्री आहे.

खरं सांगायचं तर आता आपले संबंध फक्त गुरु-शिष्येचे राहिलेले नाहीत. एका महत्साधनेत गुंतलेले दोन जीव आहोत आपण! एकाच देवीच्या उपासनेत रंगून गेलेले दोन भक्त म्हण हवं तर! पण एक मात्र खरं, या पूजेत दोघांची आवश्यकता आहे. एकानं मंत्रपठण केलं तर दुसऱ्यानं तांत्रिक बाजू सांभाळायला हव्यात. एक प्रत्यक्ष पूजेत गुंतला तर दुसऱ्यानं फुलं आणून द्यायची, गंध उगाळायचं! दोघांच्या सेवेनंच उपासना फळाला येते!

तिथं आत्म्याचा आवाज दडपून तूही तळमळू नकोस आणि इथं मीही असहाय्यपणे तडफडणार नाही.

हे पत्र वाचताच तू लगेच इथं निघून ये. कुठल्याही संशोधनाच्या निमित्तानं तू इथं राहिलीस तरी हरकत नाही. तुझ्या रोजच्या खर्चासाठी तू घरी पैशाची मागणी करू नकोस. पहिल्या खंडाच्या मानधनाचे निम्मे पैसे मिळाले आहेत. त्यात तुझा चार वर्षांचा प्रश्न तर निश्चित सुटेल! जर तसंच राहणं तुला शक्य नसेल तर आपण विवाहबद्ध होऊया. आपल्या दांपत्य-जीवनात या महान ग्रंथाचे सगळे खंड माझ्या मरणापूर्वी अपत्यरूपानं निर्माण करूया!

पत्र लिहू नकोस. सरळ निघून ये-ठ

अखेरच्या ओळी वाचताना रत्नेच्या हाताला कंप सुटला होता. हे पत्र सर्वस्वी अनपेक्षित नसलं तरी ते वाचून ती घामेजली होती.

तिच्या मैसूरच्या वास्तव्यात कितीतरी वेळा ती दोघं आत्मीयतेनं गप्पा मारत प्रेममय जीवन जगणाऱ्या पति-पत्नीपेक्षाही अधिक स्नेहानं त्यांनी एकमेकांची सुख-दु:खं जाणली होती. तिथून निघण्याच्या दिवशी पहाटे त्यांनी तिला मिठीतही घेतलं

होतं. तिनंही त्यांच्या मांडीवर डोकं ठेवून आपल्या अश्रूंना वाट करून दिली होती. पण त्यावेळी तिच्या मनात आपण करतो ते योग्य की अयोग्य, हा प्रश्न उमटला नव्हता. जग काय म्हणेल असाही विचार मनात आला नव्हता. त्या सर्व प्रसंगी तिच्या सन्निध असलेल्या सदाशिवरावांना आजवर कधीही नव्हती एवढी तिची आवश्यकता जाणवत असताना त्यांच्याबरोबर विवाह करण्याचा विचार आल्यानं रत्ने गोंधळून गेली होती. कितीतरी प्रश्न तिला ग्रासून टाकत होते.

त्यांचं लग्न झालंय. घरात त्यांची पत्नी आहे. एक अपत्य आहे. पत्नीविषयीच्या त्यांच्या भावना काहीही असल्या तरी त्या स्त्रीच्या वैवाहिक जीवनात आपण असा प्रवेश करायचा? रत्नेनं आजवर या प्रश्नाकडे नीती-अनीतीच्या दृष्टीनं पाहिलं नव्हतं, आजही पाहिलं नाही. तिच्या दृष्टीनं तो एक सामाजिक प्रश्न होता. पती आपल्यापासून विन्मुख असला तरी त्याच्यावरील भक्ती तिळमात्र कमी न झालेल्या स्त्रीच्या अंत:करणाचा प्रश्न होता! अशा स्त्रीपासून त्यांना खेचून घेऊन त्यांच्याशी लग्न करणं कितपत योग्य आहे?

पण त्या दोघांत समरसता होण्याची अपेक्षा करणं म्हणजे मुसळाला कोंब फुटण्याचाच प्रकार असल्याचं करुणा जाणत होती.

सदाशिवरावांशी लग्न करून त्यांच्या घरी नागलक्ष्मीबरोबर बहिणीप्रमाणे राहण्याचा विचार तिच्या मनात फक्त तरळून गेला. कारण ती एक सुशिक्षित तरुणी होती. इंग्लंडसारख्या देशात राहून आली होती ती. प्रथमपासून ती द्विपत्नित्वाचा तिरस्कार करत होती. जसं एका स्त्रीनं एकाच वेळी दोन पुरुषांबरोबर राहाणं चुकीचं, तसंच एकाच वेळी एका पुरुषानं दोन स्त्रियांबरोबर राहाणंही अयोग्यच! कुणीतरी एकच स्त्री त्यांच्या पत्निपदावर राहू शकेल. त्यांच्या पत्नीचे ते खऱ्या अर्थानं पती नव्हते हे रत्नेला ठाऊक होतं.

त्या दोघांतले संबंध इतके क्षीण झाले असता आपण सदाशिवरावांशी विवाहबद्ध झालो तरी तिचं आणखी काय नुकसान होणार?

ह्या क्लिष्ट प्रश्नाचा नीट गुंता सोडवणं आपल्या कुवतीपलीकडचं असल्याचं तिच्या लक्षात आलं होतं. जितका विचार करावा िततकं तिचं डोकं अधिकच तापल्यासारखं होत होतं. आपला देश सोडून दुसऱ्या देशातील विवाहित विधर्मी व्यक्तीबरोबर विवाह करण्यास भाऊ आणि वडील होकार देतील अशी वेडी आशा तिला मुळीच नव्हती. आई गेल्याचं दु:ख अगदी ताजं असताना हा विषय काढून त्या दोघांचं अगोदरच हळुवार झालेलं मन अधिक दुखवू नये हेही तिला समजत होतं.

खूप विचार करून अखेर तिनं वडिलांना एवढंच सांगितलं, 'आईच्या मृत्यूच्या दु:खातून बाहेर पडण्यासाठी तरी मी स्वत:ला संशोधनात गुंतवायला पाहिजे.

आमच्या मैसूरच्या प्राध्यापकांनी तिथं यायला कळवलंय. एक काम मिळायची शक्यताही आहे म्हणे! मी जाते.'

वडिलांनी तिला लगेच होकार दिला नाही, भावालाही तिचं म्हणणं पटलं नाही, पण तिची संशोधनाविषयीची ओढ त्याला ठाऊक होती. भावानं कबूली दिल्यावर वडिलांनाही परवानगी द्यावी लागली.

सामानसुमान बांधून निघण्याच्या वेळी वडिलांच्या पाया पडताना तिचे डोळे पाण्यानं डबडबले. त्यांनीही भरलेल्या आवाजात आशीर्वाद दिला, 'तुझी इच्छा पूर्ण होऊ दे बाळ!'

स्टेशनवर पोहोचवायला आलेल्या भावानं म्हटलं, 'अजून तुझं लग्नाचं वय उलटलं नाही. कधी लग्न करावंसं वाटलं तर मुळीच संकोच न करता मला कळव. मी योग्य मुलगा शोधेन.'

भावाला वाकून नमस्कार करून गाडीत चढताना तिचं मन तिला विचारत होतं, 'आता या देशाचं दर्शन संपूर्ण आयुष्यात पुन्हा कधी होईल का?'

■

दहा

नाटकातल्या नीटस भूमिकेमुळे कात्यायनीचं नाव कॉलेजमध्ये तसं प्रसिद्ध झालं होतं. लेडीजरूममध्ये काहीजणींनी तिची आपण होऊन ओळख करून घेतली होती. पण कात्यायनी अजूनही तशीच गंभीर होती. त्यामुळे कुणीही तिच्याशी अधिक सलगी करू धजत नव्हतं. एक वासंती सोडली तर तिची कुणीच मैत्रीण अशी नव्हती. पण यंदा वासंतीही कॉलेजला येत नव्हती. अलीकडे कात्यायनीला ओळखणाऱ्यांची संख्या मात्र बरीच वाढली होता.

ऑगस्ट महिन्यात 'मूलतत्त्व' रंगभूमीवर सादर केलं. त्यावेळी कॉलेज नुकतंच सुरू झालं असल्यामुळे कुणाचंच अभ्यासाकडे लक्ष नव्हतं. नाटकाच्या आधीचा महिना आपले संवाद पाठ करणे वगैरे गोंधळातच कात्यायनीनं घालवला. नाटक संपल्यानंतर तिनं स्वत:ला पुन्हा अभ्यासात गुरफटून टाकलं.

पण नाटकातले संवाद तिच्या मनात सतत घोळत. अभ्यासाचं पुस्तक नजरेसमोर असलं तरी त्यातलं काहीही मेंदूपर्यंत पोहोचत नसे. त्याऐवजी नाटकातलं प्रत्येक दृष्य सुटं होऊन वाऱ्यावर तरंगणाऱ्या सावरीच्या कापसाप्रमाणे तिच्या कल्पनेत अलगद तरळे

वाचनात लक्ष लागलं नाही की कात्यायनी जिना उतरून खाली येत होती. देवघरात चाललेला श्रोत्रींचा मंत्रघोष घंटानादासारखा कानावर पडत होता तोपर्यंत नाटकातले संवाद विसरल्यासारखे होत. स्वयंपाकघरात चिनीशी गप्पा मारत स्वयंपाक करणाऱ्या भागीरथम्मांच्या हाताखाली काही मदत करावी म्हणून ती स्वयंपाकघराच्या दारापाशी गेली की तिच्याकडे लक्ष जाताच त्या म्हणत, 'तू अभ्यास कर जा, बाळ! महत्त्वाचं वर्ष आहे ना! मी कामं करते इथली.'

अभ्यासात लक्ष लागणार नाही हे ठाऊक असल्यानं ती परसातल्या बागेत निघून जाई.

एके दिवशी कात्यायनी सकाळीच परसातल्या बागेत गेली. नव्यानं लावलेली सोनकेळीची रोपं हसत होती. इतर झाडां-वेलीतून हिरवं चैतन्य सळसळत होतं. परसातून दिसणारं मोकळं मैदान मन उल्हसित करणाऱ्या हिरव्या रंगानं भरून गेलं होतं. तिचं जुईच्या वेलीकडे लक्ष गेलं आणि तिचा आनंद गगनात मावेनासा झाला!

त्या वेलीला आधार देण्यासाठी लावलेल्या नव्या आंब्याच्या रोपाला छान पालवी फुटली होती. सकाळच्या सूर्यकिरणांनी भरलेल्या त्या प्रकाशमान वातावरणात आपल्या आधाराच्या आम्रतरूला दृढपणे आलिंगून ती मौन जुई उभी होती. त्या मौनात आनंद, चैतन्य आणि लावण्य ओथंबत होतं!

कात्यायनी त्या वेलीजवळ गेली आणि तिनं अतिशय हळुवारपणे त्या वेलीला स्पर्श केला. बाहेरच्या कृत्रिम जगाची फिकीर न करता निर्भयपणे प्रियकराला बिलगून लक्ष लक्ष फुलांनी डवरलेल्या त्या वेलीकडे पाहताच तिला नाटकातले संवाद आठवू लागले-

'चिरनूतन आणि चिरचेतन अशा प्रकृतीला कृतक धर्माच्या बंधनात बांधणं हा अधर्मच नाही का? माझा मूळ गुण चैतन्य हाच आहे. याला कुठलाही धर्म बंधन घालू शकणार नाही.'

नाटकाच्या वेळी कात्यायनीनं फक्त शब्दच पाठ केले होते. आज त्या फुललेल्या वेलीसमोर उभी असताना त्या शब्दांमागील भाव जाणवून ती शहारून गेली. या चिरंतन सत्याला शब्दरूप देणाऱ्या राजविषयीच्या कौतुकानं तिचं मन भरून आलं. त्याचक्षणी त्याची मूर्ती डोळ्यांसमोर उभी राहिली. नाटक संपल्यानंतर त्यानं तिचा हात धरला होता. त्या स्पर्शातली उत्कटता आठवताच तिचं अंगांग रोमांचित झालं. कुलगुरूंनी आपला 'कुमारी' असा केलेला उल्लेख आठवताच एकप्रकारची विलक्षण भावना मनात भरून तिच्या शरीराला सूक्ष्म कंप सुटला. भावनांचा आवेग सहन न झाल्यानं ती तिथंच जमिनीवर बसून राहिली.

किती वेळ ती तशी बसली होती कोण जाणे!

'हे काय? इथं अशी का बसलीस?' भागीरथम्मांच्या हाकेनं ती भानावर आली. 'भूक नाही लागली? चल जेवायला.'

घासभर जेवून पुस्तकं आणि डबा घेऊन ती रेल्वेस्टेशनवर जाऊन रेल्वेच्या डब्यात जाऊन बसली. खिडकीतून दिसणारा निसर्ग तिला चिरनूतन वाटत होता. दोन्ही बाजूंना उंच वाढलेले वृक्ष घेऊन वाहणारी नदी, छोट्या छोट्या रोपट्यांनी भरलेली शेतं-हे सगळं दृश्य चैतन्याचा अविष्कार घडवीत होतं. दूरवरची चामुंडी टेकडी हिरवी साडी नेसलेल्या सुंदर युवतीप्रमाणे दिसत होती. आकाशातला एक ढग त्या टेकडीभोवती घोटाळत होता.

त्या दिवशी पहिलाच तास इंग्लिश कवितेचा होता. यंदा राज तिच्या वर्गाला इंग्लिश कविता शिकवत होता. वर्गात येताच त्यानं कीटस्‌च्या 'ईव्ह ऑफ सेंट एग्नीस' चा पुढचा भाग शिकवण्यास प्रारंभ केला. कवितेतील भावच्छटा आणि वातावरण राज विद्यार्थ्यांच्या मनचक्षूंसमोर उभं करत होता. वर्गात टाचणी पडली तरी आवाज ऐकू येईल अशी शांतता होती. या कवितेतल्या वर्णनातही कात्यायनीला

निसर्गाची रूपंच दिसत होती.

त्या दिवशी वर्गात काहीही लिहून न घेता ती भाववश होऊन कवितेचं विवरण करणाऱ्या राजकडे पाहात होती. सगळ्या वर्गाचीच दृष्टी राजवर खिळली होती. राजही सगळ्या प्राध्यापकांप्रमाणे वर्गभर दृष्टी फिरवत शिकवत होता. त्या दिवशी तो अधिक वेळा आपल्याकडेच पाहतो आहे असं कात्यायनीला वाटत होतं. त्याचं ते पाहणं सहन न होऊन ती खाली मान घालत होती. पण एक अबोध शक्ती तिला पुन:पुन्हा त्याच्याकडे पाहण्यास भाग पाडत होती.

राज आणि नागलक्ष्मी एकाच वयाचे असल्यानं बरोबरच वाढले होते. ती आधी त्याची बालमैत्रीण होती आणि नंतर कालांतरानं ती वहिनी झाली होती.

राज एम. ए. झाल्यावर कितीतरीजणं त्याला आपली मुलगी द्यायला पुढे सरसावले होते. त्याचं लग्न झालं तर आपल्याला घरात कुणीतरी मैत्रीण मिळेल या हेतूनं नागलक्ष्मीही त्याला लग्नाचा आग्रह करत होती. पण राज मात्र लग्न करायला तयार होत नव्हता. इंग्लंडला जायला शिष्यवृत्ती मिळवण्यासाठी तो धडपडत होता शिष्यवृत्ती मिळाल्यानंतरही त्यानं लग्न करूनच परदेशी जावं म्हणून नागलक्ष्मीनं खूप समजावलं, पण त्यानं तिच्याकडे दुर्लक्ष केलं. परदेशी गेल्यानंतर मात्र त्यानं लग्नाचा विचार संपूर्णपणे काढून टाकला होता. तो मैसूरला परतला आणि कॉलेजमध्ये नोकरी करू लागला. पुन्हा वधुपिते सदाशिवरावांच्या मागे लागले. पण भावाच्या गळ्यात त्याच्या मनाविरुद्ध लग्नाचं लोढणं बांधण्यास सदाशिवरावही तयार नव्हते. उलट स्वत:च्या अनुभवावरून त्यांना स्वत:च्या धाकट्या भावाच्या विचारीपणाचं कौतुक वाटत होतं. तो जेव्हा आणि ज्या मुलीशी लग्न करण्यास तयार होईल त्याचवेळी आणि त्याच मुलीशी त्याचं लग्न करायचं, असं त्यांनी स्पष्ट शब्दात आपल्या पत्नीला सांगितलं.

नाटकाच्या निमित्तानं कितीतरी मुली राजभोवती रुंजी घालत होत्या. त्यांच्या मनातला हेतू राजला समजत नव्हता असं मुळीच नव्हे; पण त्यांच्यापैकी कुणीच त्याचं लक्ष खेचण्यासारख्या नव्हत्या. त्यामुळे तो त्या मुलींशी जेवढ्यास तेवढं वागत होता.

आता त्याचं मन कात्यायनीवर जडलं होतं. तिची मूर्ती सतत त्याच्या मनात तरळत होती. त्याची रात्रीची झोप पळून गेली होती. त्याचं अलीकडे जेवणा-खाण्यातही लक्ष नव्हतं. नाटकाचाही उत्साह मावळल्यासारखा झाला होता. जर कात्यायनी अविवाहित मुलगी असती तर त्यानं एव्हाना आपलं मन तिच्यासमोर मोकळं केलं असतं.

पण कात्यायनी विधवा होती!

तिलाही आपल्याविषयी काहीतरी वाटतं हे अलीकडे त्याच्याही लक्षात आलं

होतं, हीच एक त्यातल्या त्यात बरी गोष्ट होती! यातून काहीतरी मार्ग काढायला हवा हेही त्याला समजत होतं.

अखेर एके दिवशी त्यानं तास संपल्यावर तिला विचारलं, 'उद्या तुम्ही कॉलेजमध्ये येताय ना?'

'उद्या? पण उद्या सुटी आहे ना?' तिनं आश्चर्यानं विचारलं.

'हो! पण मला तुमच्याशी काही महत्त्वाचं बोलायचं आहे. उद्या तुम्ही नक्की या. नाट्यसंघाच्या खोलीत वाट पाहीन मी. तिथं निवांत बोलता येईल.'

'एवढं कसलं काम?'

'असा उभ्यानं सांगता न येण्यासारखा विषय आहे.' तो हसत पण ठामपणानं म्हणाला.

दुसरे दिवशी दहा वाजण्याआधीच तो नाट्यसंघाच्या खोलीत येऊन बसला होता. त्याच्या हृदयाची धडधड त्यालाच ऐकू येत होती. कसा विषय काढायचा? त्यानं बराच विचार केला पण त्याला निश्चित काही सुचलं नाही. कात्यायनी ठरलेल्या वेळी आली. नेहमीप्रमाणे तिच्या हातात पुस्तकं आणि डबा होता.

त्यानं तिला आत बोलावलं. तरी ती घुटमळत उभी राहिली. त्यानं पुन्हा बोलावल्यावर ती संकोचून आत आली आणि तिथल्या खुर्चीत बसली.

राज थोडा घुटमळला आणि म्हणाला, 'तुमची नेहमीची गाडी इथं केव्हा येते?'

'दहा वाजता.' तिनं खालच्या मानेनं उत्तर दिलं.

पुन्हा शांतता पसरली. त्यानं पुन्हा विचारलं, 'अलीकडे तुम्ही खूपच रोडावल्यासारख्या दिसता!'

तिनं मान वर करून त्याच्याकडे रोखून पाहिलं. आपल्या बोलण्यातली असंबद्धता लक्षात येऊन त्याला हसू आलं. त्याला हसू फुटलेलं पाहून तीही खुदकन हसली.

राजनं गंभीरपणे तिला विचारलं, 'आता उगीच इतर गप्पा नकोत. मी तुम्हाला इथं का बोलावलं, ठाऊक आहे?'

'नाही!'

'म्हणजे तुम्ही खोटं बोलताय! बरं! आता आपण फक्त गुरू-शिष्य राहिलो नाही. मला वाटतं तुम्हालाही हे ठाऊक आहे, नाही का?'

ती काही बोलली नाही.

तोच पुढं म्हणाला, 'मी तर लग्नच करायचं नाही असं ठरवलं होतं; पण आता माझा तो निर्धार पार मावळला आहे.'

कात्यायनीच्या अंगाला सूक्ष्म कंप सुटला होता. हा प्रसंग अगदीच अनपेक्षित नव्हता. तिचं मन एकीकडे हर्ष, विस्मय आणि संभ्रमानं पुलकित झालं होतं, तर दुसरीकडे आजवर कधीही न जाणवलेली आपली परिस्थिती प्रकर्षानं समोर उभी

ठाकली. मनात उचंबळणारे विविध भाव आणि प्रत्यक्ष नशिबी आलेलं वैधव्य यामधलं द्वंद्व क्षणात तीव्र झालं.

'का? बोलत का नाही?' राजनं विचारलं.

'माझ्या परिस्थितीची तुम्हाला पूर्ण जाणीव आहे?'

'हो. तुम्हाला एक मुलगा असल्याचंही मला ठाऊक आहे. इंग्लंडमध्ये कितीतरी विधवांचे पुर्नविवाह होतात आणि त्यांची पहिल्या विवाहातली मुलंही त्यांच्याबरोबरच राहातात. तुमचा मुलगा तोच माझाही मुलगा. मी काही त्याला टाकणार नाही.'

तिच्या मनातल्या काही प्रश्नांचं उत्तर त्यानं दिलं होतं. पण त्याशिवायही काही प्रश्न शिल्लक होते. ती म्हणाली, 'माझे वयोवृद्ध सासू-सासरे आहेत. त्यांच्या घराण्याचा अभिमान, त्यांचं गावातलं स्थान - सगळ्याचा विचार करायला हवा.'

'कात्यायनी, हा काही आता तुझा एकटीचा प्रश्न नाही.' आपल्या एकेरी उल्लेखानं ती रागावली की काय म्हणून राजनं तिच्याकडे रोखून पाहिलं.

पण त्या उल्लेखानं तिचा चेहरा थोडा प्रसन्नच वाटत होता. ते लक्षात येताच त्याला थोडं बरं वाटलं. तो पुढं म्हणाला, 'मानापमानाचा प्रश्न हाच बऱ्याच विरोधाचं मूळ असतो, कात्यायनी!'

कात्यायनी काही न बोलता खाली मान घालून बसून राहिली. तीच तिची संमती समजून तो उठला आणि तिच्यापाशी आला. तिचा हात आपल्या हातात घेत म्हणाला, 'मनाच्या मूलधर्मावर अन्याय करू नये एवढं तुला समजलं तरी खूप झालं!'

तिनं आपला हात तसाच त्याच्या हातात राहू दिला. पण ती काही बोलली नाही. तिच्या मनात असंख्य विचारांचं काहूर माजलं होतं. काही वेळानं हळूहळू तिचं मन शांत होत गेलं. तिच्या कानात राज गुणगुणत होता, 'बोल ना! काहीतरी सांग.'

'तुमच्याशिवाय मी जगू शकणार नाही!' तिच्या तोंडून शब्द निघून गेले. वेगानं येणारे दोन प्रवाह एकमेकांत मिसळून शांत व्हावेत तसे त्या दोघांचे विचारांचे आणि भावनांचे प्रवाह शांत झाले होते. तासभर ते तिथंच बोलत बसले होते. नंतर ती म्हणाली, 'चला, तुमच्या घरी जाऊया नागलक्ष्मम्मांना भेटायला.'

'चल. पण एवढ्यात वहिनीला यातलं काही सांगू नकोस.' असं म्हणत खोलीला कुलूप घालून तो तिच्याबरोबर घराकडे निघाला.

दिवसभर तिचं मन प्रफुल्लित होतं. संध्याकाळी घरी परतताना सारी धरती आनंदानं हसत असलेली तिला जाणवत होती. धरतीच्या चैतन्याला वेगळाच अर्थ लाभल्यासारखं तिला वाटत होतं. त्या हिरवेपणाचाही फलभरीत होण्याचा काळ जवळ आल्यासारखं तिला राहून राहून वाटत होतं.

पण घरी येऊन पोहोचल्यावर संध्याकाळचं जेवण करून अंथरुणावर ती पडली

त्यावेळी तिच्या मनाची चक्रं विरुद्ध दिशेनं फिरू लागली होती. यंदाचं वर्ष महत्त्वाचं म्हणून अभ्यास करण्यासाठी ती एकटीच माडीवर झोपत होती. चिनीही आपल्या आजीपाशी खालच्या खोलीतच झोपत होता. खोलीतला एकलेपणा तिला असह्य झाला.

ती कॉलेजला गेली होती मृत पतीच्या आत्म्याला बरं वाटावं म्हणून पदवी मिळवण्यासाठी! तो कॉलेजचा पहिला दिवसही तिला आठवला. तिच्या सासू-सासऱ्यांनी अधिक खळखळ न करता तिला कॉलेजला जाण्याची परवानगी दिली होती. फी-पुस्तकांचा खर्च करताना हात आखडता घेतला नव्हता. अलीकडे घराचीही बरीच जबाबदारी श्रोत्री तिच्यावर टाकत होते. चिनीही आता शाळेला जाण्यासारखा झाला होता.

अशा परिस्थितीत आपण हा संसार टाकायचा आणि दुसरं लग्न करून निघून जायचं? एकप्रकारची अनीतीच वाटली ती तिला! सकाळचा आपला निर्णय म्हणजे हे आपलं घर, वृद्ध सासू-सासरे, मुलगा आणि मृत पती यांची प्रतारणाच!

यानंतर राजच नव्हे, तर नागलक्ष्मीलाही न भेटण्याचा तिनं निश्चय केला. रात्रीचे साडेअकरा वाजले होते. तिचं मन थोडं शांत झालं. ती खाली आली. न्हाणीघरात जाऊन हात-पाय धुवून ती देवघरापाशी गेली. दोन्ही हात जोडून देवाची प्रार्थना करून ती पुन्हा माडीवर निघाली.

दिवाणखान्यात ग्रंथ वाचत बसलेल्या श्रोत्रींनी विचारलं, ‘का बाळ, अजून झोपली नाहीस?’

‘देवाला नमस्कार करायला खाली आले होते.’

‘बरं, आता लवकर झोप जा. असं फार जागू नये. प्रकृती बिघडेल.’

ती माडीवर गेली श्रोत्रींचं वाचन अजून चाललं होतं. ही परीक्षा संपताच आपण त्यांच्याकडून भगवद्गीता समजावून घेतली पाहिजे, असं ठरवून ती अंथरुणावर पडली.

आठवडा झाला तरी कात्यायनीच्या मनाचा निग्रह टिकून राहिला होता. ती राजला भेटली नव्हती. त्याच्या तासालाही जाणं तिनं सोडून दिलं होतं. मनाची विलक्षण तगमग होत होती. एखादा क्षण असा येई की त्याला भेटण्याची ऊर्मी मधूनच सारा संयम भुईसपाट करी. स्वत:च्या भावनांना आवर घालताना ती थकून जात होती. मनात येणारे प्रकृतीच्या चैतन्यमय स्वरूपाचे विचार ती मनातून हुसकून लावत होती. धर्म, नीती-अनीतीविषयी अनेक उलटसुलट विचार मनात येत होते. त्या विचारांची सुसंगतपणे जुळणी करणंही तिला अशक्य होत होतं. कारण सुसंगतीसाठी आवश्यक असलेल्या मानसिक शांततेचा तिथं मुळी पत्ताच नव्हता.

होते फक्त डोक्यात घोळणारे विविध विचार आणि सारासार विचार झुगारून उठणारी मनातली भावना!

मध्यरात्री ती खिडकीपाशी उभी राहून बाहेर पाहात होती. दुधासारख्या शुभ्रचांदण्यात जुई आम्रवृक्षाला मिठी मारून लक्ष फुलांनी फुलली होती. कात्यायनी एकटक त्या जुईकडे पाहात होती.

पहाट झाली. श्रोत्री उठले होते. मागचा दरवाजा उघडून तांब्या घेऊन ते गुंडल ओढ्याकडे प्रातर्विधीला जाऊन आले.

ती खिडकीपाशीच उभी होती.

अंघोळीचे कपडे घेऊन श्रोत्री पुढच्या दरवाजानं नदीच्या घाटावर गेल्याचंही तिला समजलं.

दोन तास तसेच गेले. ती जिना उतरून खाली आली. रात्रभर तिला झोप लागली नव्हती. एका दृढ विचाराच्या तंद्रीत तिनं अंघोळ केली. परडीभर जुईची फुलं खुडली. त्या फुलांचा तिनं लांबलचक हार केला. केळीच्या पानात तो हार गुंडाळून तिनं एका रुमालात बांधला. जेवण झाल्यावर डबा घेऊन निघताना चिनीनं हाक मारली, 'अम्मा, लवकर ये!'

पण कात्यायनीला ती हाक ऐकू आली नाही.

रेल्वे नेहमीच्या वेगानं चालली असली तरी तिला तो वेग खूप कमी वाटला. गाडी नेहमीच्या वेळीच चामराजपूरला पोहोचली. ती सरळ कॉलेजला गेली. दहा वाजले होते. राजचा तास साडेदहा वाजता होता. तरी ती प्रोफेसर्स रूमकडे गेली आणि तिनं तिथल्या शिपायाला राजला बोलावण्यास सांगितलं.

बाहेर येऊन राजनं आश्चर्यानं तिला विचारलं, 'इतके दिवस तू-'

'आज रजा घ्या. कुठंतरी निवांत ठिकाणी जाऊन गप्पा मारत बसूया.' त्याला पुढं बोलू न देता ती म्हणाली.

'तू कॉलेजच्या मागच्या फाटकापाशी उभी राहा. मी हा आलोच-' त्यानं सांगितलं.

दोन मिनिटांत खरोखरच राज सायकल घेऊन कॉलेजच्या मागच्या फाटकापाशी आला. दोघं हुणसूरच्या रस्त्यानं चालू लागले. कुक्करहळ्ळीच्या तलावालगत जाताना राजनं तिला विचारलं, 'इतके दिवस का मला चुकवत होतीस?'

'आता काहीही विचारू नका. कुठं तरी निवांतपणानं बसूया. मग सांगेन. यानंतर कधीही अशी चूक करणार नाही मी!' ती भावपूर्ण स्वरात म्हणाली.

भोवतालची शेतं हिरवीगार झाली होती. मध्ये-मध्ये मोठाले वृक्ष उभे होते. ते दोघे अर्धातास चालत होते, पण रस्त्यातली वर्दळ कमी झाली नव्हती. राज तिला म्हणाला, 'तू सायकलवर बैस. थोडं लांब जाऊया म्हणजे निवांतपणा लाभेल.'

'पण मला सवय नाही सायकलवर बसायची. मी पडले म्हणजे?'

'माझ्या बाहूत असताना तू पडण्याचा प्रश्नच नाही!' तिच्याकडे रोखून पाहात तो हसत म्हणाला. ती संकोचत असली तरी राजनं आधार देऊन तिला सायकलच्या पुढच्या नळीवर बसवलं आणि तो सायकल चालवू लागला.

कात्यायनीच्या मनात भावनांचा प्रक्षोभ झाला होता. तिच्या दोन्ही दंडांना त्यांचे बाहू स्पर्श करत होते. कितीही अंग चोरलं तरी सायकलचं पायडल मारताना वाकलेल्या राजच्या छातीला ती आपोआप बिलगत होती. रस्त्यावरून जाणारी माणसं हे दृश्य वळून वळून पाहात होती.

काही वेळानं राजनं विचारलं, 'असंच किती दूर जायचं?'

'मरेपर्यंत असं जात राहावं-' ती मनातल्या मनात म्हणाली.

आणखी मैलभर गेल्यावर एक खेडेगाव लागलं. ते मागे पडलं. काही वडाची झाडं मागे पडली. एक छोटा ओढा मागे पडला. सायकल तशीच चालली होती.

एका ओढ्यावरच्या पुलापाशी ते सायकलवरून खाली उतरले आणि तिथल्या झुडपांनी भरलेल्या मैदानावरच्या पायवाटेनं चालू लागले. कात्यायनी त्या वृक्षाच्या सावलीत गवतावर बसली. सायकल ठेवून राजही तिच्या शेजारी बसला आणि त्यानं पुन्हा तिला विचारलं,

'हं, आता सांग, तू इतके दिवस मला का चुकवत होतीस?'

'मी खूप गोंधळून गेले होते. मनात द्वंद्व चाललं होतं. आज तो सगळा गोंधळ निपटून काढलाय मी!'

तिचा हात आपल्या हातात घेत त्यानं विचारलं, 'अजूनही द्वंद्व सुरू आहे?'

'मुळीच नाही! आणि यानंतर कधीच ते द्वंद्व निर्माण होणार नाही.' ती विश्वासानं म्हणाली.

जुईचा गंध दरवळला. त्याचं लक्ष तिच्या हातातल्या रुमालाकडे गेलं. त्यात काय आहे ते समजूनही त्यानं विचारलं, 'काय आणलंस?'

'तुमच्यासाठीच आणलाय-' म्हणत तिनं तो लांबलचक हार आपल्या दोन्ही हातांत धरून उलगडला.

तिचा बसण्याचा ढंग, हातातला हार! राज चमकला.

'थांब!' तो म्हणाला, 'क्षणभर तशीच थांब!'

कात्यायनी दिसायला सुंदर होती. तेवीस वर्षांची, मन मोहून टाकणारी, निरोगी कांतीची तरुणी. चालताना टाचांतून रक्त ठिपकेल असं वाटणाऱ्या मुलायम टाचा. तारुण्यानं देहरूप घ्यावं अशी देहकांती. फक्त चित्रातच दिसतील अशी नाजूक लांब बोटं. निराभरण सुंदरी! निळसर छटेचे लांब घनदाट केस पाठीवर सळसळत उतरले होते. गंभीर पण मृदु चेहरा, सुकुमार अंगांगातून निथळणारं स्त्री-चैतन्य!

राज कात्यायनीला अविचलपणे पाहात होता.

'असं काय पाहता?' त्याची ती एकटक नजर सहन न होऊन तिनं विचारलं.

'आश्चर्य! मी तुला अशीच पाहिली होती-

'कधी?' तिनं चकित होऊन विचारलं.

'स्वप्नात! 'मूलतत्त्व' लिहिण्याआधी मला स्वप्नं पडलं होतं. त्यात तू अशीच दिसली होतीस! अशीच! हेच मोहक अंगांग, हेच भाव, असाच हातात हार होता- पण लाल गुलाबांचा होता. आणि आज तू ही पांढरी साडी नेसली आहेस. पण त्या स्वप्नात मात्र तू संपूर्ण विवस्त्र होतीस-'

कात्यायनीनं लज्जेनं मान खाली घातली. तिनं नंतर विचारलं, 'म्हणजे तुमच्या नाटकाचं मीच स्फूर्तिस्थान होते की काय?'

'होय! आता मी निश्चितपणे तसं म्हणू शकतो.'

'पण त्यावेळीच तुम्ही का सांगितलं नाही, ती तरुणी मी होते म्हणून?'

'त्यावेळी आपला परिचय एवढा दृढ झाला नव्हता!' अजूनही तो तिला न्याहाळत होता. त्या एकटक नजरेनं रोमांचित होऊन तिनं हातातला हार त्याच्या गळ्यात घातला आणि डोळे मिटून घेतले. राजनं तिला जवळ घेतलं आणि तिच्याभोवती आपला करपाश दृढ केला.

भोवतालची झाडं पाचूच्या प्रभेनं झळाळत होती. शेजारी वाहणारा छोटा झरा प्रचंड चैतन्याचं प्रतीक बनला होता. त्याच्या गळ्यातल्या जुईच्या हाराचा सुगंध त्या दोघांना वेगळ्याच स्तरावर घेऊन गेला. तरुण स्त्रीच्या स्पर्शानं राज नखशिखांत रोमांचित झाला होता. पुरुषसान्निध्यात प्रकृती उन्मत्त होऊ पाहात होती. त्या स्तब्ध क्षणी तिचं मूळ चैतन्य सर्वांगानं उसळत होतं.

'प्रकृती!' त्या मत्त, अपूर्व वातावरणात राजनं साद घातली.

'प्रकृती विधवा आहे-'

'चिरनूतन, चिरचेतन अशा प्रकृतीला धर्माचं बंधन घालणं हाच अधर्म आहे.'

नाटकाच्या तालमीच्या वेळी अनेकवार उच्चारलेले शब्द आता तिच्या हृदयाच्या गाभ्यातून घुमून आले, - 'माझा मूळ गुण चैतन्य! मन मोहवणारी वनश्री, नजरेला तृप्त करणारी सुंदर दृष्य, हा लयबद्ध वाहणारा झरा- या प्रकृतीला कुठला धर्म वैधव्य देऊ धजावेल?'

दोघेही स्तब्ध झाले. त्या अथांग, नि:शब्द, चैतन्यमय शांततेत ते दोघेही स्वत:ला हरवून गेले.

सूर्य पश्चिमेकडे ढळू लागला होता. आपल्या गळ्यातील हार तिच्या गळ्यात घालत एकाच हारात दोघे बद्ध असताना राजनं पुन्हा तिला विचारलं, 'आता तुझ्या अंतर्यामीचं द्वंद्व थांबलं?'

ती एकप्रकारच्या मुग्धावस्थेत होती. काही बोलायची तिची इच्छा नव्हती. तिचा चेहरा ओंजळीत घेऊन त्यानं पुन्हा विचारलं, 'आता तुझं मन शांत झालं?'

संथ श्वास घेत आपल्या अनुभवाचं तात्पर्य सांगावं तशा आवाजात तिनं सांगितलं, 'मला वाटतं आपल्यात कधीच द्वंद्व नव्हतं. संसाराचा अनुभव सर्वार्थानं घेण्याआधीच त्या अनुभवापासून वंचित व्हायची वेळ आली की प्रत्येकाच्या मनात हे द्वंद्व निर्माण होणारच! एक गोष्ट सांगितली तर मला निर्लज्ज म्हणाल तुम्ही-'

'सांग तर खरं!'

'स्त्रीला अशा अनुभवापासून दूर ठेवण्यासाठी हजारो अडथळे आहेत. ते सगळे अडथळे माणसानंच निर्माण केले आहेत. कित्येक वेळा स्त्रीच्या मूळ शक्तीला हे कृत्रिम अडथळे पार करणं अशक्य होऊन जातं. जाणूनबूजून तिच्या मनात पुरुषाविषयी असंख्य प्रकारची भीती निर्माण केली जाते. तिच्या काही रूपांना अभद्र ठरवून तिला पुरुषापासून दूर ठेवण्याचाही प्रयत्न केला जातो. कारण किती केलं तरी तुम्ही पुरुष आम्हा स्त्रियापेक्षा दुर्बल आहात!'

'माझ्याविषयीही तुला असं वाटतं?' तिचे दोन्ही दंड पकडून त्यानं विचारलं.

'नाही. त्यामुळेच तर आपण एक झालोय! पण कधी या कृत्रिम अडथळ्यांमुळे तुम्ही माझ्यापासून दूर व्हाल का?'

'विन्मुखता हा माझा स्वभाव नाही, कात्यायनी!'

त्या मंत्रमुग्ध अवस्थेत कितीतरी वेळ ते तसेच बसून होते. त्या हिरवळीच्या साम्राज्यात त्यांना त्या तंद्रीतून जागं करायला कुणीही नव्हतं.

कितीतरी दिवसांनी कात्यायनीला गाढ झोप लागली होती. ती सकाळी उठली तेव्हा मनातल्या द्वंद्वाचा मागमूसही नव्हता. तिच्या मनात सुंदर भावनांचं मनमोहक नर्तन चाललं होतं. त्या दिवसानंतर ती दररोज राजला भेटत होती. त्याच्याशी बोलत होती.

उठल्यावर विशेष तासाचं निमित्त करून ती सातच्या गाडीनंच मैसूरला जायला निघाली. सातची गाडी मालगाडी होती. तिलाच दोन प्रवासी डबे जोडले होते. स्त्रियांसाठी वेगळा डबा नव्हता. कात्यायनीच्या डब्यात काही शेतकरीही चढले.

भोवतालच्या शेतांचा हिरवा रंग आज वेगळ्याच छटेनं झळाळत होता. सगळी पृथ्वी आनंदानं हसत असल्याचा अनुभव कात्यायनीला येत होता. डब्यातील शेतकऱ्यांची गर्दी तिला त्रासदायक वाटत नव्हती. तिथं कोंडलेला बिडीचा धूरही तिला किळसवाणा वाटला नव्हता.

खिडकीतून बाहेर पाहात एक शेतकरी सांगत होता, 'यंदा नाचणीचं पीक बरं दिसतंय.'

'रोपं बरी दिसताहेत, पण अजून पाऊस पाहिजे बाबा! भूदेवी आणि आकाशदेव वरचेवर भेटले तरच पीक चांगलं येणार! आज पाऊस येईल असं वाटतंय. ढग बघा चढायला लागलेत-' कात्यायनीच्या समोरच्या बाकावर बसलेला एक वयस्कर अनुभवी शेतकरी सांगत होता.

कात्यायनीच्या कानावर तो संवाद पडला. तिनं खिडकीबाहेर पाहिलं. शेतातली रोपं पाण्यासाठी आसुसलेली होती. जमीन कोरडी झाली होती. ती अनेक भेगांनी तोंड वासून आकाशाकडे पाण्याच्या अपेक्षेनं पाहात होती. सगळं वातावरण पाण्यासाठी आसुसलं होतं.

म्हातारा सांगत होता. 'उकाडा किती वाढलाय! पाऊस जोरदार येईल आता!'

कात्यायनी चामराजपूरला उतरली नाही. तशीच ती मैसूर स्टेशनवर गेली. तिथं राज उभा होता. त्याच्या हातात कन्नम्मवाडीची दोन तिकिटं होती. साडेआठची अर्सीकेरे शटल गाडी पकडून ते दोघे कन्नमवाडीला उतरले. तिच्या हातातली पुस्तकं त्यानं आपल्या कातडी पिशवीत ठेवली.

वृंदावनात असलेल्या मोठ्या हॉटेलात दोघंजण आले. तिथल्या रजिस्टरमध्ये मद्रासहून आल्याची नोंद करून तिथल्या नोकरानं दाखवलेल्या खोलीत हातातल्या एक कातडी बॅगसह शिरले. नाश्ता होईतो सकाळचे पावणेदहा वाजले होते.

एवढ्यातच बाहेर उन्हाचा कडाका खूप वाढला होता. त्याचबरोबर आकाशाच्या एका कोपऱ्यात ढगांची दाटी झाली होती. वातावरणातल्या उष्णतेमुळे ते दोघेही घामानं निथळले होते. खोलीतला पंखा आपल्यापरीनं फिरत असला तरी त्याचा काहीच उपयोग होत नव्हता. बाहेरची विशाल धरतीही खूप तापली होती. ती मूकपणानं पावसाची वाट पाहात होती. मूठभर उंचीचं जमिनीला नटवणारं गवतही पावसाअभावी कोमेजून गेलं होतं. स्पष्टपणे पावसाची मागणी करणं हा धरतीचा स्वभावच नव्हे!

बघता बघता सगळं आकाश ढगांनी भरून गेलं. हळूहळू ढगांची सार्द्रता वाढत होती. जर अकस्मात सगळे ढग एकाच वेळी बरसले तर धरतीवरची हिरवळ वाहून जाईल आणि सुंदरतेच्या ठिकाणी विरूपता शिल्लक राहील, असं वाटण्यासारखं होतं त्या ढगांचं स्वरूप! पण तरीही का कोण जाणे-संकोचानं असेल कदाचित, ढग अलगद तरंगत होते. धरती आणि ढगांत एक फरक होता. या भाद्रपद महिन्याआधी जमिनीला तृप्त होण्याइतक्या पावसाचा अनुभव होता. कधी काळी ती भरपूर पाणी पिऊन संतुष्ट झाली होती. आज ती त्याच अपेक्षेनं मेघांकडे पाहात होती. पण आता आकाशात होता तो प्रथमच पाण्यानं ओतप्रोत भरलेला ढग स्वत:च्या पाण्याचं ओझं वाहण्याची शक्ती नसली तरी भूमीवर कोसळण्याचाही त्याला याआधी अनुभव नव्हता. स्वत:ला न कळणाऱ्या या नव्या स्थित्यंतरामुळे तो विस्मित होऊन एक

विशिष्ट निष्क्रिय अवस्थेत तरंगत होता.

साऱ्या जगाला ग्रासणाऱ्या त्या धगीत राज आणि कात्यायनी घुसमटत होते. आता पाऊस यायलाच पाहिजे, त्याशिवाय ही धग कमी होणार नाही असं त्या दोघांनाही मनोमन वाटत होतं. कात्यायनी मूकपणे बसली होती. राज खिडकीतून पाहात होता.

आकाशात ढग अधांतरी तरंगत होता.

वीज चमकली. त्या प्रकाशात ढगाला धरतीची तृष्णा आणि तिचं सौंदर्य जाणवलं असावं. दुसऱ्याच क्षणी अवघा ढग आवेगानं भूमीवर बरसू लागला.

ढगानं धरतीला कडकडून मिठी मारली.

आता ढगाचा कडकडाट आणि विजेचा लखलखाटही थांबला, नुसता मुसळधार पाऊस कोसळू लागला. सरीवर सरी कोसळून धरतीला शांतवू लागल्या.

पाऊस थांबला तेव्हा दुपार झाली होती. कात्यायनी आणि राज जेवत होते त्यावेळी हवेतला उकाडा कमी होऊन आल्हाददायक गारठा पसरला होता. लांबून येणारा मंद वारा मृद्‌गंध घेऊन येत होता. दोघेही काही न बोलता जेवत होते. त्या शांततेत स्वत:ला हरखून जावं एवढं वातावरण प्रसन्न होतं. खिडकीतून दिसणाऱ्या हिरवळीला पाचूंची कांती लाभली होती.

त्यांचं जेवण झालं तेव्हा आकाशात पुन्हा ढग जमायला सुरुवात झाली होती. पण आता तो असह्य उष्मा नव्हता. शांतपणे पाऊस पडत होता. त्या शांत पावसाचं संतृप्त धरती शांतपणे स्वागत करत होती.

चार वाजता आकाश पूर्ण निवळलं होतं. एखाद्या चुकार ढगाआडून सूर्याची किरणं डोकावत होती. दोघेही स्टेशनकडे निघाले तेव्हा कात्यायनीनं पाहिलं, पावसाचा मनमुराद आस्वाद घेऊन शांतावलेली धरती मंदपणे हसत होती. कात्यायनीच्या ओठांवरही मंदस्मित तरळत होतं.

पुन्हा प्रसन्न ऊन पडलं होतं. ढग दिसेनासा झाला होता.

दोघेही शटल गाडीनं मैसूरला आले तेव्हा पाच वाजले होते. तिथं उभ्या असलेल्या नंजनगूडच्या गाडीत कात्यायनी चढली. राज तिला म्हणाला, 'उद्या कॉलेजमध्ये भेटूया.'

काहीही न बोलता तिनं नुसती मान हलवली.

■

अकरा

नेहमीप्रमाणे सदाशिवराव ग्रंथालयातल्या आपल्या अभ्यासिकेत बसले होते. खोलीतली पुस्तकांची संख्या आता कितीतरी वाढली होती. आपल्याला हवा असलेला ग्रंथ ते ग्रंथालयातून घेऊन येत. पण ते ग्रंथ व्यवस्थित ठेवणे किंवा काम झाल्यानंतर तातडीनं ग्रंथालयात परत करणे, वगैरे कामं त्यांना जमत नव्हती. हव्या त्या क्षणी हवं ते पुस्तक त्या पुस्तकांच्या डोंगरातून शोधून काढण्याचंच एक मोठं काम होतं त्यांना!

रत्नेला पत्र लिहून पंधरा-वीस दिवस होऊन गेले होते. तिच्याकडून त्या पत्राची साधी पोचही मिळाली नव्हती. कदाचित तिला इथं यायचं नसेल. तरीही त्यांच्या मनातली तिची मूर्ती तशीच होती. तिनं आज, नव्हे आता का येऊ नये असा पोरकट विचारही त्यांच्या मनात सकाळपासून असंख्य वेळा येऊन गेला होता.

त्या दिवशी त्यांच्या मनानं चांगलंच बंड केलं होतं. त्यांना पुढचं काही कामच सुचत नव्हतं. अखेर ते उठले आणि आरामखुर्चीत बसून डाव्या हातात चष्मा घेऊन शून्य नजरेनं छतावरील पंख्याकडे पाहात बसले. असे ते किती वेळ बसले होते कोण जाणे!

खोलीचा दरवाजा लोटल्याचं त्यांना समजलं नाही. कुणीतरी अगदी जवळ आल्याची चाहूल लागली म्हणून त्यांनी मान वळवून पाहिलं.

समोर करुणा उभी होती. तशीच पांढरी साडी आणि तसाच पांढरा ब्लाऊज घालून ती त्यांच्यासमोर उभी होती.

'तू आलीस!' आवेगानं चटकन उभे राहात सदाशिवराव उद्गारले.

'हो, मी आले!' म्हणत तिनं एकखुर्ची ओढून ती त्यांच्या आरामखुर्चीपाशी बसली. सदाशिवरावही आरामखुर्चीत बसले.

पाच मिनिटं तशीच गेली. काय बोलावं ते सदाशिवरावांना समजत नव्हतं. मन गोंधळून गेलं होतं. त्यांनी तिचा हात आपल्या हातात घेतला. तिनंही काही न बोलता त्यांचा हात हळूच दाबला.

काही वेळानं सदाशिवराव भानावर आले आणि त्यांनी विचारलं, 'सामान कुठं आहे?'

'स्टेशनवर ठेवलंय.'

'चल, लेडीज होस्टेलवर एखादी खोली मिळते का ते पाहूया.'

'होस्टेलवर नको. मला नाही आवडत.'

'बरं!' ते म्हणाले. त्यानंतर बराच वेळ त्यांना काय बोलावं ते सुचलं नाही. नंतर ते पुन्हा म्हणाले, 'चल, आधी जेवण तर करूया'

दोघेही हिंदू हॉटेलमध्ये गेले. साडेबारा वाजले होते. सदाशिवरावांचं जेवण झालं असलं तरी त्यांनी रत्नेबरोबर थोडं खाऊन घेतलं. जेवण झाल्यावर ते पुन्हा अभ्यासिकेत आले. घरच्या माणसांची औपचारिक चौकशी झाल्यानंतर सदाशिवरावांनी विचारलं, 'मग काय विचार केलास?'

'आता विचार तुम्ही करायचा. माझं तर ठरलं. आत्मतृप्तीसाठी तुमच्या बरोबर काम करायचं.'

'आपण लग्न करू या.'

'लग्न केलं नाही तर?' दाताखाली ओठ धरत तिनं खालच्या आवाजात विचारलं.

'मीही आधी तसाच विचार केला होता. सगळेजण ज्या दांपत्य-जीवनासाठी विवाह करतात ते आपल्या विवाहाचं कारण नाही. पण किती दिवस आपण असंच राहू शकू? आयुष्यभर आपण एकमेकाला साथ देणार आहोत. मग अशीच किती दिवस तू होस्टेलमध्ये राहशील? समजा, तुझ्यासाठी मी एक वेगळं घर केलं तरी कुठल्यातरी सामाजिक बंधनाशिवाय मी तिथं नियमितपणे कसा येणार? तू सतत माझ्याबरोबर राहाणं कसं शक्य आहे? लोक काय म्हणतील? शिवाय, कॉलेजही आपल्यावर अनीतीचा आरोप करील. एकदा आपण लग्नबंधनात गुंतलो की कुठलाही अडथळा आपलं काम रोखू शकणार नाही.'

'पण पहिली बायको असताना असं दुसरं लग्न केलं तर लोक नावं ठवणार नाहीत का?'

करुणेचे विचारही बऱ्याच अंशी या विचारांशी समांतरच होते. तिनं संमती दर्शक मान हलवली. हे सगळं घरी सांगितलं का, असं विचारावंसं तिला वाटलं; पण तो त्यांचा प्रश्न होता. असा अवघड प्रश्न विचारून त्यांना संकटात का टाकायचं असा विचार करून ती गप्प बसली.

दोघेही स्टेशनवरून तिचं सामान घेऊन हिंदू हॉटेलमध्ये गेले. तिथली माडीवरची एक सिंगल रूम रत्नेसाठी ठरवताना त्यांनी सांगितलं, 'परदेशातून आलेल्या या विदुषी संशोधनकार्यासाठी महिनाभर राहाणार आहेत.'

हॉटेल-मॅनेजरला थोडे पैसे देऊन ते दोघे ग्रंथालयातल्या अभ्यासिकेत आले तेव्हा संध्याकाळचे पाच वाजले होते.

आल्या आल्या करुणेनं खोलीभर नजर टाकली. आता कुठं तिथला पसारा तिच्या ध्यानात आला आणि ती म्हणाली, 'किती गोंधळ हा पुस्तकांचा! ही पुस्तकं मी व्यवस्थित लावून ठेवीन. तुम्हाला लागतील तेव्हा माझ्याकडे तुम्ही हवं ते पुस्तक मागा. आता तुम्हाला हवं तेव्हा हवं ते पुस्तक आणि त्यातला हवा तो संदर्भ काढून द्यायला मी आहे ना!'

ती पुस्तकांच्या आवरा-आवरीला जुंपलेली पाहून सदाशिवरावांना थोडं बरं वाटलं. तरी ते म्हणाले. 'आजच प्रवासातून आलीस. थोडी विश्रांती तर घे!'

'इतक्या दिवसांत मनाजोगं काम नव्हतं म्हणून मला आजारपण आल्यासारखं वाटत होतं! आता मनासारखं काम करायला मिळतंय. आजपासून माझी प्रकृती सुधारायला सुरुवात होईल.' तिनं हातातली पुस्तकं टेबलावर नीट लावून ठेवत म्हटलं.

आपला निर्णय घरी सांगायचा, असं सदाशिवरावांनी ठरवलं असलं तरी पंधरा दिवस लोटले तरी त्यांना ते शक्य झालं नव्हतं. कसं सांगायचं, सुरुवात कशी करायची आणि त्यावर उठणारी प्रतिक्रिया कशी सहन करायची, यावर त्यांनी बराच विचार केला असला तरी ते गोंधळून जात होते. या बातमीमुळे नागलक्ष्मीवर फार मोठा आघात होणार आहे हे त्यांना समजत नव्हतं असं नव्हे! संपूर्ण निरपराधी नागलक्ष्मीला ही शिक्षा भोगावी लागणार आहे, या विचारानं तेही व्यथित होत होते.

पण जर आता आपण मागे सरलो तर आपल्या संपूर्ण आयुष्याचं ध्येय असलेला महद्ग्रंथ या आयुष्यात पूर्ण होणार नाही, हेही त्यांना दिसत होतं.

आणि हा एकच विचार त्यांच्या निर्णयाला नैतिक आधार देत होता. नागलक्ष्मी निरपराध असली तरी त्यासाठी आपल्या आयुष्याचं एवढं मोठं कार्य सोडून देण्याची त्यांची तयारी नव्हती. त्यांना रत्ने हवी होती हे खरं; पण नागलक्ष्मी नकोशी झाली होती असंही नव्हे. तिला घराबाहेर काढण्याचा विचार त्यांच्या मनात मुळीच नव्हता.

त्या रात्री सदाशिवराव घरातल्या अभ्यासिकेत बसले होते. विचारांच्या आवर्तनांमुळे त्यांचं अभ्यासात लक्ष लागत नव्हतं. ते उठून आपल्या झोपायच्या खोलीत आले आणि त्यांनी दरवाजा ओढून घेतला.

आत मोठ्या पलंगावर पृथ्वीला जवळ घेऊन नागलक्ष्मी शांत झोपली होती. पलंगाचा निम्मा भाग रिकामाच होता.

आता तिला सगळं सांगायचं, अशा विचारानं ते तिच्या शेजारी बसले आणि तिच्या दंडाला स्पर्श करत त्यांनी हाक मारली, 'नागू-'

नागलक्ष्मीला नुकतीच झोप लागत होती. ती पटकन जागी झाली. खोलीतल्या मंद उजेडात तिनं सदाशिवरावांना शेजारी बसून हाक मारताना पाहिलं. क्षणभर तिला

वाटलं हे स्वप्नं तर नसेल ना!

पूर्ण जागं होत तिनं विचारलं, 'किती वाजले?'

'अकरा.'

'होय?' तिनं पुन्हा डोळे मिटून घेतले आणि दोन्ही हातांनी त्यांचा हात वेढत विचारलं, 'आज माझं नशिब उघडलं वाटतं! आज लवकर झोपायला आलात!'

सदाशिवरावांना काय सांगावं ते सुचलं नाही. ते पुन्हा पुटपुटले, 'नागू-'

पतीची कृश काया आपल्याजवळ ओढून घेत ती मायेनं ओथंबलेल्या आवाजात म्हणाली, 'वाचायचा कंटाळा आला? इतक्या वर्षांनंतर यावेळी तुम्ही का हाक मारलीत त्या नावानं? मला सगळं समजतंय! मी तुमची बायको आहे म्हटलं! या, झोपूया.'

सदाशिवराव काही बोलले नाहीत.

त्यांच्या डोळ्यावरचा चष्मा काढून तिनं शेजारच्या टेबलावर ठेवला. त्यांच्या थकलेल्या दोन्ही डोळ्यांचं प्रेमानं चुंबन घेत ती त्यांच्या कानात गुणगुणली, 'माझं थोडं ऐकाल?'

'काय?'

'तुमच्या अंगात खूप उष्णता झालीय. अंग पहा किती तापल्यासारखं झालंय! अति अभ्यासानं डोळे निस्तेज झालेत. असं प्रकृतीकडे सतत दुर्लक्ष करून डोळे कायमचे निकामी झाले म्हणजे? यानंतर प्रत्येक रविवारी थोडं लवकर उठा. तुम्ही लायब्ररीत जाण्याआधी तुम्हाला न्हाऊ घालेन मी. रोज रात्री थोडा वेळ खुर्चीत बसा. म्हणजे तळपायाला छानपैकी तेल चोळून देईन.'

सदाशिवराव काही बोलले नाहीत. तिच्या बाहूवर डोकं ठेवून त्यांनी डोळे मिटून घेतले. तिनं विचारलं, 'झोप आली?'

त्यांनी काहीच उत्तर दिलं नाही.

'आता शांतपणानं झोपा-' म्हणत एखाद्या लहान मुलाला थोपटावं तसं ती त्यांना हलक्या हातानं थोपटू लागली.

सदाशिवरावांचं काळीज जळत होतं. त्यांचं डोकं भ्रमल्यासारखं झालं होतं. इच्छाशक्तीचं पाणी-पाणी झालं होतं. त्यांच्या मनातली महत्त्वाकांक्षा आणि विद्वत्शक्ती दुर्बल पत्नीच्या स्निग्ध प्रेमापुढे निस्तेज झाली होती. थोड्या वेळात त्यांनी एक दीर्घ सुस्कारा सोडला.

त्यांचा चेहरा स्वत:कडे वळवत नागलक्ष्मीनं विचारलं, 'का? झोप नाही आली?'

सदाशिवरावांचे डोळे आसवांनी भरले होते.

'हे काय? मला नाही का सांगणार?' आपल्या पदरानं त्यांचे डोळे पुसत ती

म्हणाली, 'सांगायचं नसेल तर सांगू नका. लहानपणी आई-वडील गेले. त्यानंतर मन मोकळं करायला कोण होतं? कुणाचीही आई जाऊ नये बाई! पण आता मी नाही का? आता कसली काळजी?'

'काही नाही! मला झोप येतेय. तू झोप.' म्हणत सदाशिवराव शेजारच्या आपल्या उशीवर झोपले. पायाशी असलेली शाल तिनं त्यांच्या अंगावर पांघरली.

रात्रभर सदाशिवराव जागेच होते. दोनच्या सुमारास नागलक्ष्मीला झोप लागली. रात्री घाबरून दचकून उठणाऱ्या मुलाला जवळ घेऊन झोपावं तशी ती त्यांच्या अंगावर हात टाकून झोपली होती. सदाशिवरावांना झोप येत नसली तरी तिला जाग येऊ नये म्हणून ते न हलता झोपले होते. रात्रभर त्यांच्या मनात एक प्रश्न राहून राहून उठत होता.

या सर्व प्रकारात नागूची काय चूक?

त्यांनी आपल्या परीनं या प्रश्नाचं उत्तर दिलं 'मी काही नागूचा त्याग करत नाही. माझ्या जीवनाची महत्त्वाकांक्षा पूर्ण करण्यासाठी मी करुणेला जवळ करतोय एवढंच!'

पाच वाजता ते उठले. त्या दिवसांत राज रोज पहाटे अंघोळ करून फिरायला जात होता. ते उठले तेव्हा तो अंघोळीला निघाला होता ते त्याला म्हणाले, 'फिरायला जाताना मलाही हाक मार. मीही येणाराय.'

राजनं हसून विचारलं, 'हे काय? तुझंही प्रकृतीकडे लक्ष गेलं की काय?'

राजची अंघोळ होताच दोघेही हुणसूरच्या रस्त्यानं निघाले.

'तुला एक सांगायचं होतं.' सदाशिवराव म्हणाले.

आपल्या भावाच्या मनात काहीतरी गोंधळ चाललाय हे राजनंही जाणलं होतं. त्यामागील कारणाचीही त्याला अस्पष्टशी कल्पना होती. तरी त्यानं विचारलं, 'काय?'

सुरुवात कशी करायची ते न समजून सदाशिवराव गप्पच होते. त्यांची कुचंबणा कमी करण्याच्या दृष्टीनं त्यानं आपणहून विचारलं. 'मिस् करुणारत्ने पुन्हा आल्या आहेत म्हणे!'

'तुला कसं ठाऊक?'

'लायब्ररीत कुणीतरी म्हणत होतं, त्या हिंदू हॉटेलमध्ये उतरल्या आहेत म्हणून!'

राजला हे कसं ठाऊक याचं त्यांना आश्चर्य वाटलं, तरी तोच धागा पकडून त्यांनी विषयाला तोंड फोडलं. आपल्या ग्रंथनिर्मितीत येणाऱ्या असंख्या अडचणींचा पाढा वाचला. शिवाय, आपल्या डोळ्यांच्या तक्रारीविषयीही सांगितलं आणि पुढे म्हणाले, 'रत्ने नसेल तर ग्रंथ पूर्ण होऊ शकणार नाही; आणि ग्रंथाशिवाय मी जगू

शकणार नाही! तिनं तसंच माझ्याबरोबर राहणं सामाजिकदृष्ट्या योग्य नव्हे. त्याचसाठी आम्ही सिव्हिल मॅरेज करायचं ठरवलं आहे.'

राज काही बोलला नाही. आज ना उद्या असं काहीतरी घडणार, असं त्यालाही वाटत होतं. मोठमोठे विद्वान, कलाकार, साहित्यिक वगैरेंच्या जीवनात असं घडतंही. पण आपल्या थोरल्या भावाचा हा निर्णय ऐकून त्यालाही कसंतरीच वाटलं.

त्यानं विचारलं, 'नागूचा विचार केलास?'

'त्याचसाठी मी तुझ्याबरोबर आता बाहेर आलो. करुणारत्नेशी लग्न केलं तरी मी नागूला सोडणार नाही.'

'पण ती या लग्नाला संमती देईल का? तुला सोडणार नाही. तूही राहा म्हटलं तरी कोणती स्त्री नवऱ्याच्या दुसऱ्या लग्नाला परवानगी देईल? आपल्या मामानं आपल्या आई-वडिलांच्या माघारी आपल्याला आधार दिला. नागूशी तुझं लग्न करून दिलं. आता तो वारला आणि मामीही गेली. तुला ग्रंथ लिहायचा असेल तर त्यात तिची काय चूक? मला वाटतं, तुमचं लग्न झालं तेव्हाही तिच्या संमतीपेक्षा तुझ्या संमतीला महत्त्व दिलं होतं! तू तुझ्या मर्जीनं तिच्याशी लग्न केलंस-'

काही वेळ स्वत:शीच विचार करून सदाशिवराव म्हणाले, 'हे पाहा, हा प्रश्न असा चर्चेनं सुटणारा नाही. तू तर परदेशात हिंडून आला आहेस. कितीतरी विद्वानांना भेटला आहेस. तुझा नागूवर किती जीव आहे ते मलाही ठाऊक आहे. माझंही तिच्यावर प्रेम आहे. पण राज, हा ग्रंथ लिहिला नाही तर त्या अशांतीत माझा बळी पडेल! रत्नेच्या ऐवजी तू मला मदत करशील?'

राजनं काहीच उत्तर दिलं नाही.

'मी काही घर सोडणार नाही. नागूलाही सोडणार नाही. तू तिची समजूत घालून तिचं समाधान करशील हे मला ठाऊक आहे. तू एकवार माझ्या दृष्टीनं विचार करून पाहा-'

राजनं तसा प्रयत्न करून पाहिला. फारसा प्रयत्न न करता त्याला सदाशिवरावांची बाजू स्फटिकासारखी स्वच्छ दिसत होती. त्याची आणि नागूची बालपणापासूनची मैत्री होती. आपल्या भावाविषयी त्याच्या मनात खूप आदर होता. 'हे डॉक्टर सदाशिवरावांचे धाकटे बंधू' अशी कुणी ओळख करून दिली की त्याचं मन अभिमानानं भरून येत होतं. अशा परिस्थितीत काय करावं हे त्याला उमजत नव्हतं.

आपला भाऊ माघारी न येण्याइतका लांब गेलाय हे त्यालाही समजत होतं. थोरल्या भावाला कठोर शब्द बोलणं त्याला योग्य वाटलं नाही. त्याचा काहीही उपयोग होणार नाही हेही त्याला समजत होतं. त्यापेक्षा नागूशीच अधिक स्नेहानं वागून तिला आधार द्यायचा असं ठरवून तो स्तब्ध राहिला.

तीन दिवस झाले तरी नागलक्ष्मीनं तोंडात पाणी घेतलं नव्हतं. रात्रभर तिच्या डोळ्याला डोळा लागला नव्हता.

पतीच्या ग्रंथनिर्मितीला आपण कसलंच साहाय्य करू शकत नाही हे तीही जाणत होती. पण फक्त या एकाच कारणासाठी त्यांनी दुसरं लग्न का करावं हे तिच्या ध्यानात येत नव्हतं. आपल्या व्यासंगात बुडून गेलेल्या सदाशिवरावांनी तिच्याकडे संपूर्ण दुर्लक्ष केलं होतं. त्याचा विशेष बाऊ न करता तेही तिनं निमूटपणे सोसलं होतं. त्यावेळीही तिनं आपल्या मनाची या जाणिवेनंच समजूत घातली होती. पण आपल्या पतीनं दुसऱ्या कुणाचा पत्नी म्हणून स्वीकार करणं हे मात्र तिच्या सहनशक्तीच्या पलीकडचं होतं.

राजला आपल्या भावजयीच्या मन:स्थितीची कल्पना होती. म्हणूनच तोही गेले तीन दिवस कॉलेजला गेला नव्हता.

त्यानंतरही सदाशिवराव रोज संध्याकाळी घरी येत होते. आठ वाजता जेवण करून आपल्या अभ्यासिकेत शिरत होते. झोप आली की तिथल्याच आरामखुर्चीत झोपत होते.

सगळं समजलं त्या रात्री नागलक्ष्मी त्यांच्या अभ्यासिकेत गेली होती आणि तिनं कळवळून विचारलं होतं. 'असं काय पाप मी केलं होतं म्हणून तुम्ही अशी शिक्षा दिलीत?'

सदाशिवराव काहीही बोलले नव्हते.

'तुम्ही कारण सांगेपर्यंत मी इथून जाणार नाही-' तिनं निक्षून सांगितलं होतं. स्त्रीसुलभ लज्जेमुळे कुठलीही स्त्री ज्या विषयांचा उच्चार करणार नाही त्या सर्व बाबींवर ती खूप बोलली. तरी ते अवाक्षरही बोलले नव्हते.

त्यांनी फक्त एकच वाक्य सांगितलं होतं, 'ते सगळं तुला राज सांगेल.'

नंतरच्या तिन्ही दिवसांत नागलक्ष्मी जेवली नव्हती. तिसरे दिवशी राजनं विचारलं, 'नागू, तू जेवली नाहीस तर मी कसा जेवणार?'

'माझं नशीबच फुटकं आहे, बाबा! मी उपाशी राहीन. तू जेव.'

'तुला उपाशी टाकून मी जेवणार नाही. ऊठ-' राजचा आग्रह चालूच होता. आपल्यावर असा प्रसंग ओढवला असताना आपली एवढी काळजी घेणाऱ्या राजविषयी तिचं मन भरून आलं.

डोळ्याला पदर लावत ती म्हणाली, 'अण्णा मरून गेले, अम्माही गेली. यांचं हे असं! आता तू एकटाच का बाबा माझ्यासाठी उपाशी राहतोस?'

'हे बघ नागू, तुला किती सांगितलं तरी समजत नाही. त्याला त्या पुस्तकाचं वेड लागलंय! तो वेडा झाला तर तुला चालेल का?'

'पण, नाही त्या वेडापायी त्यांनी मला का असं सोडावं?'

'तुला सोडायचा त्याचा मुळीच विचार नाही. आणि ती काही या घरात येऊन राहाणार नाही. समजा आली, तरी इथं घरी सामान आणून टाकणार मी आणि घरातलं बघणार तूच! तीही राहिली तर राहू दे बापडी. काय करणार?'

'कुणी विद्वानच पाहिजे असेल तर तू पाठचा भाऊच आहेस ना! तू कर त्यांना हवी तेवढी मदत!'

'माझ्या हातून होण्यासारखं ते काम नाही, म्हणून तर एवढं सगळं रामायण घडतंय! हे बघ, तू जितका हट्टीपणा करशील तितकं सगळं बिघडत जाईल. तू आपली या लग्नाला होकार दे. इथं येऊन ती काही तुला त्रास देणार नाही. वाचन आणि लिखाण सोडलं तर तिला आणखी कशाचाच हव्यास नाही. तुझ्या पदरात सोन्यासारखा मुलगा आहे. शिवाय मीही इथं आहेच. तुझा अपमान या घरात होणार नाही हे मी पाहीन. खरं सांगू का? तीही काही एवढी दुष्ट बाई नाही, आणि तोही तुला दूर लोटणार नाही.'

नागलक्ष्मी विचारात पडली. तिनं मनोमन स्वत:ची रत्नेशी तुलना केली. त्या काळतोंडीपुढं आपण सुंदरच असल्याची तिलाही जाणीव होती. रसरशीत बांधा आणि गोंडस चेहरा याचा तिला सार्थ अभिमानही होता. चेहऱ्यावरचे मुग्ध भाव तिचं सौंदर्य द्विगुणित करत होते. आपल्याला टाकून ते त्या टवळीच्या मागं लागलेत ते त्यांचं डोकं फिरलंय म्हणूनच! चार दिवसांनी डोकं ताळ्यावर आलं की येतील 'नागू-नागू' करत!

पण या विचारांनीही तिचं दु:ख कमी झालं नाही.

कुणीतरी बाहेरचं फाटक उघडून आत आलं. राजनं उठून बाहेरचा दरवाजा उघडला.

'तुम्ही तीन दिवसांत कॉलेजमध्ये आला नाहीत-' आत येत कात्यायनी हळूच म्हणाली, 'आणि पृथ्वी कुठं आहे?'

'शाळेत.'

अलीकडे कात्यायनी राजशी अधिक मोकळेपणानं बोलत असल्याचं नागलक्ष्मीनंही हेरलं असलं तरी तिनं त्यावर अधिक विचार केला नव्हता.

नागलक्ष्मीचा अवतार पाहून कात्यायनीला आश्चर्य वाटलं नव्हतं. कदाचित ते तिला अपेक्षितच असावं. पण तरीही तिनं नागलक्ष्मीला विचारलं, 'का बरं? प्रकृती बरी नाही का?'

नागलक्ष्मी काहीच बोलली नाही.

नेहमीप्रमाणे कात्यायनीनं आणलेला गजरा तिच्यासमोर धरला आणि म्हणाली, 'हा घ्या गजरा-'

डाव्या हातानं तो गजरा दूर लोटत नागलक्ष्मी हुंदके देत म्हणाली, 'आता मला

कशाला हवा तो गजरा?'

'नागू, असं नाही म्हणायचं! कुणी फुलं दिली तर नाकारण्यासारखं काय झालंय?' राजनं तिला हलकेच दटावलं. तिनं मुकाट्यानं दूर लोटलेला गजरा जवळ घेऊन शेजारी ठेवून दिला.

कितीतरी वेळ कुणीच बोललं नाही. कात्यायनीनं अखेर हलकेच राजला विचारलं, 'आज कॉलेजमध्ये एक बातमी ऐकली ती खरी आहे का?'

'काय ऐकलंस तू?' त्यानं हळूच विचारलं.

'विश्वास ठेवणं कठीण आहे, पण इथली यांची परिस्थिती पाहिल्यावर-'

'पण कुठली बातमी ऐकलीस?'

'रीसर्च स्टुडंट मिस् करुणारत्ने आणि तुमच्या भावांनी काल सिव्हिल मॅरेज केलं म्हणे!'

'कुणी सागितलं?'

'आज लेडीजरूममध्ये त्याच विषयावर चर्चा चालली होती. काल दुपारी सब-रजिस्ट्रारच्या ऑफिसमध्ये लग्न झालं म्हणे-'

राजला धक्का बसला. आपल्या नकळत हे लग्न होऊन जाईल असं त्याला वाटलं नव्हतं. आपला भाऊ पत्नीची निदान परवानगी घेऊन पुढचं पाऊल टाकेल असं त्याला वाटलं होतं.

तोच कात्यायनीनं त्याचं लक्ष नागलक्ष्मीकडे वेधलं. त्यांचं अगदी हलक्या आवाजातलं संभाषणही नागलक्ष्मीच्या कानावर गेलं होतं आणि बेशुद्ध झाली होती.

राज स्वयंपाकघरात धावला आणि त्यानं तांब्याभर पाणी आणलं. कात्यायनीनं तिच्या तोंडावर थोडं पाणी शिंपडलं. राज एका पेपरानं तिला वारा घालू लागला.

पाच मिनिटं झाली तरी नागलक्ष्मी शुद्धीवर आली नाही. अर्धवट डोळे उघडून ती भ्रमिष्टासारखी पडली होती.

'मी डॉक्टरांना बोलावतो. तू अशीच वारा घालत राहा. मी आलोच-' म्हणत राज सायकलवरून घाईनं निघून गेला

तो गेल्यावर काही वेळात नागलक्ष्मीनं डोळे उघडले. ती उठू लागली. कात्यायनी तिला पुन्हा झोपवत म्हणाली, 'इतक्यात उठू नका. पुन्हा चक्कर येईल.'

तिनं तिथल्या खुर्चीवरची एक उशी नागलक्ष्मीच्या उशाशी ठेवली आणि तिच्या शेजारी बसून राहिली. कात्यायनीचा हात घट्ट पकडून नागलक्ष्मी झोपली होती.

दहा मिनिटांत डॉक्टर आले. नागलक्ष्मीला शुद्धीवर आलेलं पाहून राजला थोडं हायसं वाटलं. डॉक्टरांनी नागलक्ष्मीला विचारलं, 'असं का झालं, बाई?'

'मला ठाऊक नाही.' ती उद्‌गारली.

'इंजेक्शन देऊ?'

'नको.' राज म्हणाला. डॉक्टरांनी औषधाच्या गोळ्या दिल्या आणि ते निघून गेले.

'तीन दिवसांच्या उपवासामुळे हे असं झालं तुला, नागू. आता तरी ऊठ जेवायला.' राज तिच्याजवळ उभा राहात म्हणाला.

'मी नाही जेवणार. तू जेव जा.' भिंतीकडे तोंड वळवत नागलक्ष्मी म्हणाली.

कात्यायनीनं राजला खुणेनं बाहेर जाण्यास सांगितलं. तो गेल्यावर तासभर तिची समजूत घालून कात्यायनी तिला जेवण्यासाठी उठवण्यात यशस्वी झाली. नागलक्ष्मीनं तिला राजलाही बोलावण्यास सांगितलं. त्या दोघांना स्वयंपाकघरात घेऊन जाऊन कात्यायनीनं जेवायला वाढलं. त्या दोघांनी फक्त ताट उष्टावलं एवढंच!

लग्नानंतरही करुणेच्या कामात कसलाच बदल झाला नव्हता. लग्नानंतर आपण कसं आणि कुठं राहायचं याविषयी तिनं आपण होऊन सदाशिवरावांना विचारलं नव्हतं. ती अजूनही हॉटेलवरच राहात होती. रोज सकाळी आपलं सगळं आवरून नऊ वाजता ती ग्रंथालयातल्या अभ्यासिकेत येत होती. संध्याकाळी आठ वाजेपर्यंत बसून दिवसभराची टिपणं घेत होती आणि रात्री आपल्या खोलीवर जात होती. सदाशिवरावांचा टाईपराईटर आता तिच्या हॉटेलमधल्या खोलीत होता. रात्री बारा वाजेपर्यंत बसून दिवसभराची टिपणं टाईप करून ती झोपी जात होती.

अजून सदाशिवरावांनी दुसऱ्या खंडाच्या लिखाणाला प्रारंभ केला नव्हता. ती येण्याआधी त्यांनी अभ्यासलेले मुद्दे ते तिला सांगत होते. तेही मुद्दे ती व्यवस्थित टाईप करून ठेवत होती.

सदाशिवराव घरी आले की नागलक्ष्मी त्यांना जेवायला वाढत होती. पण तिनं त्यांच्याशी बोलणं मात्र पूर्णपणे टाकलं होतं. त्यावेळी राजही त्यांच्या सोबत जेवायला असे. तोही त्यांच्याशी काही बोलत नव्हता. पृथ्वीला तर वडिलांचा कधीच लळा नव्हता. त्यामुळे त्याला घरातल्या वातावरणात झालेला फरक एवढासा जाणवत नव्हता. रात्री पृथ्वी आणि नागलक्ष्मीपाशी झोपणं सदाशिवरावांनीच बंद केलं होतं.

एकदा सदाशिवरावांनी करुणेला म्हटलं, 'आता तू हॉटेलमध्ये का राहतेस? मी घरी बोलतो. तूही तिथंच राहायला ये.'

'मी थोडं स्पष्ट बोलू का? रागवणार नाही ना?'

'काय?'

'जुन्या वातावरणात वाढल्यामुळे कदाचित त्या एकत्र राहण्यास तयार होतील. पण माझी गोष्ट वेगळी! एका छपराखाली एका पतीबरोबर दोघींनी राहावं हे मला पटणार नाही. वेगळं घर केलं तर थोडा खर्च अधिक होईल हे खरं, पण-'

'खर्चाचा प्रश्न नाही-'

'मग?'

'तिघांच्याही मन:शांतीच्या दृष्टीने म्हणतोय मी.'

त्यांचा हात हातात घेत करुणा म्हणाली, '-त्याच दृष्टीनं मीही एकत्र राहाणं नको म्हणतेय. आपण तिघांनी एकत्र राहाणं आणि तेही शांतपणानं-सर्वस्वी अशक्य गोष्ट आहे. मी वेगळीच राहीन, माझं अन्न मी शिजवून घेईन. तुम्ही त्यांच्या बरोबर तिथंच जेवण करा. रात्री तिथंच झोपा. माझी काही हरकत नाही. मला मत्सर वाटणार नाही. आपल्या लग्नाचा उद्देशच वेगळा आहे, नाही का?'

सदाशिवरावांनी तिच्याकडे रोखून पाहिलं. तिच्या डोळ्यांत इच्छाशक्तीचं तेज फाकत होतं.

तिचा हात हळुवारपणे दाबत ते म्हणाले, 'ते तू मला सांगावंस?'

आठवड्याभरात तिला सरस्वतीपूरला सर्व दृष्टीनं योग्य असं घर मिळालं. एक विश्वासू बाई कामाला मिळाली. तिनं सदाशिवरावांना तिथं राहायला आपण होऊन सांगितलं नाही.

काही दिवस सदाशिवराव आपल्या घरी राहात होते. पण पती-पत्नींमध्ये मुळीच संभाषण नव्हतं. नागलक्ष्मीनं त्यांच्याशी काहीतरी बोलावं म्हणून राजनंही आपल्यापरीनं प्रयत्न केले. पण ते प्रयत्न वांझोटे ठरले होते. पृथ्वीला कुशीत घेऊन ती अलीकडे स्वयंपाकघरात झोपत होती.

असेच एक-दोन महिने गेले.

एके दिवशी दुपारी राज घरी नसताना सदाशिवरावांच्या घराच्या दरवाजात एक टांगा उभा राहिला. त्यात सदाशिवरावांनी घरातल्या अभ्यासिकेतील सगळी पुस्तकं भरली आणि ते त्याबरोबर करुणेच्या घरी निघून गेले. या सगळ्याकडे दुर्लक्ष करून नागलक्ष्मी काही न समजल्याप्रमाणे स्वयंपाकघरात जाऊन बसली.

सदाशिवरावांनी सगळं सामान आणलेलं पाहून करुणा म्हणाली, 'या व्यवस्थेमुळे आपला अभ्यास चांगला आणि लवकर होईल हे खरं, पण तुम्ही सगळा वेळ इथंच राहावं, असा वेडा हट्ट मी करणार नाही.'

'जाऊ दे-' म्हणून सदाशिवरावांनी लगेच विषय बदलला.

दुसरे दिवशी सदाशिवरावांना शोधत राज कॉलेजमधल्या अभ्यासिकेत गेला, आजवर क्वचितच तिथं येणाऱ्या राजला पाहून करुणेच्या ध्यानात आलं की त्याला कालच्या घटनेच्या संदर्भात काही बोलायचं असेल. राजशी एखादं औपचारिक वाक्य बोलून ती तिथून बाहेर गेली.

'मीच तुला बोलावून घेणार होतो. तू आपण होऊन आलास हे बरं झालं. एक शब्दही न बोलता किती दिवस राहायचं? शिवाय, आता या व्यवस्थेमुळे माझं काम

अधिक गतीनं होईल. मी तिथं राहण्याविषयी करुणेचा मुळीच विरोध नाही. नागूचं मन ताळ्यावर आल्यावर तिला मला निरोप पाठवायला सांग. त्यानंतर घरी येत जाईन.' सदाशिवराव म्हणाले.

याच पतीबरोबर एकही शब्द न बोलता नागूनं किती वर्षं काढली ते राजला चांगलं ठाऊक होतं. तरीही त्याविषयी काही न बोलता तो म्हणाला, 'तिला किती दुःख झालंय ते-'

'मलाही ते समजतंय-'

'तिनं निरोप पाठवण्याची वाट पाहू नकोस. तू येत राहा. थोड्याच दिवसांत सगळं ठीक होईल'

'बरं!' ते म्हणाले. थोड्या वेळानं ते पुन्हा म्हणाले, 'हे पाहा, आता मला तुझ्या दुप्पट पगार मिळतोय. शिवाय, पुस्तकांची रॉयल्टीही मिळते. पहिल्यापासून नागू आणि पृथ्वीवर तूच लक्ष ठेवलं आहेस. मी तिथं अधूनमधून आलो तरी त्या दोघांची जबाबदारी तुझ्यावरच. दर महिन्याला पगाराच्या दिवशी तू इथं येत जा. थोडे पैसे खर्चासाठी देईन.'

'त्याची गरज नाही.' राज खिन्नपणे म्हणाला, 'नागूच्या पोटापाण्यासाठी तू पैसे देणार? आपली आई आज जिवंत असती तर तिनं थोरल्या मुलाकडून पैसे घेऊन धाकट्याच्या घरचं अन्न खाल्लं असतं का? पैशाची अडचण भासलीच तर मी आपण होऊन तुला विचारेन. तुला तुझ्या व्यासंगापायी वरचेवर प्रवास करावा लागतो, पुस्तकासाठी पैसे लागतील. तू पैशांचा विचार करू नकोस'

तो जायला निघाला तेव्हा सदाशिवराव म्हणाले, 'तू असाच अधूनमधून मला भेटत जा.'

'हं.' म्हणत राज निघून गेला.

आठ दिवस रत्नेच स्वयंपाक करत होती. पण त्या स्वयंपाकाची चव सदाशिवरावांना आवडली नाही. शिवाय, तिचा एवढा वेळ स्वयंपाकघरात खर्च होणं त्यांना रुचलं नाही. अखेर त्यांनी रोजच्या स्वयंपाकासाठी एक माणूस ठेवला.

■

बारा

नवरात्र संपलं. नाताळची सुटीही संपली. राज आणि कात्यायनी दररोज कॉलेजमध्ये भेटत होते. नाट्यसंघाच्या खोलीत बसून गप्पा मारत होते. खूप वेळा कात्यायनी राजच्या घरी जात होती.

अलीकडे नागलक्ष्मी कुणाशीच मनमोकळं बोलत नव्हती. स्वयंपाक झाला की राज आणि पृथ्वीला जेवायला वाढून स्वयंपाकघरातच एक चटई टाकून त्यावर दिवसभर पडून राहात होती. राजनं तिला बोलतं करायचा प्रयत्न केला तरी एखाददुसरं वाक्य बोलून त्याचं बोलणं तोडून टाकत होती.

पृथ्वीला वडिलांचा पहिल्यापासूनच फारसा लळा नव्हता. त्याला घरात फारसा फरक जाणवला नव्हता. आपली अम्मा आता झोपायच्या खोलीत न झोपता स्वयंपाकघरात अंथरुण टाकून झोपते, एवढंच त्याला समजलं होतं. तो पाच वर्षांचा झाल्यानं शेजारच्या मुलांबरोबर शाळेलाही जाऊ लागला होता. राज कुठं दुकानाला निघाला की त्याला सायकलवरून घेऊन जात होता.

एके दिवशी राजनं नागलक्ष्मीला विचारलं, 'नागू, या वर्षी मी लग्न करू?'

राजनं आपण होऊन आपल्या लग्नाचा विषय काढलेला पाहून ती म्हणाली, 'हे तू मला विचारतोयस?'

'पण मुलगी कोण, ते ठाऊक आहे का?'

'कात्यायनी!'

'तुला कसं ठाऊक?' राजनं चकित होऊन विचारलं.

'बायकांना या गोष्टी लवकर समजतात. ती घरी आल्यानंतर तुम्ही दोघं खोलीत बसून गप्पा मारता. ते पाहिलं तर कुणालाही समजेल.'

'तुला ठाऊक आहे, तर इतके दिवस तू का नाही बोललीस?'

'तू तरी का नाही सांगितलंस?'

राज लाजून गप्प बसला. नागलक्ष्मी पुढं म्हणाली, 'पण तिला एक मुलगा आहे. त्याला सोडून ती कशी येईल?'

'त्यालाही ती घेऊन येईल. तुझी काही हरकत नाही ना या लग्नाला?'

'मला का विचारतोस? लग्न करायचं ते दोघांच्या भल्यासाठी! लोकरूढी

आणि धर्माच्या विरुद्ध जाऊन भलं होईल का?'

राजनं धर्मकर्माविषयीचे आपले विचार तिला अनेकदा सांगितले होते. त्यांचा पुनरुच्चार करून तो म्हणाला, 'समज, आज मनाविरुद्ध एकीशी लग्न केलं आणि नंतर तिच्याशी पटलं नाही म्हणजे? त्यापेक्षा कात्यायनीशीच लग्न करणं मला योग्य वाटतं. तूही संमती दे.'

नागलक्ष्मीला आपलं आयुष्य आठवलं. शिवाय, अलीकडे जीवनाकडे निर्लिप्तपणे पाहण्याचा तिचा प्रयत्न चालला होता. ती म्हणाली, 'खरंय तू म्हणतोस ते! माझी काही हरकत नाही.'

दुसरे दिवशी कात्यायनी घरी आली आणि तिनं नागलक्ष्मीला वाकून नमस्कार केला. नागलक्ष्मीनं तिला मनोमन आशीर्वाद दिला.

मार्चच्या तिसऱ्या आठवड्यात कात्यायनीची परीक्षा होती.

फेब्रुवारीच्या अखेरीस एक दिवस राज तिला म्हणाला, 'आता आणखी उशीर नको. तू तुझ्या घरातून परवानगी घेऊन ये. लग्नाचं शास्त्र आता उरकून टाकूया.'

कात्यायनीही या विवाहासाठी उत्सुक झाली होती. घरची परवानगी घेऊन नव्या जीवनाची सुरुवात करण्यासाठी तीही आसुसली होती. पण हे घरी कसं सांगायचं? आपल्या या निर्णयामुळं श्रोत्रींच्या घरावर विजेचा लोळ कोसळणार हे तिला समजत होतं. त्या घराण्याचा मानमरातब, गावातला लौकिक आणि पिढ्यान्‌पिढ्यांची श्रद्धा यांना या निर्णयानं हादरा बसणार, हेही ती जाणत होती.

अजूनही ते तिचंच घर होतं ना! पाच वर्षांपूर्वी या घराच्या दारातून धान्यानं भरलेलं मापटं लवंडून ती या घरात आली होती. श्रोत्रींच्या वंशवृक्षावर तिचं नाव न पुसता येण्यासारखं कोरलं गेलं होतं. ती स्वत: ते नाव पुसायला तयार झाली असली, तरी त्यानंतर त्या जागी एक विरूप डाग पडणार आहे हेही तिला समजत होतं. मुलाच्या अकाली मृत्यूनंतर आपल्या सगळ्या आशाआकांक्षा तिच्यावर आणि आपल्या नातवावर वाहिलेल्या सासू-सासऱ्यांची आठवण होताच तिचा जीव गलबलत होता.

हे सगळे विचार तिला आता नव्यानं सुचत होते असं मुळीच नाही. राजसमोर तिनं आपलं मन मोकळं केलं त्याच दिवसापासून हे प्रश्न तिला छळत होते. पण तिच्या अतृप्त संसारजीवनानं तिचे सगळे विचार आक्रमिले होते. आज आपला निर्णय सासू-सासऱ्यांच्या कानावर घालायची वेळ आली तेव्हा तिची मन:स्थिती विचित्र झाली होती. राज दररोज विचारत होता, 'घरी सांगितलंस?'

कात्यायनीही अधीर झाली होती पण कसं सांगायचं, हा प्रश्न कायम होता. वाट पाहून पाहून एक दिवशी राज रागेजून म्हणाला, 'जर एवढंही धैर्य नव्हतं तर इतके दिवस मला का नादी लावलंस?'

घरी न सांगता एक दिवस मुलाला घेऊन मैसूरला यावं आणि तिथून श्रोत्रींना एक सविस्तर पत्र लिहावं, असंही तिला एकदा वाटून गेलं, पण तिचं मन तयार झालं नाही. आपल्यावर आपल्या सासऱ्यांनी इतका विश्वास टाकला आणि आपण इतक्या क्षुद्रपणे वागायचं? छे!

मार्चचा पहिला आठवडाही सरला. अभ्यासक्रम संपल्यानं कात्यायनी आता परीक्षेपर्यंत कॉलेजला येणार नव्हती. त्या दिवशी मात्र राज स्पष्टपणे म्हणाला, 'जर तू अजूनही घरी सांगितलं नसशील तर मी तुझ्या घरी पत्र लिहून कळवतो. तू आज नंजनगूडला जाऊ नकोस.'

'आज रात्री नक्की सांगेन. उद्या क्लास नसला तरी मी कॉलेजमध्ये येईन. तुम्हीही या. घरी काय घडलं ते सांगेन.' तिनं निक्षून सांगितलं.

घरी येताना ती त्याच विचारात होती. घरी कसं सांगायचं? कसा विषय काढायचा? गाडी नंजनगूडच्या दिशेनं धावत होती आणि तिच्या छातीतली धडधड वाढत होती. हाता-पायांना कंप सुटला होता. ती घामेजली होती. रस्त्यानंही लक्ष नसल्यानं ती दोनतीनदा अडखळली.

दिवाणखान्यात बसलेल्या श्रोत्रींचं आत येणाऱ्या कात्यायनीकडे लक्ष गेलं. तिचा अवतार पाहून ते म्हणाले, 'हे काय किती घामेघूम झालीस! आता कुठं चैत्र येतोय आणि एवढं ऊन तापलंय. लवकर परीक्षा तरी का संपवत नाहीत हे सरकारवाले?'

काही न बोलता कात्यायनी माडीवर गेली. पुस्तकं कपाटात ठेवून ती खाली आली. हात पायधुवून तिनं साडी बदलली. तोच चिनी धावत येऊन तिला बिलगत म्हणाला, 'अम्मा, किती उशीर केलास ग!'

तिनं आवेगानं त्याला गच्च कवटाळलं.

रात्रीच्या जेवणाच्या वेळीही ती कुणाशीच बोलली नाही. नंतरही माडीवर एकटीच विचार करत बसली होती. आता आपण श्रोत्रींना सांगायलाच हवं असा निश्चय करून ती आपलं मनोधैर्य एकवटून उठली.

जेवण झाल्यावर श्रोत्री दिवाणखान्यात बसून कुठलासा पुरातन ग्रंथ वाचत होते. पण त्यांच्याशी काय बोलायचं? खाली उतरण्यासाठी ती पायऱ्यांपाशी आली. पण तिच्या पायातलं बळ नाहीसं झालं होतं. ती पायरीवरच बसून राहिली.

तशी ती किती वेळ बसून होती काण जाणे! सगळेजण गाढ झोपी गेले होते. त्या शांत नीरवतेत तिला एक युक्ती सुचली. वहीतली काही पानं फाडून घेऊन तिनं त्यावर लिहायला सुरुवात केली. सुरुवातीला काय लिहावं ते न कळल्यानं ती थोडी अडखळली, पण पाचच मिनिटांत ती लिहू लागली. पहाटे तीन वाजेपर्यंत बसून तिनं एक पत्र लिहून काढलं. त्यात तिनं 'मानवाची मूळ प्रवृत्ती आणि धर्माच्या

नावाखाली त्यावर असलेली अनेक बंधनं' याविषयी सविस्तर लिहिलं. स्त्री-पुरुषाच्या स्वाभाविक सुखाआड येणाऱ्या आचार विचारांचा आढावा घेतला होता आणि धर्माच्या मूळ स्वरूपासारख्या गहन विषयालाही आपल्यापरीनं हात घातला होता. पत्राच्या शेवटी तिनं लिहिलं होतं-

'समाजाच्या अंधश्रद्धांचा पदर बाजूला सारून मानवी दृष्टिकोनातून तुम्ही याकडे पाहावं अशी माझी नम्र प्रार्थना आहे. अंत:करणाच्या हाकेला 'ओ' देऊन जर तुमची मुलगी माझ्यासारखी वागली असती तर वडील या नात्यानं तुम्हाला जे वाटलं असतं तेच माझ्याविषयी वाटू द्यावं. तुम्ही माझ्यावर टाकलेल्या विश्वासाशी मला द्रोह करायचा नाही. तुमची परवानगी घेऊनच तुमच्या आशीर्वादानं नव्या जीवनाची सुरुवात करायची माझी मनीषा आहे.

एवढं सगळं तुमच्यासमोर उभं राहून स्पष्टपणे सांगायचं धैर्य नसल्यामुळे या पत्राद्वारे सांगत आहे. आज संध्याकाळी मी घरी येईन तेव्हा मला आशीर्वाद द्यावा, ही प्रार्थना!'

पत्र लिहून झाल्यावर तिनं एका कोपऱ्याला दाभणानं भोक पाडण्याचा प्रयत्न केला. पण बरीच पानं झाली असल्यानं अखेर तिनं ते कागद पंच करून एका जाड दोऱ्यानं सगळे एकत्र बांधले. एका मोठ्या पाकिटात ते लांबलचक पत्र घालून ते पाकीटही बंद केलं. मन एकाप्रकारे हलकं झालं होतं. अंथरुणावर पडल्या पडल्या तिला झोप लागली.

ती उठली तेव्हा सकाळचे साडेसात वाजले होते. तिनं लगबगीनं सारं आवरलं आणि पुस्तकांबरोबर पाकीट घेऊन ती दिवाणखान्यात आली. तिचा हात कंप पावत होता.

नुकतीच पूजा आटोपून श्रोत्री दिवाणखान्यात येऊन बसले होते. पुढं येऊन तिनं त्यांना वाकून नमस्कार केला.

'आज काय विशेष बाळ! परीक्षा अजून पंधरा दिवसांवर आहे ना?'

'अं हं! हे वाचा-' म्हणत त्यांच्या हातात ते पाकीट देऊन ती घाईनं तिथून बाहेर पडली.

श्रोत्री चकित होऊन तिच्या पाठमोऱ्या आकृतीकडे पाहात राहिले. हातातल्या पाकिटाची आठवण येताच त्यांनी पाकीट फोडलं.

घरातून निघताना कात्यायनीच्या मनात विविध विचारांचा गोंधळ उडाला होता. कशीबशी ती गाडीत चढली. चामराजपूरच्या स्टेशनवर राज उभा होता. तोही भावोद्विग्न झाला होता. बोलत बोलत ते त्याच्या घराकडे निघाले.

सगळी हकिकत सविस्तरपणे सांगून कात्यायनी म्हणाली, 'उद्या नक्की काय झालं ते सांगेन.'

'काहीही झालं तरी तुला माझ्याकडे आलंच पाहिजे!' राज दृढपणे म्हणाला.

संध्याकाळी घरी परतताना कात्यायनीची मन:स्थिती विचित्र झाली होती. घरी गेल्यावर श्रोत्री काय म्हणतील? आपण त्यांना काय उत्तर द्यायचं? नेमकं काय घडेल याची तिला कल्पना करता येत नव्हती. भीती वाटत होती. तिच्या धैर्याची आणि इच्छाशक्तीची कसोटीच होती त्या दिवशी! भीत भीत तिनं घरात पाऊल टाकलं.

दिवाणखान्यात श्रोत्री कुणा रयताशी बोलत बसले होते. ती सरळ माडीवर गेली. भागीरथम्मांच्या समोर जाण्याची तिला भीती वाटत होती. कुठल्याही परिस्थितीत श्रोत्रींचा स्वत:वरचा ताबा ढळणार नाही ह्याची खात्री असली, तरी भागीरथम्मांचा स्वभावच वेगळा होता. स्वभावत: त्याही शांत होत्या, पण प्रसंगी त्यांचा संताप अनावर होत असल्याचा अनुभव कात्यायनीलाही होताच. प्रसंगी त्या श्रोत्रींवरही संतापत होत्या.

आतापर्यंत भागीरथम्मांनाही सगळं समजलं असेल! आज त्या जे काही बोलतील ते निमूटपणे ऐकून घेण्याच्या दृष्टीनं ती स्वत:लाच समजावत होती. पण भागीरथम्मा चिनीशी गप्पा मारत स्वयंपाकघरात काम करत होत्या. त्यांचं कात्यायनीकडे लक्षच नव्हतं. कात्यायनीही खाली आली नाही.

साडेआठ वाजता देवपूजा आटोपल्यावर श्रोत्रींनी तिला हाक मारली. त्या हाकेचीच वाट पाहणारी कात्यायनी दचकली आणि धैर्य एकवटून खाली आली.

नेहमीप्रमाणे श्रोत्री आणि चिनी जेवायला बसले होते आणि भागीरथम्मा जेवायला वाढत होत्या. कात्यायनीनं त्यांच्याकडे पाहिलं. अन्नाची नासाडी करत जेवणाऱ्या चिनीला त्या मृदू आवाजात दटावत होत्या. श्रोत्री खाली मान घालून जेवत होते.

जेवण होताच कात्यायनी पुन्हा माडीवर गेली. श्रोत्रींनी तिला जाताना पाहिलं. तरी त्यांनी तिला हाक मारली नाही. ही विचित्र स्तब्धता आता कात्यायनीला असह्य होत होती. जे काही घडेल त्याला सामोरं जायच्या तयारीत असलेल्या कात्यायनीला ही शांतता - कदाचित उपेक्षा - बोचत होती. तिच्या मनाची विलक्षण तगमग होत होती.

जिवाचा निर्धार करून ती खाली आली. श्रोत्री दिवाणखान्यात खुर्चीत बसले होते. हातात एक जुना ग्रंथ असला तरी त्यांची दृष्टी वरच्या तुळईवर खिळली होती. कात्यायनी त्यांच्यापाशी आली आणि तिनं विचारलं, 'अण्णा, माडीवर येता का?'

'चल, आलोच'

ती पुन्हा माडीवर गेली. हातातला ग्रंथ घेऊनच श्रोत्री माडीवर आले. आपल्या अभ्यासिकेतल्या कपाटात ग्रंथ जागच्या जागी ठेवत त्यांनी तिलाही खोलीत बोलावलं.

ते खिडकीपाशी असलेल्या व्याघ्रचर्मावर बसले. ती तिथल्या खांबापाशी उभी होती. तिलाही त्यांनी बसायला सांगितलं. ती पलीकडच्या सतरंजीवर बसली. कुणीच काही बोललं नाही.

पाच मिनिटांच्या यातनामय स्तब्धतेनंतर तिनं विचारलं, 'माझं पत्र वाचलंत?'

'वाचलं!'

'तुम्ही परवानगी द्यायला हवी-'

काही क्षण तसेच गेले. नेहमीच्याच शांत स्वरात श्रोत्री म्हणाले, 'यात माझ्या परवानगीचा प्रश्नच उद्भवत नाही. तुझ्या विचाराप्रमाणे वागायचं तुला स्वातंत्र्य आहे.'

श्रोत्रींच्या शांत स्वरातून निर्भर्त्सनेचा अंशही डोकावत नव्हता. तरीही कात्यायनीला कुणीतरी टोचल्यासारखं वाटलं.

ती म्हणाली, 'असं कसं? तुम्ही घरचे वडिलधारे आहात. तुमच्या परवानगीशिवाय मी काय करणार?'

'माझा वडिलधारेपणा अजूनही तू मानतेस? तू स्वत:ला या संसारातला घटक मानेपर्यंतच माझा तुझ्या कार्यावर अधिकार राहतो. ज्या दिवशी तुझ्या मनात हा वेगळा विचार आला त्याचवेळी तुझ्यावरचा माझा वडिलधारेपणाचा अधिकार गळून पडला, नाही का?'

कात्यायनीनं मनोमन वादविवादाची तयारी केली होती. कितीतरी मुद्दे आठवून ठेवले होते. पण आता त्यातले सगळे मुद्दे नाहीसे होऊन तिचं डोकं शून्यवत झालं. तरीही उसनं अवसान आणून ती म्हणाली, 'या समाजात स्त्रीच्या जीवनात एखादी वावटळ आली की तिला कुणाचाच आधार राहात नाही. विधुरानं मात्र दहा वेळा लग्न केलं तरी चालतं. स्त्रीच्या मनाची तडफड जाणून घ्यायची या समाजाला गरजच भासत नाही-'

तिचं वाक्य मध्येच तोडत श्रोत्री म्हणाले, 'आता समाज आणि जगाविषयी कुठलाही वाद नको. हा फक्त तुझा वैयक्तिक प्रश्न आहे, आणि तुझ्या निश्चयाआड मी येणार नाही. तुला जे वाटेल ते करायचं स्वातंत्र्य तुला आहे. तरीही मला वाटतं. आपले निर्णय आपापल्या धर्माला धरून असले पाहिजेत, नाही का?'

'योग्य वयात संसारात असणं हा माणसाच्या दृष्टीनं सहजधर्म नाही का?'

'सहजधर्म म्हणजे धर्म नव्हे!' त्याही परिस्थितीत श्रोत्री हसून म्हणाले, 'संसारसुखाचा अनुभव घेणं हे एवढंच जीवनाचं अंतिम ध्येय नव्हे! गृहस्थधर्माचा हेतू वंशोत्पत्ती. वंशाचा विस्तार झाल्यावर दुर्दैवाने घर मोडलं तर पुन्हा गृहस्थी जीवन अनुसरणं म्हणजे धर्म नव्हे!'

काय बोलावं ते कात्यायनीला समजलं नाही. श्रोत्रीही काही बोलले नाहीत.

दोघंही दहा मिनिटं तसेच बसून होते. नंतर पुन्हा श्रोत्री म्हणाले, 'या विषयाची उकल वादविवादानं होणार नाही. स्वसुखाच्या थोट्या कल्पनेहून उंच होऊन पाहिलं तरच धर्म-अधर्म स्पष्टपणे नजरेस पडतो. पुरुष हवं तर दहा लग्नं करू शकतो असं तू आता म्हणालीस! इतरांच्या गोष्टी आता इथं नको असं मी मघाशी म्हटलं. अशा लग्नाचा प्रश्न माझ्या जीवनात काही वर्षापूर्वी आला होता. त्या परिस्थितीत मी धर्माचा मार्ग अनुसरला-नव्हे, धर्मानंच मार्ग दाखवून मला वाचवलं. धर्माला सर्वार्थानं शरण गेलं तर तोच धर्म संकटसमयी आपल्याला वाचवतो असा माझा आजवरचा अनुभव आहे. मला वाटतं तुला तुझ्या नवऱ्यानं माझ्याविषयी सगळं सांगितलं असेल. नसेल तर आता खाली जा आणि तिला किंवा लक्ष्मीला विचार. खूप उशीर झालाय. आता झोप तू.'

श्रोत्री उठले. खोलीच्या दरवाजापर्यंत गेले आणि पुन्हा मागं वळून म्हणाले, 'हे पाहा, या बाबतीत तुला पूर्ण स्वातंत्र्य आहे. या बाह्य जगात जे नीति-नियम सांगतात तेवढाच धर्म नाही. मूळ धर्म जाणून घ्यावा असं मला वाटतं. त्या धर्मावर माझा विश्वास आहे!'

ते शांतपणे एकेक पायरी उतरून दिवाणखान्यात आले आणि आपल्या अंथरुणावर पडले. कात्यायनीही उठली. तिनं आपलं अंथरूण टाकलं आणि ती त्यावर पडली. आपल्या शरीरातली शक्ती कुणीतरी काढून घेतल्यासारखं तिला वाटत होतं. राजच्या सान्निध्यात प्रचंड वेगानं उसळणारं चैतन्य आता नाहीसं झालं होतं. खूप दूरच्या प्रवासाची इच्छा ठेवून निघालेला पक्षी पंख थकल्यामुळे विकलांग होऊन पृथ्वीवर कोसळावा तशी ती अंथरुणावर पडली होती.

नंजुंडानं तिला कितीतरी वेळा त्याविषयी अभिमानानं सांगितलं होतं. श्रीनिवास श्रोत्रींच्या जीवनातही अशीच एक प्रचंड समस्या निर्माण झाली होती आणि त्यावेळी त्यांनी धर्माला अनुसरून आपला मार्ग आखून त्या बिकट परिस्थितीवर मात केली होती.

कात्यायनीलाही ठाऊक होती ती घटना.

अडीअडचणींशिवाय

■

तेरा

आई वारली त्यावेळी पंधरा वर्षांचा श्रीनिवास श्रोत्री मैसूरच्या संस्कृत पाठशाळेत शिकत होता. आई-वडिलांचा एकुलता एक मुलगा होता तो. वयाच्या पन्नासाव्या वर्षी आई वारली आणि पंचावन्न वर्षाच्या नंजुंड श्रोत्रींनी श्रीनिवासला मैसूरहून बोलावून घेतलं ते कायमचंच! संपूर्ण घरात बाप-लेक दोघेच राहात होते. घराच्या मागच्या खोपटात त्यांचा जुना नोकर माच आपल्या मुलीबरोबर लक्ष्मीबरोबर राहात होता.

लक्ष्मीच्या जन्माच्या वेळी तिची आई वारली होती. त्यानंतर माचनं दुसरं लग्न केलं नव्हतं. तान्ही लक्ष्मी तीन वर्षांची होईपर्यंत त्यानं तिला एका लांबच्या नातेवाईकाकडे ठेवलं होतं. त्यानंतर तो तिला घरी घेऊन आला. दोघेही श्रोत्रींच्या घरीच कामधाम करून चार घास खाऊन राहात होते.

पत्नीच्या मृत्यूनंतर घरी स्वयंपाक करणारं कुणी राहिलं नव्हतं. त्यामुळे स्वत: नंजुंड श्रोत्रीच स्वयंपाकपाणी पाहात होते. श्रीनिवासही त्यांना मदत करत होता. परसातल्या खोपटातली लक्ष्मी दहा वर्षांची झाली होती. ती श्रीनिवासपेक्षा पाच वर्षांनी लहान होती. तिच्या मदतीनं माचही आपलं घर पाहात होता.

रोज स्वयंपाकघरात चुलीच्या राख-राखुंडीनं अंग काळं करून नंजुंड श्रोत्री वैतागले होते. श्रीनिवासचं लक्ष मात्र अध्ययनाकडेच होतं. मैसूरची संस्कृत पाठशाळा चुकली असली तरी तो नारायणरावांच्या अग्रहारातल्या व्यंकप्पा शास्त्रींच्या घरी जाऊन 'न्यायवैशेषिका' वगैरे ग्रंथ शिकत होता. सहाव्या वर्षीच त्याला 'अमर' तोंडपाठ येत होतं. मैसूरच्या पाठशाळेत रामायण-महाभारताचं अध्ययन झालं होतं. त्या शाळेतलं शिक्षणच संस्कृतमध्ये असल्यानं त्या भाषेचं ज्ञान त्याला चांगलं होतं. त्या भाषेतलं इतर बहुमोल साहित्य अभ्यासून रसास्वाद घेण्यात तो पारंगत झाला होता.

त्याच्या या ज्ञानपिपासेला नंजुंड श्रोत्रींनी विरोध केला नाही, पण त्यासाठी पैसे खर्च करण्याची त्यांची तयारी नव्हती. आज श्रीनिवास श्रोत्रींकडे असलेली संपत्ती त्यावेळीही होती. देवघर आणि स्वयंपाकघर यांच्यामध्ये असलेल्या खोलीत पुरून ठेवलेल्या एका हंड्यात कितीतरी दागिने आणि सोन्याचांदीची नाणी होती! नंजुंड श्रोत्री त्या जागेवरच झोपत.

व्यंकप्पाशास्त्रींना नंजुंडरायांचा कंजूषपणा आणि श्रीनिवासची ज्ञानलालसा ठाऊक होती. त्यामुळे ते कसलीही अपेक्षा न ठेवता श्रीनिवासला आपलं ज्ञान देत होते. पण काही अत्यावश्यक ग्रंथ विकत घेण्याची व्यंकप्पाशास्त्रींचीही कुवत नसल्यानं श्रीनिवासचा अभ्यास आपल्या गतीनं चालला होता.

रोजचा स्वयंपाक टाळण्यासाठी पत्नीचं वर्षश्राद्ध झाल्याच्या दुसरे दिवशीच त्यांनी श्रीनिवासच्या लग्नाचा विचार बोलून दाखवला.

काशाचं कुजकं नाणंही देवाच्या डब्यात जपून ठेवणारे, असा कंजूष नंजुंडरायांचा बदलौकिक असला तरी घरातली आर्थिक सुबत्ता लोकांच्या नजरेत भरल्यानं श्रीनिवासला बऱ्याच मुली सांगून येऊ लागल्या. शिवाय, श्रीनिवास दिसायला देखणा होता. वडिलांचा काळा रंग, पाठीवरचं कुबड आणि कपाळावरची आठी त्यानं घेतली नव्हती! गोरापान रंग, हसरा चेहरा, मोठे तेजस्वी डोळे, विशाल भव्य कपाळ आणि भरपूर उंच अशी ताठ देहयष्टी! नंजनगूडचेच कितीतरीजण त्याला मुलगी द्यायला पुढं सरसावले होते पण नंजुंडरायांनीच 'राहत्या गावातली मुलगी नको' म्हणून दूरच्या हासनच्या मुलीशी त्याचं लग्न ठरवलं.

मुलगी चांगल्या घराण्यातली होती. मुख्य म्हणजे दोघांच्या पत्रिका फार छान जुळत होत्या. लग्नाच्या आधी मुलगी पाहायचा प्रश्नच नव्हता! मुलगी वयानं तशी थोडी मोठीच होती. लवकर सून घरी यावी आणि आपल्या मागचा स्वयंपाकाचा ससेमिरा चुकावा म्हणून नंजुंडरायांनी मुद्दामच थोडी मोठी मुलगी पाहिली होती. अकरा वर्षांची भागीरथी काळी असली तरी तरतरीत होती. मात्र तिचा बांधा अगदी लहानखुरा होता. लग्नघरातच काहीजण म्हणाले, 'राजवाड्यात पोसलेला वळू आणि खेड्यातल्या वाळक्या गवतावर जगणाऱ्या काटकुळ्या गाईचं लग्न हे!'

तरीही नंजुंडराय मात्र खुशीत होते. कारण मुलीच्या वडिलांनी चांदीचा रुपया, तांब्याचं पळी-पंचपात्र, धोतरजोडी, वाहाणांचा जोड, छत्री इत्यादी देऊन वर आठ दिवस लग्नाचा थाट उडवून दिला होता!

पण सुनेच्या हातचं खाऊन पुढची वर्ष सुखानं जगायचं नंजुंड श्रोत्रींच्या नशिबातच नव्हतं. लग्नानंतर सहा महिन्यांत ते उलट्या आणि जुलाबानं मरण पावले. भागीरथीच्या नशिबी सासरा नसलेलं घर असलं पाहिजे, असंही काही जणांनी बोलून घेतलं. पण स्वत: श्रीनिवास श्रोत्रींनी त्याकडे दुर्लक्ष केलं.

मरण्याआधी नंजुंडरायांनी श्रीनिवासला जमिनीत पुरून ठेवलेल्या संपत्तीविषयी सांगितलं होतं. वडिलांचे दिवसकार्य संपल्यावर श्रीनिवासनं भूमीतल्या धनाला थोडी बाहेरची हवा दाखवली. सहा हजार चांदीचे बंदे रुपये होते आणि सोनं-चांदी तर एकट्याला न उचलता येण्याएवढी होती! त्यापैकी कितीतरी दागिने गहाणवाटीच्या धंद्यात मिळवल्याचं श्रीनिवासलाही ठाऊक होतं.

वडिलांच्या पश्चात सगळे अधिकार हाती आल्यावर श्रीनिवास श्रोत्रींच्या घराचं स्वरूपच बदलून गेलं. त्यांनी व्यंकप्पाशास्त्रींच्या सल्ल्यानं दुर्मिळ ग्रंथ घेऊन माडीवरची आपली अभ्यासिका अधिक समृद्ध केली.

माचची लक्ष्मी बारा वर्षांची झाली. माच अंगापिंडानं भरदार असा गडी होता. इथं येण्यापूर्वी तो कोडगमधल्या एका चहाच्या मळ्यावर काम करत होता. तिथली एक सुंदर बालविधवा त्याच्या प्रेमात पडली होती. तिला पळवून घेऊन तो इथं आला होता. नंजुंडरायांनी त्या जोडप्याला फक्त परोपकार म्हणून आधार दिला नव्हता. त्यांनाही जमीन-जुमला आणि पैसाअडका सांभाळायला एक दणकट गडी हवाच होता.

लक्ष्मीनं आपल्या आईचा दुधट रंग उचलला होता आणि वडिलांची उंची तिला मिळाली होती. आईचा हसरा सुंदर चेहरा तिनं सहीसही उचलला होता.

माचची बायको त्याच्यापेक्षा दोन वर्षांनी मोठी असल्याचं लोक बोलत होते. पण सुंदर रूपामुळे ती तशी मोठी वाटत नव्हती. नंजनगूडला आल्यावर चार वर्षांत ती गरोदर राहिली आणि लक्ष्मीला जन्म देऊन मृत्युमुखी पडली.

बारा वर्षांची लक्ष्मी आपल्या रूपानं सगळ्यांचं लक्ष वेधून घेत होती लहानपणापासून एकत्र वाढलेल्या श्रीनिवासला ती नि:संकोचपणे 'ए शीनप्पा' म्हणून हाक मारत होती. श्रोत्रींच्याच घरात ती वाढली होती त्यामुळे तिची भाषाही शुद्ध होती.

लक्ष्मी रूपानं देखणी होती, पण तिच्या बापाकडे तिच्या लग्नासाठी पैसा नव्हता. तिला काही मागण्याही आल्या होत्या. पण आपल्या मुलीला चांगल्या घरी द्यावं, म्हणून माचनंही त्या घरी मुलगी दिली नव्हती. श्रीनिवासरावांनी माचला हजार रुपये दिले आणि तिच्यासाठी चांगलं स्थळ शोधायला सांगितलं. माचनं या घरासाठी किती घाम गाळलाय याची त्यांना जाणीव होती. माचनं चार ठिकाणी चौकशी केली आणि अखेर मंडय सीमेजवळचा एक मुलगा ठरवून लक्ष्मीचं थाटामाटानं लग्न करून दिलं.

त्यानंतर वर्षभरातच भागीरथम्मा मोठ्या झाल्या आणि पतीच्या घरी नांदायला आल्या. श्रोत्रींचं घर स्त्रीच्या पावलांनी उजळून निघालं. श्रीनिवासरायांचं अध्ययन सुरूच होतं. ते अधूनमधून मैसूरला जाऊन ग्रंथ विकत आणत होते. ज्याचा अर्थ आपल्याला समजत नाही ते व्यंकप्पाशास्त्रींना विचारून समजावून घेत होते. तेही आपल्याला शक्य असलेलं सगळं ज्ञान श्रीनिवासरायांना देत होते.

श्रोत्रींचा संसार सुखानं चालला असता नंजनगूडला प्लेगची साथ आली आणि तिनं माचलाही पछाडलं. लक्ष्मीला बोलवायला श्रोत्रींनी माणूस धाडला. पण ती येण्याच्या आतच माच मृत्युमुखी पडला. श्रोत्रींनीच त्याचे अंत्यसंस्कार केले आणि दुसरे दिवशी लक्ष्मी येऊन पोहोचली. ती नवऱ्याबरोबर जायला निघाली त्यावेळी

श्रोत्रींनी तिच्या हातात शंभर रुपये ठेवले आणि सांगितलं, ‘तुझ्या गावी माचचं श्राद्ध कर. जमेल तेव्हा इथं येत जा. या घरचीच तू लेक माणूस!ठ

शीनप्पाचं औदार्य पाहून लक्ष्मी भारावून गेली. त्याच्या पाया पडून ती नवऱ्याबरोबर गावी परतली.

श्रोत्रींचं अध्ययन चाललंच होतं. नवदांपत्याचं वैवाहिक जीवनही सुखासमाधानानं चाललं होतं. पण तीन वर्षं गेली तरी भागीरथम्मांना दिवस राहिले नव्हते. या अवधीत श्रोत्रींनी वेद, उपनिषदे, धर्मशास्त्र, दर्शनशास्त्र याचं खूपच ज्ञान मिळवलं. हे सगळे ग्रंथ त्यांच्या जीवनावर खोलवर परिणाम करत होते. मानवी जीवनाचा हेतू, गृहस्थधर्म आणि गृहस्थाची कर्म यावर त्यांचा विचार सुरू होता. त्यामुळेच विवाह होऊन तीन वर्ष झाली तरी मूलबाळ न झाल्यामुळे ते व्याकूळ होत होते. वंशवृद्धीसाठी संतानप्राप्ती हाच गृहस्थाश्रमाचा प्रमुख उद्देश, यावर त्यांचा गाढ विश्वास होता. पण अजून तशी योग्य वेळ आली नव्हती.

एक दिवस संध्याकाळी दिवे लागणीच्या वेळी लक्ष्मी घरी आली. आल्या आल्या शीनप्पाच्या पायावर लोळण घेत तिनं गळा काढला. त्यांनी तिला शांत करून रडायचं कारण विचारलं. तिच्या हुंदक्याआडून येणाऱ्या शब्दांची सुसंगती लावून श्रोत्रींनी परिस्थिती जाणून घेतली.

लक्ष्मीचा बाप फसला होता. नेहमी गळ्यात सोन्याची साखळी आणि बोटात अंगठी घालणाऱ्या जावयाला माच मोठा माणूस समजला होता. तशी थोडी वडिलोपार्जित जमीन असली तरी त्यावर जुगारासाठी त्यानं पैसे काढले होते. तसा तो पक्का जुगारीच होता. वीस दिवसांपूर्वी जुगारात तो खूप पैसे जिंकला होता. तिथंच इतर जुगारी मित्रांनी त्याचा रात्री दोन वाजता खून केला होता आणि पैसेही लुबाडले होते. तीन दिवसांपूर्वी खुनी पोलिसांना सापडले होते.

निराधार लक्ष्मी मात्र जन्मलेल्याच घरी येऊन आश्रय मागत होती.

‘माणसाच्या कर्माप्रमाणे सगळं घडत असतं. तू काही काळजी करू नकोस. या घरात तुला घासभर अन्न मिळणार नाही का?’ म्हणत श्रोत्रींनी तिला आश्रय दिला. त्यानंतरही कोर्टाच्या कामासाठी तीन-चार वेळा लक्ष्मीला मैसूरला जावं लागलं त्यावेळी श्रोत्रीच तिच्या सोबत गेले होते. अखेर त्या खुन्यांना जन्मठेपेची शिक्षा झाली.

भागीरथम्मानांही लक्ष्मीची सोबत हवीच होती. कामातही तिची त्यांना बरीच मदत होत होती.

त्यानंतरही दोन वर्ष गेली तरी भागीरथम्मांना दिवस राहिले नव्हते. त्या आता एकोणीस वर्षांच्या झाल्या होत्या आणि श्रोत्री चोवीस वर्षांचे झाले होते. आता मात्र श्रोत्री चिंतामग्न होऊ लागले पण पत्नीसमोर मात्र त्यांनी आपली खंत दर्शवली

नव्हती. भागीरथम्मांना त्यांचं दु:ख समजत होतं. त्याही त्याच दु:खात चूर होत्या. त्यांचा आपल्या पतीवर गाढ विश्वास आणि अगाध प्रेम होतं, पतीच्या शांत स्वभावाविषयी अभिमान होता. दोघांनीही अनेक देवांना नवस केले. गावातल्या नंजुंडेश्वरालाही सोन्याची पालखी देईन असं मागून घेतलं.

त्यानंतर वर्षभराच्या आतच भागीरथम्मांना दिवस राहिले. डोहाळजेवणं आणि बाळंतपणासाठी त्यांना माहेरी घेऊन जाण्यासाठी त्यांचे वडील आले, पण श्रोत्रींनी त्यांना पाठवून देण्यास नकार दिला. पाच महिने झाल्यावर भागीरथम्माची आईच लेकीचं बाळंतपण करायला नंजनगूडला येऊन राहिली.

दिवस भरले. तशी गर्भारशीची प्रकृती चांगली होती. मात्र प्रसूतिवेदना सुरू होऊन तीन दिवस झाले तरी त्या प्रसूत झाल्या नव्हत्या. तिथल्या पंडितांनी तातडीनं मैसूरला घेऊन जाण्याचा सल्ला दिला. फोन करून टॅक्सी बोलावून त्यात वेदनांनी तळमळणाऱ्या भागीरथम्मांना घेऊन सगळे मैसूरला गेले. श्रोत्री तर घाबरून गेले होते. दोरीनं तोंड बांधलेल्या पिशवीत चांदीचे रुपये घेऊन ते दवाखान्यात बाहेरच्या व्हरांड्यात तडफडत होते. लक्ष्मी आपल्यापरीनं शीनप्पाचं समाधान करायचा प्रयत्न करत होती.

चार तासांनी डॉक्टर आले आणि म्हणाले, 'ऑपरेशन करायला पाहिजे. नाहीतर जीव वाचणं कठीण आहे-'

डॉक्टरांनी सांगितलं, तिथं श्रोत्रींनी बधीर मनानं सही केली. बाहेर लक्ष्मी, भागीरथम्मांची आई आणि नंजनगूडची काही माणसं बसली होती. तिथल्या एका बाकावर बसून श्रोत्री मनातल्या मनात जप करू लागले.

'दु:खेष्वनुद्विग्नमना: सुखेषु विगतस्पृह:।
वीतरागभयक्रोध: स्थितधीर्मुनिरुच्यते ॥'

साधारण तीनएक तास तसेच गेले असतील. श्रोत्रींचा जप सुरूच होता. नंतर आतून बातमी आली, 'ऑपरेशन झालं. मुलगा झालाय. छान आहे. बाळंतिणीच्या जिवाचा धोका टळला आहे.'

सगळ्यांनी सुटकेचा नि:श्वास टाकला. श्रोत्री मात्र अजूनही पुटपुटतच होते, 'दु:खेष्वनुद्विग्नमना: सुखेषु विगतस्पृह: ।-'

त्यानंतरही भागीरथम्मा महिनाभर दवाखान्यातच होत्या. स्त्रियांच्या वॉर्डमध्ये लक्ष्मी आणि त्यांची आई सतत त्यांच्या बरोबर होत्या. श्रोत्रीही रोज न चुकता नंजनगूडहून मैसूरला दवाखान्यात जाऊन येत.

महिनाभरानं बाळ-बाळंतिणीला घरी घेऊन जायच्या दिवशी डॉक्टरांनी श्रोत्रींना आपल्या खोलीत बोलावलं आणि सांगितलं, 'मातेच्या गर्भाशयापेक्षा मूल अधिक वाढलं होतं. तुमचं जोडपं दैहिक दृष्ट्या विजोड आहे. यावेळी ऑपरेशन केल्यामुळे

त्या वाचल्या. पण जर त्या पुन्हा गर्भार राहिल्या तर मृत्यू निश्चित समजा! यानंतर तुम्ही त्यांच्याशी देहसंबंध ठेवू नयेत हे उत्तम!'

श्रोत्रींची धिप्पाड देहयष्टी आणि चेहऱ्यावर दिसणारी सुदृढतेची चकाकी पाहून डॉक्टरांनाही हे सांगताना विषाद वाटत होता.

श्रोत्रींना जे डॉक्टरांनी सांगितलं तेच तिथल्या नर्सनं भागीरथम्मांना सांगितलं होतं.

नंजनगूडला परतल्यावर मुलाचं बारसं झालं. श्रोत्रींनी आपल्या वडिलांचंच नाव आपल्या मुलाला ठेवलं. छोटा नंजुंड म्हणजे श्रीनिवासरावांची छोटी प्रतिकृती होता. नंजुंड आठ महिन्याचा झाल्यावर भागीरथम्मांची आई आपल्या गावी हासनला परतली.

घरी आल्यापासून बाळ-बाळंतीण खालच्या खोलीतच झोपत होते. श्रोत्री आपल्या अभ्यासिकेत आपलं अंथरूण टाकून झोपत होते.

सासूबाई गावी परतल्यापासून श्रोत्रींचं मन चंचल बनलं होतं. पत्नीच्या नजिक जाण्यासाठी त्यांचं मन ओढ घेत होतं. घरात आणखी कुणी नव्हतं. दुपारच्या वेळी तर लक्ष्मीही गुरं चारायला घेऊन जात होती. घरात पत्नी एकटीच! श्रोत्रींची सव्वीस वर्षांची सशक्त काया! पण डॉक्टरांनी सांगितलं होतं, 'तुमचं जोडपं दैहिक दृष्ट्या विजोड आहे. त्या पुन्हा गर्भार राहिल्या तर मरण अटळ आहे.

डॉक्टरांचं बोलणं पुन:पुन्हा त्यांच्या कानात घुमत होतं.

बाळाला पाजणाऱ्या भागीरथम्माकडे त्यांचं वरचेवर लक्ष जात होतं. बाळसेदार गुटगुटीत बाळ आईच्या मांडीवर झोपून दूध पीत होतं. बाळापुढे त्या अगदीच खुरट्या वाटत होत्या. श्रोत्रींना पत्नीची कीव येत होती. भागीरथम्मा त्यांना जवळ बोलावत होत्या. पण श्रोत्री तिकडे दुर्लक्ष करून घराबाहेर निघून जात होते.

असेच दोन महिने गेले तरी श्रोत्रींचं मन काबूत येत नव्हतं. शिकण्यातही त्यांचं मन पहिल्यासारखं लागेनासं झालं होतं. देवपूजेच्या वेळी नेहमी शांत असणारं मन सोसाट्याच्या वादळात सापडल्यासारखं हेलकावे खात होतं. अशा मन:स्थितीत पूजा करणं योग्य न वाटून कितीतरी वेळा ते अर्धवट पूजा टाकून उठत होते.

भागीरथम्मांना हे समजत नव्हतं असं मुळीच नव्हे; पण त्याही असहाय्य होत्या. नर्सनं सांगितलं तेव्हाच त्या घाबऱ्या झाल्या होत्या. आपले पती आपल्यावर कसलीही बळजबरी करणार नाहीत याविषयी त्या निश्चिंत असल्या तरी त्यांच्या मनाची कुचंबणा भागीरथम्मांना समजत होती. आपण आपल्या पत्नीकर्तव्यात अपुऱ्या पडत आहोत, ह्या जाणिवेनं त्या पहिल्यापेक्षा अधिक श्रद्धाभक्तीनं त्यांची सेवा करत होत्या.

त्यानंतरही दोन-तीन महिने गेले. अलीकडे श्रोत्रींनी दूध पिणं सोडून दिलं होतं. तूप खाण्याचंही सोडलं होतं. रोज सकाळी लवकर उठून परसातल्या मोकळ्या जागेत भरपूर काम करून बगीचा करण्यास त्यांनी प्रारंभ केला होता. निकस आहार आणि भरपूर कष्टांमुळे त्यांना रात्री गाढ झोप लागत होती. पण दोन महिन्यांतच त्यांचा देह सुकू लागला. भरदार शरीरयष्टी आणि चेहऱ्यावरची सुदृढतेची चमक आता कमी होऊ लागली. एके दिवशी जेवताना भागीरथम्मा आग्रहानं त्यांना तूप वाढू लागल्या तेव्हा त्यांना अडवत श्रोत्री म्हणाले, 'माणसाला मन ताब्यात ठेवायचं असेल तर हे सोडलं पाहिजे!'

भागीरथम्मांचा जीव कळवळला. त्यांचं पतीवर अपार प्रेम होतं. पतीच्या सुदृढ, सुंदर देहाविषयी अभिमान होता. दिवसेंदिवस पतीची प्रकृती खंगत चाललेली पाहून त्यांना वाईट वाटत होतं. खूप विचार करून त्यांनी ठरवलं- आपल्या बहिणीशी त्यांचं लग्न का करू नये?

भागीरथम्मांची धाकटी बहीण बारा वर्षांची होती आणि अजूनही अविवाहित होती. तिचं लग्न आपल्या पतीशी करून दिलं तर घरातली समस्याही मिटेल आणि आपण मोठी असल्यानं घरातल्या आपल्या स्थानालाही धक्का लागणार नाही. शिवाय, त्यांची बहीण दुहेरी हाडापेराची होती. पण हा विचार आपल्या आई-वडिलांना पटेल का?

दिवसेंदिवस खालावणाऱ्या श्रोत्रींच्या प्रकृतीकडे पाहून तिनं धैर्य केलं आणि डॉक्टरांच्या सल्ल्यापासून ते श्रोत्रींच्या प्रकृतीपर्यंतची सगळी हकिकत तिनं आपल्या आईला पत्रानं कळवली.

पुढच्याच आठवड्यात श्रोत्रींचे सासरे नंजनगूडला आले. आल्याच्या दुसरे दिवशी श्रोत्रींबरोबर फिरायला बाहेर पडले. थोडं दूरवर गेल्यावर त्यांनीच विषय काढला, 'मला सगळं ठाऊक आहे, ईश्वरेच्छा! भागूनं संमती दिलीय. आमच्या घरीही सगळ्यांची तयारी आहे. तुम्ही कावेरीशी लग्न करा. दोघी बहिणी सुखानं राहतील.'

श्रोत्रींनी आश्चर्यानं विचारलं, 'यासाठी तुम्ही इथं आलात?'

'हं! भागूचं पत्र आलं होतं. तुम्हाला पाहिलं की जीव तुटतो! कसे होतात आणि कसे झालात! सगळं समजतंय मला!' श्रोत्रींच्या सासऱ्यांच्या तीन उपपत्न्या असल्याचं श्रोत्रींनाही ठाऊक होतं. ते काहीच बोलले नाहीत.

तीच संमती समजून सासरे पुढं म्हणाले, 'पत्रिकाही छान जुळते. मी पाहून आलोय.'

त्या रात्री अभ्यासिकेत झोपताना श्रोत्रींना आजवर अभ्यासलेले ग्रंथ आठवत होते. दररोज ज्याचं पारायण करत होते त्या रामायणाची आठवण झाली. मनात

गोंधळ उडाला होता. रात्री दोन वाजता त्यांच्या मनातलं वादळ शांत झालं.

दुसरे दिवशी सकाळची स्नान-संध्या आणि देवपूजा आटोपल्यावर श्रोत्री सासऱ्यांना घेऊन बाहेर पडले. बरंच अंतर जाईपर्यंत कुणी काहीच बोललं नाही. लांबवर जाऊन एका निवांत जागी बसल्यावर श्रोत्री म्हणाले, 'काल रात्री मी तुमच्या सांगण्यावर विचार केला. लग्न करायचं ते गृहस्थधर्माच्या आचरणासाठी आणि वंशोद्धारासाठी. आता वंशोद्धारासाठी मुलगा जन्मलाय आणि गृहस्थधर्माच्या आचरणासाठी तुमची मुलगी जिवंत आहे! आता पुन्हा लग्न करणं म्हणजे अधर्म आहे. मला लग्न करायचं नाही!'

जावयाचं स्पष्ट बोलणं ऐकून सासरे चकित झाले. हे विचार त्यांना माहीत नव्हते असं नव्हे. तेही संस्कृत जाणत होते. त्यांचाही धर्मग्रंथांचा अभ्यास होता. पण ऐहिक सुखांचा उपभोग घेऊनच ते वाढले होते.

त्यांना सांगितलं, 'पण तरीही वयोधर्माकडे दुर्लक्ष करता येणार नाही ना! आता तुमचीच प्रकृती पाहा. काया असेल तर जीव आहे. तुम्ही असे खंगत गेलात तर भागूची काय गत?'

श्रोत्री त्या वादात उतरले नाहीत. दोघेही घरी आले. त्या रात्री भागीरथम्मा आणि त्यांच्या वडिलांनी श्रोत्रींना पटवण्याचा खूप प्रयत्न केला, तरीही ते कबूल झाले नाहीत. त्यानंतरही ते दोन दिवस लेकीच्या घरी होते. त्या घराची त्यांनी नीट पाहणी केली. घरभर वावरणाऱ्या लक्ष्मीलाही ते पाहात होते. आपल्याला जे सुचलं ते लेकीला समजावून सांगून, लेक-जावयाचा नमस्कार स्वीकारून, त्यांनी दिलेली धोतरजोडी घेऊन, नंजुंडाच्या हातावर एक चांदीचा रुपया ठेवून ते गावी परतले.

प्रबल निसर्ग आणि आपण मान्य केलेले आदर्श यांचं श्रोत्रींच्या मनात घनघोर युद्ध सुरू होतं. निसर्गाच्या कचाट्यातून सुटका मिळवू न शकलेल्या माणसाला मुक्ती नाही, हा मुद्दा त्यांनी अलीकडेच अभ्यासला होता. ग्रंथवाचन आणि वास्तव जीवन या दोन्हीतून त्यांना निसर्गाचं बळ मान्य करावंच लागत होतं. निसर्गाशी ते सर्व ताकदीनिशी लढत होते. दिवसातला बराच वेळ ते शारीरिक श्रम करण्यात घालवत होते. उरलेल्या वेळेपैकी बराच वेळ ते अध्ययनात घालवत होते. मन शांत असताना आपण जिंकल्याचा त्यांना आनंद होई. पण काही वेळातच सगळे विकार तितक्याच वेगानं उसळी मारून येत होते. त्यांची बुद्धी या विकाराविरुद्ध निकरानं झगडत असली तरी निसर्ग आणि तारुण्य हा बुद्धीचा क्षीण धागा तोडून टाकण्यात आनंद मानत होते. या कोलाहलात आपलं मन स्थिर ठेवता ठेवता श्रोत्री थकून जात. त्यांची प्रकृती दिवसेंदिवस ढासळतच होती.

गावी जाण्यापूर्वी वडिलांनी सांगितलेला सल्ला भागीरथम्मांना मुळीच पटला

नव्हता. पण दुसऱ्या लग्नाला नकार देणाऱ्या पतीची दिवसेंदिवस अशक्त होणारी काया त्यांना घाबरं करीत होती. वडिलांचा सल्ला कितीही कटू असला तरी व्यवहार्य आहे, हे त्यांनाही समजत होतं.

घरातच कायम राहाणाऱ्या लक्ष्मीला तसं जवळचं कुणीच नव्हतं. चार वर्ष तिनं संसार केला होता. तिलाही संसारसुखाची अपेक्षा असेलच ना!

पण यातून आणखी काही घडलं तर?

ही गोष्ट गावात कुणाला ठाऊक होण्याचंही कारण नव्हतं.

आणि तसं काही घडलं तर त्यांच्या वडिलांच्या तशा डॉक्टरांशी ओळखीही होत्या.

पुरुषानं उपपत्नी ठेवण्यात काही फार गैर आहे असं भागीरथम्मांना मुळीच वाटत नव्हतं. त्यांचे वडील, आजोबा सगळ्यांनी आपापल्या कुवतीप्रमाणे उपपत्न्या केल्या होत्या. तरीही त्यांची आई-आजी आपापल्या मुलाबाळांसकट सुखानं राहात होत्या. मनातला सल दाबून ठेवत भागीरथम्मा स्वत:ला पटवत होत्या.

रोज रात्री लक्ष्मी भागीरथम्मांच्या खोलीतच झोपत होती. रात्री नंजुंड उठला की त्याला घेऊन खेळवत होती.

त्या रात्री भागीरथम्मांनी मन घट्ट करून लक्ष्मीला म्हटलं, 'अलीकडे हे खूप सुकलेत. का ते ठाऊक आहे?'

'मला काय ठाऊक बाई?'

'खरं सांग.'

'आता तूच तर सांगितलं होतंस. मैसूरहून आल्यावर तुझे वडील का आले होते ते पण सांगितलंस -'

'खरंच की! विसरलेच होते बघ -'

काही वेळ कुणी काही बोललं नाही. पुन्हा भागीरथम्मा म्हणाल्या, 'एक सांगू?'

'सांग!'

'मी सगळा विचार केलाय. त्यांना बरं वाटायला पाहिजे की नाही?'

'काय सांगतेस बाई! शीनप्पा मेला तर मी जिवंत राहीन काय?'

'बाहेर कुणाला समजणार नाही. तू त्यांच्याबरोबर राहा-! त्यांची बायको असून असं राहायचं माझ्या नशिबात लिहिलंय' डोळे टिपत त्या पुढं म्हणाल्या, 'त्या दिवशी दुपारी तू घरात नव्हतीस. बाळही झोपला होता. त्यांच्याकडे पाहताच मला सगळं समजलं. मीच त्यांना म्हटलं, डॉक्टरांनी खोटं सांगितलं असेल - एका दिवसानं काय होतंय-' तर ते म्हणाले, 'खोटं सांगायला डॉक्टर कुणाचे शत्रू नसतात. दुर्दैवच असेल तर त्या एका दिवसानं नको ते घडेल! डॉक्टरांनी एवढं सांगितल्यानंतरही तुझ्या जिवावर उठायला मी काय हैवान आहे?' आणि बागेत निघून गेले,'

भागीरथम्मांचा सल्ला ऐकून लक्ष्मी अवाक् झाली होती. कुठली स्त्री असं सांगू शकेल?

लहानपणापासून लक्ष्मी शीनप्पाला पाहात होती. त्याच्या सद्गुणांचा तिलाही अनुभव आला होता. त्याच्याविषयी तिच्या मनात अपार भक्ती भरली होती. तिच्या चार वर्षांच्या दुर्दैवी संसारात कितीतरी वेळा तिला त्याची आठवण आली होती. अजाणत्या वयात तिच्या मनानं नकळत आपल्या पतीशी त्याची तुलनाही केली होती. नवऱ्याच्या खुनानंतर शीनप्पानंच तिला धैर्य दिलं होतं. स्थैर्यही दिलं होतं.

असं असलं तरी अधूनमधून तिच्या मनातही संसारसुखाची अपेक्षा डोकावत होती. जुगारी आणि दारुड्या नवऱ्याची आठवण होत होती. त्याच्याशिवाय जगणं तिला दुःखकारक वाटत होतं. ती गुरं राखायला निघाली की तिच्याकडे कितीतरी जण विशिष्ट नजरेनं पहात. पण ती तिकडे दुर्लक्ष करत होती.

शीनप्पाविषयी तिच्या मनात आकर्षण निश्चित होतं. पण आजवर त्याला विषयवासनेचा स्पर्श झाला नव्हता.

भागीरथम्मांची सूचना तिनं मान्य केली नाही. नंतर पंधरा दिवस त्या तिला तीच गोष्ट परोपरीनं पटवून देत होत्या. अखेर एक दिवस ती म्हणाली, 'त्यांची हरकत नसेल तर मी तयार आहे-'

त्यानंतर दोन-तीन दिवस लक्ष्मीला शीनप्पाकडे मान वर करून पाहण्याचं धैर्य झालं नाही. आतापर्यंत ती त्यांना 'ए शीनप्पा' अशीच हाक मारत होती. या दोन दिवसांत ती आपल्याविषयी आदरार्थी बहुवचनाचा वापर करते हे पाहून श्रोत्रींना आश्चर्य वाटलं. पण त्यांनी तिकडे फारसं लक्ष दिलं नाही.

दोन दिवसांनंतर त्या रात्री जेवण झाल्यावर भागीरथम्मांनी पतीचा हात हाती घेतला आणि त्या आर्जवानं म्हणाल्या, 'एक गोष्ट सांगू? तुम्ही हो म्हणायला हवं!'

'काय?'

'आधी तुम्ही हो म्हणा.'

'लग्नाचं म्हणतेस? तू वेडी आहेस! मला काय झालंय म्हणून तू असे उपाय शोधतेस?'

'अंहं! लग्नाचं मी नाही म्हणत-' असं म्हणून त्यांच्या निकट जात भागीरथम्मांनी आपला विचार सांगितला.

श्रोत्री चकित झाले आणि संतापून म्हणाले, 'लक्ष्मी म्हणजे काय वाटली तुला?'

'तीही तयार आहे! तिनं कबूल केलंय-'

श्रोत्री अवाक् होऊन पत्नीकडे पाहात राहिले.

त्याच पुढे म्हणाल्या - 'मी अशी करंटी! तुमची सेवा करू शकणार नाही. ही काही जगावेगळी गोष्ट नाही! माझी आई चांगली असूनही माझ्या वडिलांनी तीन बायका ठेवल्या आहेत! काही कमीजास्त झालं तरी त्यावर उपाय आहे. तुम्ही पहिल्यासारखे सुदृढ व्हा! भरपूर खा-प्या!'

श्रोत्री तिचं बोलणं ऐकत होते.

'आज लक्ष्मी माडीवर झोपणार आहे. तिला सांगितलंय. तुम्ही माडीवर जा-'

श्रोत्री काहीच बोलले नाहीत.

लक्ष्मी त्याच घरात जन्मून वाढली होती. त्यांची ती लहानपणची मैत्रीण होती. तिच्याविषयी त्यांच्या मनात स्नेह होता, दया होती, पण तिच्याविषयी ही भावना -

लक्ष्मीला हे मंजूर आहे. आपल्या पत्नीनंच हे सगळं घडवून आणलं आहे. आपण तोडांनं 'हं' म्हणायचीही गरज नाही! फक्त जिना चढून वर जायचं! आपलं मन ज्यासाठी तडफडतंय ते सुख तिथं आपली वाट पाहतंय! तो सुखद अनुभव आपल्या स्वागतासाठी सिद्ध आहे!

आणि आपण नकार द्यायचा? हा मूर्खपणाच नव्हे का?

श्रोत्रींच्या मनात मोहाचं वादळ धुमाकूळ घालत होतं.

बाहेर गार वारा वाहात होता. सुखावह वाटणारा वारा मधूनच कापरं भरवत होता.

माडीवरच्या अभ्यासिकेच्या शेजारच्या खोलीत एका जाजमावर लक्ष्मी झोपली होती.

अभ्यासिकेतल्या आपल्या अंथरुणावर बसून श्रोत्री आपल्या विचलित चित्ताला आवरण्याचा प्रयत्न करत होते.

निसर्ग आपल्या मूलस्वरूपात त्यांच्या अंतरंगात तांडव करत होता. आजवर कधीही कुठल्याही परस्त्रीविषयी विचार केला नाही त्या रूपात लक्ष्मीची मूर्ती त्यांच्या डोळ्यासमोर येत होती. कोडग प्रांतातल्या सुंदर आणि बांधेसूद मातेची, पिळदार व उंच माचची मुलगी तशीच सुंदर आणि बांधेसूद! तेवीस वर्षांची भरगच्च तरुणी! त्यांच्या बलदंड देहाला शोभेल अशी! कोडगच्या कातळासारखी तुकतुकीत अंगकांतीची! शेजारच्या खोलीत आपली वाट पाहात आहे. कुठल्याही अडथळ्याशिवाय तिला आपलीशी करणं शक्य आहे! श्रोत्रींचं मन उन्मादाच्या प्रवाहात सापडलं होतं. त्यांच्या श्वासाची गती वाढली होती.

नवऱ्याच्या मृत्यूनंतर पुन्हा एकदा लक्ष्मी त्या अनुभवासाठी सिद्ध झाली होती. तिच्या सर्वांगाला कंप सुटला होता. काय बोलायचं शीनप्पांशी? कसं वागायचं? तिला लहानपणापासूनच त्यांचा स्नेहपूर्ण स्वभाव ठाऊक होता. त्यांनीच तिच्या

लग्नाला मदत केली होती आणि नवऱ्याच्या माघारी आधारही दिला होता, आज मात्र पत्नीसुख नसल्यानं ते दुःखी होते.

या संबंधाविषयी लक्ष्मीच्या मनात पाप-पुण्याचा विचार आला नव्हता आणि ते शक्यही नव्हतं.

पलीकडच्या अभ्यासिकेत कसलासा आवाज झाला. 'ते आता अंथरुणातून उठले असतील! पावलांचा आवाज आला. ते आता इथं येतील!' लक्ष्मी आपल्या अंथरुणावर खाली मान घालून बसून राहिली.

श्रोत्री आपल्या अभ्यासिकेत उठून उभे राहिले. त्यांनी लक्ष्मीच्या खोलीच्या दिशेनं दोन पावलंही टाकली, बाहेर थंड वारा वाहत असला तरी त्यांच्या छाती आणि पाठीवर घामाचे थेंब तरारले आणि एकमेकांत मिसळून वाहू लागले. छाती आणि कपाळावरचा घाम पुसत ते खिडकीपाशी उभे राहिले. बाहेर काळोख भरला होता. तरीही त्या काळोखात आपलं अस्तित्व दर्शवत नक्षत्रं टिमटिमत होती.

अनादिकालापासून चमकणाऱ्या त्या ताऱ्यांचा प्रकाश तिळभरही कमी झाला नव्हता!

अभ्यासिकेचा विशेष वापरात नसलेला दुसरा दरवाजा उघडून श्रोत्री गच्चीवर गेले. आकाशात सप्तर्षी तळपत होते. अरुंधती नक्षत्रही चमकत होते. त्यांनी उत्तरेकडे पाहिलं. अढळ ध्रुवतारा शांतपणे प्रकाशदान करत होता. श्रोत्रींचं मन सप्तर्षी, अरुंधती आणि ध्रुव यांच्या विचारात गुरफटलं. किती वर्षांपासून हे असे तळपत असतील? त्यांना स्वतःचा हा प्रश्न मूर्खपणाचा वाटला. अनादिकालापासून ही नक्षत्रं असल्याचा विश्वास त्यांच्या मनात दाटून आला. त्यांचं मन हळूहळू शांत होत होतं. अर्धाएक तास ते उभे असावेत. पाय दुखू लागले तसे ते सावकाश पावलं टाकत आपल्या अभ्यासिकेत आले आणि आपल्या अंथरुणावर पडले.

जेमतेम दहा मिनिटं शांत गेली असतील. पुन्हा मनातल्या विकारांनी फडा वर काढायला सुरुवात केली. पुन्हा लक्ष्मीचं रूप त्यांच्या डोळ्यांसमोर नाचू लागलं, तेही आजवर कधी कल्पनेतही न आलेलं नग्न रूप! पुन्हा ते लक्ष्मीच्या खोलीकडे निघाले.

लक्ष्मीनं पावलांच्या चाहुलीवरून त्यांच्या येरझारा, त्यांचं गच्चीत जाणं, पुन्हा येरझारा घालणं जाणलं होतं. संकोचामुळं त्यांची अशी उलाघाल चालली असेल काय? आपण तिथं जावं का? तिला काही समजत नव्हतं.

खाली नंजुंडाला कुशीत घेऊन निजलेल्या भागीरथम्मांना झोप लागणं कसं शक्य होतं? श्रोत्रींना माडीवर जाऊन दीड तास झाला होता. तिथं काय घडलं असेल, या विचारानं त्यांच्या डोळ्यांतून अश्रू वाहात होते. मधूनच हुंदका फुटत होता. पण आपला हुंदका माडीवर ऐकू जाऊ नये म्हणून त्यांनी तोंडात पदराचा

बोळा कोंबला होता. त्या काही म्हाताऱ्या झाल्या नव्हत्या, त्यांनाही पतीबरोबर सुखानं संसार करायची इच्छा होतीच. पण डॉक्टरांनी सांगितल्यामुळे त्यांच्यावर या सुखावर आपल्या हातानं पाणी टाकण्याची वेळ आली होती.

या रात्रीच्या दु:खाला तर सर्वस्वी त्या स्वत: जबाबदार होत्या. नैसर्गिक स्त्रीसुखासाठी तळमळणारे श्रोत्री दुसऱ्या विवाहाला तयार नव्हते. त्यामुळे त्यांच्या मनातला श्रोत्रींविषयीचा आदर अधिकच वाढला होता. पण त्यांची खंगणारी प्रकृती पाहून भागीरथम्मांना असा विचित्र निर्णय घ्यावा लागला होता.

श्रोत्रींनी पुन्हा एकवार आपलं घामेजलेलं अंग पुसलं. त्यांनी उठून कंदील लावला. लक्ष्मीला त्याचा उजेड दिसला. आता ते इथं येतील की आपल्याला तिथं बोलावतील? तिचं हृदय धडधडू लागलं. कानशिलं गरम झाली.

आपण तिथं जावं की तिला इथं बोलवावं? तिला बोलवावं असं वाटलं तरी त्यांच्या तोंडून शब्द फुटेना. ते तिच्या खोलीकडे निघाले. पण मन शरमून गेलं. त्यांनी कंदील फुंकर घालून विझवला.

लक्ष्मीला अंधार झाल्याचं जाणवलं. शीनप्पांना ग्रासणारी लज्जा तिनं जाणली. आपणच पुढं व्हावं म्हणून ती उठली. त्यांच्या खोली जाऊन त्यांच्या पायाशी बसायचं ठरवून ती निघाली. पण दाराशी येताच सारा आवेग ओसरून ती मटकन खाली बसली.

बाहेरचा वारा आता वेगानं घोंघावत होता. जोरानं आपटणारा खिडकीचा दरवाजा श्रोत्रींनी बंद केला आणि कंदील पेटवण्यासाठी त्यांनी काडी ओढली. त्या उजेडात आपल्या खोलीच्या दारापाशी बसलेली लक्ष्मीची आकृती क्षणभर दिसली आणि वाऱ्यानं काडी विझून गेली.

अंधारातच ते लक्ष्मीकडे जायला निघाले. पण अनामिक भयानं त्यांचा मार्ग रोखला आणि ते तिथंच उभे राहिले. पुन्हा माघारी वळले आणि वरच्या गच्चीवर गेले.

तासभर तरी ते वरच्या गच्चीवर बसून आकाश पाहात होते. त्यांचं मन हळूहळू शांत होत होतं. त्यांचं लक्ष लक्ष्मी असलेल्या खोलीच्या खिडकीकडेही गेलं. ती आता दरवाजात नव्हती. ते हळूच खोलीत आले आणि त्यांनी खोलीचा दरवाजा लोटून घेतला. खिडकीही बंद केली. कंदील लावून त्यांनी आपल्या कपाटातला एक ग्रंथ काढला. खाली व्याघ्रचर्मावर बसून त्यांनी तो उघडला. त्या ग्रंथाचं नाव होतं 'सांख्यकारिका'.

त्यांनी त्या ग्रंथातलं एक पान उघडलं. प्रकृती-पुरुषसंबंधाचं वर्णन करणारे श्लोक त्यांच्या समोर होते -

'रंगस्य दर्शशित्वा निवर्तते नर्तकी यथा नृत्यात् ।
पुरुषस्य तथात्मानं प्रकाश्य विनिवर्तते प्रकृति: ॥

नर्तकी किंवा वेश्या नाट्यशाळेतल्या रसिकांसमोर नर्तन करताना एक प्रकारची निवृत्ती अनुभवते, तशीच प्रकृतीही स्वस्वरूपाचं दर्शन देऊन निवृत्त होते.

'प्रकृतेः सुकुमारतरं न किंचिदस्तीति मे मतिर्भवति ।
या दृष्टास्मीति पुनर्न दर्शनमुपैति पुरुषस्य ।।

प्रकृती सुकुमारतर असली तरी अतिशय लज्जावती. पुरुषापेक्षा वेगळी असल्याची जाणीव तिला झाली की तो पुन्हा त्याच्या दृष्टीला पडत नाही. म्हणजेच विवेक-ज्ञान होईपर्यंतच ती पुरुषावर प्रभाव टाकू शकते.

आपल्याला हे विवेक-ज्ञान कधी व्हायचं या विचारानं ते व्याकूळ झाले. केवळ बुद्धीच्या जोरावर हे ज्ञान होणं शक्य नाही हे श्रोत्रींना ठाऊक होतं. प्रकृतीच्या मोहक जाळ्यापासून मुक्तता ही त्या ज्ञानाची सूचना की ज्ञानप्राप्तीनंतर ही बंधनं गळून पडतात? विचार करत ते बसून राहिले.

शीनप्पाची वाट पाहून कंटाळलेली लक्ष्मी एकदा मोरीतही जाऊन आली. तिची चाहूल भागीरथम्मा घेत होत्या. ती पुन्हा माडीवर गेली तेव्हा त्यांना मोठा हुंदका आला.

माडीवर येऊन लक्ष्मी आपल्या अंथरुणावर पडली. शीनप्पांचा स्वभाव तिला पहिल्यापासून ठाऊक होता. त्यांच्या मनात धर्माकर्माचे विचार घोळत असणार हे तिच्या लक्षात आलं होतं. तिला यात अनीतीचा प्रश्नच दिसत नव्हता. डॉक्टरांनी सांगितलेल्या परिस्थितीत दोघांच्या संमतीनं आणि शीनप्पांच्या बायकोच्या इच्छेनं असं घडणं ही लोकरूढीच, असं तिला वाटत होतं.

आता तिच्या मनातला आवेग कमी झाला होता. उन्मादाचा प्रवाह कमी होऊन शरीराचा कंप थांबला होता. ती डोळे मिटून झोपून राहिली तरी एक क्षीण तंतू अजूनही ताणत होता.

रात्री अडीच वाजेपर्यंत श्रोत्री वाचत बसले होते. आता त्यांचं मन शांत झालं होतं. शरीरही आता त्यांच्या स्वाधीन होतं. मात्र झोप निघून गेली होती. हातातला ग्रंथ बाजूला करून, दिवा तसाच ठेऊन, ते जिना उतरून खाली आले. भागीरथम्मांना नुकतीच झोप लागली होती. ते तसेच घराबाहेर पडले आणि नदीपाशी आले.

कपिला शांतपणे वाहत होती. तिथल्या एका दगडावर बसून त्यांनी नदीत पाय सोडले, वर आकाश चांदण्यांनी भरून गेलं होतं. कृष्णपक्षातल्या दशमीच्या चंद्राची कोर डोंगरी आवळ्याच्या मोठ्या फोडीसारखी दिसत होती.

अंगावरचे कपडे भिजवून त्यांनी नदीत अंघोळ केली आणि ओलेत्यानं ते घरी आले. भागीरथम्मांना अजूनही जाग आली नव्हती. श्रोत्री देवघरात गेले. दरवाजा बंद करून घेतला. कपाळाला विभूती लावली. संध्या-वंदन झाल्यावर एक हजार वेळा गायत्रीमंत्राचा जप केला. गंध उगाळून ठेवून ते परसात गेले आणि फुलं घेऊन ते

पुन्हा देवघरात शिरले. त्यांनी दरवाजा बंद करून घेतला.

रात्री खूप वेळ झोप न लागल्यानं भागीरथम्मा अजूनही झोपलेल्याच होत्या.

नऊ वाजेपर्यंत देवाची साग्रसंगीत पूजाअर्चा संपवून साष्टांग नमस्कार घालताना ते मनात म्हणत होते 'धर्मो रक्षति रक्षित:।'

देवपूजा आटोपून श्रोत्री देवघराबाहेर आले तेव्हा त्यांच्या अंगावरचं ओलं धोतर पूर्ण वाळलं होतं. भागीरथम्मा स्वयंपाकघरातली कामं करत होत्या. देवघराचा दरवाजा उघडल्याचा आवाज ऐकू येताच त्या बाहेर आल्या आणि म्हणाल्या, 'थांबा थोडं.'

काही न उमजून श्रोत्री तसेच उभे राहिले. भागीरथम्मांनी पुढं होऊन त्यांच्या दोन्ही पायांना स्पर्श केला. आणि तेच हात डोळ्यांना लावून त्या उठल्या आणि भरलेल्या स्वरात म्हणाल्या, 'लक्ष्मीनं सगळं सांगितलं मला! माझं चुकलं. मला तुमची योग्यता समजली नव्हती -'

श्रोत्री पूजेच्याच नादात होते. त्यांची काही बोलायची इच्छाच नव्हती. अव्यक्त शांतीनं त्यांचं हृदय शिगोशीग भरलं होतं. ते परसातल्या बागेत गेले आणि नेहमीप्रमाणे काम करू लागले.

दुपारी जेवताना ते भागीरथम्मांना म्हणाले, 'सकस आहार खाऊनही मनावर ताबा ठेवायचा मी संकल्प सोडलाय. त्यात मी निश्चित यशस्वी होईन याची मला खात्री आहे, तूप वाढ मला, आणि दूधही पीत जाईन यानंतर.'

ताकभात खाताना त्यांनी भागीरथम्मांना विचारलं, 'हा विचार तुला कसा सुचला?'

'परवा अण्णा आले होते ना! म्हणाले, 'पुरुषाच्या तब्येतीचं तुला ठाऊक नाही. माझं ऐक -' भागीरथम्माच खालच्या मानेनं उत्तरल्या.

श्रोत्रींना मनापासून हसू आलं. ते काही बोलले नाहीत.

त्या दिवसापासून ते नेहमीप्रमाणे सकस आहार घेऊ लागले. मैसूरला असताना शिकलेली योगासनं करू लागले. नेहमीपेक्षा त्यांचा अधिक वेळ अभ्यासिकेत जाऊ लागला. दिवसेंदिवस त्यांचं ग्रंथालय बाळसं धरू लागलं.

पण श्रोत्रींच्या आजारानं आता लक्ष्मीला झपाटलं होतं. ती पहिल्याप्रमाणे भागीरथम्मांबरोबर झोपू लागली. तिचं खाण्यापिण्याकडे दुर्लक्ष होऊ लागलं. नवऱ्याच्या मृत्यूनंतर तिनं जी मन:शांती मिळवली होती ती आता पूर्णपणे ढासळली होती. शीनप्पांची मूर्ती तिच्या मनाला व्यापून उरली होती. तिचं मन विचित्र दिवास्वप्नात रंगून जात होतं. अंघोळीच्या वेळी आपल्या देहाकडे पाहता पाहता तिचं भान हरपत होतं. अलीकडे तिनं शीनप्पांशी बोलणंच टाकलं होतं. शीनप्पांच्या विचित्र स्वभावामुळे

ती मनोमन चडफडत होती. श्रोत्रीही आपण होऊन तिच्याशी बोलत नव्हते.

महिनाभरातच तिची भरलेली काया चिपाडासारखी झाली. गालावरची हाडं वर दिसू लागली. तिची ताठ चाल आता दुर्बल वाटत होती. आता तिला जीवनात कसलाच अर्थ दिसत नव्हता. तिच्या डोळ्यातलं तेज दिसेनासं झालं होतं. ती वेडावल्यासारखी वावरत होती.

एकदा भागीरथम्मांनी तिला विचारलंही, 'तुला काय झालंय ग लक्ष्मी?'

लक्ष्मीनं त्यावर काहीच उत्तर दिलं नव्हतं.

त्या रात्री लक्ष्मीच्या अंगात फणफणून ताप भरला. रात्रभर तो उतरला नव्हता. सकाळी भागीरथम्मांनी श्रोत्रींच्या कानावर ही गोष्ट घातली. श्रोत्रींनी लक्ष्मीची नाडी पाहिली. तिचा चेहरा पाहिला. त्यांना सगळं समजलं. त्यांनी पडितांना निरोप पाठवला.

लक्ष्मीचा ताप एकवीस दिवसाचा विषमज्वर ठरला. तिच्या अंगातला ताप उतरेपर्यंत श्रोत्री तिच्याजवळून उठले नव्हते. आपलं अंथरूणच त्यांनी त्या खोलीत आणून टाकलं. पंडितांच्या सल्ल्याप्रमाणे लक्ष्मीला औषधोपचार करत होते. तिचा ताप उतरेपर्यंत त्यांची पूजा आणि संध्याही खंडित झाली होती. मनात मात्र जपांचं पारायण चाललं होतं.

त्यातच भागीरथम्मा बाहेरच्या झाल्या तेव्हा स्वयंपाकचं कामही त्यांच्यावरच पडलं. त्या दिवसांत लक्ष्मीचं आजारात खराब होणारं लुगडंही तेच बदलत होते.

अर्धवट बेशुद्धावस्थेत कधी लक्ष्मी बरळत होती - 'शीनप्पा, तुम्ही असं का केलंत? मी कुठं जाऊ तुम्ही टाकलं तर?'

एकविसाव्या दिवशी तिचा ताप पूर्ण उतरला. शेजारी बसून सेवा करणाऱ्या शीनप्पांचा तिला संकोच वाटत होता. पण श्रोत्री मात्र तिच्याशी खूप मोकळ्या गप्पा मारत होते.

दोन आठवड्यांत लक्ष्मी आपल्या अंथरुणावर उठून बसू लागली. एक दिवस श्रोत्रींनी भागीरथम्मांना सांगितलं, 'मला लक्ष्मीशी थोडं बोलायचंय. तू थोडावेळ स्वयंपाकघरात जा.'

भागीरथम्मा निघून गेल्यावर ते लक्ष्मीपाशी बसले. तिचा उजवा हात त्यांनी हातात घेतला. आश्चर्यचकित झालेल्या लक्ष्मीनं खाली मान घातली. तिचा हात हातात तसाच ठेऊन श्रोत्री तिला सांगू लागले, 'माणसानं पातळीच्या खाली उतरणं फार सोपं आहे लक्ष्मी, पण पातळीच्या वर चढणं फार कठीण! प्रत्येकानं आपापल्या कर्मानुसार सुख-दुःख अनुभवायचं असतं. संसार-सुखाचंही तसंच आहे. बायको असूनही मी असं राहावं अशी माझ्या धर्माची इच्छा आहे. नवऱ्याच्या माघारी तूही असंच राहावं अशी त्याच धर्माची इच्छा आहे. तू आता तेवीस वर्षांची आहेस आणि

मी अठ्ठावीस वर्षांचा आहे. आता पंधरा-वीस वर्षांच्या सुखासाठी आपण खालच्या पातळीवर उतरायचं का? धर्माचं उल्लंघन केलं तर मागच्या सात पिढ्या रौरव नरकात जातात. असं तूही ऐकलंस ना? आपल्यामुळे आपल्या वाडवडिलांवर अशी पाळी यावी का?'

लक्ष्मी काही न बोलता त्यांचं बोलणं ऐकत होती.

श्रोत्री पुढं म्हणाले, 'कुठल्याही परिस्थितीत तुला वाऱ्यावर सोडणार नाही, असं वचन देतो मी तुला! यानंतर तू रोज सकाळी लवकर उठून अंघोळ कर, देवाची पूजा झाल्यावर तुलाही तीर्थ देईन. मनाला शांती लाभेल, रोज देवपूजेसाठी फुलं काढत जा. सकाळी गाईची पूजा कर.'

काही दिवसांत लक्ष्मी उठून घरभर फिरू लागली. ती पुन्हा शीनप्पाला नि:संकोचपणे एकवचनानं संबोधू लागली.

एक दिवस लक्ष्मीच्या हातात एक कागद देऊन श्रोत्री म्हणाले, 'लक्ष्मी, कुणीही शाश्वत नाही. मी असेपर्यंत तुला अंतर देणार नाही. पण जर माझं काही बरं-वाईट झालं तर तुला त्रास व्हायला नको. हेज्जिगे मळ्यातली पूर्वेकडची दोन एकर जमीन तुझ्या नावावर केली आहे. हा कागद तू ठेवून घे. समजा, हा कागद हरवला तरी सरकारच्या दरबारात हा दाखल केलेला आहे.'

लक्ष्मीचे डोळे आसवांनी भरले, 'हे सगळं का केलंस शीनप्पा! घासभर अन्न खाऊन डोळाभर तुला पहात जगीन मी! मला दुसरं काही नको!'

'तुझं खरं आहे लक्ष्मी; पण व्यवहारात हे सगळं करावं लागतं,' श्रोत्री म्हणाले.

■

चौदा

मध्यरात्र उलटून गेली तरी कात्यायनी जागीच होती. नंजुंडाच्या तोंडून श्रोत्रींच्या जीवनातली ही घटना ऐकताना ती चकित झाली होती. सगळी हकिकत काही त्यानं सांगितली नव्हती. त्यातला काही भाग भागीरथम्मांनी सुनेला कुठल्याशा संदर्भात सांगितला होता, तो ऐकून ती प्रभावित झाली होती. श्रोत्रींविषयीचा आदर शतपटीनं वाढला होता.

अजूनही लक्ष्मीची श्रोत्रींवरील भक्ती ती पाहात होती. श्रोत्रींचं जेवण झाल्याशिवाय ती कधीच जेवत नाही हे कात्यायनीला ठाऊक होतं. उठल्यावर अंघोळ करून श्रोत्रींनी दिलेलं तीर्थ घेईतो लक्ष्मी तोंडात पाण्याचा थेंबही घेत नव्हती. रोज गाईची पूजा करत होती. श्रोत्रींच्या घरात तिचं विशिष्ट स्थान होतं. कितीतरी बाबतीत तिचा अभिप्राय विचारला जात होता.

पण या घरात तिच्यापेक्षाही महत्त्वाचं स्थान आपलं आहे हेही कात्यायनीला ठाऊक होतं. अलीकडे सगळे पैशाचे व्यवहार श्रोत्री तिच्या कानावर घालत. चार वर्षांपूर्वी सदाशिवरावांना हजार रुपये देतानाही त्यांनी सुनेला विचारलं होतं. त्यांच्या या विश्वासाला आपण लायक आहोत?

खूप उशिरा केव्हातरी तिला झोप लागली आणि ती उठली तेव्हा सकाळचे आठ वाजले होते. अंघोळ करता करता ती मनाशी ठरवत होती. मैसूरला जाऊन राजला सगळी हकिकत सांगायला हवी. पण काय सांगायचं? श्रोत्रींनी तर निर्णय घेण्याचे अधिकार तिच्याच हातात दिले होते. तो निर्णय तिचा तिलाच घ्यायचा होता.

अजूनही ती काहीच ठरवू शकली नव्हती. पानावर बसून तिनं कसेबसे चार घास गिळले. पुस्तकांचा गठ्ठा आणि भागीरथम्मांनी दिलेला डबा घेऊन सवयीप्रमाणे ती स्टेशनवर आली. काय करावं ते अजून ठरत नव्हतं.

राजपाशी मन मोकळं करून पाच महिने होऊन गेले होते. पती समजून तिनं त्याला सर्वस्व अर्पण केलं होतं. त्या पाच महिन्यांतला प्रत्येक अनुभव तिला त्याची साथ न सोडण्याची विनंती करत होता. मैसूरला पोहोचण्याआधी काहीतरी ठरवायला पाहिजे होतं. पाच महिन्यापूर्वीच्या निर्णयाला काल रात्री तिच्या नकळत तडा गेला होता.

स्टेशनवर राज आला असेल. त्याला काय सांगायचं हा मोठा प्रश्न तिच्या मनात घोळत होता.

गाडी कडकोळला येण्यापूर्वी खिडकीतून चामुंडी टेकडी दिसू लागली. उन्हाच्या तापानं टेकडीवरचं गवत वाळून गेलं होतं. काही ठिकाणची जमीन उघडी पडली होती. सकाळच्या उन्हात टेकडीची सावली टेकडीचा बराच भाग व्यापत होती. त्या टेकडीकडे पाहताच कात्यायनीला तीव्रतेने श्रोत्रींची आठवण झाली. त्यांची भव्य देहयष्टी, साठाव्या वर्षीही ताठ अंगकाठी, चालताना जमिनीवर पडणारी स्थिर पावलं, देवापुढे डोळे मिटून बसणारी त्यांची घनगंभीर मूर्ती! त्यांचा निग्रह, संयम, जीवनातील कठीणतम प्रसंगी दिसून येणारा धीरोदात्तपणा! नंजुंडाच्या मृत्यूच्या वेळी - एकुलता एक मुलगा गेल्यानंतरही ते डोंगराच्या दृढतेने वागले होते. एवढं मोठं दु:ख पेलूनही इतरांना धीर देत होते!

मान वर करून पाहावं असं उत्तुंग व्यक्तिमत्त्व ते!

चामराजपूरचं स्टेशन आलं आणि तिनं भीत भीत बाहेर पाहिलं. स्टेशनवर राज आला नव्हता. ती स्टेशनच्या बाहेर आली. अजूनही चामुंडी टेकडी दिसत होती. एकाएकी तिच्या मनात त्या टेकडीवर जाण्याची इच्छा प्रबळ झाली आणि ती त्या दिशेनं चालू लागली. कृष्णमूर्तीपूर मागं टाकून चामुंडीपूर ओलांडून ती पानमळ्याच्या रस्त्यानं पुढं निघाली. रस्त्यातली धूळ वाऱ्याच्या वावटळीनं तिच्या अंगावर उडत होती.

या आधीही ती दोन-तीन वेळा चामुंडी टेकडीवर गेली होती. एकदा पतीबरोबरही गेली होती. पायऱ्यांचा मार्ग तिला ठाऊक होता. वर चढणाऱ्या सूर्याकडे दुर्लक्ष करत तिनं आपल्याच तंद्रीत निलगिरी रस्ता ओलांडला.

टेकडीच्या पायथ्याशी डाव्या बाजूला आग दिसल्यानं ती थबकली. अग्नीच्या ज्वाळा वर वर चढत होत्या. ती त्या ज्वाळांपाशी जायला निघाली. पाच-सहा माणसं उभी राहून त्या आगीकडे पाहात होती. त्या माणसांपैकी एकाच्या हातात लांबलचक बांबू होता. त्या माणसांकडे लक्ष जाताच ती थबकली आणि लांबूनच त्या दृश्याकडे पाहू लागली.

यापूर्वी कधीही तिनं असं दृश्य पाहिलं नव्हतं. टेकडीच्या या भागालाही ती कधी आली नव्हती. पण मेलेल्याला टेकडीच्या पायथ्याशी पोहोचवायचं, असं मैसूरच्या माणसांना म्हणताना तिनं ऐकलं होतं. ते मैसूरचं स्मशान होतं! एरवी ते दृश्य पाहून ती घाबरली असती. पण आज तिला त्याचं गूढ आकर्षण वाटलं.

थोड्याच वेळात त्या चितेतून 'ठप' असा आवाज ऐकू आला आणि बांबुवाल्या माणसानं काळंठिक्कर पडलेलं प्रेत पुन्हा आगीत सारलं. तिथल्या भटजींचं मंत्रपठण चाललंच होतं. सगळं संपल्यावर मागं वळून न पाहाता ते सगळेजण तिथून निघून गेले. चिता अजून जळत होती. ती आणखी थोडी चितेपाशी जाऊन उभी राहिली.

प्रेताची पूर्ण राख झाली होती. आता आवाजही येत नव्हता आणि धुराचं प्रमाणही कमी झालं होतं. अग्नी अधिक प्रज्वलित होऊन जळत होता.

आता दुसरं एक प्रेतही आणलं जात होतं. चौघांनी तिरडीला खांदा दिला होता आणि पुढे एकजण मडकं घेऊन चालला होता. तिरडीच्या मागोमाग आणखी दोन तरुण खालच्या मानेनं येत होते. त्यांच्याबरोबर एक भटजी तांबडी शाल पांघरून हातात दर्भ घेऊन निर्विकारपणे चालले होते. एके ठिकाणी तिरडी ठेवली गेली. त्या भटजीचं कात्यायनीकडे लक्ष गेलं. ते तिच्यापाशी येऊन म्हणाले, 'तुमचं काय काम इथं? एकट्या बाईमाणसानं येण्याची जागा नव्हे ही! जा पाहू!'

ती निघाली आणि टेकडीच्या पायऱ्या चढू लागली. थोडं अंतर चढल्यावर ती दमून गेली. घामेजली. पण ती थांबली नाही. अर्ध अंतर चढेस्तोवर ती इतकी थकली की, तिला गरगरल्यासारखं वाटू लागलं. ती तिथल्या एका दगडावर बसली आणि तिनं खाली नजर टाकली.

मैसूर शहर अर्धचंद्राकार पसरलं होतं. मोठमोठे सौध आणि राजवाडे तिथून लहान लहान दिसत होते. गावाच्या पश्चिमेला तळपत असलेल्या तळ्यापाशी असलेलं कॉलेजही तिला दिसलं. पाठोपाठ राजची आठवण तीव्रतेनं आली! काय उत्तर द्यायचं?

पटकन खाली उतरावं आणि कॉलेजमध्ये जाऊन आपली वाट पाहून थकलेल्या राजला भेटावं, अशी उत्कट इच्छा तिच्या मनात निर्माण झाली. पण ती इच्छा तशीच दडपून ती पुन्हा वर चढू लागली.

एकाएकी सोसाट्याचा वारा सुटला. क्षणभर तिला बरं वाटलं, पण पाहता पाहता वाऱ्याचा वेग वाढला. त्या वाऱ्यात तिचं मन झोकांड्या खात होतं. टेकडीच्या अलीकडे मैसूर आणि पलीकडे दहा मैलांवर नंजनगूड -

आता वाऱ्याचा वेग खूपच वाढला होता. पाचएक मिनिटांत कुठला कुठला कचरा गोळा करून एक वावटळ उठली आणि तिच्याभोवती फिरू लागली. सुकली पानं, कागदाचे कपटे आणि फाटक्या चिंध्या वावटळीत गरारा फिरून उंच उडत होत्या. पाहता पाहता वातावरणाचा नूर पालटला होता. सगळीकडे धूळ उडत होती. क्षणापूर्वी स्पष्ट दिसणारं मैसूर आणि कॉलेज आता दिसेनासं झालं होतं.

कात्यायनी भेदरली. 'का आपण इथं आलो' असंही तिला वाटून गेलं. भोवताली फिरणारी वावटळ आपल्याला उचलून फेकून देईल की काय असं भय वाटून कात्यायनीनं तिथंच बैठक मारली आणि शेजारच्या दगडाला ती घट्ट धरून बसली. तिनं डोळे घट्ट मिटून घेतले.

वाऱ्याचं हे तांडव काही वेळ चाललं होतं. वारं शांत झालं तसं तिनं डोळे उघडून सभोवताली पाहिलं. तिचं लक्ष वर गेलं. आकाशात ढग जमायला सुरुवात

झाली होती. पाहता पाहता एका ढगानं सूर्यबिंब झाकलं. ती उठली आणि पुन्हा वर चढू लागली. पुन्हा घामेघूम झाली. असा विचित्र उकाडा तिनं कधीच अनुभवला नव्हता! खाली तासापूर्वी पेटलेली चिता अजूनही जळत होती. कात्यायनी विचार करता करता थकून गेली होती. राजला काय सांगायचं हा प्रश्न अजूनही तसाच होता.

दोन-तीन थेंब पडल्यावर तिनं वर पाहिलं. डोक्यावर काळे ढग जमले होते. पाऊस पडू लागला. तिला कुठंही आसरा घ्यावासा वाटलं नाही. ती तशीच चढत राहिली. पावसाचा जोर वाढला आणि पुढं पाऊल टाकणं अशक्य झालं तेव्हा ती तशीच एका दगडावर बसून राहिली.

सुमारे तासभर पाऊस कोसळत होता.

पाऊस थांबला तेव्हा सारं वातावरण निवळलं होतं. सगळी धूळ पावसानं वाहून नेली होती. आता मैसूर शहर अधिक स्पष्टपणे दिसत होतं. दूरवरचं कॉलेजही आता नवं वाटत होतं. आभाळातले ढग पुढे निघून जात होते आणि पुन्हा सूर्य आपली किरणं टाकू लागला. पण आता त्याचा ताप पहिल्याइतका तीव्र स्वरूपाचा राहिला नव्हता.

किती विचित्र पाऊस हा! अकाली अकस्मात येऊन तितक्याच तातडीनं तो निघूनही गेला!

भिजलेल्या साडीच्या निऱ्या आणि पदर पिळून झटकत कात्यायनी उठली आणि चालू लागली. आता चढणं एवढं त्रासदायक वाटत नव्हतं. उलट, त्यातच एकप्रकारचा आनंद जाणवत होता तिला! आपले सासरे हाच आनंद आयुष्यभर अनुभवत असतील असं तिला वाटलं. लक्ष्मीलाही याच आनंदाचा अनुभव आला असेल का?

पाचच मिनिटांत ती टेकडीच्या माथ्यावर पोहोचली. देवळात भक्तिभावानं नमस्कार करून ती बाहेर आली. एवढ्या उंचीवरून जगाकडे पाहता पाहता तिचं मन उल्हसित झालं. सारा थकवा निमाला. तिला आता शांत शांत वाटत होतं.

भुकेची जाणीव होताच ती देवळाजवळच्या नळापाशी गेली. हात पाय धुवून थोडं पाणी प्यायली आणि एका झाडाखाली बसून तिनं आपला डबा उघडला. खाणं होताच डबा विसळून ती टेकडी उतरू लागली.

एवढ्या वेळात तिच्या अंगावरची साडी पूर्ण वाळली होती. खाली उतरताना तिला मुळीच त्रास होत नव्हता. खाली येताच तिचं लक्ष स्मशानाकडे गेलं. तिथल्या चिता आता पूर्ण निमाल्या होत्या.

खरं तर कात्यायनी खूप थकली होती. पाय दुखत असल्याचंही तिला जाणवत होतं. पण तरीही ती तशीच चालत राहिली. जाताना उडणारी धूळ आता पावसामुळे

जमिनीवर बसली होती. सुमारे चार वाजता ती कॉलेजमध्ये येऊन पोहोचली.

राजला काय सांगायचं ते आता ठरलं होतं.

ती नाट्यसंघाच्या खोलीपाशी आली. खोलीच्या दरवाज्याला कुलूप होतं.

परतीच्या गाडीला तासभर अवकाश होता. कॉलेजचा जिना चढून ती गॅलरीत आली. तिचं लक्ष पुन्हा तिथून दिसणाऱ्या टेकडीकडे गेलं. ती टक लावून तिथं पाहात उभी राहिली.

किती वेळ ती तशी उभी होती कोण जाणे! तिनं जेव्हा खाली पाहिलं तेव्हा तिची नजर सायकल घेऊन उभा असलेल्या राजकडे गेली. त्याचा चेहरा थोडा संतापल्यासारखा दिसत होता. तिची दृष्टी वळताच त्यानं हाक मारली, 'खाली ये.'

कात्यायनीनं आपली दृष्टी वळवली आणि ती पुन्हा टेकडीकडे पाहू लागली. काही क्षण गेल्यावर म्हणाली, 'तुम्हीच वर या हवं तर!'

सकाळपासून तिची वाट पाहून वैतागलेल्या राजला ही उपेक्षा असह्य झाली. सायकलवर टांग टाकून तो वेगानं तिथून निघून गेला.

कात्यायनी मात्र एकटक टेकडीकडेच पाहात होती.

संध्याकाळी घरी आल्यावर साडी बदलून तिनं श्रोत्रींना माडीवर हाक मारली. देवपूजेसाठी निघालेले श्रोत्री माडीवर आले. त्यांच्या पाया पडत ती म्हणाली, 'माझं चुकलं. कुठल्यातरी अविचारी क्षणी मी काहीतरी विचार केला होता. क्षमा करा मला!'

'प्रत्येकाच्या जीवनात असा क्षण कधीतरी येतोच! तू आता त्याचा काही विचार करू नकोस. तुझा तू अभ्यास कर.'

नेहमीच्याच शांत स्वरात श्रोत्री म्हणाले आणि ते खाली जाऊ लागले.

त्यांना पुन्हा हाक मारून ती संकोचानं म्हणाली, 'कालचं माझं बोलणं तुम्ही अम्मांना सांगितलंत?'

'नाही आणि सांगणारही नाही. ते पत्र खाली दिवाणखान्यात पुस्तकांमागे आहे. तूच ते फाडून टाक!' एवढं सांगून ते देवपूजेसाठी खाली उतरले.

सकाळी दहापासून संध्याकाळपर्यंत वाट पाहायला लावून नंतर आपल्याकडे दुर्लक्ष केल्यामुळे राज कात्यायनीवर संतापला होता. तिच्या घरच्यांनी संमती दिली नसावी, असं त्याला वाटलं. ज्या विवाहाला जन्मदाते आई-वडिलही संमती देण्याची शक्यता नाही, त्या विवाहाला अशा समाजातल्या सासू-सासऱ्यांनी संमती द्यावी अशी अपेक्षा करणंही मूर्खपणाचं आहे, हे त्याला ठाऊक होतं. आणि कितीतरी वेळा त्यानं हे तिला सांगितलं होतं. त्या घरातून बाहेर पडल्याशिवाय हे लग्न अशक्य होतं. कात्यायनीनं असं दुर्लक्ष केलं याचा अर्थ 'आपल्याला विसरून जा'

असं सांगायचाच एक प्रकार असावा.

या घटनेनंतर दोन-तीन दिवस रोज जो कात्यायनीला शोधत होता. रेल्वेस्टेशनवरही जाऊन येत होता, पण तिचा पत्ता नव्हता. तो निराश झाला. तिला पत्र लिहिण्याचा विचारही मनात आला. पण ते योग्य नव्हे, असं वाटून तो गप्प बसला. नाहीतरी दहा दिवसांनी परीक्षा सुरू होणार होती. त्यावेळी तरी ती निश्चित येणार याबद्दल त्याला खात्री होती.

त्याचा घरीही वेळ जाता जात नव्हता. नागलक्ष्मी आता अगदी अबोल झाली होती. पहिल्यासारखी ती मुळीच गप्पा मारत नव्हती. तो काही म्हणाला तरी त्याला 'हं' म्हणण्याएवढंही तिचं मन ताळ्यावर नव्हतं. रोजचं स्वयंपाकपाणी केलं की ती इतर कशातच लक्ष घालत नव्हती.

एक दिवस राजला जेवायला वाढताना नागलक्ष्मी म्हणाली, 'शेजारच्या घरी एक ज्योतिषी आले होते. 'श्रीरामनाम' लिहिलं तर पुढच्या जन्मी कल्याण होईल, असं त्यांनी सांगितलं, मरायच्या आत एक कोटी रामनाम लिहायचा माझा संकल्प आहे. वही, दौत आणि टाक आणून दे.'

त्याच दिवशी संध्याकाळी त्यानं वही, पेन आणि शाईची दौत आणून दिली. पण नागलक्ष्मी म्हणाली, 'मला पेननं लिहायला येत नाही. टाकच आणून दे.'

दुसरे दिवशी त्यानं टाक आणून देताच तिनं दौतीत शाईच्या पुडीची शाई केली. सगळं साहित्य देवापुढे ठेवलं. त्यावर हळद-कुंकू आणि फुलं वाहून तिनं नमस्कार केला. भक्तिभावाने वही उचलून ती बाहेर आली. तिनं राजला विचारलं, 'एका ओळीत किती वेळा रामनाम लिहिलं तर या वहीत एकंदर किती वेळा लिहिलं जाईल? एक कोटीचा संकल्प पूर्ण करायचा तर अशा किती वह्या भराव्या लागतील?'

वहीची पानं आणि त्यातल्या ओळींचा हिशोब करून राजनं सांगितलं, 'एका ओळीत दहा वेळा लिहिलंय तर एका वहीत चाळीस हजार होतील. अशा अडीचशे वह्या संपल्यावर एक कोटी पूर्ण होईल.'

'मग संपतील तशा वह्या आणि शाईची पूड आणून देशील ना?'

'हो. पण नुसतं देवाचं नाव लिहून तुला काय मिळणार?'

'नुसतं नाव कोण लिहितंय? भक्तिभावानं लिहीन मी!'

ते ऐकून राजला हसू आलं तरी तो हसला नाही.

नागलक्ष्मीनं आपली श्रीरामनाम-सेवा सुरू केली. वहीच्या प्रत्येक ओळीत दहा वेळा 'श्रीराम' लिहीत होती. प्रत्येक पानाच्या शेवटी 'श्रीराम जय राम जय जय राम सीताराम' असं लिहीत होती. लिखाणाची सवय नसल्यानं सुरुवातीला बोटं वळत होती. वेगही अगदी बेताचा होता. तरीही ती नियमितपणे लिहीत होती. कुठेतरी

शून्यात दृष्टी लावून बसून राहण्यापेक्षा काहीतरी जीवनाला आधार मिळाल्यासारखं तिला वाटत होतं.

परीक्षेच्या वेळी राजनंही सुपरवायझरचं काम स्वीकारलं होतं. परीक्षा सुरू होण्याआधी अर्धातास त्याला ऑफिसमध्ये हजर व्हावं लागे. पेपरच्या वेळी ठराविक वर्गावर जाऊन दिवसभर तो तिथंच थांबत असे. कात्यायनी कुठे दिसते का इकडे त्याचं बारीक लक्ष होतं. परीक्षेच्या सातव्या दिवशी मात्र तो तिच्याच वर्गावर सुपरवायझर म्हणून गेला.

राजला आपल्या वर्गात शिरताना पाहून कात्यायनी अवाक् झाली. त्या दिवशीचा पेपर लिहिण्यातही तिचं लक्ष लागलं नाही. मध्येच एकदा तो तिच्या जवळ आला आणि हळूच म्हणाला, 'परीक्षा संपल्यावर मला भेट. नक्की!'

'हं!' निरुपाय होऊन ती उद्‌गारली.

पेपर संपल्यावर ती त्याला भेटली. दोघेही कॉलेजच्या पश्चिमेकडच्या एका झाडाखाली गेले. ती आपण होऊन गहिवरल्या आवाजात म्हणाली, 'तुम्ही मला विसरून जा.'

'का? असं का म्हणतेस?'

'ते विचारू नका. तुम्ही अयोग्य स्त्रीवर प्रेम केलंत! त्याऐवजी दुसऱ्या एखाद्या चांगल्या मुलीशी लग्न करून सुखानं राहा! तुमच्यापेक्षा कितीतरी वयस्कर आहेसं वाटतं मला!' तिचे डोळे अश्रूंनी डबडबले होते.

राज काहीतरी म्हणणार तोच ती आवेगानं म्हणाली, 'आता कुणी काही बोलायला नकोच! यानंतर आपण भेटायचंही नाही-' म्हणत ती तिथून घाईनं निघून गेली. राज अवाक् होऊन पाहात राहिला.

दुसरे दिवशी त्यानं आपण होऊन प्रमुख सुपरवायझरला सांगितलं आणि तो दुसऱ्या वर्गावर गेला. तरी त्याचं मन:स्वास्थ्य हरवलं होतं.

गेले सहा महिने कात्यायनी त्याच्या जीवनात अर्थ भरत होती. आज मात्र त्याला काहीही बोलायची संधी न देता ती निघून गेली होती. 'मला विसरून जा' असं ती म्हणाली तरी मन-बुद्धी व्यापून राहिलेल्या कात्यायनीला कसं विसरायचं? या जन्मी शक्य नाही ते!

सगळं असह्य होऊन त्यानं एकदा सगळी हकिकत नागलक्ष्मीला सांगितली. यावर ती म्हणाली, 'हे असंच असतं! तूही श्रीरामनाम लिहायला सुरुवात कर. मन शांत झाल्यावर दुसऱ्या मुलीबरोबर लग्न कर.'

राज तिथून निघून गेला.

जर कात्यायनीला नकारच द्यायचा होता तर इतके दिवस तिनं इतक्या मोकळेपणानं तरी का वागावं? वयाची फक्त तेविशी उलटलेली कात्यायनी स्वत:ला वयस्कर

मानत होती! का? राजला तिच्या या बोलण्याचं आश्चर्य वाटत होतं. कात्यायनी वयस्कर? छे:!

त्याच्या मनात तिच्या सान्निध्यात काढलेल्या सुखद घटना घोळत होत्या.

परीक्षा संपल्या दिवशी राजला निदान एकदा तरी पाहण्याची ऊर्मी कात्यायनीच्या मनात दाटून येत होती. पण तिनं स्वत:हून त्याला दूर लोटलं होतं. एकवार त्याच्या घरी जाऊन भेटावं आणि शिष्यानं गुरूविषयी कृतज्ञता व्यक्त करावी, तसं औपचारिक बोलून यावं, असं कितीदा वाटलं तरी ती सरळ गाडीत बसली आणि नंजनगूडला पतरली. घरी आल्यावर ती आपण होऊन भागीरथम्मांना म्हणाली, 'आजपासून मैसूरचा रोजचा फेरा चुकला एकदाचा!'

'होय बाळ! हे वर्ष पदरात पडलं तर त्याची इच्छा पूर्ण होईल!' भागीरथम्मांनी मुलाची आठवण काढत म्हटलं.

आता कात्यायनी दिवसातला बराच वेळ मुलाबरोबर काढत होती. चिनी आता पाच वर्षांचा झाला होता. या जूनला त्याचं नाव शाळेत घालायचं होतं. या चैत्र-वैशाखात योग्य मुहूर्त पाहून त्याला चांदीच्या रुपयानं मध चाटवून त्याच्या हातून तांदळानं भरलेल्या ताटात 'श्रीकार' लिहिण्याचं शास्त्रही व्हायचं होतं. नातवाच्या चौलकर्मासाठी मोठ्या प्रमाणात लाडू-चकली वगैरे फराळाचे पदार्थ करण्याचं भागीरथम्मांनी कधीच ठरवलं होतं. श्रोत्रींचा या संस्कारावर विश्वास होता. खरं तर तिसऱ्याच वर्षी हा संस्कार व्हायला हवा होता; पण त्यावेळी नंजुंडाच्या मृत्यूमुळे बधिर झालेली मनं पूर्णत: भानावर आली नव्हती. आताही फार थाट करण्याची श्रोत्रींची इच्छा नसली तरी घरातल्या इतरांच्या इच्छेचा मान ठेवायच्या दृष्टीनं त्यांनी तशी तयारी दर्शवली होती.

अलीकडे चिनीची बडबड खूपच वाढली होती. प्रत्येक वस्तुविषयी 'हे काय,' 'हे इथंच का,' 'कुठून आलं' असे असंख्य प्रश्न विचारून तो आजी-आजोबांना भंडावून सोडत होता. लक्ष्मीचा तर तो खूपच लाडका होता. दिवसभर तिच्या बरोबर गुरं राखायला जात होता. मधूनमधून रात्रीही हट्टानं तिच्याच कुशीत झोपत होता.

परीक्षा संपल्यामुळे कात्यायनीचा वेळ जाणं आता कठीण होऊन बसलं होतं. घरच्या कामात ती स्वत:ला गुंतवून ठेवत होती. नवी नवी कामंही शोधून काढत होती. अलीकडे तिनं दुपारच्या वेळी भगवद्‌गीता वाचण्यास प्रारंभ केला होता. रात्री ती भागीरथम्मांच्या खोलीत झोपत होती. महिना गेला. तिला या नव्या दिनक्रमाचा कंटाळा येत होता. चिनीला आजीची सवय असल्यामुळे तो रात्रीही आजीपाशीच झोपत होता.

कित्येक रात्री कात्यायनीच्या डोळ्याला डोळा लागत नव्हता. राजची आठवण

तिला विव्हल करत होती. आता तो काय करत असेल? रागावला असेल का? त्याचं लग्न ठरलं असेल का?

विचारांच्या भोवऱ्यातून सुटका करून घेण्यासाठी ती भगवद्गीतेतले श्लोक वाचत होती. त्यांचा अर्थ लावायचा प्रयत्न करत होती. थोडंफार समजलं तरी ते तिच्या मनाला पटत नव्हतं. भावनांचा ओघ सगळे अडथळे मोडून पुढे धावत होता आणि स्वत: निर्मिलेल्या काल्पनिक नौकेतून राजच्या सान्निध्यात तिचं मन विहरू पाहात होतं.

मनाला आवरता आवरता ती थकून जात होती. जीवनात कुठलाच अर्थ दिसत नव्हता. तिचा अवघा देह आसक्तीच्या ज्वाळेत एखाद्या नाजूक वेलीप्रमाणे सापडून काळवंडत होता. दिवसेंदिवस तिच्या शरीरातील शक्ती कमी होत होती. पण त्याचवेळी आसक्तीची शक्ती प्रचंड रूप धारण करू पहात होती! सारं जीवनच उलटंपालटं होऊ पाहात होतं. उठताबसता राजचा चेहराच डोळ्यासमोर तरळत होता.

राजचं रूप! त्याच्याबरोबर फिरणं, फिरताना होणारा त्याच्या दंडाचा स्पर्श, तो वृंदावनचा प्रवास! त्याच्याशी मारलेल्या गप्पा! ते नाटक-काही दिवसांपूर्वी चंद्राच्या चांदण्यापेक्षा शीतल असणारी राजची स्मृती आता स्मशानातल्या अग्नीपेक्षाही दाहक वाटत होती!

त्या दिवशी सकाळी ती घासभरही जेवली नाही. दुपारी झोप लागली नाही. रात्री जबरदस्तीनं खाल्लेले चार घास हात धुवत असतानाच उलटून पडले. रात्री अंग तापलं. रात्रभर जिवाची सारखी तगमग होत होती. आता आपण जगणार नाही, अशी भावना तिच्या मनात उसळली. त्या रात्रीच्या नि:शब्द वातावरणात तिला दुभंगून एक निर्णय ठामपणे उभा राहिला.

पण हा निर्णय श्रोत्रींना कसा सांगायचा? त्यांची भीती वाटत होती तिला. सापाची भीती वाटते तशी नव्हे; एखादं पाप घडलं की देवाची भीती वाटते तशी! पण त्यांना न सांगता कसं जायचं? त्यांनी आपल्यावर टाकलेल्या विश्वासाचा घात करायचा?

निर्णय घ्यायचं स्वातंत्र्य तर श्रोत्रींनी तिला दिलंच होतं. पण तरीही त्यांना न सांगता जाणं तिला अयोग्य वाटत होतं.

कसंही करून राजच्या जीवनात आपण प्रवेश केला पाहिजे. नाहीतर मरून जायला पाहिजे.

मरून जायचं? छे:! ती नखशिखांत थरथरली.

दुसरे दिवशी उठल्या उठल्या ती भागीरथम्मांना म्हणाली, 'मी विसरलेच होते. माझ्या एका शिक्षिकेचं आज लग्न आहे. जेवायला जायचंय. आज तीन तारीख, नाही का? मी मैसूरला जाते.'

श्रोत्री देवघरात देवपूजा करत होते. भागीरथम्मा काम करता करता म्हणाल्या, 'बरं, जाऊन ये.'

पांढरीशुभ्र साडी नेसून ती घराबाहेर पडणार तोच चिनीनं विचारलं, 'अम्मा, कुठं जातेस? मीही येतो ना! मला घेऊन चल!'

चिनीला सोडून जायचं? तिनं आवेगानं त्याला उराशी कवटाळलं आणि पटापटा त्याच्या दोन्ही गालाचे पापे घेतले. पण आपण आधी गेल्याशिवाय त्याला कसं घेऊन जायचं?

'तुला नंतर घेऊन जाईन हं!' ती म्हणाली.

घरातून बाहेर पडून वळणावर वळताना तिनं मागे वळून पाहिलं. समोरचं दृश्य तिला पुसट दिसत होतं. डोळे टिपत ती स्टेशनवर आली. नेहमीची गाडी पकडून ती मैसूरला आली. तिच्या छातीत धडधडत होतं.

राजच्या घरी पोहोचताच तिनं दरवाजा वाजवला. पृथ्वीनं दरवाजा उघडला. त्याला तिनं विचारलं 'तुझे काका कुठं आहेत?'

पृथ्वीनं खोलीकडे बोट दाखवलं.

खोलीत जाऊन तिनं राजला पाहिलं तेव्हा तिला धक्काच बसला! त्याची तब्येत खूप खालावली होती. दाढी बरीच वाढली होती. कपडेही नेहमीप्रमाणे नीटनेटके नव्हते. राज संशयित मुद्रेनं तिच्याकडे पाहात होता.

खोलीचा दरवाजा लोटून ती त्याच्याजवळ आली. त्याच्या छातीवर आपलं विचारांनी शिणलेलं मस्तक विसावत ती उद्गारली 'आता तरी माझ्यावर विश्वास ठेवा. आता पुन्हा मी तिथं जाणार नाही. आजपासून आपण समाजापुढे पती-पत्नी म्हणून राहूया-'

राजचा कात्यायनीच्या बोलण्यावर विश्वास बसत नव्हता. तो विस्मित होऊन तिच्याकडे पाहात हाता.

ती पुन्हा म्हणाली, 'हे पाहा! नेसत्या वस्त्रानिशी आलेय मी! तुम्ही जसं म्हणाल तसं लग्न करूया. हवं तर सिव्हिल मॅरेज करूया, नाहीतर एखाद्या देवस्थानात मित्रांसमोर लग्न करूया!'

राज काहीही बोलत नव्हता.

आवेगानं त्याला मिठी मारत ती म्हणाली, 'नाहीतर तशीच राहा म्हटलं तरी माझी तयारी आहे-'

राजचेही दोन्ही बाहू तिच्याभोवती वेढले गेले, त्या दृढ मिठीत त्या दोघांच्या हृदयाची तडफड आता शांत झाली होती.

■

पंधरा

संध्याकाळच्या सहाच्या गाडीची वेळ टळून गेली होती. तरी कात्यायनी परतली नव्हती. श्रोत्रींना वाटलं ती कदाचित रात्री दहाच्या गाडीनं येईल. एवढ्या रात्री तिच्या सोबत कुणीतरी हवं म्हणून श्रोत्री स्टेशनवर गेले. ती गाडीही ठरल्या वेळी आली आणि चामराजपूरच्या दिशेनं निघून गेली. कात्यायनी त्या गाडीनंही आली नव्हती.

श्रोत्री तिथल्या बाकावर बसले. ती का आली नसावी याविषयी ते विचार करत होते. गेल्या पंधरवड्यात तिचं मन ताळ्यावर नसल्याचं त्यांना ठाऊक होतं. पण आपण होऊन त्यासंबंधी पुन्हा विचारणं योग्य नव्हे, असं वाटल्यानं त्यांनी चौकशी केली नव्हती. पाच वर्षांच्या मुलाची आई होती ती! घरचे बरेच व्यवहार तीच पाहात होती. यंदा बी.ए.लाही बसली होती. आपली जबाबदारी समजण्याचं तिचं वय आहे असं श्रोत्रींना वाटत होतं.

शेवटच्या गाडीनंही ती न आल्यामुळे मात्र त्यांच्या मनात शंकेची पाल चुकचुकली. पण काहीही निश्चित माहिती नसताना एखादीला - मग ती आपली सून असली तरी - असा दोष देणं योग्य न वाटल्यानं त्यांनी आपल्या मनाला आवर घातला.

घरी येऊन त्यांनी भागीरथम्मांना सांगितलं, 'या गाडीनंही ती आली नाही. लग्नघरात राहायचा आग्रह झाला असेल! उद्या येईल.'

चिनीही अजून झोपला नव्हता. झोपताना त्यानं आजीला विचारलं, 'अम्मा का आली नाही?'

'उद्या येईल हं!'

एवढ्यानं त्याचं समाधान झालं आणि तो झोपी गेला.

दुसरा दिवस उजाडला. मैसूरकडून येणारी सकाळची पहिली गाडी गेली तरी कात्यायनी आली नाही. देवघरात पूजेत दंग झालेल्या श्रोत्रींना सगळ्याचा विसर पडला होता. पूजा-अर्चा संपल्यावर नेहमीप्रमाणे नऊ वाजता ते देवघरातून बाहेर आले आणि त्यांनी भागीरथम्मा, लक्ष्मी आणि चिनीला तीर्थ दिलं.

भागीरथम्मांनी त्यांच्या हातात सकाळच्या टपालानं आलेलं एक जाड पाकीट दिलं. पाकिटावरचा पत्ता कात्यायनीच्या हस्ताक्षरात असल्याचं श्रोत्रींच्या तत्क्षणी

लक्षात आलं. क्षणार्धात सगळा उलगडा झाला. काही क्षण ते तसेच उभे राहिले. आपलं मन काबूत आणण्याचा प्रयत्न करत संथपणे दिवाणखान्यात आले. तिथल्या खुर्चीत बसून मन ताळ्यावर आल्याची खात्री झाल्यावर त्यांनी ते पाकीट उघडलं आणि आतील पत्र वाचण्यास प्रारंभ केला. ते चार पानी पत्र कात्यायनीचंच होतं. त्यांची शंका खरी ठरली होती. त्या पत्रात तिनं आपला पूर्वीचा निर्धार, त्यावेळची, मन:स्थिती, त्यानंतरची मनाची तडफड यासंबंधी सविस्तर लिहून अखेर लिहिलं होतं -

'तुमच्या उत्तुंग व्यक्तिमत्त्वापासून स्फूर्ती घेऊन मीही मनावर नियंत्रण ठेवण्याचा प्रयत्न केला, पण ते मला करंटीला जमलं नाही. प्रत्येकाची स्वत:ची अशी मर्यादा आणि शक्ती असते हेच खरं! इथं निघून येण्यापूर्वी तुम्हाला सगळं सांगण्याची इच्छा होती, पण तेवढं धाडस मला झालं नाही. दोन-तीन दिवसांत आम्ही एका सामाजिक समारंभात विवाहबद्ध होत आहोत. त्या समारंभाला तुम्हाला बोलावण्याचा उद्धटपणा मी मुळीच करणार नाही. पण माझ्या नव्या जीवनात शांती-समाधान मिळावं असा आशीर्वाद द्यावा, ही माझी तुमच्या चरणी प्रार्थना आहे.

काही समजण्यापूर्वी आई गेली. वडील असूनही त्यांचं संपूर्ण प्रेम मला मिळालं नाही. या अभागिनीला तुम्हा दोघांकडून माता-पित्याचं प्रेम मिळालं, या तुमच्या दुर्दैवी मुलीचं आयुष्य तुमच्या आशीर्वादानंच सुखमय होईल.'

हातातलं पत्र तसंच ठेऊन श्रोत्री स्तब्ध बसून होते. तिच्या मनाची नेमकी कल्पना येणं त्यांना अशक्य असलं तरी त्यांना तिचा राग आला नव्हता. निसर्ग नियमापेक्षाही उन्नत होऊन स्वत:चं रक्षण करण्यात अयशस्वी ठरलेल्या त्या अभागिनीविषयी त्यांच्या मनात अनुकंपाच दाटली होती. श्रोत्रींच्या घरी सून होऊन आलेल्या दिवसापासून तिचं वागणं अतिशय उत्तम होतं. कधीही ती सासू-सासऱ्यांशी उद्धटपणे बोलली नव्हती. पोटच्या मुलीनं करावी तशी तिनं त्या दोघांची सेवा केली होती. पती जिवंत होता तोपर्यंत त्या कर्तव्यातही ती कुठं उणी पडली नव्हती. श्रोत्रींच्या सनातन घराण्याला योग्य अशा उत्तम गुणांनी ती परिपूर्ण होती.

आणि आता मात्र ती अशी वागली होती!

श्रोत्रींच्या अतिपुरातन घराण्यात असं कधीच घडलं नव्हतं. घरात त्यांचा वंशवृक्ष लिहिलेला होता. गेल्या बारा पिढ्यांचा सविस्तर इतिहास त्यात होता. त्यापूर्वीच्या पूर्वजांची मुळं खूप खोलवर गेली होती! अंत नसलेली खोलवर गेलेली जिवंत मुळं त्या वंशवृक्षाचा आधार आहेत, यावर श्रोत्रींचा दृढ विश्वास होता. त्यांच्या घरात असलेल्या वंशवृक्षात भर तारुण्यात मेलेल्यांचा उल्लेख होता. एका पत्नीच्या मृत्यूनंतर पुन्हा विवाहबद्ध झालेल्यांची माहिती होती. पतीच्या माघारी एकाकी जगणाऱ्या विधवांची नोंद होती. पण जे कात्यायनीनं केलं ते यापूर्वी कुणीच

केलं नव्हतं! दुसऱ्या घराण्यातून या घराण्यात आलेल्या सगळ्या स्त्रिया या घराण्याच्या म्हणून जगल्या होत्या आणि या घराण्याच्या म्हणूनच मरण पावल्या होत्या. महानदीत मिसळून गेलेल्या नदीनं पुन्हा स्वत:च्या अस्तित्वाला वेगळं काढून दुसऱ्या महानदीत विलीन होणं अशक्य आहे, तसंच होतं ते!

कात्यायनीच्या या वागण्यामुळे मात्र त्या वंशवृक्षाला एक विद्रुप डाग पडला होता. कधीही न पुसता येणारा डाग! आता ती ज्या घराण्यात गेली त्या घराण्याचं पावित्र्य तरी कसं शिल्लक राहील? त्या लोकांना तरी ही वंशप्रज्ञा कितपत आहे, हाही एक प्रश्नच होता.

बारा वाजले. दिवाणखान्यात येऊन सुन्नपणे बसून राहिलेल्या श्रोत्रींना भागीरथम्मा म्हणाल्या, 'कुणाचं पत्र? जेवायला चला आता. ती काही अजून आली नाही-'

'कामाचं पत्र आहे -' म्हणत ते उठले. नेहमीप्रमाणे चिनी आजोबांशेजारी बसून बडबडत जेवत होता. श्रोत्रींच्या घशातून मात्र घास खाली उतरत नव्हता.

'असं काय करताय आज? प्रकृती बरी नाही?' वाढायला आलेल्या भागीरथम्मांनी विचारलं.

'तुम्ही जेवून घ्या. मला आज भूक नाही' म्हणत आपोषण घेऊन ते उठले. लक्ष्मी आणि भागीरथम्मांचं जेवण होताच त्यांनी त्या दोघींना आपल्या खोलीत बोलावलं. कात्यायनीविषयी सगळं सांगून त्यांनी तिचं पत्रही वाचून दाखवलं.

भागीरथम्मांना बसलेला धक्का साधासुधा नव्हता! कितीतरी वेळ त्यांना काय बोलावं हेच समजेना. अखेर त्यांनी विचारलं, 'म्हणजे तिनं आधी तुम्हाला सगळं सागितलं होतं?'

'हो.'

'मग त्यावेळी तुम्ही आम्हाला का सांगितलं नाही?'

'तिनं तसं सांगितलं होतं. शिवाय, त्यावेळी तिला स्वत:ची चूकही उमजली होती.'

'पण आता गेली ना काळं करून! कोण आहे तो?'

'सदाशिवरावांचा धाकटा भाऊ, राज -'

भागीरथम्मांचा संताप वाढला, 'या घरचं अन्न खाऊन गेले. त्यांच्या भावानं असं करावं?'

'भावानं केलं त्यात त्यांचा काय दोष?'

'का? धाकट्या भावाचा कान उपटायला येत नव्हता का त्यांना?'

'पण बहुधा ही हकिकत त्यांना ठाऊक नसावी. कारण आता ते दुसऱ्या बायकोबरोबर वेगळं राहतात.'

'म्हणजे?'

श्रोत्रींनी करुणारत्ने आणि सदाशिवरावांच्या विवाहाची हकिकत सांगताच भागीरथम्मांनी विचारलं, 'हे तुम्हाला कुणी सांगितलं?'

'कात्यायनीनं.'

'म्हणजे त्या टवळीनं तुम्हाला सगळं सांगितलं, पण तुम्ही ते आम्हाला सांगितलं नाही. ही हडळ तरी असलं करण्यापेक्षा मेली असती तर बरं झालं असतं-' भागीरथम्मा संतापानं कात्यायनी आणि राजला शापत होत्या.

'आपण असं वाईट बोलू नये. एवढं वय झालं तरी तुला हे समजत नाही-' श्रोत्री त्यांची समजूत घालण्याचा प्रयत्न करत होते.

भागीरथम्मा अधिकच उसळून म्हणाल्या, 'का बोलू नये? तिला कॉलेजला पाठवू नका म्हणून मी सांगत होते, पण त्यावेळी तुम्हीही तिच्या बरोबरीनं नाचलात! नवऱ्याचं नाव राखायला गेली आणि दुसरा नवराच शोधून आली! नवरा मेला तेव्हाच केस भादरून सोवळी केली असती तर लाल अलवाण नेसून मुकाट्यानं कोपऱ्यात पडून राहिली असती! तुम्ही मारे मुलाच्या जागी तिला समजून डोक्यावर घेतलंत आणि ती सगळं लाथाडून निघून गेली. आता तरी माझं ऐका. चारचौघात तोंड तर दाखवायला हवं की नाही?'

'काय म्हणतेस? थोडी शांत होऊन सांग.'

'असली शांती तुमची तुम्हालाच लखलाभ होवो! मी सांगेन तसं वागा. तिचं ते लग्न की काय आणखी दोन-तीन दिवसांनी आहे ना; मीही तुमच्याबरोबर येते. ती आणि तिचा तो - दोघांच्या तोंडाभोवती मंगलारती ओवाळून तिच्या त्या अभद्र झिंज्या पकडून तिला खेचून आणूया!'

श्रोत्री काहीच बोलले नाहीत.

'का गप्प बसलात?'

'आपण मैसूरला जाऊन काही उपयोग नाही. ती काही अजाण मुलगी नाही आता. तिच्या मनाची तगमग चालली आहे. अशा प्रसंगी जबरदस्तीनं काही केलं तरी ते फार दिवस टिकणार नाही. प्रत्येकजण आपापल्या स्वभावाप्रमाणे वागत असतो!'

'मला ठाऊक आहे तुमचा नेहमीचा वेदांत! तुम्ही घरी बसा. मी आणि लक्ष्मी जातो आणि तिचं बकोट पकडून तुमच्यासमोर घेऊन येतो -'

इतका वेळ अवाक्षर न बोलता बसलेली लक्ष्मी म्हणाली, 'शीनप्पा सांगतोय ते अगदी खरं आहे. तिला बळजबरीनं आणणं योग्य ठरणार नाही. तिचं कर्म!'

'आता तूही मलाच तत्त्वज्ञान सांग!' भागीरथम्मा वैतागानं म्हणाल्या.

'लक्ष्मी, तूच तिची समजूत घाल आता.' म्हणून श्रोत्री उठले आणि माडीवरच्या आपल्या अभ्यासिकेत निघून गेले.

त्यांची मन:शांती मात्र पार ढळून गेली होती.

'श्रीप्रकाश भोजनालय आणि वसतिगृहा'त पंचवीस-तीस मित्रांच्या साक्षीनं राज आणि कात्यायनीनं परस्परांना हार घातले. तासाचे पन्नास रुपये घेणाऱ्या एका पुरोहितानं राजला कात्यायनीच्या गळ्यात मंगळसूत्र बांधायला सांगितलं. जमलेल्या मित्रांनी अक्षता टाकून टाळ्या वाजवल्या. आहेर दिला आणि वधुवरांना शुभेच्छा दिल्या. राजचे बरेच मित्र उन्हाळ्याच्या सुटीत परगावी गेल्यामुळे आणि लग्नाची तारीख फारच झटपट ठरवल्यामुळे फार लोक आले नव्हते. नागलक्ष्मीला घराबाहेर पडण्याचा उत्साह नव्हता, तरी ती लग्नाला हजर होती.

लग्नविधी झाल्यावर राज आणि कात्यायनी आतल्या खोलीत गेले. त्या दोघांनी नागलक्ष्मीला वाकून नमस्कार केला. कात्यायनी तिला म्हणाली, 'अक्का, माझ्यावर राग नाही ना? तुम्हीच घरच्या मालकीण आहात. माझा स्वीकार तुम्हीच करायला हवा. मला सांभाळून घ्या!'

नागलक्ष्मी निरासक्तपणे म्हणाली, 'राजची बायको म्हणजे तू आमचीच आता. मीही संसारात राहून नसल्यासारखं राहायला शिकलेय. सगळं काही तूच पाहायचं आता!'

बाहेर सगळ्यांनी जाजम काढून जेवायची पानं मांडली होती. मित्रांच्या आग्रहाखातर नवदांपत्य जोडीनं जेवायला बसलं. स्वयंपाकाचा थाट उत्तम होता. निवांतपणे जेवताना मित्रांच्या गप्पा चालल्या होत्या -

'राज नशिबवान आहे लेकाचा! विधवा असली म्हणून काय बिघडलं? मुलगी एकदम देखणी आहे. एवढी सुंदर बायको मिळणार असेल तर एकदाच काय, चार वेळा विधवा झालेली बाईही चालेल!'

'जर तुम्ही तिच्याशी लग्न केलं तर ती तात्काळ पाचव्यांदा विधवा होईल!' कुणीतरी खवचटपणे म्हणालं.

'काही म्हणा! दोघेही भाऊ रोमँटिक हं! रक्तातच दिसतंय हे!' कुणी म्हणालं.

'खरंच! डॉक्टर सदाशिवराव कुठं आहेत? दिसले नाहीत ते!'

'बायको भेटेल म्हणून पळून गेले असतील! लग्नाच्या वेळी पिवळी साडी नेसल्या होत्या त्या त्यांच्या प्रथम पत्नी होत्या.'

'छे:! यू हॅव मिस्टेकन्! अहो, संशोधनात स्वत:लाच विसरणारी विद्वान व्यक्ती ती! त्यांना रोमँटिक वगैरे म्हणू नका. त्यांना यातलं काहीच ठाऊक नसावं. काहीतरी संशोधनाचं काम आहे म्हणून ते दोघे कलकत्त्याला गेले आहेत.'

हे सगळं ऐकत असलेल्यापैकी एकजण म्हणाला, 'अहो, स्वयंपाक किती उत्तम झालाय ते पाहा तरी! त्यावर आडवा हात मारायचं राहिलं बाजूला! त्याऐवजी

ज्यांनी जेवण दिलंय त्यांच्यावरच का टीका करता आहात?'

त्यावर मात्र कुणी काही म्हटलं नाही. दही भात आला तेव्हा संस्कृतच्या प्राध्यापकांनी दोन संस्कृत श्लोक सुरात म्हटले. त्यापाठोपाठ एकानं 'शांताकारं भुजंग शयनं' म्हटलं. गतवर्षी आंतरकॉलेज स्पर्धेत बक्षीस मिळवलेल्या एका एम. ए. च्या विद्यार्थ्यानं एक गाणं म्हटलं. उजवा हात खरकटा असल्याने सगळ्यांनी आपापल्या मांडीवर हात थोपटून वाजवून कौतुक केलं आणि ती पंगत उठली. पान सुपारी घेऊन पुन्हा एकवार वधुवरांचं अभिनंदन करून एकेकजण निघून गेले. हॉल रिकामा झाल्यावर हॉलचं बिल देऊन राज, पृथ्वी, नागलक्ष्मी आणि कात्यायनी एका टांग्यात बसून घरी आले.

लग्नानंतर पंधरा दिवस त्या नवदांपत्याला संपूर्ण जगाचाच विसर पडला होता. नेहमीप्रमाणेच नागलक्ष्मी स्वयंपाकपाण्याकडे पाहात होती. सुटी असली तरी पृथ्वी मित्रांबरोबर खेळण्यासाठी दिवसभर घराबाहेर असे. राज आणि कात्यायनी स्वत:ला आपल्या खोलीत कोंडून घेत होते. फिरणं नको, नाटक नको असं त्या दोघांना झालं होतं. एकमेकांचा विरह किती दु:खकारक होता ते एकमेकांना सांगत होते. प्रदीर्घ विरहानंतरच्या मीलनाचा आनंद आकंठ अनुभवत होते. तिच्या देहाचं अनुपम सौंदर्य त्याला स्तिमित करत होतं आणि त्याचा प्रेममय चेहरा ती डोळे भरून पाहात होती. रात्र आणि दिवसाला वेगवेगळं अस्तित्व राहिलं नव्हतं. आणि त्या अद्वैतात राज आणि कात्यायनी रंगून गेले होते.

अंगावरच्या एका वस्त्रानिशी आलेल्या कात्यायनीला राजनं दुकानात घेऊन जाऊन विविधरंगी अनेक साड्या आणल्या होत्या. त्या सुरेख साड्या नेसून, कुंकवाची टिकली रेखून, वेणीत भरगच्च गजरा माळून कात्यायनी स्वत:ला नटवत होती. स्वत:च्या त्या अनुपम प्रतिबिंबाकडे पाहताना तिला स्वत:च्या स्त्रीत्वाचं सार्थक झाल्यासारखं वाटत होतं. राजच्या बाहुपाशात स्वत:च्या रूपाचं कौतुक ऐकताना ती कृतकृत्य होत होती. त्याच भावनेनं ती स्वत:ला राजच्या हाती समर्पित करत होती. राजच्या समाधानातच सर्वस्व मिळाल्यासारखं वाटून तिचं मन आनंदानं भरून येत होतं.

काही दिवसांनंतर कात्यायनी नागलक्ष्मीला स्वयंपाकपाण्यात मदत करू लागली. नागलक्ष्मी तिला नकार देत नव्हती आणि ती आली नाही तरी तक्रारही करत नव्हती. स्वत:चं काम संपवून श्रीरामनाम लिहिण्यास ती सुरुवात करत होती. कात्यायनीनं बोलण्याचा प्रयत्न केला तरी त्यात फारसा उत्साह दाखवत नव्हती. कात्यायनीलाही सगळं ठाऊक असल्यानं तीही अधिक बोलत नव्हती. कामात मात्र जमेल तेवढी मदत करत होती.

पृथ्वी आधीपासून कात्यायनीला ओळखत होता. आता तिचं आपल्या काकाशी

लग्न झाल्याचंही त्याला ठाऊक होतं. कधी त्याचे मित्र त्याला चिडवत– 'तुझ्या काकानं विधवेशी लग्न केलं म्हणे!' याचाही अर्थ त्याला समजत होता. सात वर्षांचा पृथ्वी तसा हुशार होता.

काकाच्या सांगण्यावरून तो कात्यायनीला काकू म्हणत होता. अजूनही काका त्याच्यावर माया करत होता. अधूनमधून सायकलवरून फेरीही मारून आणत होता. कात्यायनीही त्याला जवळ घेऊन केसांवरून हात फिरवत होती. नव्या काकूशी सलगीनं वागताना तो थोडा संकोचत होता, पण तिथून निघून जाणंही त्याला पटत नव्हतं. नवी काकू काय म्हणेल असं वाटत होतं. सुरुवातीला तो तिला आदरार्थी संबोधत असे, पण कात्यायनीनंच त्याला तसं न म्हणता एकेरी हाक मारायला सांगितली. त्यानंतर मात्र तो तिला 'ए काकू' म्हणूनच हाक मारत होता.

पृथ्वीला पाहताच तिला चिनीची आठवण येत होती. तिच्या रक्ता-मांसाचा मुलगा तो! ती निघाली तेव्हा त्यानं म्हटलं होतं, 'अम्मा, मीही येणार-'

तिनं सांगितलं होतं, 'तुला नंतर घेऊन जाईन हं!'

सुरुवातीला पृथ्वीला पाहताच येणारी चिनीची आठवण आता पदोपदी येत होती. जेवताना, उठताबसता, सदासर्वदा त्याची आठवण तिला ग्रासू लागली. चिनीला घेऊन यायचा तिचा निग्रह तीव्र झाला.

अधूनमधून सासू-सासऱ्यांची आठवण येत होती. आपलं चुकलं तर नाही ना, अशी भावना मनात आली की इतर भावना त्या विचाराला गाडून टाकत. पण चिनीशिवाय राहाणं मात्र तिला अशक्य वाटत होतं.

एके रात्री तिनं राजला विचारलं,'आपण चिनीला इथं कधी आणायचं?

यावर राज काहीच बोलला नाही. ते पाहून तिनं आशंकेनं विचारलं, 'काही तरी सांगा ना!'

'यापूर्वीच मी तुला सांगितलं आहे. तोही आपलाच मुलगा आहे. तुला हवं तेव्हा तू त्याला इथं आणू शकतेस.'

कात्यायनी आनंदानं हुरळून त्याला मिठी मारत म्हणाली, 'किती चांगले आहात तुम्ही! कधी जायचं आपण?'

'मी तिथं येणं योग्य नाही. तू जा आणि घेऊन ये.'

'पण मला एकटीला नाही जमणार. त्यांच्यासमोर उभं राहून कसं सांगायचं? तुम्ही आलात तर मला तेवढंच धैर्य येईल.'

क्षणभर विचार करून राज म्हणाला,'तू आधी त्यांना एक सविस्तर पत्र लिही. कधी जाणार आहेस ती तारीखही कळव. म्हणजे तिथं गेल्यावर सगळं स्पष्टपणे बोलायची गरजच उरणार नाही.'

दुसरे दिवशी ती पत्र लिहायला बसली. पण कसं लिहायचं ते तिला समजत

नव्हतं. तरीही विचारांची आणि शब्दांची जुळवाजुळव करून तिनं एक लांबलचक पत्र लिहीलं. माय-लेकराच्या नात्याविषयी आणि मातृत्वाच्या भावनेविषयी लिहून मुलासाठी तळमळणाऱ्या आपल्या हृदयाविषयी लिहीलं. शेवटी तिनं लिहीलं होतं,

'मातेचं हृदय तुम्ही चांगल्या प्रकारे समजू शकाल. आणखी चार दिवसांनी म्हणजे या महिन्याच्या वीस तारखेला दुपारी बाराच्या गाडीनं मी तिथं येत आहे. त्यावेळी चिनीला माझ्याबरोबर पाठवण्याची कृपा करावी. सौ.अम्मांना आणि लक्ष्मीला माझे साष्टांग नमस्कार कळवावेत-'

आवश्यक ती तिकिटं लावून राजनं ते पाकीट पोस्टाच्या पेटीत टाकलं.

ठरल्याप्रमाणे वीस तारखेला सकाळी घरात जेवणं उरकून कात्यायनी नंजनगूडला जायला निघाली. राज तिच्याबरोबर स्टेशनपर्यंत छत्री घेऊन आला होता. ज्येष्ठाचा पाऊस पडायला सुरुवात झाली होती. काही ठिकाणी डोंगराळ भागात भरपूर पाऊस होऊन नद्यांना थोडंफार पाणी आलं होतं.

कात्यायनी डब्यात चढली तरी तिचं मन अनिश्चिततेत तळमळत होतं. गाडी निघाली तेव्हा राजनं सांगितलं,'संध्याकाळच्या सहाच्या गाडीनं ये. मी स्टेशनवर येईन.'

दीड महिन्याच्या कालावधीनंतर कात्यायनी नंजनगूडला चालली होती. यानंतर पुन्हा कधी येण्याचा योग येईल काय? की हेच अखेरचं?

पावसाची रिपरिप चालली होती. आकाशात मळभ दाटल्यामुळे सूर्य दिसत नव्हता. कंबळीमठ ओलांडून गाडी पुलावरून जाऊ लागली तेव्हा कपिलेचा अर्ध्याहून अधिक भरून वाहणारा प्रवाह तिला दिसला. दूरवर दिसणारा घाट, तिथलं देऊळ, नदीच्या दोन्ही काठावरची उंच उंच झाडं-चिरपरिचित दृश्य होतं ते!

ते दृश्य पाहता पाहता एक आठवण उसळी मारून मनाच्या पृष्ठभागावर आली. अशाच ज्येष्ठ महिन्यात एके दिवशी कपिलेनं नंजुंडाला ओढून नेलं होतं. नंजुंड! तिचा पती! त्या दिवशीचा आक्रोश-!

विमनस्क मन:स्थितीत कात्यायनी स्टेशनबाहेर आली. रस्त्यावर कुणी भेटलं तर? एव्हाना आपल्या विवाहाची गोष्ट सगळ्यांना समजली असेल. त्यात काय घाबरायचं?- असं म्हणत कसंबसं मन सावरत ती घराच्या दिशेनं निघाली.

गावातल्या इतरांना घाबरायचं कारण नाही हे तर खरं! पण आतापर्यंत ही गोष्ट घरीही सगळ्यांना समजली असेल. त्यात आपण आज चिनीला घेऊन जाण्यासाठी येणार असल्याचंही कळवलं आहे. श्रोत्रींविषयी तिच्या मनात खात्री होती. पण भागीरथम्मा? त्या तर खूपच संतापल्या असतील. त्यांनी चिनीला द्यायला नकार दिला तर?

विचाराच्या तंद्रीत ती घराच्या दरवाजापाशी येऊन पोहोचली. दरवाजा अर्धवट लोटला होता. त्यातून ती आत दिवाणखाण्यात गेली. समोरची माडी, ते देवघर, पलीकडे स्वयंपाकघर, ते परसू-तिची नजर भिरभिरत होती. आत जाण्याचं मात्र धैर्य झालं नाही. ती तिथल्याच एका खुर्चीत बसून राहिली. तिचं आतून मघापासून ऐकू येणाऱ्या मंत्राकडे लक्ष वेधलं-

'काश्यपगोत्रोत्पन्नस्य मम पितुः नंजुंड शर्मणः
वसुरूपस्य प्रतिसांवत्सरिक श्राद्धानिमित्तं प्राचीनावीति।'

श्रोत्रींच्या घरात संस्कृत मंत्राचा घोष तिला सुपरिचित होता. तिचं जमिनीकडे लक्ष गेलं. दिवाणखान्याची जमीनही शेणानं सारवली होती. पण त्यावर रांगोळी रेखली नव्हती. म्हणजे कुणाचं तरी श्राद्ध असणार-

आणि दुसऱ्याच क्षणी कात्यायनीच्या हृदयात कळ उठली. याच ज्येष्ठ महिन्यात तिच्या पतीचा अकाली मृत्यू झाला होता. म्हणजे पहिल्या पतीच्या श्राद्धाच्या दिवशी ती दुसरा विवाह करून प्रथमच त्या घरी येत होती. तिला त्या श्राद्ध-दिवसाचा विसर पडला होता!

माघारी जायचा विचार करून ती उठली आणि पुन्हा दारापाशी आली. नेमकी त्याचवेळी बाहेरून लक्ष्मी आली. खाली मान घालून उभ्या असलेल्या कात्यायनीला ती आपण होऊन म्हणाली, 'आत्ताच आलीस का? आणि अशी का निघालीस? बैस, ये.'

'नको, लक्ष्मी. आज श्राद्ध -' ती गुदमरलेल्या स्वरात म्हणाली.

'हो. नंजुंडाचं श्राद्ध आज. तुझ्या लक्षात नव्हतं का? चल, बैस ये. तुझं पत्र मिळालंय.'

नाइलाजानं कात्यायनी पुन्हा दिवाणखान्यात जाऊन बसली. लक्ष्मी थोडावेळ तिथं बसली. पण काय बोलावं ते न सुचल्यानं ती उठून दिवाणखान्यातून परस्पर परसात जाणाऱ्या दरवाज्यानं निघून गेली.

आतून मंत्रघोष ऐकू येतच होता. नेहमी येणाऱ्या कुप्पय्याचा आवाज ऐकू येत होता. प्रतिवर्षीप्रमाणे सुब्बय्याशास्त्री मंत्र सांगत होते. पूर्वपंक्तीच्या ब्राह्मणांचा आवाज मात्र ऐकू येत नव्हता. मध्येच चिनी आजोबांना काहीतरी प्रश्न विचारत होता आणि श्रोत्री त्याला उत्तर देत होते. पंधरा मिनिटात जेवणाआधीचे सगळे विधी संपले. 'अन्नंच पायसं भक्ष्यम्-' या क्रमानं वाढायला शास्त्री सांगत होते. त्यानंतर आवाज ऐकू आला, 'एवढी मेहनत घेऊन केलेलं हे भोजन रात्री भूक लागणार नाही एवढं खाल्लं पाहिजे.'

दोन्ही ब्राह्मण, 'अस्तु' म्हणाले. जेवायला प्रारंभ झाला. भागीरथम्मा वाढू लागल्या.

बसल्या बसल्या कात्यायनी आतल्या दृश्याची कल्पना करत होती. दरवर्षीचंच दृश्य होतं ते!

काही वेळ मौनपणे गेल्यावर कुणीतरी विचारलं, 'देवकार्याच्या आणि पितृकार्याच्या आचारामधला फरक काय?'

कात्यायनी तो आवाज ऐकून चकित झाली. आजवर मुलगी जिवंत आहे की मेली, याचीही चौकशी न करणाऱ्या तिच्या वडिलांचा-श्रीकंठय्यांचा-आवाज होता तो! जावयाच्या निधनानंतर ते तिला चार दिवसांसाठी घरी घेऊन गेले होते, एवढंच. त्यानंतर त्यांनी कधी तोंडही दाखवलं नव्हतं की चार ओळीचं पत्र लिहीलं नव्हतं! कधीकाळी तिच्यावर असलेली थोडीफार माया त्यांच्या दुसऱ्या लग्नानंतर पार आटून गेली होती!

आज ते का आले असतील? श्रोत्रींनी त्यांना बोलावून घेतलं असेल काय? तिचं मन साशंक झालं.

आत श्रोत्री उत्तर देत होते, 'देवकार्यात यज्ञोपवीत डाव्या खांद्यावरून उजव्या बगलेखाली यावं आणि तोंड पूर्व किंवा उत्तरेला असावं. उजवीकडे वळून प्रदक्षिणा घालावी. तर्पण देताना 'स्वाहा' आणि 'वषट्' म्हणावं. पितृकार्याच्या वेळी यज्ञोपवित उजव्या खांद्यावर असावं. दक्षिणेकडे तोंड करून बसावं आणि तर्पण देताना 'स्वंधा' म्हणावं. देवकार्यात खुडलेला दर्भ हवा, तर पितृकार्यात मुळासकट उपटलेला दर्भ लागतो.'

त्यांचं बोलणं एका विषयावरून दुसऱ्या विषयाकडे धावत होतं. श्रीकंठय्या हे प्रख्यात वकील होते. त्यांनी कायद्याविषयीचा एक प्रश्न विचारला, 'पुत्र या शब्दाचा नेमका आवाका काय? फक्त पोटच्या मुलाच्या संदर्भातच तो शब्द वापरला जातो की त्या शब्दाची आणखी अर्थव्याप्ती आहे?'

श्रोत्री एका श्लोकाचा हवाला देऊन सांगत होते, '-पुढच्या तीन पिढ्यांना 'पुत्र' म्हणता येतं. कारण या तिघांनाही पार्वणश्राद्ध करण्याचा अधिकार आहे. आणि त्यांनी अर्पण केलेल्या पिंडामुळे पितरांना तृप्ती मिळते.'

हळूहळू त्यांचं बोलणं श्राद्ध-शास्त्राकडून प्राचीन काळच्या संपत्ती-वाटपाच्या नियमांकडे गेलं, 'वडिलांचं कर्ज मुलानं फेडायला पाहिजे. त्यांच्याकडून काहीही संपत्ती मिळाली नाही तरीही नातवानं फक्त मुद्दल फेडायला हवं. जर नातू 'पुत्र' नसेल तर त्यानं मुद्दल तरी फेडायचा प्रश्न का आला असता?'

कात्यायनी चमकली. आपण इथं आहोत म्हणून तर ते हे सगळं सांगत नाहीत ना? पण त्यांना आपण आल्याचं कसं ठाऊक असेल? फक्त लक्ष्मीनं आपल्याला पाहिलंय आणि ती वेगळ्याच दारानं निघून गेलीय.

तोच आतून चिनी नाचत नाचत बाहेर आला. दरवर्षीप्रमाणे त्यानंही पित्याच्या

श्राद्धविधीत भाग घेतलेला दिसत होता. कमरेची लंगोटी ओली होती. त्यानं कात्यायनीला पाहिलं. प्रथम त्यानं तिला ओळखलं नाही. दुसऱ्याच क्षणी ओळख पटली आणि त्यानं विचारलं, 'अम्मा, इतके दिवस तू कुठं गेली होतीस?'

चिनीचा आवाज आतपर्यंत ऐकू गेला असावा. आत स्तब्धता पसरली. कात्यायनीनं त्याला खुणेनं जवळ बोलावलं. थोडा पुढे येऊन तो भिंतीपाशी उभा राहिला. तिनं हळूच त्याला म्हटलं, 'चिनी, इथं माझ्यापाशी ये ना!'

'अंहं! आज अण्णांचं श्राद्ध नाही का! मग तुला कसा शिवू?' म्हणत तो आत पळून गेला. कात्यायनी खजिल झाली. पाचच मिनिटांत तो पुन्हा बाहेर आला. आईपाशी येऊन तिच्या दोन्ही मांड्यांवर हळूच आपले हात ठेवत त्यानं विचारलं, 'अम्मा, इतके दिवस कुठं गेली होतीस गं?'

'मैसूरला गेले होते बाळ!'

'आता मात्र कुठ्ठं कुठ्ठं जाऊ नकोस!' आईच्या चेहऱ्याकडे पाहात तो म्हणाला. तिनं त्याला जवळ घेण्यासाठी हात पुढे केले. तो चटकन बाजूला झाला आणि तिला म्हणाला, 'अण्णांचं श्राद्ध झालं की येतो हं! तुलाही प्रसाद आणून देतो.' म्हणत तो आत निघाला. पुन्हा दरवाजापाशी थांबला आणि म्हणाला, 'तू तिथं का बसलीस? आत चल ना!' आणि आला तसा नाचत नाचत आत निघून गेला.

आतली ब्राह्मणांची जेवणं झाली होती. पुन्हा मंत्राचे आवाज ऐकू आले. अर्धाएक तासानंतर श्राद्ध संपलं. सुब्बण्णाशास्त्री स्वयंपाकघरात भागीरथम्मांशी थोडा वेळ गप्पा मारून - 'आता निघतो. तुमची जेवणं व्हायची आहेत अजून-' म्हणत निघाले. धोतराचं पान आणि दक्षिणा घेऊन दिवाणखान्यातून बाहेर पडताना ते कात्यायनीकडे पाहात होते. दुसरे ब्राह्मणही तिच्याकडे पाहात निघून गेले. पार्वणपिंड आणि तांब्याचा लोटा घेऊन नदीकडे जाताना आणि माघारी फिरताना कुप्पय्याही तिच्याकडेच पाहात होता.

कात्यायनीच्या जिवाची उलघाल चालली होती. ती भिंतीकडे पाहात असली तरी प्रत्येकाची नजर तिला जाळून काढत होती. याआधी या कुणाचीही तिच्याकडे मान वर करून पाहण्याची प्राज्ञा नव्हती आणि आता -

अर्ध्या तासानं श्रोत्री दिवाणखान्यात येऊन तिला म्हणाले, 'पानं वाढलीत. जेवायला चल बाळ!'

नेहमीची शांत मुद्रा आणि शांत स्वरामुळे तिला थोडं बरं वाटलं तरी ती खालच्या मानेनंच म्हणाली, 'तुम्ही जेवून घ्या. माझं जेवण झालंय.'

'आतापर्यंत पचलं असेल ते! चल.'

नाइलाजानं ती उठली आणि आत गेली. श्रोत्री, श्रीकंठय्या आणि चिनी एका बाजूला बसले आणि कात्यायनीला एका बाजूला वेगळं पान वाढलं होतं. देवघरात

कुप्पय्या नैवेद्याच्या पानावर ताव मारत होता. जेवताना कुणीही अवाक्षर बोलत नव्हतं. धारदार मौनाच्या छायेत भागीरथम्मा वाढत होत्या. खीर, वडे, अंबोडे, पिकलेले आंबे, केळीची शिकरण - विविध पदार्थांनी पान भरलं होतं. कात्यायनीनं जेमतेम पान उष्टावलं, कुणीही तिला आग्रह केला नाही. सगळ्यांचा दहीभात खाऊन व्हायच्या वेळेपर्यंत चिनी पेंगत होता. वडिलांना वर्षातून एकदा अन्न देण्यासाठी तोही सकाळपासून उपाशी होता. घासभर अन्न पोटात गेल्यावर त्याचे डोळे मिटू लागले होते.

श्रोत्रींनी आपोषण घेतल्यावर श्रीकंठय्याही उठले.

हात धुवून कात्यायनी पुन्हा दिवाणखान्यात येऊन खुर्चीत बसली. कितीतरी वेळ कुणीच बाहेर आलं नाही. प्रत्येक क्षण तिला बोचत होता. अखेर श्रोत्री बाहेर आले, तिथल्या पलंगाच्या एका कडेला बसले. काही वेळ जाताच ते म्हणाले, 'तुझं पत्र मिळालं.'

सगळं धैर्य एकवटून ती म्हणाली, 'त्यात सगळं सविस्तर लिहिलंय मी -'

आतून वेगानं तिथं आलेल्या भागीरथम्मा तिच्यापुढे हात नाचवत म्हणाल्या, 'न लिहून काय करशील सटवे! तू तर जन्मदात्यांना आणि करून घेतलेल्यांना, दोघांनाही काळिमा फासलास! आता त्या बाळाला घेऊन जायला आलीस? त्यालाही आपल्यासारखं धर्मभ्रष्ट करून या घराचं वाट्टोळं करणार काय?'

त्यांच्या पाठोपाठ श्रीकंठय्याही तिथं आले आणि श्रोत्रींच्या शेजारी बसले. भागीरथम्मा पुन्हा उसळून म्हणाल्या, 'केलंस तेवढं कमी झालं म्हणून आता मुलाला घेऊन जाऊन त्या मुडद्याला दाखवून 'हाच तुझा बाप' म्हणून सांगणार आहेस काय? थोडी तरी शरम बाकी आहे की नाही! हे बघ, तुझे वडील आले आहेत. त्यांनी तुझ्या या अभद्र कर्माला संमती दिली तर पुढच्या सगळ्या गोष्टी! अगं, आम्ही तुला काही म्हटलं होतं का? कधी रागावलो का? अन्न-वस्त्राला काही कमी केलं का? सांग तुझ्या वडिलांना.'

श्रीकंठय्यांनी खाकरून तिचं स्वत:कडे लक्ष वेधून घेतलं. वातावरणातला ताण वाढला. उंचे-पुरे आणि आता स्थूलत्वाकडे झुकलेले श्रीकंठय्या पुन्हा खाकरले. कात्यायनी काही बोलली नाही. तिनं मानही वर केली नाही. पुन्हा खाकरूनही हेतू साध्य झाला नाही तेव्हा ते एखादी केस लढवल्याच्या थाटात अस्खलित इंग्लिशमध्ये बोल लागले, 'इंग्लंडमध्येही मुलावर जन्म दिलेल्या घराण्याचाच अधिकार असतो. विधवेनं लग्न केलं तरी तिची पहिली मुलं पहिल्या पतीचंच नाव लावतात-' धर्मशास्त्रावर बराच वेळ बोलून आपल्या पवित्र घराण्याला तिनं लावलेल्या कलंकाचा उल्लेख करून ते शिव्या देऊ लागले, 'यू आर अ रास्कल! अ डिस्ग्रेस टू द फॅमिली! बेटर इफ सच ॲन अनवर्दी डॉटर इज नॉट बॉर्न!'

व्यवस्थित इंग्लिश समजत नसलं तरी बोलण्याचा रोख समजताच श्रोत्री

त्यांच्याकडे वळून म्हणाले, 'जे घडायचं ते घडून गेलंय. आता त्यासंबंधी कुणाला काही बोलून फायदा नाही. तुम्ही दोघंही आत जा. मी तिच्याशी व्यवस्थित बोलेन.'

भागीरथम्मांचा वकीलमहाशयांच्या इंग्लिश वक्तव्यावर विश्वास होता. त्या म्हणाल्या, 'तुम्हाला काय समजतं? धर्मरायांचे अवतार तुम्ही! मोठ्ठे वकील आहेत ते! ते व्यवस्थित सांगतील. तुम्ही गप्प बसा.'

असह्य होऊन कात्यायनीला आतून दुःख उचंबळून आलं. आजवर ज्यांनी मुलगी कशी आहे, जिवंत आहे की मेलीय, हेही कधी पाहिलं नाही तेच वडील एखाद्या कट्टर गुन्हेगाराची चौकशी करावी तसं बोलत होते. आई जिवंत असती तर! आईच्या माघारी त्यांनी नाही का दुसरं लग्न केलं?

कात्यायनी हुंदक्यावर हुंदके देऊ लागली.

'तुम्ही दोघेही आत चला-' श्रोत्रींनी पुन्हा म्हटलं.

'मी नाही जाणार! तो काही फक्त तुमचाच नातू नाही. त्याच्या बापाला नऊ महिने मी पोटात वाहिलंय! माझ्या आतड्याचं दुःख तुम्हाला कुठं ठाऊक आहे? त्याच्या पोटचं पोर ते! मी नाही त्याला नेऊ द्यायची-' आता भागीरथम्माही रडू लागल्या.

'तुम्ही रडू नका, भरल्या घरात डोळ्यांतून पाणी काढू नका-' म्हणत श्रीकंठय्या भागीरथम्मांजवळ गेले.

'तुम्हाला अखेरचं सांगतो. दोघेही इथून आत जा.' कधी नव्हे तो श्रोत्रींचा आवाज कठोर झाला. त्यांनी त्या दोघांचेही दंड धरले आणि ते त्यांना आतल्या खोलीत घेऊन गेले. रडणाऱ्या भागीरथम्मांकडे दुर्लक्ष करून त्यांनी खोलीचा दरवाजा बंद केला.

दिवाणखान्यात आता श्रोत्री आणि कात्यायनी दोघेच होते.

अजूनही कात्यायनीचे हुंदके थांबले नव्हते. एक खुर्ची ओढून तिच्या शेजारी बसत श्रोत्री म्हणाले, 'हे पाहा, हा प्रश्न रडून सुटणारा नाही. तू आधी शांत हो पाहू! आता इथं संतापून बोलणारं कुणीही नाही. तुला काय सांगायचं ते शांतपणे सांग.'

कात्यायनीनं आरक्त डोळ्यांनी त्यांच्याकडे मान वर करून पाहिलं. त्यांचा चेहरा नेहमीप्रमाणे शांत होता. हळूहळू तिचे हुंदके कमी झाले. पदरानं डोळे पुसत ती म्हणाली, 'पोटच्या गोळ्याला दूर ठेवून जगणं आईला किती कठीण आहे, हे तुम्हाला ठाऊक आहे. मी आणखी काय सांगू?'

दोन क्षण तसेच गेले. त्यानंतर श्रोत्री शांतपणे म्हणाले, 'हे बघ बाळ, हा काही फक्त मनाचा किंवा हृदयाचा प्रश्न नाही. त्याहीपेक्षा थोड्या वेगळ्या पातळीवरून या प्रश्नाकडे पाहायला हवं. आईला मुलाविषयी ममता असते यात काही संशयच नाही. पण तीच ममता आमच्याही मनात नाही का? तुझा नवरा मरण पावला आणि

तुला आता दुसरा पतीही मिळाला. पण त्या मुलाच्या जागी आम्हाला दुसरा मुलगा मिळेल काय?'

कात्यायनी काहीच बोलली नाही

श्रोत्री पुढं म्हणाले, 'गेला तो मुलगा आमचा होता. मग त्याचा मुलगा फक्त तुला कसा मिळेल? मुलावर फक्त आईचाच अधिकार असतो असं मला वाटत नाही. त्यावर केवळ वडिलांचाही अधिकार नसतो. मुलं म्हणजे त्या वंशाची मालमत्ता असते. कुणी एकानं त्याच्यावर आपला हक्क स्थापायचा प्रयत्न केला तर तो कुणालाच लाभणार नाही. त्या वंशात असताना जसा त्या वंशातल्या इतर वस्तूंवर हक्क पोहोचतो तसाच त्या मुलावरही हक्क पोहोचतो. त्या परिघातून बाहेर पडल्यानंतर त्या वर्तुळातल्या केंद्रबिंदूवर मालकी सांगण्याचा प्रश्नच कुठं येतो?'

'हक्क आणि अधिकाराचं मी सांगत नाही. फक्त आईच्या आतड्याच्या हाकेचं सांगतेय मी!'

'वंशवृक्षाचा आधार नसेल तर कुठलंही मातृत्व अभिमानानं मिरवलं जाणार नाही! मातृत्व, पितृत्व, भ्रातृत्व-सगळ्या नात्याला वंशाच्या छायेतच विशिष्ट अर्थ आहे. स्त्री-पुरुषांनी पती-पत्नी होऊन राहायचं तेच मुळी वंशाच्या विस्तारासाठी! अशा वेळी फक्त मातृत्व कसं वेगळं काढता येईल?'

कात्यायनी भावनावेगानं म्हणाली, 'तुमच्या आणि माझ्या जीवनदृष्टीत महदंतर आहे. व्यक्ती ही वंशासाठी असते असं तुम्ही मानता आणि मला व्यक्तीचं जीवनच अधिक महत्त्वाचं वाटतं.'

श्रोत्रींनी ती चर्चा अधिक वाढवली नाही. ते म्हणाले, 'मूलभूत विचारसरणीत एवढं अंतर असल्यानंतर या चर्चेतून आपण काय साधणार? ते जाऊ दे! मुलावर आई-वडिलांइतकाच आजी-आजोबांचा हक्क असतो, हे तर तू कबूल करशील?'

कात्यायनीला ती जुनी घटना आठवली. चिनी सहा महिन्याचं तान्हं बाळ असताना ती आणि नंजुंड लटकं भांडत होते. भांडणाचा विषय होता- 'बाळ कुणाचं?' अखेर नंजुंडनं हा प्रश्न तिथं आलेल्या श्रोत्रींपुढे मांडला होता. श्रोत्रींनी हसत निकाल दिला- 'तो तुमच्या दोघांचाही नाही. तो माझा नातू आहे!' हा त्यांचा निर्णय त्या दोघांनीही मान्य केला होता. त्या दिवशी श्रोत्रींनी जे थट्टेत सांगितलं होतं तेच आज ते गंभीरपणे सांगत होते.

'आज जर तू त्याला घेऊन गेलीस तर उद्या तो मोठा झाल्यावर त्यानं अभिमानानं श्रोत्री घराण्याचं नाव लावावं असं त्याला तू वाढवू शकशील? आपण ज्या घराण्यात जन्मलो त्या घराण्याविषयी जाणीव हवी की नाही? आजच्यासारखं तो वडिलांचं आणि इतर पूर्वजांचं श्राद्ध करील का? तुझ्या नव्या संसारात हे सगळं किती विचित्र दिसेल याचा तू विचार केलास का?'

'माझा या कर्मावर विश्वास नाही.'

'तुझा विश्वास असो वा नसो; जेव्हा चिनी मोठा होईल तेव्हा सरकारी कायद्यानुसार श्रोत्री घराण्याची सगळी संपत्ती त्याला मिळेल. ज्या घराण्यातल्या संस्कारांचा, विश्वासाचा, मतांचा, धार्मिक रूढींचा तो तिरस्कार करत असेल त्या घराण्याच्या संपत्तीचा स्वीकार करायचा तरी त्याला अधिकार राहील? हा काही फक्त पैशाअडक्याचा प्रश्न नाही. त्यातून थोड्या वेगळ्या स्तरावरून तू याचा अर्थ समजावून घे. आई-वडिलांकडून देह लाभला की त्याबरोबर त्यांचे काही दैहिक, मानसिक आणि इतर संस्कारही आपल्यात येतात. आम्हाला फक्त शरीर हवं आणि इतर गोष्टींचा आमच्याशी संबंध नाही, असं म्हणणं विचारीपणाचं आहे का?'

कात्यायनीला काय बोलावं हे सुचलं नाही. श्रोत्रीच पुढं म्हणाले, 'एका वंशाचं बीज पुढं वाढवण्यासाठी दुसऱ्या घराण्यातले एका क्षेत्राचं दान करतात. त्या वंशाचं बीज आपल्या उदरात वाढवून त्याचं रोपटं तयार केल्यानंच त्या क्षेत्राला आपल्या जीवनाचं सार्थक झाल्यासारखं वाटतं. एकदा मातृत्व लाभलेली स्त्री नेहमी माताच असते. एखाद्या कन्येप्रमाणे ती पुन्हा एकवार नवपत्नीत्व कसं स्वीकारू शकेल? विकासाच्या प्रवासात एका टप्प्यातून दुसऱ्या टप्प्यावर गेल्यावर अनुभवाच्या दृष्टीनं पुन्हा माघारी वळणं हे निसर्ग-नियमाच्या अगदी विरुद्ध आहे, विकासाच्या वाटेवर एकदा चढलेल्या चढावरून पुन्हा चढणं योग्य नाही.'

त्यांचं बोलणं ऐकताना कात्यायनीचा चेहरा म्लान झाला होता. त्यावर यातना उमटू लागली. ते जाणून श्रोत्री म्हणाले, 'तुला दुखवण्यासाठी मी हे बोललो नाही, बाळ! माझ्याही नकळत ते शब्द माझ्या तोंडून निघून गेले. कायद्यानुसार तू चिनीला घेऊन जाऊ शकशील पण त्या कायद्यात धर्म मिळणार नाही! श्रोत्री घराण्याच्या मानासाठी मी कोर्टाची पायरी चढणार नाही आणि तशी संधीही देणार नाही. एक अखेरचं सांगतो. ऐकशील!'

'काय?'

दृढस्वरात ते म्हणाले, 'अखेरचा निर्णय घेण्याचं स्वातंत्र्य तुला आहे. पण त्याला उचलून तुझ्या हाती देण्याचा अधिकार मात्र मला नाही. वंशवृक्षाचा एक कोंब छाटून त्याचं दान करायचा अधिकार दुसऱ्या फांदीला नसतो! माझ्यासाठी किंवा आत रडत असलेल्या त्या म्हातारीसाठी त्याला इथं ठेव, असं मी कदापि म्हणणार नाही. त्यानं म्हातारपणी आम्हाला आधार द्यावा, अशीही मला आशा नाही. माडीवर चिनी झोपलाय. तू सरळ माडीवर जा. मी जे सांगितलं त्यावर शांतपणानं विचार कर. जर तुझ्या अंतरात्म्यानं त्याला घेऊन जाण्याची परवानगी दिली तर तू त्याला घेऊन जा. तुझे वडील किंवा 'ही' विरोध करणार नाहीत हे मी पाहून घेईन!'

एवढं सांगून ते वळले. खोलीचा दरवाजा उघडून आत गेले. कातरतेनं 'काय

सांगितलंत' असं विचारणाऱ्या भागीरथम्मांना स्वयंपाकघराकडे ओढून घेऊन जात म्हणाले,'काहीही बोलू नकोस. आत चल-'

स्वयंपाकघराच्या दरवाज्याला आतून कडी घातल्याचा आवाजही ऐकू आला. नम्रपणानं का होईना ती श्रोत्रींशी वाद घालण्याच्या तयारीनं आली होती, पण त्यांनी या प्रश्नाकडे वेगळ्याच दृष्टीनं पाहिलं होतं. ते संतापले असते तरी योग्यच होतं. पण त्याऐवजी मृदू पण स्पष्ट शब्दात आपले विचार सांगून तिला पेलवणार नाही एवढं जबाबदारीचं ओझं तिच्यावर टाकून, रडणाऱ्या वृद्ध पत्नीला घेऊन, ते आत निघून गेले होते.

भागीरथम्मांचा विचार मनात येताच कात्यायनी विव्हल झाली. श्रोत्रींनी म्हटल्याप्रमाणे तिला दुसरा प्रिय पती मिळाला होता. पण त्यांना त्यांच्या मृत मुलाच्या ठायी चिनीशिवाय दुसरं कोण होतं?

श्रोत्रींची गोष्टच वेगळी होती. वंश आणि पुढची पिढी याच संदर्भात ते मातृत्वाकडे पाहात होते. श्रोत्री घराण्याच्या मानासाठी कोर्टाची पायरी चढण्याचीही त्यांची तयारी नव्हती. स्वतःसाठी किंवा वृद्ध पत्नीसाठी ते चिनीला ठेऊन जायची याचना करत नव्हते! म्हातारपणी त्यानं आपलं काही करावं अशीही त्यांची अपेक्षा नव्हती. अखेरीस त्यांनी आपल्या अंतरात्म्यावर विश्वास टाकला होता. मोठीच आत्मपरीक्षा होती कात्यायनीची!

तिचं हृदय तप्त झालं होतं. श्रोत्रींचे विचार तिच्या मातृत्वाला झाकोळू पाहात होते. तिच्या हृदयातील मातृशक्तीशी त्या विचारांचा संग्राम चालला होता. मातृत्वाची भावनाही सर्व शक्तीनिशी लढा देत होती. कात्यायनीच्या पायातली सारी शक्ती कुणीतरी हिरावून घेतली होती. निर्णय घेण्याची शक्ती तिच्या मेंदूत राहिली नव्हती. सगळी शक्ती एकवटून ती उभी राहिली. माडीवर जायचा रस्ता मोकळा होता. सारं घर झपाटल्यासारखं निर्मनुष्य भासत होतं. मधूनच भागीरथम्मांचे हुंदके ऐकू येत होते. तिची पावलं जिन्याकडे निघाली. हळूहळू एकेक पायरी चढत ती माडीवर आली. गेल्या वर्षी ती जिथं अभ्यास करत होती त्या जागेवर एका मोठ्या व्याघ्रचर्मावर चिनी झोपला होता. त्याच्या अंगावरची श्रोत्रींची निळी शाल थोडी सरकली होती. त्याच्या पोटाचा आणि छातीचा भाग उघडा पडला होता. त्याचा श्वासोच्छ्वास शांतपणे चालला होता.

कात्यायनी त्याच्या शेजारी बसली आणि त्याच्याकडे टक लावून पाहू लागली. त्याच्याकडे पाहता पाहता नंजुंडची आठवण मनात दाटून आली. तोच चेहरा, तीच झोपण्याची पद्धत, तेच विशाल कपाळ, तीच शरीराची ठेवण! श्रोत्रींचच रूप चिनीनं नंजुंडकडून उचललं होतं.

'हे मूल कुणाचं?' तिच्या अंतर्मनानं सवाल केला.

श्रोत्री घराण्याशी त्याचा काहीही संबंध नाही, असं म्हणायला तिचं मन तयार नव्हतं. या वंशात आलेल्या क्षेत्रात श्रोत्रींच्या घराण्याचं एक बीज वाढलं होतं. कुठंही गेलं तरी ते बीज आपल्या वंशाच्या गुणांचा त्याग करणं अशक्य होतं!

पण आपण त्यासाठी ज्या खस्ता खाल्ल्या, जे रक्तमांस दिलं, छातीशी धरून दूध पाजलं, याला काहीच किंमत नाही? त्याच्यावर एकवटलेल्या आपल्या आशा, प्रेम आणि वात्सल्य यांचं काय?

देवा रे! काय वेळ आली ही आपल्यावर! पोटच्या मुलावरचा अधिकार सिद्ध करायची पाळी प्रत्यक्ष जन्मदात्रीवर यावी? कात्यायनी उन्मळून गेली. खूप खूप आतून दु:खाचे कढ उसळी मारून वर येऊ लागले. कितीही आवरलं तरी एक हुंदका फुटलाच.

त्या चाहुलीनं चिनीनं कूस बदलली. त्याच्या अंगावरची शाल पूर्णपणे बाजूला झाली. त्याचं उघडं शरीर आता तिला दिसत होतं. तिनं पदराचा बोळा तोंडात कोंबून स्वत:च्या भावना आवरल्या.

चिनीचं उघडं शरीर पाहता पाहता पुन:पुन्हा नंजुंडची आठवण तिला भूतकाळात खेचत होती. तिच्या हृदयात कळ उठत होती.

हळूहळू तिचं हृदय तिच्या काबूत आलं. तिच्या चेहऱ्यावर निग्रह दिसू लागला. हळूच वाकून तिनं त्याच्या कपाळाचा पापा घेतला. पुन्हा एकवार भावना आवरून त्याच्या लहानग्या पावलांचं चुंबन घेतलं आणि ती उठून उभी राहिली. पुन:पुन्हा येणाऱ्या दु:खाच्या उमाळ्यांना आवर घालत ती वेगानं खाली आली. अजूनही तिथं शांतताच होती. भागीरथम्मांचे हुंदकेही कमी झाले होते. स्वयंपाकघराचा दरवाजा अजूनही बंदच होता.

हुंदका बाहेर फुटण्याआधी ती वेगानं घराच्या दरवाज्यातून बाहेर पडली.

बाहेर अजूनही पावसाची रिपरिप चालली होती. आकाशात मळभ दाटल्यामुळे वेळेचा अंदाज येत नसला तरी उजेड कमी होत होता. गाई-म्हशींच्या वावरामुळे चिखलानं भरलेल्या रस्त्यावरून चपला सावरत कात्यायनी स्टेशनच्या दिशेनं चालली होती. स्टेशनपाशी लक्ष्मी भेटताच कात्यायनी तिला म्हणाली, 'माझ्याबरोबर चल थोडा वेळ.'

आपल्या छत्रीत भिजणाऱ्या कात्यायनीला घेऊन लक्ष्मी चालू लागली. कात्यायनीच्या पत्राविषयी तिला ठाऊक होतं. रिकाम्या हाती माघारी फिरलेल्या कात्यायनीला पाहून शीनप्पानं काय सांगितलं असेल याचा तिला अंदाज आला होता.

स्टेशनवरच्या एका बाकावर बसल्यावर कात्यायनीनं तिला विचारलं, 'माझे वडील केव्हा आले इथं?'

'काल रात्री .'

'त्यांना कुणी बोलावून घेतलं?'

'भागम्मानं, शीनप्पा म्हणत होता, 'आपल्या संसारातला हा प्रश्न आपणच सोडवायला पाहिजे. त्यांना का बोलवायचं?' पण भागम्माला ते पटलं नाही-'

कात्यायनीनं एक दीर्घ सुस्कारा सोडला. लक्ष्मीनं तिला विचारलं, 'कुणाला न सांगता-सवरता अशी का वागलीस गं?'

'तुलाच ते व्यवस्थित समजेल.' ती उत्तरली.

लक्ष्मी थोडा वेळ अंतर्मुख होऊन म्हणाली, 'तेही खरंच! आपल्या कर्माची फळं आपल्या हातून कर्म घडवतात!'

कात्यायनीला आता थोडा निवांतपणा हवा होता. ती लक्ष्मीला म्हणाली, 'बराच अंधार झालाय. तू घरी जा.'

तिच्या पाठीवरून हात फिरवून लक्ष्मी म्हणाली, 'मन घट्ट कर. अधिक विचार करून काही फायदा नाही.' आणि छत्री उघडून ती घराकडे निघून गेली.

भोवताली काळोख भरत होता. अजून गाडी आली नव्हती. तिकीटाची आठवण येताच ती उठून खिडकीपाशी गेली. तिथं समजलं, 'कडेकोळपाशी एक मालगाडी रुळावरून घसरल्यामुळे उद्यापर्यंत मैसूरच्या गाड्या बंद आहेत.'

स्टेशनवरच्या घड्याळात साडेसात वाजले होते. मैसूरला कसं जायचं हा प्रश्नच होता. ती पुन्हा बाकावर बसून राहिली. त्या गावात तिच्या ओळखीची कितीतरी घरं होती. पण त्या कुठल्याच घरी जाणं तिला शक्य नव्हतं. तिथंच बसून राहिलं तर कुणीतरी ओळखीचं भेटण्याची शक्यता होती. रात्रभर स्टेशनवर बसणं भाग होतं. पण लोकांचा वावर कमी होईपर्यंत कुठंतरी जावं असं ठरवून ती उठली. विमनस्क मन:स्थितीत ती स्टेशनवर आली. तिची पावलं नदीच्या दिशेनं चालू लागली. गौरीघाटावर येताच वरच्या पायरीवर ती बसून राहिली.

कपिला नदीला बरंच पाणी होतं. सगळीकडे अंधार असला तरी दूरवरच्या विद्युतदिव्यांचा मंद प्रकाश पसरला होता. पण त्या उजेडात काही स्पष्ट दिसत नव्हतं. नाही तरी कात्यायनीला उजेडापेक्षा आता अंधाराचीच अपेक्षा होती. पावसाची रिपरिप अजूनही थांबली नव्हती. भिजलेल्या साडीचा पदर डोक्यावरून घेऊन ती तशीच बसून राहिली.

तिचं मन आजवर घडलेल्या घटनांचा उलटसुलट विचार करण्यात गुंतलं होतं. दुपारची घटना आठवली आणि त्यापाठोपाठ पाच वर्षांपूर्वी याच दिवशी याच नदीत घडलेली दुर्दैवी घटना तिला आठवली.

नंजुंडावर तिचं प्राणापेक्षाही प्रेम होतं. त्या दिवशीच्या तिच्या दु:खाला कशाची उपमा देता येईल? त्या दिवशी स्वत:ही मरून जाण्याची दुर्दम्य इच्छा तिच्या मनात निर्माण झाली होती. याच नदीत देह झोकून देण्यासाठी ती आवेगानं सरसावली

होती. त्यावेळी श्रोत्रींनी तिच्या केसावरून मायेनं हात फिरवून म्हटलं होतं, 'असं करू नकोस बाळ! या चिनीसाठी तरी तू जगायला पाहिजे!'

आता तोच चिनी आपल्याशिवाय जगतोय ना!

त्याचवेळी आपण मरून गेलो असतो तर हा प्रश्नच उद्‌भवला नसता. पूर्वी सती जात त्याप्रमाणे आपणही या नदीत जीव द्यायला हवा होता.

काय बिघडलं? आज तरी का जीव देऊ नये?

मृत्यूची इच्छा पुन:पुन्हा वर येत होती. पण कुठली तरी अबोध शक्ती तिला मागे खेचत होती. तरीही ती उठली आणि पायऱ्या उतरून पाण्यालगतच्या पायरीवर जाऊन बसली.

अशीच किती वेळ ती बसून होती कोण जाणे! अचानक प्रकाशाचा झोत तिच्या अंगावर पडला आणि ती भानावर आली. तिनं मागं वळून पाहिलं. घाटाच्या वरच्या पायरीवरून कुणीतरी तिच्यावर टॉर्चचा उजेड टाकत होतं. ती उठून उभी राहिली. टॉर्च घेतलेली व्यक्ती जवळ येऊन म्हणाली, 'इथं का येऊन बसलीस? कुठं कुठं शोधलं तुला!'

तो राजचा आवाज होता.

तिनं खाली मान घातली. जवळ येऊन त्यानं तिचा हात हातात घेतला. भावनावेगानं तिचा तोल गेल्यासारखा झालं. त्याच्या छातीवर डोकं ठेवून तिनं आधार घेतला. दोघेही त्या पायरीवर बसले. त्याचेही कपडे भिजले होते. तिनं त्याच्या मांडीवर डोकं ठेवलं. काही क्षण तसेच गेले. तिनं मान वर करून त्याच्याकडे पाहिलं आणि दोन्ही हात त्याच्या गळ्यात टाकून ती स्फुंदून रडू लागली. रडता रडता तिनं विचारलं, 'मला चांडाळणीला शोधायला तुम्ही इथपर्यंत का आलात?'

तिला छातीशी धरत तो म्हणाला, 'असं म्हणू नकोस! तू स्वत:चं काही बरं वाईट करून घेतलं असतं तर मी कसा जगलो असतो? संध्याकाळी तू येशील म्हणून ठरलेल्या वेळी मी स्टेशनवर आलो. तिथं गाड्या बंद असल्याचं समजलं. काहीही वाहन नसल्यानं घरी गेलो आणि सायकल आणि टॉर्च घेऊन इथं आलो. तू स्टेशनवर नव्हतीस. तिथून श्रोत्रींच्या घरी गेलो. बाहेरूनच अंदाज घेतला. तिथंही तू नव्हतीस. कुणीतरी सांगितलं की एक बाई नदीकडे गेली. म्हणून स्टेशनजवळच्या हॉटेलमध्ये सायकल ठेऊन या दिशेनं आलो. तर तू-! चल, सायकलवरून परत जाऊया.'

कात्यायनी त्याच्याकडे पाहात राहिली. नंतर आपला चेहरा त्याच्या छातीशी लपवत मुसमुसत ती म्हणाली, 'किती कष्ट घेतलेत तुम्ही! मला शोधायला या पावसात इथपर्यंत आलात तुम्ही!'

■

सोळा

करुणारत्नेबरोबर विवाह झाल्यानंतरच्या आठ वर्षांत डॉक्टर सदाशिवरावांच्या ग्रंथाचा दुसरा खंड प्रकाशित झाला होता आणि तिसऱ्या खंडाची टंकलिखित प्रत त्यांनी लंडनला पाठवली होती. विद्वानांच्या जगात सदाशिवरावांना खूपच नावलौकिक मिळाला होता. आंतरराष्ट्रीय इतिहास परिषदेच्या संमेलनाचं अध्यक्षपदही एक वर्षासाठी त्यांना मिळालं होतं. इंग्लंडच्या काही विद्यापीठांनी त्यांना प्राध्यापक होण्यासाठी निमंत्रित केलं होतं. या सगळ्याचा परिणाम म्हणून त्यांच्या विद्यापीठानंही त्यांना प्रोफेसर केलं होतं! अलीकडे ते प्राध्यापकांसाठी असलेल्या बंगल्यावरच राहात होते.

त्यांचा दिनक्रम मात्र नेहमीप्रमाणेच होता. त्यांचा सगळा दिवस ग्रंथालयात आणि अभ्यासिकेत जात होता. टाईपिंगचं काम असेल तर करुणा घरात राहात होती. नसेल तर तीही त्यांच्याबरोबर अभ्यासिकेतच काम करत होती. आठ वाजता घरी आल्यावर स्वयंपाकी जे वाढेल ते जेवून तासभर फिरायला जात. त्यावेळीही त्यांच्या गप्पांचा विषय संशोधनाचाच असे. दिवसभरात सुचलेले नवे विचार सदाशिवराव करुणेला सांगत. करुणा त्यावर निर्माण होणारे प्रश्न विचारत असे. सदाशिवराव त्या प्रश्नांना सविस्तर उत्तरं देत. कधी कधी या गप्पा कोर्टाच्या कंपाउंडमध्ये किंवा मैदानावर रात्री अकरा वाजेपर्यंत चालत. घरी आल्यानंतर ते सर्व विचार क्रमवार लिहून ठेवत.

अलीकडे करुणेनंही आपला दिनक्रम बदलला होता. रात्री दोनपर्यंत जागून आठ वाजता उठायची तिलाही सवय झाली होती.

तिसऱ्या खंडाची टंकलिखित प्रत प्रकाशकाकडे जाऊन दोन वर्षं झाली तरी तिच्या छपाईच्या कामाला सुरुवात झाली नव्हती. महायुद्धामुळे जगभर कागदाची टंचाई निर्माण झाली होती. सदाशिवरावांच्या प्रकाशकानं कळवलं होतं, 'तुमच्या तिसऱ्या खंडाची टंकलिखित प्रत मिळाली आहे. पण हे युद्ध संपेपर्यंत काहीही करता येणार नाही. कागद मिळणं अशक्य आहे. आमचं मुद्रणालयही आता युद्धाच्या कामात गुंतलं आहे. आमच्याकडील सगळी हस्तलिखितं आम्ही सुरक्षित ठिकाणी ठेवली असली तरी या महानगरावर बॉंब पडण्याची शक्यता आहे त्यात

सगळी हस्तलिखितं नष्ट झाल्यास काही आश्चर्य नाही. तरी तुम्ही तुमची कच्ची प्रत नष्ट करू नये. जरी या युद्धात लंडनमधील कार्यालय नष्ट झालं तरी न्यूयॉर्क, टोरंटो आणि सिडने येथील आमची उपकार्यालये आपले सगळे खंड प्रकाशित करतील. त्यामुळे निराश होऊन इतर खंडांचं लेखन मात्र थांबवू नका.'

महायुद्धाची झळ भारतालाही लागली होती. संशोधनानिमित्तानं सदाशिवरावांना प्रवास करावा लागे. क्वचित प्रसंगी जावा, सुमात्रा, बोर्निओ येथेही जाण्याची वेळ येई. आता युद्धामुळे त्यांना अशा परदेशप्रवासाची परवानगी मिळणंही कठीण होत होतं. युरोपीय देशात महायुद्धाचा भडका उडाल्यामुळे तिथल्या विद्वानांना सदाशिवरावांची पत्रं मिळत नव्हती. एखादं मिळालं तरी त्यांनी लिहिलेली उत्तरं सदाशिवरावांपर्यंत पोहोचत नव्हती. या सगळ्यातून आलेलं एका विद्वान गृहस्थांचं पत्र फक्त दोन ओळींचं होतं - 'या युद्धातून मानव शिल्लक राहिला तर मानवाचा इतिहास शिल्लक राहील. मात्र या प्रलयंकारी युद्धात इतिहासाचाच अंत झाला तर आश्चर्य नाही!'

सदाशिवरावांचं काम मात्र चाललंच होतं.

करुणेच्या लग्नानंतर चार वर्षांत तिचे वडील मरण पावले होते. रत्नेच्या विवाहामुळे त्यांना वाईट वाटलं होतं. तरीही सगळं घडून गेल्यावर काय करायचं, असं म्हणून ते गप्प बसले होते. आपल्या मुलीची इच्छा आणि सदाशिवरावांच्या जीवनाचं ध्येय याचा विचार करून, हे स्वाभाविकच होतं, असंही त्यांनी मनाचं समाधान करून घेतलं होतं. वडिलांच्या मृत्युनंतर रत्ने एकदा गावी जाऊन आठ दिवस भावाच्या घरी राहून आली. त्यानंतर पुन्हा श्रीलंकेला जाण्याइतका तिला वेळही नव्हता आणि उत्साहही नव्हता.

अलीकडे राघप्पाबरोबर बोलण्याइतपत करुणा कन्नड शिकली होती. राघप्पा त्यांचा स्वयंपाकी होता. तो माध्व ब्राह्मण. स्वयंपाकाचा त्याचा धंदा नव्हता. तो ते व्यवस्थित शिकलाही नव्हता. तसा त्याला व्यवहारही फारसा समजत नव्हता. लहानपणी आई-वडील गेले आणि लग्नानंतर बायकोही गेल्यानं राहिलेला तो एकटा जीव होता. करुणेनं आपल्याला जमेल तेवढा स्वयंपाक त्याला शिकवला होता आणि तोही त्यात काहीही बदल न करता तेवढं शिजवून वाढत होता! याहूनही रुचकर स्वयंपाक करणारं माणूस मिळणं शक्य असलं तरी त्यांनी त्याला सोडलं नव्हतं. पन्नाशी उलटलेल्या राघप्पालाही दुसरा पर्याय नव्हता. स्वयंपाकाबरोबरच बाजारहाटापासून दुधाचे पैसे देण्यापर्यंतची सगळी कामं तो विश्वासानं पाहात होता. ते दोघे कुठं प्रवासाला गेले तरी घरचं सारं पाहात होता. स्वयंपाकापेक्षाही आपल्या वागणुकीमुळे तो त्या घरचा एक आवश्यक घटक बनून राहिला होता.

चौथ्या खंडाच्या कामानं चांगलाच वेग घेतला होता. दहाव्या शतकानंतरचं म्हणजे मुसलमानांच्या आक्रमणानंतरचं भारतातील सांस्कृतिक जीवन आणि संघर्ष याचं चित्रण या खंडात करायचं सदाशिवरावांनी ठरवलं होतं. त्या निमित्तानं त्या दोघांनी राजस्थानातल्या सगळ्या राजघराण्यांना भेटी देऊन तिथल्या कागदपत्रांचा अभ्यास केला होता. पुण्यातलं पेशव्यांचं दप्तरही त्यांनी पाहिलं होतं. भारतीय संस्कृतीतल्या या महासंघर्षाच्या काळाचा परामर्श घेणं खरोखरीच फार जबाबदारीचं काम होतं!

फेब्रुवारी महिन्यात सदाशिवरावांची प्रकृती हळूहळू बिघडत चालली होती. गेल्या बारा वर्षांत त्यांच्या कामात एका दिवसाचाही खंड पडला नव्हता. मनाचा उत्साह उदंड असला तरी बारा वर्षांच्या अविरत श्रमांमुळे शरीर बरंच थकलं होतं. सत्तेचाळीसाव्या वर्षी ते साठ वर्षांच्या वृद्धासारखे दिसत होते. रात्रीच्या जेवणानंतर फिरायला जाताना पाच मिनिटातच त्यांना धाप लागत होती. भला थोरला ग्रंथ हातात घेऊन वाचताना हात भरून येत होते. ते आठवड्यातले पाच दिवस ऑनर्स आणि एम.ए. च्या विद्यार्थ्यांना शिकवत. पण मग रात्री करुणेला महत्त्वाचे मुद्दे सांगता सांगता ते थकून जात होते. भूकही नेहमीप्रमाणे लागत नव्हती.

रत्नेनं डॉक्टरांना घरी बोलावलं. प्राथमिक तपासणी झाल्यावर डॉक्टरांनी त्यांना हॉस्पिटलमध्ये येऊन इतर तपासण्या करून घ्यायला सांगितलं. सर्व तपासण्या झाल्यावर त्यांनी सांगितलं, 'आजार असा नाही. कामाचा ताण प्रमाणाबाहेर पडल्यामुळे हे असं झालं आहे. देहाप्रमाणे मेंदूलाही विश्रांती हवी. आता ही औषधं सुरू करा. रोज सकाळ-संध्याकाळ फिरायला जा. पण मेंदूला विश्रांती द्या. रोजचं वर्तमापनपत्रही नाही वाचलं तरी चालेल. वेळीच विश्रांती घेतली नाही तर याचे परिणाम गंभीर होऊ शकतात!'

सदाशिवराव विश्रांती घ्यायला मुळीच तयार नव्हते. पण करुणेनं हट्ट करून विश्रांतीसाठी नंदीहिलवर जायचं ठरवलं. एव्हाना परीक्षा संपल्या होत्या. मार्चचा तिसरा आठवडा उजाडल्यामुळे कॉलेजमधला अभ्यासक्रमही संपला होता. यावेळी सदाशिवरावांनी परीक्षेची कामं अंगावर घेतली नव्हती. राघण्पानं मात्र 'तिथं वेळ कसा जाणार?' म्हणून त्यांच्यासोबत जायला नकार दिला होता. जायचा दिवस निश्चित करून तिथल्या 'कब्बन भवन' हॉटेलमधील एक हवेशीर खोली ठरवली आणि ठरवलेल्या दिवशी ते टॅक्सीने नंदीहिलला निघाले. त्यावेळी राजनं बेंगळूरला बिऱ्हाड केलं होतं. जाता जाता त्याला भेटण्याची सदाशिवरावांची इच्छा होती, पण रत्नेनं येण्यास नकार दिल्यामुळे त्यांचा नाइलाज झाला. अखेर कुठंही न उतरता ते सरळ नंदीहिलवर उतरले.

तिथलं वातावरण आणि आल्हाददायक हवा सदाशिवरावांबरोबर रत्नेलाही

मानवली. इथं आल्यावर त्या दोघांनी स्वत:ला लवकर झोपायची आणि लवकर उठायची सवय लावली. पहाटे पाच वाजता उठून कॉफी पिऊन दोघंही फिरायला जात. कधी टेकडीच्या माथ्याला सात-आठ फेऱ्या मारत, तर कधी वीरभद्राच्या देवळाकडून नंदीग्रामाच्या दिशेनं थोडं उतरून जात. कुठंही गेलं तरी हॉटेलवर परतण्याआधी थोडा वेळ कुठल्यातरी दगडी मंडपापाशी विश्रांती घेत.

हॉटेलवर आल्यावर अंघोळ आटोपून खोलीतच दूध आणि नाश्ता घेत. दुपारच्या वेळी बागेतल्या झाडाखाली बसून तिथं येणाऱ्या प्रवाशांचं निरीक्षण करत. संध्याकाळी पुन्हा एस.टी.च्या रस्त्यानं मैलभर चालून येत.

कधी दुपारच्या वेळी सदाशिवरावांना झोप लागली की करुणा एकटीच हॉटेलबाहेरच्या झाडाखाली बसून राहात होती. आजवरच्या तिच्या वैवाहिक जीवनात प्रथमच मिळालेला एवढा निवांतपणा अनुभवत होती. अशा निवांत क्षणी तिचं मन कधी नव्हे ते स्वत:च्या जीवनाविषयीच्या विचारात रमत होतं. ती बसलेल्या जागेवरून टेकडीखालचा खूप लांबवरचा प्रदेश नजरेला पडत होता. अधूनमधून चांदीच्या ताटलीप्रमाणे दिसणारे तळ्यांचे चांदवे आणि काही उंचसखल भाग सोडला तर ते दृश्य तिला नीरस वाटत होतं. दुपारच्या उन्हाच्या झळ्यात त्या वातावरणातली नि:शब्दता उदासवाणी वाटत होती.

एक दिवस दुपारी ती एकटीच हॉटेलबाहेरच्या झाडाखाली बसली होती. त्या नीरव शांततेत आई-वडिलांची आठवण तिच्या मनात दाटून आली. तिचं लग्न करायची तिच्या आईची इच्छा होती. नातवंडांना मांडीवर घेऊन खेळवायची तर तिच्या वडिलांनाही आशा होती. आता त्या दोघांपैकी कुणीच जिवंत राहिलं नव्हतं. अलीकडे गावी असलेल्या भावाशी तिचा पत्रव्यवहारही नव्हता. आपला देश, आपला परिसर सोडून तिनं एका वेगळ्याच मातीत स्वत:चं जीवन फुलवण्याचा प्रयत्न केला होता. गेले कित्येक दिवस, कित्येक महिने आणि कित्येक वर्ष ती पतीबरोबर बुद्धीच्या मार्गानंच चालली होती. सदाशिवरावांना त्या ठराविक पातळीच्या खाली येऊन चारचौघांसारखा संसार करणं शक्य नव्हतं. तीही त्या अनोख्या संसारात स्वत:च्या इच्छेनं रमली होती.

अधूनमधून सदाशिवराव तिची थट्टामस्करी करत. कितीतरी वेळा तिच्याशी जिव्हाळ्याच्या गप्पा मारत. तीही त्यांच्या जीवनात एकरूप होऊन गेली होती.

हा विचार काही त्याचवेळी प्रथमत:च मनात आला असं नव्हे. अधूनमधून हे विचार तिच्या मनात येतच होते. पण अशा विचाराचे क्षण तिच्या अविरत चाललेल्या कष्टमय जीवनात क्वचितच येत होते. तिच्या दृष्टीनं ही अशक्यप्राय गोष्ट असल्यामुळे ती या विचारांना मनात थाराच देत नव्हती. लग्नाला दहा वर्ष झाली तरी मूल होऊ न देण्याची त्यांनी काळजी घेतली होती. त्यांचे शरीरसंबंध असले तरी मूल होऊ न

देण्यात ते यशस्वी झाले होते.

या दोन महिन्यांच्या विश्रांतीच्या काळात मातृत्वाची भावना प्रबळ होऊ पाहात होती. कामावरून घरी परतल्यानंतर आपल्याकडे धाव घेणारं बाळ, त्या बाळाची विविध काल्पनिक रूपं तिच्या डोळ्यांसमोर तरळत होती.

पण बाळाची आपल्या ग्रंथनिर्मितीच्या कामात अडचण नाही ना व्हायची? 'नाही व्हायची'. तिनं स्वत:च उत्तर दिलं. एक दाई ठेवायची बाळासाठी! आपण टाइपिंगची कामं करताना ती आपल्यासमोर बसून त्याला खेळवेल. मशिनचा एक कागद काढून दुसरा लावताना आपल्याला त्याच्याकडे पाहता येईल. दुपारी राघप्पा चहा आणि ब्रेड घेऊन येतो, त्याऐवजी आपणच घरी जाऊन बाळाला एकवार छातीशी धरून येताना चहा आणायचा. रात्री फिरायला जाताना ते आपल्याबरोबर येईल. आपली चर्चा चाललेल्या वेळी मांडीवर झोपून जाईल. कुणासारखं असावं ते बाळ? रूप कुणाचं का असेना, स्वभाव मात्र त्यांच्यासारखा शांत हवा आणि तसाच बुद्धिमान! आम्ही फक्त भारताचा इतिहास लिहिला तर त्यानं संपूर्ण जगाचा सांस्कृतिक इतिहास लिहून या क्षेत्रात एकमेवद्वितीय व्हावं -

स्वत:च्या वयाचा विचार तिला थोडं घाबरं करत होता. आता ती सदतीस वर्षांची होती. जर चारचौघांसारखं लहान वयात लग्न झालं असतं तर आता तिला वीस वर्षांचा मुलगा असला असता! वीस वर्षं म्हणजे उच्च शिक्षण घेण्याचं वय! आणि मुलगी असती तर आता तिला मूल झालं असतं!'

काही का असेना; आपण आई झालं पाहिजे ही भावना सारं मन आणि बुद्धी व्यापून टाकत होती.

कधीतरी ऐकलेलं आठवत होतं. स्त्रीचं वय वाढल्यानंतर ती प्रथम गरोदर राहिली की नैसर्गिक प्रसूती कठिण असते. क्वचित प्रसंगी मातेचा मृत्यूही ओढवतो. आता सदतिसाव्या वर्षी पहिल्यांदा दिवस राहिले तर या बाळंतपणात आपण मरणार तर नाही ना? त्याच भावनेत तिनं परमेश्वराला प्रार्थना केली,'देवा, मी मेले तरी हरकत नाही, पण माझ्या बाळाला भरपूर आयुष्य दे!

आपल्या माघारी त्या बाळाचं पालनपोषण कोण करणार? या प्रश्नापायी तिचं कल्पनासाम्राज्य चूर होऊन जात होतं. पण मातृत्वाची आशा पुन्हा त्याच स्वप्नात रंगून जात होती. आपली इच्छा पतीला कशी सांगायची? लाज वाटत असली तरी आपल्या या नैसर्गिक इच्छेची ते टर उडवणार नाहीत हे तिला ठाऊक होतं.

एक दिवस रात्रीच्या वेळी अंथरुणावर पडल्या पडल्या बोलण्याच्या ओघात करुणेनं मुद्दाम विषय काढून सदाशिवरावांना विचारलं, 'आपल्या मृत्यूनंतर माघारी काय राहिलं तर माणसाला तृप्ती मिळते?'

कुठल्यातरी विचारात गढून गेलेल्या सदाशिवरावांनी विचारलं, 'तुझ्या मनात हा विचार का आला?'

'काही का असेना; तुम्ही उत्तर सांगा.'

आपल्या ज्ञानाचा मागोवा घेत ते उत्तरले, 'प्रत्येकाची इच्छा वेगवेगळी असते. मोठं साम्राज्य निर्माण करून मरण्याची काही जणांची इच्छा असते, तर काहीजण भलंमोठं अद्वितीय देऊळ बांधून मरण्याची इच्छा ठेवतात. नव्या सत्याचा शोध लावून ते जगापुढे ठेवून देह ठेवण्याची काहीजण अपेक्षा ठेवतात, पण त्यांची संख्या फारच कमी असते. आपण आणि आपली मुलं यांचा विचार करणारे मात्र खूपजण असतात.

'त्यांचा तुम्ही तिरस्कार करता?'

'मुळीच नाही. तसं कुणीच या जगात तिरस्करणीय नसतं. पण का विचारतेस हे?'

थोडा वेळ ती काहीच बोलली नाही. नंतर तिनं विचारलं, 'आपल्या दांपत्य जीवनाचं संतान कोणतं? आपल्या दोघांच्या माघारी या जगात काय राहिल?'

'का असं विचारतेस आज? जगाच्या इतिहासाचा कुठलाही अभ्यासक आपल्या ग्रंथाकडे दुर्लक्ष करू शकणार नाही, हे तुलाही चांगलं ठाऊक आहे. जगन्मान्यता लाभलेल्या आपल्या ग्रंथाहून अधिक आणखी काय ठेवणार जगात आपलं म्हणून?'

करुणेला हे ठाऊक होतंच, तिला त्याचा सार्थ अभिमानही होता. पण गेल्या काही दिवसात मातृत्वाच्या भावनेत रंगून गेलेल्या तिच्या हृदयाला आता वेगळ्याच उत्तराची अपेक्षा होती. त्यामुळे तिला पतीचं बोलणं नीरस वाटत होतं. काही वेळानं तिनं पुन्हा विचारलं, 'झोप आली?'

'नाही.'

बेडस्वीच दाबून त्या मंद उजेडात त्यांच्याकडे पाहात तिनं विचारलं,'मला काय म्हणायचंय ते सांगा पाहू!'

'पण मला कसं समजणार?'

आपला चेहरा त्यांच्या चेहऱ्याच्या जवळ आणून ती म्हणाली, 'एकदा माझ्याकडे लक्ष देऊन पाहा म्हणजे समजेल!'

त्यांनी तसं पाहिलं आणि अधिकच बुचकळ्यात पडून म्हणाले, 'थट्टा करतेस? मला काही समजलं नाही.'

'इतिहासात दडलेल्या मर्माचा वेध घेणारे महान विचारवंत, महासंस्कृतीचं अंत:सत्व जाणून इतरांना त्याचा अर्थ समजावून सांगणारे श्रेष्ठ विद्वान! आणि बायकोच्या मनातली एक क्षुल्लक गोष्ट समजावून घेता येत नाही?' म्हणत तिनं दिवा बंद केला.

गोंधळून गेलेल्या सदाशिवरावांनी विचारलं, 'तू तर समजावून सांग.'

'कुठलीही स्त्री आपल्या तोंडून ते सांगणार नाही.'

त्यांना काहीच समजलं नव्हतं. याआधी कधीच तिनं असं कोडं घातलं नव्हतं हो! नागलक्ष्मी मात्र -

त्यांनी पुन्हा विचारलं, 'काय? सांग ना!'

त्यांच्या छातीवर आपलं डोकं ठेवून दोन क्षण वेगळ्याच तंद्रीत तरळत तिनं विचारलं, 'एक सांगू?'

'सांग.'

'आपल्यालाही एक मूल असलं तर -'

आता कुठं त्यांच्या डोक्यात प्रकाश पडला. तिच्या पाठीवरून हात फिरवत ते विचार करू लागले.

'का? बोलत का नाही?' तिनं विचारलं.

'इतके दिवस का बोलली नाहीस?'

'कामाच्या भरात आपल्याकडे लक्ष द्यायला तरी वेळ होता का? अशा निवांत क्षणीच स्वत:च्या आशा-अपेक्षांकडे लक्ष जातं, नाही का?'

'या व्यतिरिक्त दुसरी कुठलीच तुझी इच्छा नाही?'

'अंहं!'

त्यांनी तिला प्रेमानं आणखी जवळ घेतलं. ती त्यांच्या दंडावर डोकं ठेवून झोपली. तिच्या चेहऱ्यावर समाधान पसरलं होतं. त्यांनी तिच्या पहिल्या वाहिल्या इच्छेचा अव्हेर केला नव्हता! तिनं समाधानानं डोळे मिटून घेतले. तिच्या मिटल्या डोळ्यांसमोर एक दृश्य तरळत होतं - त्या दोघांमध्ये तान्हं बाळ झोपलं होतं. डोळ्यावरचा चष्मा बाजूला काढून ठेऊन ते चुटक्या वाजवत त्या बाळाशी खेळत होते. त्यांचा दिवसभराचा थकवा त्या तान्हुल्याच्या निर्व्याज हास्यानं नाहीसा होत होता-

सदाशिवरावही वेगळ्याच विचारात गुंग झाले होते. बाळाचा विषय निघताच त्यांना पृथ्वीची आठवण होणं अपरिहार्य होतं. आता तो - अं - चौदा वर्षांचा झाला असेल. हो चौदा वर्षांचा! गेल्या आठ वर्षांत त्यांनी त्याला एकदाही पाहिलं नव्हतं. आता तो आपल्याला ओळखेल? छे:! आपण तरी त्याला ओळखू का?

लहानपणी तो अतिशय गोंडस दिसत होता हेही त्यांना प्रकर्षानं आठवलं. ते घरातल्या आपल्या अभ्यासिकेत वाचत बसले असता कितीतरी वेळा तो रांगत रांगत तिथं येऊन त्यांच्या पायाचा आधार घेऊन उभा राहात असे. अभ्यासाची खोटी होत असली तरी ते त्याच्या सुंदर चेहऱ्याकडे पाहून हातातलं पुस्तक बाजूला ठेवत आणि त्याला उचलून घेत.

नंतर मात्र हळूहळू ते अभ्यासात अधिकाधिक बुडत गेले आणि तो अधिक वेळ आपल्या काकाकडेच राहू लागला. राजही त्याचे खूप लाड पुरवत होता.

आता तो आपल्याला कसा ओळखेल? आणि ओळख पटली तरी तो आपल्याजवळ कसा येईल?

पृथ्वीच्या पाठोपाठ नागलक्ष्मीची आठवण झाली. दुसऱ्या विवाहानंतर वेगळं घर केल्यानंतरही ते एकदोनदा त्या घरी गेले होते. त्यावेळी त्यांनी आपणहून तिच्याशी बोलण्याचा प्रयत्नही केला होता, पण तिनं तेव्हा बोलणंच टाकलं होतं. त्यानंतर मात्र ते कधी त्या घरी गेले नव्हते. राज आणि त्याच्या पत्नीची काही प्रसंगी तरी भेट झाली होती. करुणेनं त्या दोघांना घरीही बोलावलं होतं, पण राजला जमलं नव्हतं. राज भेटल्यानंतरही त्यांनी तिची चौकशी केली नव्हती आणि त्यानंही काही सांगितलं नव्हतं. आता ती कशी असेल? आता तिचा संताप कमी झाला असेल. काही बोललं तर ती उत्तरही देईल कदाचित! तिला एकदा तरी भेटायला पाहिजे. म्हणजे पृथ्वीची नव्यानं ओळख होईल -

'कसला विचार करताय?' त्यांच्या बाहूवर डोकं ठेवून झोपलेल्या रत्नेनं विचारलं.

'तू कसला विचार करतेस?'

'आपल्या बाळाचा-'

तिला अधिक जवळ घेताना त्यांच्या मनात तिच्याविषयी विचार तरळू लागले. इतक्या वर्षांच्या वैवाहिक जीवनातील प्रत्येक क्षण आपल्यासाठी - आपल्या ग्रंथासाठी वेचून आज ती स्वत:ची एक इच्छा व्यक्त करत होती. आपल्या महाग्रंथासाठी देश, गाव आणि आपली माणसं दूर करून ती इथं आली होती. इतकी वर्षं त्या ग्रंथासाठी आपलं रक्त-मांस खर्च करून आता कुठं प्रथमत:च उफाळून आलेली मातृत्वाची इच्छा ती व्यक्त करत होती!

तिला आवेगानं कवटाळत त्यांनी साद घातली, 'करुणे-'

'अं-'

'तू किती चांगली आहेस गं!'

ती काहीही बोलली नाही. कुठल्याशा अवर्णनीय आनंदात ती रंगून गेली होती.

दुसरे दिवशी सकाळी ते दोघे नेहमीपेक्षा थोड्या उशिरा उठले तरी त्यांच्या मनात उत्साह भरला होता. कॉफी पिऊन ते फिरत वीरभद्राच्या देवळापाशी आले.

तिथून ते खाली उतरू लागले. आजवर कधीही न जाणवलेल्या उत्कटतेनं ते एकमेकांशी बोलत होते. एकमेकांचे हात हातात गुंफून सकाळच्या कोवळ्या उन्हात उतरताना त्या दोघांनाही आनंद वाटत होता. अर्धा डोंगर उतरून गेल्यावर रत्ने म्हणाली, 'ती तिथं दोन-तीन गावं दिसतात ना? चला, आपण तिथपर्यंत जाऊन येऊया. इथं येऊन इतके दिवस झाले तरी कधी आपण गेलोच नाही तिथं.'

दोघेही डोंगराच्या पायथ्याशी आले. तिथली सुलतान पेठ पाहून पुढं नंदीग्रामला गेले. एव्हाना त्या दोघांच्याही पोटात भुकेचे कावळे ओरडू लागले. तिथल्या एका हॉटेलमध्ये ते शिरले. ॲल्युमिनिअमच्या ताटलीतून दिलेली इडली खाऊन आणि हॉटेलवाल्यानं मोठ्या श्रद्धेनं तयार केलेली कॉफी पिऊन गावातल्या भोगनंदेश्वर देवालयात गेले. ते जेव्हा पुन्हा डोंगराच्या पायथ्याशी आले तेव्हा साडेनऊ वाजले होते. ते सावकाश पायऱ्या चढू लागले. डावीकडून उन्हाची तिरीप डोळ्यांवर येत होती. शंभर फुटांएवढं अंतर चढेपर्यंत सदाशिवराव थकले. ते तिथल्या एका पायरीवर बसले. थोडी विश्रांती घेऊन ते पुन्हा चढू लागले तेव्हा रत्नेनं त्यांना आपल्या हाताचा आधार दिला. 'Lend kindly hand in climbing up steep hill-' म्हणत हसत सदाशिवराव पुढे निघाले. पण थोड्या वेळात पुन्हा ते दमले. थोडं थांबून पुन्हा चढू लागले. जेमतेम निम्मं अंतर चढून झालं असेल तोच त्यांना घेरी आली. 'मी पडतोय, मला धर-' म्हणत म्हणत ते तिथंच बसले आणि त्यांनी पायरीवर डोकं ठेवलं.

करुणा घाबरून गेली. तिनं खाली बसून त्यांचं डोकं स्वत:च्या मांडीवर घेतलं. त्यांच्या शर्टचं वरचं बटण सोडलं आणि त्यांच्या गळ्यावरचा आणि कपाळावरचा घाम ती पुसू लागली. त्यांच्या चेहऱ्यावर येणाऱ्या सूर्यकिरणांना आपल्या पदरानं अडवत ती बसून राहिली.

सदाशिवराव पूर्ण बेशुद्ध झाले नव्हते. त्यांच्या छातीचे ठोके मात्र वेगाने चालले होते. थोड्या वेळात त्यांनी डोळे उघडून रत्नेकडे पाहिलं आणि म्हणाले, 'घाबरू नकोस. थोडं कासावीस झाल्यासारखं वाटतं एवढंच!'

उन्हाचा ताप वाढला होता. तिनं त्यांना आधार देऊन हळूहळू शेजारच्या झुडूपाच्या सावलीत बसवलं. जवळपास कुठं थेंबभर पाणीही मिळण्यासारखं नव्हतं. करुणा उठली आणि त्यांना म्हणाली, 'तुम्ही इथंच बसून राहा. खालच्या गावातून मी डोलीवाल्यांना घेऊन येते.'

'त्याची गरज नाही. आणखी दहा मिनिटात आपण जाऊया-' म्हणणाऱ्या सदाशिवरावांकडे तिनं दुर्लक्ष केलं आणि ती सरळ नंदीग्रामला गेली. तिथल्या हॉटेलच्या मालकाला मोडक्यातोडक्या कन्नड भाषेत तिनं सगळी हकिकत सांगितली. तिथं कॉफी प्यायला आलेल्या एका इंग्लिश समजणाऱ्या माणसाच्या मदतीनं तिनं दोन डोलीवाले मिळवले आणि पंधरा मिनिटात दोन बलदंड डोलीवाल्यांना घेऊन ती सदाशिवरावांपाशी आली. त्या दोघांना दहा रुपये देण्याचं कबूल केल्यावर त्यांनी सदाशिवरावांना हॉटेलवर आणून पोहोचवलं.

हॉटेलवर पोहोचून थोडा वेळ झाल्यावर सदाशिवरावांना थोडं बरं वाटलं. उठून त्यांनी आंघोळ आणि जेवण केलं. नंतर विश्रांतीसाठी ते झोपले, पण नेहमीप्रमाणे

त्यांना झोप आली नाही. उन्हातून आल्यामुळे त्यांचं डोकं दुखत होतं. संध्याकाळपर्यंत त्यांचं अंग थोडं गरम झालं होतं. रत्ने घाबरी होऊन त्यांच्या गळ्यावर आणि कपाळावर पालथा तळवा ठेवून पाहू लागली तेव्हा ते म्हणाले, 'काही घाबरू नकोस. माझ्या ताकदीबाहेरचा डोंगर होता हा! आणि आता मीही सत्तेचाळीस वर्षांचा झालो, नाही का!'

त्यांचं काही न ऐकता करुणेनं तिथल्या एका डॉक्टरांना बोलावून आणलं. डॉक्टरांनी काही औषधं दिली, तरी रात्रभर सदाशिवरावांच्या अंगातला ताप निघाला नव्हता. पहाटे पहाटे त्यांचा डोळा लागला, त्याचवेळी तिलाही थोडीफार विश्रांती मिळाली.

सकाळी उठल्यावर तिनं पाहिलं तेव्हा त्यांच्या अंगातला ताप उतरला होता, पण डोकं दुखतच होतं.

त्याचदिवशी दुपारच्या डाकेनं एक पत्र आलं. मैसूरहून ते इथल्या पत्त्यावर पाठवलं होतं. त्याच्या रंगावरूनच ते ग्रंथाच्या प्रकाशकांचं असल्याचं समजत होतं. रत्नेनं पत्र फोडून मोठ्यानं वाचलं-

'युद्ध संपून दोन वर्ष झाली तरी आमच्या व्यवसायाची घडी पूर्ववत बसली नव्हती. हवा तो कागद हव्या त्या प्रमाणात मिळत नव्हता. आता पुन्हा सगळं पूर्ववत चाललं आहे. देवाच्या दयेनं युद्धाच्या वेळी आमच्या कार्यालयाला कसलाही धक्का बसला नाही. आणखी पंधरा दिवसात तुमच्या ग्रंथाच्या तिसऱ्या खंडाच्या छपाईस प्रारंभ करत आहोत. नेहमीप्रमाणे प्रुफं पाठवली जातील. चौथ्या खंडाचं कामही वेगात सुरू असेल ही अपेक्षा!'

ही बातमी वाचून दोघांनाही आनंद झाला होता. त्याच आनंदात त्या दोघांची जेवणं झाली. औषधाची गोळी घेऊन सदाशिवराव झोपी गेले.

करुणेला झोप येत नव्हती. तिला दुपारच्या झोपेची कधीच सवय नव्हती. ती बाहेरच्या नेहमीच्या झाडाखाली बसली. वातावरण शांत होतं. भर दुपारच्या वेळी आकाशही शांत होतं. अधूनमधून ऐकू येणारा पक्ष्यांचा किलबिलाट सोडला तर सारं शांत होतं. समोर रोजचंच दृश्य पसरलं होतं. वेगळं असं पाहण्यासारखं तिथं काही नव्हतं. ती अंतर्मुख होऊन विचार करत होती.

आता तीनएक आठवड्यात लंडनहून प्रुफं यायला सुरुवात होईल. त्यातच आपले बरेच दिवस निघून जातील. त्यानंतर सूची तयार करण्याचं काम. त्याच्या बरोबरीनं चौथ्या खंडाची पूर्वतयारी करायला हवी. वर्षभरातच त्याच्या लिखाणाला सुरुवात व्हायला हवी. पाच खंडात हा ग्रंथ संपेल, असं सुरुवातीला वाटलं तरी आता तसं वाटत नव्हतं. युरोपियन कालखंडापर्यंतचा काळच फक्त पाच खंडात आटोपेल असं वाटत होतं.

सगळा विचार करता अजूनही आठ वर्षांचं कार्य तिला या घटकेला डोळ्यांसमोर दिसत होतं.

तिचं मन सदाशिवरावांच्या प्रकृतीचा विचार करू लागलं. चढ चढताना त्यांना घेरी आली तेव्हा ती खूप घाबरली होती. अविश्रांत बौद्धिक मेहनत करणाऱ्यांच्या प्रकृतीची काय गत होते ते तिला माहीत नव्हतं असं मुळीच नव्हे. तिच्या हातून तरी अलीकडे पूर्वीच्या उत्साहानं कुठं काम होत होतं? जन्मजात काटक असल्यामुळे ती एवढं तरी काम करत होती.

पुढच्या दोन खंडांचं लेखन होईपर्यंत त्यांचं दुर्बल शरीर तग धरू शकेल? या प्रश्नानंच तिच्या शरीराचा थरकाप उडाला. त्याचक्षणी तिला स्वत:च्या मातृत्वाच्या इच्छेचीही आठवण झाली.

ती गर्भवती झाली तर तिच्या हातून पहिल्या वेगानं काम होणं शक्य नव्हतं. बाळंतपणात संपूर्ण विश्रांती तर घ्यायलाच हवी. मूल लहान असेपर्यंत त्याच्याकडे अधिक लक्ष द्यायला हवं. त्यानंतरही जर विश्वासू दाई मिळाली नाही तर? म्हणजेच तिच्या मातृत्वामुळे तिची मदत कमी होऊन त्याचं ओझं सदाशिवरावांच्या खांद्यावर पडणार होतं! या ओझ्यानं आधीच थकलेला त्यांचा देह ग्रंथ पूर्ण होण्याआधीच -

हे विचार आपल्या मनात का यावेत याचं नेमकं कारण तिला समजत नव्हतं. पण ती शक्यता खोडून काढणंही तिला जमत नव्हतं. पतिनिधनाच्या विचारासरशीच तिचे डोळे अश्रूंनी डबडबले.

ज्या दुर्दम्य इच्छेपायी ती आपलं घर-दार, देश आणि गाव सोडून आली होती ती इच्छाशक्तीच तिला यातून मार्ग दाखवण्यासाठी पुढे सरसावली. काहीही करून सदाशिवरावांच्या हयातीत संपूर्ण महाग्रंथाची निर्मिती झाली पाहिजे, असा तिनं मनाशी निश्चय केला.

त्यांची प्रकृती अलीकडे खूपच खालावली होती. त्यांचा देह एखाद्या मुलासारखा हलका झाला होता. दिवसेंदिवस दृष्टीतील शक्तीही कमी होत होती. त्यामुळे त्यांनी अलीकडेच पुन्हा चष्मा बदलला होता. तिनं मनोमन आपली सगळी शक्ती महाग्रंथाच्या पूर्ततेसाठीच वापरण्याचा दृढ निर्धार केला. त्या निर्धाराची शक्ती चेहऱ्यावर पसरली असली तरी तिच्या डोळ्यांमध्ये अश्रू दाटले होते.

गेल्या दोन दिवसांत तिच्या व्यक्तिमत्त्वात नवजीवन भरून टाकणारं एक स्वप्न ती पुसू पाहात होती. इतक्या वर्षांच्या नीरस दांपत्य जीवनात चैतन्य फुलवणारी मातृत्वाची भावना ती आपणहून निपटून टाकू पाहात होती.

ओटीपोटात वाढत असलेल्या तान्हुल्याच्या नरड्याला आपण नख लावत असल्याची भावना तिला विद्ध करत होती.

गुडघ्यात चेहरा दडवून ती हुंदके देऊ लागली.

■

सतरा

या आठ वर्षांत कात्यायनीच्या जीवनात कमालीचा बदल झाला होता. पतीचं प्रेम कमी झालं नव्हतं की नागलक्ष्मीशी मतभेद झाले नव्हते. तरीही ती आता पूर्वीसारखी राहिली नव्हती हे खरं!

नंजनगूडहून विद्ध होऊन परतल्यावर तिचं मन रमवण्यासाठी तिनं पुढे शिकावं असं राजनं सुचवलं. तिलाही तो विचार पटला, तरी पुन्हा त्याच कॉलेजमध्ये जाण्याचा तिला संकोच वाटला. त्यावर पर्याय म्हणून तिनं बनारस विद्यापीठाची एम. ए. ची परीक्षा द्यावी असं त्या दोघांनी ठरवलं. राजनं तिला घरीच इतर मार्गदर्शन केलं.

दुसऱ्या वर्षीच्या परीक्षेसाठी राजबरोबर ती बनारसला गेली तेव्हा ती चार महिन्यांची गरोदर होती. परीक्षा होईपर्यंत तिचं पोटातल्या बाळाकडे फारसं लक्ष जात नव्हतं. घरातलं स्वयंपाकपाणी नागलक्ष्मी पाहात होती. वरकामाला एक बाई ठेवली होती. कात्यायनी मात्र संपूर्णपणे अभ्यासात बुडून गेली होती.

शेवटचा पेपर देऊन परतीच्या प्रवासाला लागले तेव्हा ती स्वत:च्या पोटातल्या बाळाचा अधिक विचार करू लागली. राजही स्वत:च्या बाळाला पाहायला उत्सुक झाला होता. पृथ्वी आता मोठा होऊन शाळेत जात असल्यामुळे घरात लहान असं कुणीच नव्हतं.

गावी परतल्यानंतर राज कात्यायनीची अधिकच काळजी घेऊ लागला. एकदा तर त्यानं तिच्या पोटाचाच प्रेमानं पापा घेतला. त्याचा तो पोरकटपणा पाहून तिनं त्यालाच मुलासारखं कुशीत घेऊन कुरवाळलं.

डॉक्टरांच्या सल्ल्याप्रमाणे अलीकडे कात्यायनी घरातली काही कामं करत होती. रोज संध्याकाळी राज तिला घेऊन फिरायलाही जात होता. तिच्यासाठी फळं आणि आवश्यक ती औषधं आणून देत होता.

पोटात वाढणाऱ्या बाळाच्या आठवणीसरशी चिनीची आठवण येणं अपरिहार्य होतं.

सात वर्षांचा चिनी प्राथमिक शाळेत दुसरीत शिकत होता. त्याचे आजोबा त्याचा नियमित अभ्यास घेत असतील याची कात्यायनीला खात्री होती. एव्हाना

कितीतरी संस्कृत श्लोक त्याला तोंडपाठ झाले असतील. पुन्हा पुन्हा त्याला पाहण्याची इच्छा उसळी मारून वर येत होती. पण ते कसं शक्य होतं?

पुन्हा पोटातल्या बाळाकडे तिचं लक्ष जाई. मुलगा असेल की मुलगी? मुलगीच हवी. एक मुलगा आहे ना!

हो! पण तो त्या घरी आहे. या घरासाठी आणि आपल्याला म्हणून एक मुलगा नको का?

त्या दिवशी तिनं राजला विचारलं, 'काय होईल? मुलगा की मुलगी?'

'का? ती काय कुणाच्या हातातली गोष्ट आहे?'

'असं काय करता? सांगा ना!'

'मुलगी झाली तर ती दुसऱ्या घरी जाईल. मुलगाच होऊ दे, आपलं नाव राखणारा!'

'हे काय? लग्नाला नकार देत होता, नाही का? आणि आता नाव राखायच्या गोष्टी करता?' ती खोडकरपणे हसत म्हणाली.

'याला जबाबदार तूच आहेस!' तिच्या दृष्टीत दृष्टी मिसळवीत तो हसत म्हणाला.

सहावा महिना संपला. मूळची सुंदर असलेली कात्यायनी आता अधिकच रसरशीत दिसत होती. तिला पाहताना राजला लग्नाआधीचे दिवस आठवत होते. ते स्वप्न, ती हुणसूरच्या रस्त्यावरची सायकलवरची सहल, ते नाटक, तिची झळाळणारी अंगकांती, ते पाठीवर सळसळणारे केस, रक्त ठिबकेल असं वाटणारी तिची नितळ पावलं, तो गंभीर चेहरा, अंगाअंगातून निथळणारं स्त्रीचैतन्य- सारं सारं आजही होतं. त्यात भर पडली होती ती अनुपम तेजाची! सुंदर वृक्ष फलभारानं लगडल्यावर लाभतं ते विलक्षण सौंदर्य!

त्याच्या एकटक पाहण्यामुळे लाजून एकदा तिनं त्याला म्हटलं, 'असं काय पाहता माझ्याकडे?'

'प्रकृतीची कांती अधिक तेजानं उजळून निघाली आहे!' तिचा चेहरा ओंजळीत घेत तो भावपूर्ण स्वरात उद्गारला.

'पुरुष-सान्निध्याचा परिणाम!' म्हणत ती हसली आणि स्वत:च्या देहाकडे पहाता पहाता ती क्षणभर स्वत:लाच नव्हे, तर समोर बसलेल्या राजलाही विसरून गेली.

त्यानंतर काही दिवसानंतरचीच गोष्ट.

ज्येष्ठ महिन्यातल्या पावसाची रिपरिप चालू होती. राज नेहमीप्रमाणे कॉलेजला गेला होता. सारी कामं आवरून नागलक्ष्मी श्रीरामनाम लिहीत बसली होती. कात्यायनीचं मन अबोध व्यथेत बुडालं होतं. ती कपिला नदी, तो घाट, दोन वर्षांपूर्वी

त्याच घाटावर आपण मृत्यूचा विचार करत असताना राजनं वाचवलं होतं. चिनीच्या आठवणीनं तिचं मन कातर झालं होतं.

एकाएकी तिच्या पोटात दुखू लागलं. अर्ध्या तासात वेदना असह्य झाल्या तशी ती घाबरून श्रीरामनाम लिहिणाऱ्या नागलक्ष्मीपाशी आली. नागलक्ष्मीनं घाबरून तिच्या पोटावर हात ठेवून पाहिलं, पण तिला काही समजलं नाही. तिनं शेजारणीला बोलावलं. तातडीनं दवाखान्यात घेऊन जाणंच योग्य, असं वाटून त्यांनी राजला निरोप पाठवला. तोही तातडीनं घरी आला आणि एका टॅक्सीतून तिला आणि नागलक्ष्मीला घेऊन चलुवाम्बा हॉस्पिटलमध्ये घेऊन गेला. तिथल्या लेडी-डॉक्टरनं तपासलं आणि सांगितलं, 'प्रिमॅच्युअर डिलेवरीची लक्षणं आहेत. शक्य ते आम्ही करूच!'

कात्यायनीची अवस्था पाहून नागलक्ष्मीलाही वाईट वाटत होतं. उन्हात उताणं पडून तळमळणाऱ्या बेडकाप्रमाणे कासावीस झालेल्या कात्यायनीच्या पाठीवरून ती हात फिरवत होती. मधून मधून तिच्या कमरेवरूनही हात फिरवत होती. कात्यायनीला तर प्रत्येक क्षणाला चिनीच्या जन्माच्या वेळी भोगलेल्या यातनांची आठवण होत होती.

थोड्याच वेळात तिला रक्तस्राव होऊ लागला. तिला लेबर-रूममध्ये नेण्यात आलं. नागलक्ष्मीला बाहेरच थांबावं लागलं.

तासाभरातच सारं काही संपलं!

बेशुद्ध कात्यायनीला डॉक्टरांनी दोन इंजेक्शनं दिली आणि तिला स्ट्रेचरवरून आणून अंथरुणावर झोपवलं. नागलक्ष्मीनं बाहेर उभ्या असलेल्या राजला सारी हकिकत सांगितली. डॉक्टरांची परवानगी घेऊन तो आत खोलीत गेला.

कॉटवर कात्यायनीचा देह बेशुद्धावस्थेत पडला होता. खूप रक्तस्राव झाल्यानं सकाळी तरतरीत असलेला तिचा चेहरा आता निस्तेज पडला होता. हाताची ती सुंदर नाजूक बोटं निर्जीव होऊन पडली होती. फळांनी लगडलेल्या झाडावर रोग पडल्यामुळे सगळी फळं झडून जावीत तशी ती दिसत होती.

नागलक्ष्मी त्याला म्हणाली, 'तिच्या जिवाला धोका नाही. श्रीरामानंच वाचवलं. आता तू घरी जा आणि थर्मास, दोन भांडी, टॉवेल घेऊन ये. माझ्यासाठी एक सतरंजी आणि चादरही आण. तिच्या सोबत मी इथंच राहीन. तू आणि पृथ्वी हॉटेलमध्ये जाऊन जेवून घ्या.'

चार दिवस गेले. कात्यायनी क्षीण आवाजात बोलू लागली. नागलक्ष्मी घरी जाऊन स्वयंपाकपाणी आणि इतर कामं करून पुन्हा रात्री मुक्कामाला हॉस्पिटलमध्ये येत होती.

आठ दिवसांनंतर राज कॉलेजच्या अभ्यासिकेत गेला आणि त्यानं सदाशिवरावांना

सारी हकिकत सांगितली. इतक्या उशिरा आपल्याला सांगितल्याबद्दल ते त्याला रागावले आणि लगेच एक गाडी करून करुणेबरोबर हॉस्पिटलमध्ये आले. राजही त्यांच्या पाठोपाठ आला. कात्यायनीच्या उशाशी उभं राहून सदाशिवरावांनी तिच्या प्रकृतीची चौकशी केली. 'मनाला त्रास करून घेऊ नकोस.' असं सांगून सांत्वनही केलं आणि बाहेर पडले. करुणा मात्र तासभर तिच्याजवळ बसून तिच्याशी बोलत होती. बाहेरच्या एका झाडाखाली राज आणि सदाशिवरावही बोलत बसले.

तासाभरानं निघताना त्यांनी राजला आपल्या घरी यायला सांगितलं. तो तिथं गेल्यावर त्यांनी त्याच्या हातात एक चेक ठेवला आणि म्हणाले, 'ती खूप अशक्त झालीय. व्यवस्थित काळजी घे.'

तो हजार रुपयांचा चेक होता. तो पाहून त्यानं म्हटलं, 'एवढे पैसे कशाला?'

साध्या बाळंतपणापेक्षा यात अधिक काळजी घ्यावी लागते. चांगलं टॉनिक वगैरे द्यायला हवं, राहू दे तुझ्याकडे. प्रकाशकाकडून मला पैसे मिळताहेत. तू काही काळजी करू नकोस.' ते उत्तरले.

त्यानंतरही कात्यायनीला दिवस गेले आणि तिसऱ्या महिन्यात पुन्हा गर्भपाताचा दुःखद प्रसंग ओढावला. वर्षभरातच तिची प्रकृती सुधारली तरी पहिली ताकद कमी झाली होती.

याच काळात राजची असिस्टंट प्रोफेसर म्हणून बेंगळूरला बदली झाली. बढतीचा आनंद असला तरी मैसूरचा नाट्यसंघ सोडताना त्याला वाईट वाटत होतं. नागलक्ष्मीनं हा बदल निरासक्त वृत्तीनं स्वीकारला. नाहीतरी तिच्या दृष्टीनं कुठंही गेलं तरी स्वयंपाकपाणी आणि श्रीरामनाम एवढंच तिचं जीवन होतं. या रामनामामुळे तिचं मन थोडं निवळलं होतं. जर पती आपण होऊन घरी येऊन बोलले तर आपणही बोलायचं, असं तिनं ठरवलं होतं. राज आणि कात्यायनी तिचा मान ठेवत होते आणि पृथ्वीच्या शिक्षणाकडेही आस्थेनं लक्ष पुरवत होते. तरीही मधूनच तिच्या मनात पतीच्या घरी जाण्याचे विचार येत होते. इथं या दोघांसाठी जे शिजवायचं तेच त्या दोघांसाठी शिजवावं असंही तिला वाटत होतं, पण हे तिनं कुणापुढंही बोलून दाखवलं नव्हतं. बेंगळूरला जाण्याआधी एकदा तरी त्यांना भेटावं असं तिला असंख्य वेळा वाटलं होतं, पण अखेर तिची निराशाच झाली.

कात्यायनीला मात्र ह्या बदलीमुळे खूपच बरं वाटलं होतं. नाहीतरी मैसूरमधल्या ठराविक दिनक्रमाचा तिला कंटाळा आला होता.

बेंगळूरला आल्यानंतरही नागलक्ष्मीचं श्रीरामनाम लिहिणं सुरूच होतं. गेल्या चार वर्षांत तिनं पन्नास वह्या भरून श्रीरामनाम लिहिलं होतं. वही भरली की शेवटच्या पानावर ती -

सर्वकल्याणदातारं सर्वापद्घन मारुतम् ।
अपारकरुणामूर्तिं आंजनेयं नमाम्यहम् ।।
आपदामपहर्तारं दातारं सर्वसंपदाम् ।
लोकाभिरामं श्रीरामं भूयो भूयो नमाम्यहम् ।।

असं लिहून त्या वहीवर हळद-कुंकू आणि फुलं वाहात होती. हळदीनं भिजलेल्या धाग्यानं ती वही बांधून देवघरापाशी असलेल्या कोनाड्यात रचून ठेवत होती.

एकदा तिनं कात्यायनीला विचारलं, 'एक कोटी जप होण्यासाठी किती वर्षं हवीत?'

'पन्नास वह्या आतापर्यंत भरल्या ना? अजून सोळा वर्ष हवीत.'

'श्रीरामा, तेवढं आयुष्य दे बाबा!' म्हणत ती हात जोडत होती.

एके दिवशी कात्यायनीनं तिला विचारलं, 'नुसतं रामनाम लिहून काय मिळणार?'

'पुढल्या जन्मी तरी तो भलं करील!'

'पण सीतेसारख्या पतिव्रतेचा लोकापवादापोटी त्याग करणारा तो राम-'

'छे! असं म्हणू नको बाई! चुकले म्हण. त्याला आपण कोण काय म्हणणार? किती केलं तरी तो देव आहे. त्याला सगळं ठाऊक असतं.' ती म्हणाली.

तरीही त्या दिवसभरात तिला पतीची पदोपदी आठवण येत होती. प्रभू रामचंद्रानं पत्नीला टाकली तरी त्यानं दुसरं लग्न तर केलं नव्हतं ना! तिच्या मनातली श्रीरामभक्ती अधिकच दृढ होत होती.

बारा वर्षांचा पृथ्वी आता बेंगळूरमधल्या मल्लेश्वरम् हायस्कूलला जात होता. एक हुशार विद्यार्थी म्हणून त्याचं नाव शाळेत गाजत होतं. त्याला पाहण्याची इच्छाही त्यांना आपल्याकडे खेचून आणू शकत नाही म्हणून ती मनोमन खंतावत होती.

बेंगळूरच्या कॉलेजमध्ये एका इंग्लिश लेक्चररची जागा रिकामी होती. राजनं कात्यायनीला त्या जागी नोकरी करण्यास सांगितलं. सुरुवातीला तिला भीती वाटली तरी घरी बसून राहाण्यापेक्षा तिला हा विचार बरा वाटला. शिवाय, राजही तिथंच असल्यानं तिला धैर्य आलं. सदाशिवराव प्राध्यापक असल्यामुळे त्यांच्या शब्दांमुळे तिला ती नोकरी मिळाली. ती रोज राजबरोबर निघत होती. आणि त्याच्याबरोबरच घरी येत होती. राजच्या बेंगळूरमधल्या नाट्यसंस्थेनंही आता चांगलंच मूळ धरलं आणि पाहता पाहता ती संस्था विद्यार्थीप्रिय झाली.

घरीच सगळी कामं मात्र नागलक्ष्मीवर पडत असल्यानं एकदा कात्यायनी म्हणाली, 'अक्का, आता आम्ही दोघेही नोकरी करत आहोत. स्वयंपाकाला एक बाई ठेवूया. तुमच्यावर कामाचा फार ताण पडतो.'

'तुझ्या लग्नाच्या आधी मी एकटीच करत होते ना सगळं? त्यात काय एवढं! मी नाही कुणा स्वयंपाकिणीच्या हातचं जेवायची!' ती निक्षून म्हणाली.

अशीही चार वर्षं निघून गेली. शिकवणं आता कात्यायनीच्या अंगवळणी पडलं होतं. दिवस सगळा कॉलेजमध्ये जात होता. संध्याकाळी राजबरोबर फिरून येताना फुलं, फळं आणि भाजी आणत होती. अधूनमधून नागलक्ष्मीला घरकामात मदत करत होती. पृथ्वीचा अभ्यास घेत होती.

तरीही या जीवनाचा तिला कंटाळा आला होता. सगळ्यांबरोबर असतानाही एकलेपणा जाणवत होता. मध्येच एखादे दिवशी चिनीला भेटायची इच्छा उत्कटतेनं पुढं येत होती. त्यालाही आपली आठवण येत असेल का? कधी तो आजोबांकडे 'आईकडे जायचं' म्हणून हट्ट करत असेल का? तो तेरा वर्षांचा झाला असेल. किती उंच झाला असेल तो? आठव्या वर्षी त्याची मुंजही झाली असेल. आता त्याचं संस्कृतचं शिक्षण बरंच झालं असेल. आपला त्या धार्मिक ग्रंथाकडे ओढा नव्हता. बुद्धी वाढण्याआधी चिनीला मात्र त्यांनी धर्माचं बाळकडून दिलं असेल.

बऱ्याच वर्षांनंतर पुन्हा तिला दिवस गेले. राजला आनंद झाला. दोन वेळा आनंदाचा ठेवा त्याच्या हाती येता येता निसटून मातीमोल झाला होता. ह्या बातमीची चाहूल लागताच त्यानं तातडीनं तिची प्रकृती एका मोठ्या लेडी डॉक्टरला दाखवली. डॉक्टरांनी कॅल्शियम आणि टॉनिक्स घेण्यास सांगितलं. दूध-फळंही भरपूर घेण्यास सांगितलं. आठवड्यातून एकदा तपासणीसाठी यायला सांगितलं. या खेपेला कात्यायनी त्यांच्या सूचना तंतोतंत पाळत होती.

सहावा महिना लागला तेव्हा ती पुन्हा पूर्ववत रसरशीत दिसू लागली. पुन्हा तिला फळांनी लगडलेल्या सुंदर वृक्षाचं रूप प्राप्त झालं. तिला पाहताना राजला पुन्हा पुन्हा मागे घडलेले प्रसंग आठवत होते.

एक दिवस तिला आरशापुढं उभं करून त्यानं विचारलं, 'पाहिलंस?'

आरशातलं स्वत:चं प्रतिबिंब पाहून तिच्या मनात आनंदापेक्षा भयाची लहर उमटून गेली. निरासक्तपणे स्वत:च्या प्रतिबिंबाकडे पाहात तिनं विचारलं, 'काय?'

'पुरुष-सान्निध्याचा परिणाम-'

त्याच्या तोंडावर आपला तळवा ठेवत ती कळवळून म्हणाली, 'असं नका म्हणू! गेल्या दोन वेळी आपण असंच म्हणत होतो. मला भीती वाटते-'

तिच्या डोळ्यांत पाणी तरळत होतं.

मुलगा होईल की मुलगी या गोड विचारात रंगून जाण्याऐवजी त्या दोघांनाही वाटत होतं- काही का होईना, पण जे होईल ते नीट होऊ दे! कुणीही हे स्पष्टपणे बोलून दाखवत नसलं तरी मनातल्या मनात दोघंही हीच प्रार्थना करत होते.

एकदा नागलक्ष्मी तिला म्हणाली, 'सगळ्यांची नजर काही सारखी नसते गं

बाई! बाहेर जाताना तू आपल्या जुन्या साड्या नेसत जा.'

कात्यायनीचा त्यावर विश्वास बसला आणि राजनंही यावर काही म्हटलं नाही.

सहावा महिना संपला होता. राज नेहमीप्रमाणे एका वर्गावर शिकवायला गेला होता. वर्ग चालू असताना कॉलेजच्या शिपायानं त्याला एक चिठ्ठी आणून दिली. त्यात कात्यायनीनं लिहिलं होतं- 'अध्यापकांच्या रेस्टरूममध्ये बसले आहे. फार त्रास होत आहे. लवकर या.'

राज धावतच तिथं आला. तिचा विदीर्ण चेहरा पाहून तो घाबरला. एका विद्यार्थ्याच्या मोटारीतून तिला 'वाणिविलास' हॉस्पिटलला घेऊन गेला. कात्यायनी वेदनेनं तळमळत होती. थोडा रक्तस्त्रावही होत होता. या खेपेलाही अकाली प्रसूती होणार हे दोघांनाही समजलं. विद्यार्थ्यानं घरी जाऊन नागलक्ष्मीला आणलं. ती येण्यापूर्वीच कात्यायनीला लेबररूममध्ये नेण्यात आलं होतं.

नागलक्ष्मीला पाहताच राजचे डोळे पाण्यानं डबडबले. दोन वेळा दैवानं त्याला हुलकावणी दिली होती आणि आताही ते त्याच्याशी लपंडाव खेळत होतं. मुळातच लहान मुलांची आवड असलेला राज विद्ध झाला होता.

दोन तासानंतर कात्यायनीला खोलीत आणण्यात आलं. नर्सनं दुसरे दिवशीपर्यंत तिच्याशी कुणीही न बोलण्याची ताकीद दिली.

एक दिवसानंतर कात्यायनी शुद्धीवर आली. परिस्थितीची नेमकी कल्पना यायला थोडा वेळ लागला. काय घडलं हे कळल्यावर मात्र तिचे डोळे अश्रूंनी भरले. अंगात रडण्याची शक्ती नव्हती तरी ती हुंदके देऊ लागली. शेजारी बसलेल्या नागलक्ष्मीनं तिचं डोकं मांडीवर घेतलं. ती तिच्या केसांवरून हात फिरवू लागली. काय बोलावं ते तिलाही समजेना.

कात्यायनीच्या हुंदक्यांचा आवाज ऐकून नर्स धावत आली आणि म्हणाली, 'अशा रडलात तर प्रकृती आणखी बिघडेल तुमची!' आणि ती नागलक्ष्मीला म्हणाली, 'तुम्हाला पाहताच त्यांना सगळं आठवून रडू येतंय. तुम्ही बाहेर चला पाहू-'

नाईलाज होऊन नागलक्ष्मी खोलीबाहेर आली.

त्या दिवशी संध्याकाळी राज प्रमुख लेडी-डॉक्टरांना भेटला. डॉक्टरांनी त्याला ओळखलं, 'माझी मुलगी तुमच्या कॉलेजमध्ये आहे. तुम्हा दोघांचीही ती विद्यार्थीनी आहे.'

'हो? नाव काय तिचं?'

'सुधा राव.' गेल्या वर्षी तिनं तुमच्या नाटकात कामही केलं होतं. तुमच्या मिसेसही तिला खूप आवडतात. त्यांचं असं झालं- वाईट वाटलं मलाही!'

त्याच वेळी डॉक्टरांनी सांगितलं, 'ही तिसरी खेप ना असं होण्याची? महिनाभर

त्यांना हॉस्पिटलमध्ये राहावं लागेल. नंतरही सहा महिने विश्रांती हवी. तसं मी सर्टिफिकेटही देईन हवं तर! त्यांनी रजा घ्यायला हवी.'

'आता काही काळजीचं कारण नाही ना?' राजनं कातरस्वरात विचारलं.

'या वेळी तुम्ही त्वरित आणलं म्हणून त्या वाचल्या. यानंतर जर पुन्हा त्या गरोदर राहिल्या तरीही पुन्हा ॲबॉर्शन होण्याचीच शक्यता अधिक! त्याहीपेक्षा महत्त्वाचं म्हणजे जर पुन्हा हे घडलं तर त्या जगण्याची शक्यता रुपयात एक आण्याइतकीही नाही!'

राज विदीर्ण झाला.

त्याच पुढे म्हणाल्या, 'वर्षभर त्यांनी पतीपासून दूर राहायला हवं. त्यानंतरही तुम्ही काळजी घ्यायला हवी. मला वाटतं तुम्ही ऑपरेशन करून घ्यावं हे उत्तम! किती मुलं आहेत तुम्हाला?'

'एकही नाही.'

डॉक्टरही खिन्न झाल्या आणि म्हणाल्या, 'रुग्णाच्या दृष्टीनं जे आवश्यक आहे ते मी सांगितलं. तुमचा निर्णय तुम्हीच घ्या. मी फक्त धोक्याची कल्पना दिली.'

जड अंत:करणानं राज घरी आला.

कात्यायनीला सहा महिने रजा मिळणं शक्य नाही हे त्याला ठाऊक होतं. तरीही तिच्या नावे एक अर्ज लिहून तो मैसूरला जायला निघाला. नागलक्ष्मी त्याला म्हणाली, 'तू जाऊन सगळं काम करून ये. इथली काळजी करू नकोस. मी हॉस्पिटलमध्येच राहीन. कुणीतरी शेजारचं पृथ्वीसोबत राहील.'

मैसूरला गेल्या गेल्या तो सरळ कॉलेजमधल्या सदाशिवरावांच्या अभ्यासिकेत शिरला. सदाशिवराव कामात गुंतले होते. राजच्या तोंडून सारी हकिकत ऐकून त्यांनाही वाईट वाटलं. कात्यायनीच्या रजेचा विषय निघताच ते राजला म्हणाले, 'तू हा अर्ज व्हाइस चान्सलरना भेटून देऊन ये. नंतर मीही त्यांना भेटेन.'

राजनं तसं केलं. करुणा त्याला घरी घेऊन गेली. थोड्याच वेळात त्यांनी घरी येऊन सांगितलं, 'रजा मिळेल, पण बिनपगारी. नोकरी मात्र राहील.'

जेवण झाल्यानंतर त्याच्या हातात एक चेक देत त्यांनी सांगितलं, 'आता शटल-गाडीनं जा. म्हणजे बसायला व्यवस्थित जागा मिळेल.'

दीड हजाराचा चेक पाहून राज म्हणाला, 'आता एवढे पैसे कशाला?'

'आता सहा महिने तिचा पगार नाही. तिच्या प्रकृतीकडेही व्यवस्थित लक्ष द्यायला हवं. औषधपाण्यात हयगय करू नको. अजूनही पैसे लागले तरी कळव. संकोच करू नकोस.' असं सांगून त्यांनी त्याला निरोप दिला.

हॉस्पिटलमधून घरी येऊन महिना झाला तरी कात्यायनी अंथरुणावर झोपूनच

होती. औषधं, टॉनिक्स, फळं नियमितपणे दिली जात होती. एक स्त्रीरोगतज्ज्ञ दर तीन दिवसांनी एकदा घरी येऊन तिची प्रकृती तपासत होत्या.

ती आता पूर्वीसारखी राहिली नव्हती. तिचं पूर्वीचं रसरशीत रूप आता रस पिळून टाकलेल्या आंब्यासारखं दिसत होतं. फक्त चित्रातच दिसतील अशी तिची नाजूक बोटं आता काळपट काड्यांसारखी दिसत होती. डोळ्यांतलं तेज नाहीसं होऊन त्यात आता निराशा खेळत होती. केसांच्या अंबाड्याचा आकारही आता खूपच उणावला होता. चैतन्यानं सळसळणारा तिचा देह कधी असा एखाद्या प्रेताप्रमाणे अंथरुणावर पडेल असं कुणालाही वाटलं नव्हतं.

कॉलेजची वेळ सोडता राज सतत तिच्या शेजारी बसून राहात होता. अलीकडे त्यानं नाट्यसंघाची कामंही करण्याचं सोडून दिलं होतं. ती नसेल त्यावेळी नागलक्ष्मी तिच्या शेजारी बसून राहात होती. आपल्याला येतील तशा गप्पा मारत होती. अलीकडे नागलक्ष्मीनं प्रत्येक शनिवारी रामाची पूजा करून रामकथा वाचायला सुरुवात केली होती. एखाद्या शनिवारी कात्यायनीच्या इच्छेप्रमाणे तिच्या पलंगाशेजारी बसून ती रामकथा वाचत होती. कात्यायनी लक्ष देऊन ऐकत होती. त्या वेळेपुरती तरी तिच्या मनात रामाविषयी भक्तिभावना निर्माण होत होती.

दुपारी किंवा रात्री अंथरुणावर पडल्यानंतर झोप आली नाही की ती गाढ विचारात बुडून जात होती. तीन वेळा आपलं असं का व्हावं? तिसऱ्या खेपेला तर सर्व मानवी प्रयत्नांची पराकाष्ठा केली होती, तरी काही उपयोग झाला नव्हता. त्याऐवजी चिनीच्या वेळी यापैकी कसलीच काळजी घेतली नव्हती तरी ते बाळंतपण सुखरूप झालं होतं. त्यावेळी भागीरथम्मांनी पाचव्या महिन्यात तिला कुठलासा काढा प्यायला दिला होता. रोजच्याच स्वयंपाकावर थोडं अधिक दूध-तूप त्या वाढत होत्या. त्याशिवाय वेगळं कुठलंही टॉनिक नव्हतं. तरीही ते गरोदरपण कुठल्याही त्रासाशिवाय फलदायी झालं होतं. मग याच वेळी असं का व्हावं?

दोन दिवसांपूर्वीच राजनं मोठ्या डॉक्टरांनी सांगितलेली गोष्टही तिला सांगितली होती. यानंतरचं गर्भारपण जीवघेणं ठरणार असल्याचं तिलाही ठाऊक झालं होतं. या सगळ्याचा अर्थ काय? यामागचं कारण काय? विचार करून थकलेलं तिचं मन पाप-पुण्याकडे वळत होतं. श्रोत्रींचे शब्द राहून राहून आठवत होते- 'एका वंशाचं बीज रुजावं आणि मोठं व्हावं म्हणून दुसऱ्या वंशातले माता-पिता एका क्षेत्राचं दान करतात. त्या वंशाचं बीज आपल्यात सामावून त्याचा वृक्ष केल्यानंतरच त्या क्षेत्राचं जीवन सार्थकी लागतं.'

श्रोत्रींच्या घराण्याचं बीज उदरात रुजवून त्या वंशवृक्षाच्या निर्मितीला कारणीभूत झाल्यानंतर तिच्या स्त्रीत्वाचं सार्थक झालं होतं का? तिच्या स्त्रीत्वाचा हेतू पूर्ण झाला होता का? नव्या वंशाचं मातृत्व स्वीकारण्याची तिची कुवत नव्हती का?

पण नव्या वंशाचं मातृत्व मिळवण्यासाठी तिनं दुसरं लग्न केलं नव्हतं. राजनंही त्या हेतूनं तिला आपलं पत्नीपद दिलं नव्हतं. एकमेकांवरचं उत्कट प्रेम अनावर होऊन त्यांनी एकमेकांशी लग्न केलं होतं. एकमेकांवाचून जगणं अशक्य वाटावं एवढा प्रेमाचा प्रभाव वाढला आणि म्हणून त्यांनी लग्न केलं होतं. निसर्गाच्या हाकेला ओ देऊन ते एकत्र आले होते. प्रकृती-पुरुषासारखे! पण तरीही नंतरच्या वैवाहिक जीवनात अपत्याची अपेक्षा असणं साहजिकच नाही का? तिची मातृत्वाची इच्छा आणि राजची पितृत्वाची आस पूर्ण होता होता अदृश्य झाली होती. या आघातामागचं कारण काय? नव्या वंशाची माता होण्याचा नैतिक आणि आध्यात्मिक अधिकार आपण गमावल्याची भावना तिला भेडसावत होती. तिला स्वतःला 'वंशाची माता' होण्यापेक्षा 'नव्या बाळाची आई' होण्याची इच्छा होती. पण श्रोत्रींनी सांगितलं होतं, 'वंशाच्या पार्श्वभूमीशिवाय मातृत्व, पितृत्व या नात्यांना काहीच अर्थ नाही.'

श्रोत्रींनी आणखीही सांगितलं होतं, 'विकासाच्या मार्गावर एकदा पोहोचलेल्या जागी पुन्हा जाणं हे नैसर्गिक नाही.'

पहिल्या विवाहानंतर तिनं पत्नीत्व आणि मातृत्व यांचा आनंद घेतला होता. त्यानंतर पुन्हा एखाद्या कन्येप्रमाणे प्रियकरावर प्रेम करून ती त्याची पत्नी झाली होती. एकदा मातृत्व प्राप्त झाल्यानंतर पुन्हा पत्नी होण्याचा अधिकारच नाही? या प्रश्नाला तिच्याकडे उत्तरच नव्हतं.

विचार करून करून थकून गेलेल्या कात्यायनीनं एकदा नागलक्ष्मीला विचारलं, 'अक्का, पाप म्हणजे काय ते सांगाल?'

'मला काय समजतंय?तू खूप शिकलेली आहेस, तूच सांग.'

'मला फार समजत नाही म्हणून तर तुम्हाला विचारलं.'

फारसा विचार न करता नागलक्ष्मी श्रद्धेनं म्हणाली, 'कुणाला कष्टी करणं म्हणजे पाप. ज्यावर आपला अधिकार नाही त्याची अपेक्षा करणं म्हणजे पाप.'

'एवढंच? याशिवाय दुसरं कुठलंही पाप नाही?'

'मी म्हटलं ना, मला काय समजतंय?'

तिच्या बोलण्याचा कात्यायनी विचार करत होती. कुणाला आपण दुःखी केलं? तिला वृद्ध श्रोत्री आणि भागिरथम्मांची आठवण येत होती. त्या दोघांना वृद्धापकाळात आपण दुःख दिलंच ना? पण श्रोत्रींनीच तर सांगितलं होतं, 'चिनीला ठेवून जा असं मी माझ्यासाठी किंवा आत रडणाऱ्या त्या म्हातारीसाठी म्हणणार नाही! आमच्या उतारवयात त्यानं आमच्यासाठी काही करावं अशीही माझी अपेक्षा नाही.'

नातवाविषयी एवढी अनासक्ती दर्शविणारे श्रोत्री आपल्याला एवढा दोष देतील?

तरीही उतारवयात त्यांची सेवा करणं हेच आपलं कर्तव्य होतं की काय कोण जाणे?

नागलक्ष्मीनं सांगितलेलं दुसरं कारणही तिला आठवत होतं- 'ज्यावर आपला अधिकार नाही त्याची अपेक्षा करणं म्हणजे पाप.' म्हणजे पुन्हा आई होण्याचा आपला अधिकारच नाही? देवा, किती विचित्र गुंत्यात जीवन गुरफटून गेलंय हे!

मध्ये एक-दोन महिने गेले तशी कात्यायनी घरातल्या घरात हिंडू फिरू लागली. आता ती दिवसा झोपत नव्हती. संध्याकाळी एखादा फर्लांगभर पतीबरोबर फिरूनही येत होती.

यंदा पृथ्वी हायस्कूलची अखेरची परीक्षा पास झाला होता. घरात बसून कंटाळा आला की कात्यायनी त्याचा अभ्यास घेत होती. त्यानंतरच्या महिनाभराच्या विश्रांतीनं तिचा देह पूर्ववत झाला असला तरी अंगातली शक्ती मात्र पूर्वीइतकी राहिली नव्हती. उत्तम प्रकृतीची तेजस्वी कांती आता नाहीशी झाली असली तरी सुकुमार देहकांतीनं ती सुंदरच दिसत होती. चालताना टाचेतून रक्त फुटेल की काय असं आता वाटत नसलं तरी ती मृदू आणि गोरी पावलं आकर्षक दिसत होती.

एकदा एकांतात राजनं तिला विचारलं, 'आता तुझी तब्येत बरी आहे ना?'

त्याचा दृष्टीतला अर्थ जाणून तिनं त्याच्या गळ्याभोवती दोन्ही हात वेढत म्हटलं, 'का बरं? कंटाळा आला?'

'तसं काही नाही.' तिचे हात बाजूला सारत तो स्वत:ला सावरत म्हणाला.

'मला सगळं समजतं.' त्याच्या नजरेत नजर मिसळत ती म्हणाली, 'माझ्यासारख्या करंटीशी लग्न केलंत म्हणून ही पाळी आली तुमच्यावर!'

काही वेळ तसाच गेला. तिनं पुन्हा विचारलं, 'डॉक्टरांनी सांगितलं ते खरं का?'

'काय?'

'तुम्ही ऑपरेशन करून घ्यावं म्हणून?'

'हो.'

'त्याऐवजी मी करून घेतलं तर?'

'दोन्हींत काय फरक आहे? परिणाम एकच ना!' त्याच्या स्वरातली निराशा मुळीच लपली नव्हती.

दुसरे दिवशी ती स्वत: त्याच्याबरोबर दवाखान्यात गेली आणि आपली इच्छा डॉक्टरांना सांगितली. पण डॉक्टर म्हणाल्या, 'या पाच महिन्यांत तुमची प्रकृती खूपच खालावली आहे. जर तुमचं ऑपरेशन करायचं असेल तर अजून दोन-तीन वर्षं थांबावं लागेल. त्याऐवजी मला तर वाटतं, त्यांनीच ऑपरेशन करून घ्यावं हे उत्तम!'

बाहेर येऊन तिनं डॉक्टरांचं म्हणणं त्याला सांगितलं.

दहा वर्षांपूर्वी कुणी राजला अपत्यासाठी झुरणाऱ्या दांपत्याची व्यथा सांगितली असती तर त्यानं ती अतिभावुकतेची कथा मानली असती. पण आता निपुत्रिकतेचं दुःख सामोरं ठाकल्यावर तो हताश होऊन गेला होता. पृथ्वीशी खेळताना रंगून जाणारा राज स्वतःची पत्नी आपल्याला मूल देऊ शकणार नाही म्हणून घायाळ होत होती.

कधी त्याला पत्नीच्या निकटसहवासाची अपेक्षा वाटे; पण परिणामाच्या भयापोटी तो तिला स्पर्श करायलाही घाबरत होता. पतीच्या बेचैनीचं कारण जाणून एकदा तिनंही त्याला म्हटलं, 'डॉक्टरांच्या बोलण्यावर एवढा विश्वास ठेवायचं कारण नाही. तुम्ही घाबरू नका-'

पण तो उत्तरला, 'काहीही असलं तरी मी तुझा जाणूनबुजून बळी देणार नाही.'

मधूनच कात्यायनीला भीती वाटे- मातृत्वाची चौकट नसेल तर आपण फक्त पत्नित्वाच्या बंधनानं किती दिवस पतीला बांधून ठेवू शकू? मुलाच्या आशेपोटी त्यांनी दुसरं लग्न केलं तर?

अलीकडे रात्री राज पृथ्वीबरोबर बाहेरच्या खोलीत झोपत होता. परीक्षा जवळ आली तेव्हा त्याचा रात्री अकरा वाजेपर्यंत अभ्यास घेत होता. नंतर गाढ झोपलेल्या पृथ्वीच्या चेहऱ्याकडे आसुसून पाहात होता.

लहानपणापासून पृथ्वीचा वडिलांपेक्षा राजवरच अधिक जीव होता. वडिलांपेक्षाही तो राजच्याच अंगावर दंगा करत वाढला होता. यानंतर आपल्याला मूल होणार नसेल तर या पृथ्वीलाच आपला मुलगा मानायला पाहिजे! पहिल्यापासून पृथ्वीवर त्याचा जीव होता तो आपल्या भावाचा मुलगा म्हणून! आता मात्र तो पृथ्वीला स्वतःचाच मानू लागला. कात्यायनीलाही त्यानं हेच सांगितलं. कात्यायनी काही बोलली नाही.

तरीही प्रश्न सुटत नव्हता. दिवसेंदिवस कात्यायनीचा सहवास टाळणं त्याला अशक्य होत होतं. कृतक साधनांवर त्याचा विश्वास नव्हता. कुठल्याही परिस्थितीत तो कात्यायनीच्या जिवाची किंमत द्यायला तयार नव्हता. अखेर मनावर दडपण आणून त्याला ऑपरेशनचा निर्णय घ्यावाच लागला.

कात्यायनीच्या डॉक्टरीणबाईंकडून एक सर्टिफिकीट घेऊन तो पुरुषांच्या दवाखान्यात गेला. ऑपरेशननंतर घरी परतताना त्याच्या डोळ्यांत पाणी साचत होतं. अस्तित्वाची मूळ उद्देश्य-शक्ती नष्ट होत असताना कुठलाही विचार त्याचं सांत्वन करू शकत नव्हता.

तो ऑपरेशनसाठी दवाखान्यात गेला तेव्हा कात्यायनीला राहून राहून श्रोत्रींची आठवण येत होती. त्यांच्या जीवनातही एक असा प्रसंग आला होता. त्या प्रसंगाला

सामोरं जायची त्यांची ताकद इतर सामान्यांत कुठली?

दवाखान्यातून घरी आल्यावर दोघेही एकमेकांसमोर मूकपणे बसून राहिले होते. कात्यायनीच्या डोळ्यांना अश्रूंच्या धारा लागल्या होत्या.

तिचं सांत्वन करण्याची ताकद राजच्या अंगातही राहिली नव्हती. पण त्याच्या डोळ्यांतले अश्रू मात्र नाहीसे झाले होते.

■

अठरा

या आठ वर्षांत श्रोत्री अधिकच अलिप्तपणे जीवन जगत होते. त्यांची सत्तरी आली होती. या संसाराविषयी कसलीच आसक्ती त्यांच्या मनात राहिली नव्हती.

नंजुंडला मोठा करून त्याच्यावर संसाराची जबाबदारी सोपवण्यास ते उत्सुक असतानाच त्याच्या अपघाती मृत्यूमुळे त्यांना पुन्हा व्यवहारात गुंतून राहावं लागलं होतं. दोन वर्षांनंतर हळूहळू सगळी जबाबदारी सुनेवर टाकावी असं ठरवत असतानाच ती निघून गेल्यामुळे पुन्हा त्यांच्यावरच सारी जबाबदारी पडली होती. आता नातू मोठा होऊन संसाराची जबाबदारी अंगावर घेण्यालायक झाल्याशिवाय त्यांची त्यातून सुटका नव्हती.

तरी त्यातही त्यांचं मन एकप्रकारे अलिप्तच होतं. संन्यास घ्यायचा विचार तर अनेक वेळा त्यांच्या मनात येऊन गेला होता. गृहस्थाश्रमातली सगळी कर्तव्यं पूर्ण झाल्यानंतर साऱ्या मोहांचा त्यांना त्याग करायचा होता. गेल्या काही वर्षांत ते त्याच संदर्भात संन्यासोपनिषद्, वैखानससूत्र, धर्मसिंधू, जीवन्मुक्तिविवेक या ग्रंथांचं अध्ययन आणि मनन करत होते.

तरीही या परिस्थितीत संसाराचा त्याग करून संन्यास घेऊन निघून जाणं हा अधर्म आहे, हे त्यांना समजत होतं. आपल्या संसारात आपल्यावर अवलंबून असलेल्यांना एका विशिष्ट पातळीपर्यंत आणून, त्यांची आणि पत्नीची परवानगी घेऊनच संन्यास घेता येईल, हे त्यांना ठाऊक होतं. त्यांच्या वंशाचं नाव लावणारा त्यांचा नातू आता कुठं तेरा वर्षांचा झाला होता. त्याचं लग्न होऊन त्याच्या खांद्यावर संसाराचा गाडा द्यायला अजून कमीतकमी आठ वर्षं तरी हवी होती. अशा परिस्थितीत साठ वर्षांची वृद्ध पत्नी संन्यासाची परवानगी देणार नाही हे तर स्पष्टच होतं.

संन्यासाची त्यांची इच्छा असली तरी ते त्यासाठी आसुसले नव्हते! संन्यास म्हणजे एकप्रकारची निर्विकार आणि निर्लिप्त मन:स्थिती! या संन्यासाच्या अपेक्षेनंच जर मन विकारग्रस्त झालं तर कसं? संन्यस्तवृत्तीला मारक असलेली ही इच्छाही श्रोत्रींनी सहजपणे बाजूला सारली होती.

कात्यायनी घरातून निघून गेली त्या वर्षी त्यांनी चिनीचं नाव तिथल्या सरकारी प्राथमिक शाळेत घातलं. त्याच वर्षी त्याचं चौलकर्मही करण्यात आलं. खरं तर

याचा मोठा थाट उडवून देण्याची भागीरथम्मांची इच्छा होती. पण सुनेच्या निघून जाण्यामुळे त्यांच्या उत्साहावर पाणी पडलं होतं. शास्त्रापुरता विधी करून त्यांना गप्प बसावं लागलं. आठव्या वर्षी मुंज मात्र भागीरथम्मांच्या इच्छेप्रमाणे थाटात पार पडली. श्रोत्रींना त्या थाटापेक्षाही चिनीला गायत्री मंत्र, त्रिकाल संध्या आणि वेदाध्ययनाचा अधिकार मिळावा ह्याचं अधिक महत्त्व होतं. एका शुभमुहूर्तावर श्रोत्रींनीच नातवाला मांडीवर घेऊन त्याच्या डोक्यावर मुकटा पांघरून त्याच्या कानात गायत्री मंत्र सांगितला. भागीरथम्मांनीच प्रथम चांदीच्या वाटीत भिक्षा वाढली. कपाळाला गोपीचंदनाचा टिळा लावून, कमरेला मौंजीबंध बांधून, हळदीचा पंचा नेसून चिनी श्रोत्री वंशाचं गोत्र सांगून आपल्या अभिमानाबरोबर प्रवर सांगत भिक्षा वाढणाऱ्या स्त्रियांना नमस्कार करत होता- 'काश्यप गोत्रोत्पन्न: काश्यपात्सव काश्यपावसार नैद्रव प्रवर त्रयान्वित अश्वलायनसूत्रसमन्वित: यद् शाखाध्यायी श्री श्रीनिवास श्रोत्रीयोऽहं अपभिवादये।'

वंशाच्या प्रज्ञेनं श्रोत्रींचा चेहरा अभिमानानं फुलला होता हे ऐकताना! गोत्र, सूत्र, शाखा, श्रोत्री वंश आणि पूर्वजांच्या नावाच्या उच्चाराबरोबरच आपलं नाव नातवाच्या मुखातून ऐकताना त्यांच्या चेहऱ्यावर आगळं समाधान पसरलं होतं!

मुंज झाल्याच्या दुसऱ्याच दिवसापासून ते स्वत: चिनीला संध्यावंदन आणि इतर धार्मिक कार्य शिकवू लागले. संस्कृत भाषेची पहिल्यापासून सवय असल्यामुळे त्याच्या मुखातून मंत्रोच्चार सुस्पष्टपणे ऐकू येत होते. श्रीनिवास श्रोत्री रोज संध्याकाळी थोडे वेदमंत्र त्याला पाठ करायला लावून त्यांचा अर्थही सोप्या भाषेत त्याला समजावून सांगत होते. सर्व दात शाबूत असलेल्या श्रोत्रींच्या मुखातून बाहेर पडणारा स्पष्ट मंत्रोच्चार तल्लख बुद्धीचा चिनी झपाट्यानं आत्मसात करत होता. शाळेतल्या अभ्यासातही तो हुशार होता.

अलीकडे भागीरथम्मांची प्रकृती मात्र पूर्वीसारखी काटक राहिली नव्हती. सून घरातून निघून गेल्यामुळे त्यांचा मानसिक आधार नाहीसा झाला होता. रात्री दिवाणखान्यात झोपलेल्या वेळी त्या पलीकडे झोपलेल्या लक्ष्मीशी या विषयावर बोलायला सुरुवात करत. ते ऐकून उशाशी असलेल्या पलंगावर झोपलेले श्रोत्री विचारत, 'चिनीला झोप लागली का?'

शेजारीच झोपलेल्या चिनीकडे दृष्टी टाकत त्या विचारत, 'हो. का?'

'हे पाहा, जे घडायचं ते घडून गेलंय. त्यावर आता बोलू नये असं कितीवेळा सांगायचं तुला? देव कुणाचं भलं करो वा बुरं करो! जर तुम्ही पदोपदी असं बोलू लागलात तर त्या मुलाच्या मनात आईविषयी कुठली भावना निर्माण होईल, याचा थोडा विचार केलास का? ज्याचा काही उपयोग नाही त्या विषयावर असं बोलून काहीच साध्य होत नाही.'

भागीरथम्मा अशा वेळी गप्प राहात. त्यांना सारं पटलं असलं तरी मनातली मळमळ त्या लक्ष्मीपुढे व्यक्त करत. लक्ष्मीला शीनप्पाचं बोलणं पटलं तरी भागीरथम्मांच्या मन:स्थितीची जाणीव होती. त्यामुळे ती त्यांचं बोलणं ऐकून घेत असे. असं अर्धा तास बोलणं झालं की भागीरथम्मांना थोडं बरं वाटे. त्यानंतर सात-आठ दिवस त्यांचं मन थोडं शांत असे!

मुंजीनंतर पाच वर्षांनी चिनी माध्यमिक शाळेत जाऊ लागला. एक हुशार विद्यार्थी म्हणून तो शाळेत ओळखला जात होता. रोज अकरा वाजता शाळेत जाण्याआधी तो मुकटा नेसून नदीचं दोन घागरी प्यायचं पाणी आणून देत होता. आजीची प्रकृती अलीकडे बरी नसते याची त्याला जाण होती. आजोबा मात्र वयाच्या मानानं सशक्त होते. अजूनही त्यांना चष्मा लागला नव्हता. दिवसाकाठी त्यांचं फिरणंही बरंच होत होतं.

चिनी तेरा वर्षांचा झाला तरी आजीपाशीच झोपत होता. शाळा आणि संस्कृत पाठाची वेळ सोडता तो सतत आजीपाशीच राहात होता. त्या दोघांच्या एकमेकांशी बऱ्याच गप्पा चालत. तो त्यांना अनेक प्रश्न विचारून भंडावून सोडत असे. त्याही जमेल ती उत्तरं देऊन त्याचं समाधान करत. एकदा त्यानं आजीला विचारलं, 'श्रीपादरायांची वासंती माझ्यासाठी बिस्कूट का आणते गं?'

खरं कारण न सांगता त्या म्हणाल्या, 'अरे, पहिल्यापासूनच त्यांचा आपल्या घरावर लोभ आहे.'

बहुतेक वेळी त्याचे प्रश्न असत, 'चक्रपाणीच्या घरी देवघरात सोन्याची नाणी पुरून ठेवली आहेत, हे खरं?' 'परशुरागाच्या देवळाजवळ सात घागरी भरून सोन्याची नाणी आहेत आणि त्यावर सात फड्यांचा साप बसलाय, हे खरं का गं?' 'गेल्या सोमवारी मी हेज्जिगेला गेलो तेव्हा पापय्यांच्या घरी गेलो होतो. तेव्हा त्यांनी मला हा एवढा गूळ आणि एवढालं लोणी दिलं. रोज त्यांच्या घरी सगळेजण एवढं एवढं लोणी खातात?'

त्याच्या प्रश्नांना पटेल अशी उत्तरं देता देता भागीरथम्मा रंगून जात.

आपले वडील मरण पावले आहेत हे चिनीला ठाऊक होतं. कारण तो स्वत: दरवर्षी त्यांचं श्राद्ध करत होता. त्याचे आजोबा स्वत:च्या आई-वडिलांची श्राद्धं करत होते. आपली जिवंत असलेली आई कुठं आहे, हे त्यानं एकदा आपल्या आजीला विचारलं त्यावेळी ती म्हणाली, 'वडिलांकडे.'

'का?'

'बाळ, याविषयी काही विचारू नकोस.' त्यांनी कष्टी होऊन सांगितलं होतं. आजीला दु:ख होत असलेलं पाहून त्यानं तिला पुढं काही विचारलं नाही. तरी

आपली मुंज होण्याआधी एका स्त्रीला आपण 'अम्मा' म्हणत असल्याचं त्याला चांगलं आठवत होतं.

वर्गात एका मुलाशी भांडण झालं तेव्हा तो मुलगा कुत्सितपणे म्हणाला, 'तुझी अम्मा कुणाचा तरी हात धरून पळून गेलीय-'

घरी आलेल्या चिनीनं आजीला सारी हकिकत सांगून विचारलं, 'आजी, हे खरं का गं?'

आजी कठोरपणे म्हणाली, 'असं कुणी म्हणालं म्हणून तूही विचारतोस? असं म्हणू नये.'

त्यानंतर मात्र त्यानं याविषयी कुणाला काहीही विचारलं नाही. आजीनं सांगितलंय त्याअर्थी या विषयावर विचार करणंही चुकीचं आहे असं त्यानं मनोमन ठरवून टाकलं.

नुकतीच त्याची प्राथमिक शाळेतली पाचवीची परीक्षा संपली होती. तो चांगल्या रीतीनं पास होईल याविषयी मास्तरांनाही खात्री होती. आता पुढच्या वर्षी आपण हायस्कूलला जायचं या आनंदात तो असतानाच भागीरथम्मांची प्रकृती अधिक बिघडली.

अलीकडे त्या महिना-दोन महिन्यांनी एकदा तरी अंथरूण धरत होत्या. पण दोन-तीन दिवसांत त्या पुन्हा उठून कामाला लागत होत्या. त्या आजारी पडल्या की स्वत: श्रोत्री स्वयंपाक करत होते. घरगुती औषधपाण्यानं त्या पुन्हा उठून उभ्या राहात. या खेपेला मात्र दोन दिवस घरगुती उपचार केले तरी त्यांना गुण आला नव्हता. तिसरे दिवशी पंडितांना बोलवायला गेले असता ते महिनाभरासाठी गावी गेल्याचं समजलं. रोज भागीरथम्मांच्या अंगात ताप येतच होता. सारं अंग ठणकत होतं. श्रोत्रींनी आपल्याला समजतील तसे थोडेफार उपचार केले. त्या शुद्धीवर होत्या. तरीही आजाराचं स्वरूप आता समजेनासं झालं होतं. सुरुवातीला सन्निपात वाटणाऱ्या त्या आजारातच नंतर भागीरथम्मांना वांत्या होऊ लागल्या. पोटात दूधही ठरेनासं झालं. श्रोत्री सरकारी डॉक्टरांना बोलावण्यासाठी निघाले, पण भागीरथम्मांनी त्यांना रोखलं. परजातीच्या डॉक्टरांच्या हातचं औषध घ्यायला त्या तयार नव्हत्या.

एके दिवशी भागीरथम्मांनी पतीला कुठंही जाऊ दिलं नाही. त्याच रात्री त्यांची शुद्ध गेली. आता मात्र श्रोत्री व्याकूळ झाले. लक्ष्मीनं धावत जाऊन सरकारी डॉक्टरांना बोलावून आणलं. डॉक्टरांनी 'खूप उशीर केलात-' असा बोल लावत इंजेक्शन दिलं आणि औषध नेण्यासाठी कुणालातरी पाठवून द्यायला सांगितलं. चिनीनं धावत जाऊन औषध आणलं. पण गोकर्णात औषध घालून तोंडापाशी नेलं तरी भागीरथम्मांनी तोंड उघडलं नाही. प्रज्ञारहित अवस्थेतही त्यांचा हा विरोध पाहून श्रोत्रींनी आपला प्रयत्न थांबवला.

आणखी तीन दिवस गेले.

रात्रभर घरातले तिघेही जागेच होते. श्रोत्री आणि लक्ष्मीनं कितीही सांगितलं तरी चिनी झोपला नव्हता. तो बावरून गेला होता. लक्ष्मीही हवालदिल झाली होती. श्रोत्री मात्र येऊ घातलेल्या कठीण प्रसंगाला तोंड देण्याची तयारी करत होते. त्यांच्या डोळ्यांसमोर सुमारे पन्नास वर्षांच्या वैवाहिक जीवनाचा आलेख तरळत होता. लग्न होऊन ती सासरी आली त्यानंतरचे ते नव्या नवलाईचे दिवस, मूल न झाल्यानं व्यथित झालेले दिवस, मुलगा जन्मला म्हणून झालेला आनंद, त्यानंतरचं व्रतस्थ जीवन, मुलाच्या अकाली मृत्यूचं दुःख, आणि सून निघून गेल्यामुळे बसलेला धक्का, साऱ्या आशा नातवावर एकवटून जगणं सारं सारं त्यांना आठवत होतं.

भागीरथम्मांचा स्वभाव मूलतः चांगला असला तरी राग-लोभाचा संपूर्ण त्याग करणं त्यांना जमलं नव्हतं. त्यांनी कितीजणांवर तरी विविध उपकार केले होते. अखेरचं अंथरूण धरेपर्यंत भक्तिभावानं पतिसेवा केली होती. पतीच्या धार्मिक जीवनाशी त्या एकरूप झाल्या होत्या.

मध्यरात्री अर्धवट बेशुद्धावस्थेत त्या बरळत होत्या - 'बाळाचं कसं व्हायचं? ती असती तर- चिनीचं लग्न झालं असतं तर-'

आजीची ही अवस्था पाहून चिनी घाबरून गेला होता. लक्ष्मी आणि श्रोत्रींनी एकमेकांकडे पाहिलं. दोघांनाही परिस्थितीचं आकलन झालं होतं.

दुसरे दिवशी सकाळी डॉक्टर आले तेव्हा भागीरथम्मांच्या श्वासाचा वेग विलक्षण वाढला होता. कातरस्वरात श्रोत्रींनी विचारलं, 'आता कसं आहे?'

'शक्य ते मी करतच आहे-' इंजेक्शन देत डॉक्टर म्हणाले.

पण डॉक्टरांचे सारे प्रयत्न निष्फळ ठरले. दुसरे दिवशी पहाटे पाच वाजता भागीरथम्मांचा श्वास थांबला तो थांबलाच!

तीन रात्रींच्या जागरणामुळे नेमकी त्या वेळी चिनीला झोप लागली होती.

त्या आधी श्रोत्रींनी देवघरातून गंगाजल आणलं आणि भागीरथम्मांच्या तोंडात घातलं. गंगाजल पोटात गेलं आणि भागीरथम्मांचा श्वास थांबला. श्रोत्रींनी त्यांच्या नाकाजवळचं बोट काढलं तेव्हा लक्ष्मीनं हंबरडा फोडला. चिनी दचकून उठून बसला.

गेली पंचेचाळीस वर्षं भागीरथम्मांनी तिला अन्न शिजवून वाढलं होतं. कितीतरी वेळा तिला मैत्रीण मानून आपलं मन तिच्यापाशी मोकळं केलं होतं. एका प्रसंगी तर त्यांनी तिला आपला पतीही अर्पण केला होता. त्यानंतर श्रोत्रींनी जेव्हा तिला दोन एकर जमीन दिली होती तेव्हाही त्यांनी संतोष व्यक्त केला होता. हे सगळं आठवून लक्ष्मी हुंदके देत होती.

'हे काय लक्ष्मी! असं का करतेस? इतकी वर्षं निष्ठेनं देवाचं तीर्थ घेतलंस.

गाईची पूजा केलीस. कधी ना कधी मरायचंच, हेच विसरून गेलीस का?' श्रोत्री तिला म्हणाले खरे, पण अखेरीस त्यांचाही आवाज भरून आला होता.

डोळे टिपत ते पुढे म्हणाले, 'दु:ख कुणालाच चुकलं नाही. पण सहन करायला हवं-'

भेदरलेला चिनी आजोबांच्या चेहऱ्याकडे पाहात होता. त्यांच्या डोळ्यातले अश्रू पाहून त्याला सारं समजलं. 'आजी-' असा टाहो फोडून तो डोळे मिटून पडलेल्या भागीरथम्मांच्या निर्जीव देहावर पडला. त्याची आजी त्याच्याशी बोलली नाही. लक्ष्मीनं त्याला छातीशी धरलं.

उजाडल्यानंतर श्रोत्रींनी स्वत: शेजारीपाजारी जाऊन ही दु:खद बातमी सांगितली. पाहता पाहता घर माणसांनी भरून गेलं. त्यातला एकजण श्रोत्रींना म्हणाला, 'तुम्ही मोठे आहात. तुमचं चुकलं असं म्हणायला आमची जीभ धजावणार नाही. पण एवढं होईतो आम्हाला का सांगितलं नाही? आम्ही काय मेलो होतो?'

पुढची तयारी केली गेली. कुणी तिरडी बांधायला पुढे सरसावलं. बातमी पाहता पाहता वणव्यासारखी गावभर पसरली. श्रोत्रींच्या पत्नीचं अखेरचं दर्शन घ्यायला अख्खा गावच लोटला होता. पुरुषांबरोबर स्त्रिया आणि मुलंही जमली होती. शव फार वेळ ठेवू नये म्हणून आठ वाजता भागीरथम्मांना नेण्यात आलं. आजीच्या तोंडात तांदूळ घालताना चिनी बेशुद्ध झाला. जमलेल्या लोकांना ते दृश्य पाहून अश्रू अनावर झाले. लक्ष्मी पुढं झाली आणि तिनं चिनीला जवळ घेतलं.

सातव्या दिवसापासून सुरुवात झालेली भागीरथम्मांची उत्तरक्रिया भरपूर दानधर्म करून पूर्ण करण्यात आली.

आता श्रोत्रींचा दिनक्रम पूर्वीसारखा राहिला नव्हता. पहिल्यासारखे ते भल्या पहाटे उठून देवपूजा करत असले तरी त्यांचा पूर्वीइतका वेळ देवपूजेत जात नव्हता. सहा वाजताच ते आपली पूजा आवरती घेत आणि स्वयंपाकघरात शिरत. चिनीची स्नानसंध्या संपायच्या वेळी त्याला दूध तापवून देत. हायस्कूलला जाणारा चिनी सकाळच्या वेळी शाळेचा अभ्यास करत असे. साडेनऊ वाजता आजोबांनी तयार केलेलं जेवण करून शाळेत जात असे. त्यानंतर श्रोत्री लक्ष्मीला वाढत आणि मग स्वत: जेवण करत. भांडी घासणं आणि इतर वरची कामं लक्ष्मी पाहात होती. जनावरांची देखभाल करणं आणि केरवारे करणं यासाठी एक वेगळा नोकर ठेवला होता. संध्याकाळचा वेळ चिनीला वेदाभ्यास शिकवण्यात जात होता. फावल्या वेळी परसातल्या बागेत फेरी मारून येत. रविवारी ते चिनीला खेळायला जाण्याचा आग्रह करत. पण तो घरात राहून आजोबांना मदत करत असे.

श्रोत्री चिनीचं सारं काही पाहात असले तरी मधूनच आजीची आठवण त्याला विद्ध करत होती. कधी आजी स्वयंपाकघरातच आहे या कल्पनेनं तो धावत

स्वयंपाकघरात जाई आणि तिथं मोकळ्या स्वयंपाकघरात बसून पोटभर रडून घेई. एकदा रात्री झोपेतून उठून तो 'आजी-' म्हणून रडू लागला. त्या दिवसापासून श्रोत्रींनी त्याचं अंथरुण लक्ष्मीच्या शेजारी घालण्यास सांगितलं.

दिवसेंदिवस चिनी लक्ष्मीशी अधिक जीव लावत असला तरी आजीची आठवण मनात तशीच होती. त्याचा पहिला निर्व्याज हसतमुख चेहरा आता नाहीसा होऊन त्याची जागा आता अकाली आलेल्या प्रौढत्वाने घेतली होती.

रात्रीच्या वेळी चिनीला झोप लागल्यावर श्रोत्री आणि लक्ष्मीचं थोडंफार बोलणं होई. बहुतेक वेळा त्यांच्या बोलण्याचा विषय भागीरथम्मांचाच असे. नंतर गप्पा चिनीचा भविष्यकाळ या विषयाकडे वळत. पण कधीही श्रोत्री सुनेचा उल्लेख करत नसत. लक्ष्मीही कधी तो विषय काढत नसे.

एकदा लक्ष्मी सांगत होती, 'आता चिनीला चौदावं वर्ष लागलं. आणखी चार वर्ष झाली की नातसुनेला आणूया.'

'पण एवढ्या लवकर कोण लग्न करेल?'

'का? तुझ्या लग्नात तू केवढा होतास? आपलं पोर नक्कीच आपलं ऐकेल.'

'हो तसंच करावं लागेल.' श्रोत्री विचार करत म्हणाले.

■

एकोणीस

आपलं मन ताळ्यावर राहावं म्हणून कात्यायनी आपल्यापरीनं खूप प्रयत्न करीत होती. ती क्षणभरही एकटं राहायचं टाळत होती. संध्याकाळी राजबरोबरचं फिरणं कायम होतं. त्यांचं नाटक-सिनेमा पाहण्याचं प्रमाणही अलीकडे खूप वाढलं होतं. घरातल्या कामातही ती खूप लक्ष घालत होती. मधल्या वेळचं खाणं-पिणं तीच पाहात होती. प्रत्येक शनिवारी घरात होणाऱ्या रामपूजेत भाग घेत होती.

पण तरीही जन्माला येण्यापूर्वीच मरून गेलेल्या तीन बाळांची आठवण येतच होती. त्याचबरोबर यानंतर आपण कधीच आई होऊ शकणार नाही, हा विचार तिला अधिक विदीर्ण करत होता. अशा वेळी चिनीची आठवण तिच्या अंत:करणात भरून राहात होती.

आता तो कितवीत असेल? त्याला कधी आपली आठवण येत असेल काय? भागीरथम्मांनी त्याला आपल्याविषयी काय सांगितलं असेल? कधी समोर आलाच तर तो आपल्याला ओळखेल का? अखेरचं पाहिलं तेव्हा पाच वर्षांचा होता तो! आजी, आजोबा त्याच्यावर भरपूर माया करत असतील याविषयी तिच्या मनात किंतु नव्हता. मग कशाला तो आपली आठवण काढेल? कधी काळी भेट झालीच तर तो कसा वागेल आपल्याशी? मातृत्वाच्या भावनेला असलेला एक कलंक म्हणून त्याने आपल्याकडे पाहिलं तर? विचार करता करता ती अधिकच विव्हल होत होती.

तिच्या नकळतच ती अलीकडे पृथ्वीवर अधिक प्रेम करत होती. आता पृथ्वी कॉलेजमध्ये जात होता. ती कधी बाहेर गेली की त्याच्यासाठी नवे रुबाबदार कपडे घेऊन येत होती. त्याच्यासाठी तिने बॅट आणि चेंडूही आणला होता. तो रोज नेटक्या कपड्यात कॉलेजला जाईल याकडे ती कटाक्षानं लक्ष देत होती.

पृथ्वीलाही काकूविषयी आदर आणि प्रेम असलं तरी त्याला तिचा थोडा संकोच वाटत होता. तिच्याविषयी त्याच्या मनात भाव-भक्तीची भावना होती. कधी कात्यायनी वात्सल्यानं त्याला न्हाऊ घालू लागली की न्हाणीघरात अंग चोरून संकोचून बसत होता. ती पाठ चोळून देऊ लागली की संकोचून दूर होऊ पाहात होता.

आपलं ऑपरेशन झाल्यापासून राज तर पृथ्वीवर वात्सल्याचा वर्षाव करत

होता. घरखर्चाचे पैसे ठेवलेल्या कपाटाची चावीही तो त्याच्या हाती देत होता. रोज रात्री पृथ्वीबरोबरच तो जेवायला बसत होता. खूपदा तो त्याला नावानं हाक मारण्याऐवजी 'बाळ' म्हणूनच हाक मारत होता. कात्यायनीही पतीच्या भावनांशी प्रयत्नपूर्वक एकरूप होत होती. तरीही पतीची पितृत्वाची अपेक्षा पूर्ण न होण्यास आपण जबाबदार असल्याची भावना तिला कष्टी करत होती.

अनेक उपचारांनंतरही कात्यायनी रसरशीत होत नव्हती. अखेर एका डॉक्टरांनी हवाबदलाचा सल्ला दिला. या उन्हाळ्याच्या सुट्टीत कुठेतरी जायचं ठरलं. नंदीहिलला जाण्याचा एक विचार आला, पण दोन महिने राह्यलं तर कंटाळा येईल म्हणून रहित केलं. केम्मण्णु गुंडिही याच कारणासाठी रहित केलं.

राजच्या एका विद्यार्थ्याचं उटकमंडला घर होतं. त्याच्याकडं चौकशी करता त्यानं एखादं घर दोन महिन्यांसाठी भाड्यानं मिळवून देण्याचं कबूल केलं. तसं त्याचं गावी गेल्यावर पत्रही आलं. घर भाड्यानी घेण्याचीही आवश्यकता नसल्याचं त्यानं कळवलं होतं. त्याच्या ओळखीचे एकजण परदेशी गेल्यामुळे ती जागा मिळण्यासारखी होती.

सुरवातीला नागलक्ष्मी यायला तयार नव्हती. 'तुम्ही जाऊन या उदकमंडलला, मी इथेच राहाते.' ती म्हणाली.

पण राजनं ते न ऐकता तिला म्हटलं, 'ते काही नाही तुला आलंच पाहिजे. दोन महिने इथे एकटीच राहाणार का? बाळलाही घेऊन जाऊया. चार गाव फिरलं की मुलं हुशार होतात. तुलाही निलगिरी पाहिल्यासारखं होईल.

अखेर ती तयार झाली. दोघींनी मिळून दोन महिने पुरेल एवढी साराची पूड, पूडचटणी, सांबाराचा मसाला केला. राजनं आपल्या विद्यार्थ्याला आपण येत असल्याची तारीख कळवली. जायच्या दिवशी सामानाची बांधाबांध झाली. सगळे कपडे एका ट्रंकेत भरले आणि अंथरुण-पांघरुणाच्या दोन वळकट्या बांधल्या. शेजाऱ्यांना घराकडे लक्ष ठेवायला सांगितलं.

त्या संध्याकाळी कॉलेजचा शिपाई घरी येऊन हजर झाला. राज घरात नव्हता. कात्यायनीच्या हाती एक पाकिट देऊन तो म्हणाला, 'कालच आली होती ही तार. 'राजाराव' असं लिहिण्याऐवजी कुणी फक्त राज लिहिलंय. म्हणून थोडा गोंधळ झाला. आता अकौंटंट साहेबांनी तुमची असेल तर पाहायला पाठवून दिलंय.'

कात्यायनीनं आधीच फाडलेल्या त्या पकिटातून तारेचा कागद काढून वाचला- 'तुमच्या बंधू आणि वहिनींची प्रकृती गंभीर आहे. इथं इतर कुणीच नाही. कृपया सगळ्यांनी त्वरित निघून यावे.- राघप्पा.'

पत्ता स्पष्ट नसला तरी आतला मजकूर स्पष्ट होता.

कॉलेजचा शिपाई निघून गेला. कात्यायनीला काय करावं ते सुचेना. तोच राज

बाहेरून आला. त्यानंही ती तार वाचली. राघप्पा म्हणजे सदाशिवरावांच्या घरातला नोकर असल्याचं राजला ठाऊक होतं. त्यानं उटकमंडला जाण्याऐवजी मैसूरला जाण्याचा निर्णय घेतला.

पण नागलक्ष्मी म्हणाली, 'तुम्ही जाऊन या. मी इथंच थांबेन.'

'नागू, आता हट्ट करू नकोस. प्रकृती गंभीर आहे म्हणून तार आलीय. तीही काल. आता तिथली परिस्थिती काय आहे कोण जाणे! त्याचा जीव गेला तर नंतर त्याची सेवाही करायला मिळणार नाही.' राज कठोरपणे म्हणाला. तिच्या डोळ्यातून खळकन् अश्रू ओघळले. ती डोळे टिपत निघायच्या तयारीला लागली.

कात्यायनीनं सुचवलं, 'रात्रीची गाडी मैसूरला पहाटे पोचते. मला वाटतं थोडा खर्च झाला तरी हरकत नाही, आपण टॅक्सीनं जावं हे बरं! लगेच निघालो तर रात्री नऊ वाजेपर्यंत जाऊन पोहोचू.'

राजलाही ते पटलं. उटकमंडला जाण्यासाठी केलेल्या तयारीसह ते सगळेजण मैसूरला जायला निघाले.

टॅक्सी वेगानं मैसूरच्या दिशेनं धावू लागली.

मागच्या सीटवर बसलेल्या नागलक्ष्मीचं मन विचित्र भावनेच्या भोवऱ्यात गिरक्या घेत होतं. तिच्या पतीचं दुसरं लग्न होऊन दहा वर्षं झाली होती. त्यानंतर थोड्याच दिवसात त्यांनी घराचा त्याग केला होता. घर सोडून जाण्याआधी त्यांनी काही वेळा तिच्याशी बोलण्याचा प्रयत्न केला होता, पण त्यावेळी तिने त्यांच्याकडे पाठ फिरवली होती. आपली काही चूक नसताना त्यांनी दुसरा विवाह करावा याचा तिला संताप आला होता.

गेल्या दहा वर्षात त्यांची जी पुस्तकं प्रसिद्ध झाली होती त्यांची एकेक प्रत ते राजला पाठवत होते. जाड पुस्तकांच्या काळ्याभोर मुखपृष्ठावर सोनेरी अक्षरात पुस्तकाच्या नावाबरोबर लिहिलेलं त्यांचं नाव तीही पाहात होती. ते तिन्ही खंड राजनं बैठकीच्या खोलीतल्या काचेच्या कपाटात ठेवले होते. घरी आलेल्या पाहुण्यांना आपल्या भावाचे ते ग्रंथ दाखवताना राजच्या चेहऱ्यावर उमटणारा अभिमानही ती पाहात होती. बैठकीच्या खोलीतून ऐकू येणारं पाहुण्यांच्या तोंडचं पतीचं कौतुक ऐकताना तीही अभिमानानं फुलून येत होती.

काही वेळा आलेल्या पाहुण्यांना राज त्यांच्या द्वितीय पत्नीच्या ग्रंथनिर्मितीतील साहाय्याविषयीही सांगत असे. मनातल्या अढीमुळे सुरवातीला ती त्याकडे दुर्लक्ष करत होती. रामनामात सारं विसरण्याचा प्रयत्न करत होती. गेल्या काही वर्षात तिचा राग थोडा ओसरला होता. जर त्यांनी आपण होऊन बोलावलं तर त्यांच्या घरी जायचीही तिची मनोमन तयारी होती. पण ते मात्र एकदाही तिला भेटायला आले नव्हते.

अधूनमधून राज मात्र मैसूरला जात असतो हे तिला ठाऊक होतं. त्यांची दुसरी बायको त्यांच्याशी बरी वागत असावी अशी तिची समजूत होती. आता तिला काळजी वाटत होती - कशानं आजारी पडले असतील ते? मी तिथं असते तर त्यांची चांगली काळजी घेतली असती. आठवड्यातून एकदा तरी तेल लावून न्हाऊ घातलं असतं. तिनं मनोमन रामरायाला आपल्या कुंकवाचं रक्षण करायला विनवलं. मनात येणारे अशुभ विचार ती दूर करण्याचा प्रयत्न करू लागली.

पृथ्वीला आपल्या वडिलांना पाहिल्याचं थोडंफार आठवत होतं. पांढऱ्या केसांची आणि तांबड्या काडीचा जाड भिंगाचा चष्मा लावणारी एक मूर्ती त्याच्या मनात तरळत होती. ग्रंथनिर्मितीसाठी त्यांनी आपल्या आईला टाकल्याचं त्याला ठाऊक होतं. कॉलेजमधल्या प्राध्यापकांत तो त्यांना शोधण्याचा प्रयत्न करत होता. आपले वडील खूप मोठे विद्वान असल्याचं आणि आपल्या संपूर्ण विद्यापीठात त्यांच्या तोडीचे दुसरे विद्वान प्राध्यापक नसल्याचं त्यानं अनेकांच्या तोंडून ऐकलं होतं. पण एवढ्या विद्वान माणसानं दोन लग्नं का करावीत हे मात्र त्याला उमगत नव्हतं. पण आपला काका त्यांना खूप मानतो आणि तो एवढं मानतो त्या अर्थी आपणही त्यांच्याविषयी आदर बाळगला पाहिजे, या जाणिवेनं त्यानं आपल्या मनातली त्यांच्याविषयीची आदराची भावना जोपासली होती.

प्रकृती एवढी गंभीर होईपर्यंत त्यांनी आपल्याला का कळवलं नाही? नेमकं कसलं आजारपण असेल हे? विचाराच्या तंद्रीत पृथ्वी अंधारात धावणाऱ्या खिडकीतून बाहेर पाहात होता. रात्री साडेनऊ वाजता प्राध्यापकांच्या बंगल्यापाशी त्यांची टॅक्सी पोहोचली. तेव्हा सदाशिवरावांच्या बंगल्याला मोठं कुलुप लावलेलं आढळलं. टॅक्सीतून खाली उतरून राज शेजाऱ्यांकडे चौकशी करण्याचा विचार करत असताना राघप्पा तिथे आला. राजला पाहताच तो त्यांच्यापाशी जात म्हणाला, 'आलात ते बरं झालं! मी नुकताच दवाखान्यातून आलो. दोघेही दवाखान्यात आहेत.'

'कशी आहे त्यांची तब्येत?'

'दोघेही बेशुद्धावस्थेत आहेत.'

घराचं कुलूप काढून त्यानं सगळं सामान आत ठेवलं. त्या घरात पाऊल ठेवताना नागलक्ष्मीला आपण इथं आगंतुक असल्यासारखं वाटत होतं. आत जाऊन तिनं भोवताली पाहिलं. तिथलं वातावरण तिला सर्वस्वी अपरिचित होतं. घरभर पसरलेली पुस्तकं, शेल्फा-कपाटांत दिसणारी पुस्तकं, टेबलावर आणि जमिनीवरचे पुस्तकांचे गठ्ठे, हस्तलिखितांचे ढीग, टेबलावर अडचणीनं कशीबशी जागा मिळवून बसलेला टाईपरायटर! नागलक्ष्मीच्या कल्पनेतील घराची तिथं पुसट लक्षणंही दिसत नव्हती. घराच्या भिंतीवर एकही देवादिकाचं चित्र नव्हतं. दारात कधी रांगोळी घातलेली दिसत नव्हती. दाराला कधीकाळी का होईना आंब्याच्या पानांचं तोरण

बांधल्याची खूणही नव्हती.

राजच्या प्रश्नांना राघप्पा उत्तरे देत होता, 'त्यांना स्पेशल खोलीत ठेवलंय. बाईसाहेबांनाही बायकांच्या वॉर्डमध्ये स्पेशल खोलीत ठेवलंय. आता आपण गेलो तरी तुम्हाला आत जाता येईल. दोघेही आजारी होते म्हणून डॉक्टर सुरवातीला घरीच येत होते. पण घरची परिस्थिती पाहून त्यांनी दोघांनाही दवाखान्यात पोचतं केलं. दिवसभर मी तिथंच होतो. शेजारचे प्राध्यापकही नुकतेच घरी आलेत.'

टॅक्सी अजूनही बाहेरच उभी होती. त्याच टॅक्सीनं सगळेजण दवाखान्यात जायला निघाले. राजनं दोन सतरंज्या आणि दोन चादरी सोबत घेतल्या होत्या. हॉस्पिटलमध्ये पोहोचल्यावर तिथल्या नर्सनं डॉक्टरांच्या परवानगीशिवाय त्यांना आत सोडण्यास नकार दिला. तिथं असलेल्या डॉक्टरांना भेटून राजनं स्वत:ची ओळख करून दिली. तेव्हा डॉक्टरांनी फक्त लांबून रुग्णाला पाहाण्याची परवानगी दिली. पुरुषांच्या वॉर्डमधल्या स्वतंत्र खोलीतल्या पांढऱ्या पलंगपोसानं आच्छादलेल्या पलंगावर लाल चादर पांघरून सदाशिवराव झोपले होते. शेजारी असलेल्या छोट्या टेबलावर औषधं आणि रुग्णाचे केसपेपर्स ठेवले होते. कॉटखाली एका कोपऱ्यात लघवीचं भांड ठेवलं होतं. दरवाज्यापाशी असलेल्या एका नर्स व्यतिरिक्त तिथं दुसरं कुणीच नव्हतं. सदाशिवरावांचा चेहरा दाढीच्या खुंटांनी भरला होता. मिटलेल्या निस्तेज डोळ्यांकडे पाहून भीती वाटत होती. इतर काही हालचाल नसली तरी मंद श्वासोच्छ्सामळे छातीवरचं पांघरूण वर-खाली होत होतं. नागलक्ष्मीला तिथं थांबायला सांगून कात्यायनीबरोबर राज बायकांच्या वॉर्डकडे गेला.

पतीची ती अवस्था पाहून नागलक्ष्मीला हुंदका दाटून आला. कितीही आवरायचा प्रयत्न केला तरी आतून रडू उन्मळून येऊ लागलं. तिथली नर्स तिच्यापाशी येऊन म्हणाली, 'इथं रडायचं नाही. तुम्ही शांत व्हा पाहू. आता डॉक्टर इंजेक्शन द्यायला येतील. उद्या सकाळपर्यंत पेशंट शुद्धीवर येईल.'

नागलक्ष्मीनं रडू आवरलं. ती थोडी शांत झाल्यावर नर्सनं विचारलं, 'हे कोण तुमचे?'

'माझे पती.' कितीतरी वर्षांनी नागलक्ष्मीनं त्या नात्याचा उल्लेख केला.

'पण लेडीज वॉर्डमध्ये ॲडमिट आहेत त्याही यांच्या पत्नीच ना?'

'हं!' तिनं मान खाली घातली.

'तुमच्यासोबत आले ते तुमचे दीर आणि जाऊ का? काल ज्यांनी यांना इथं आणलं ते सांगत होते, यांचा भाऊ बंगळूरला असतो म्हणून!'

अधूनमधून नर्स तिच्याशी बोलत होती. पृथ्वी मूकपणे वडिलांच्या देहाकडे पाहात होता.

राज आणि कात्यायनी रत्नेच्या खोलीत आले. तेव्हा तिनं नुकतेच डोळे उघडले

होते. पण तिला त्यांची ओळख पटली नसावी. डॉक्टरांची ताकीद असल्यामुळे राजही काही बोलला नाही. रत्ने निस्तेज डोळ्यांनी त्या दोघांकडे पहात होती. पण तिच्या चेहऱ्यावर ओळखल्याची चिन्ह नव्हती.

डॉक्टरांनी सांगितलं होतं, 'गावात फ्लूची साथ आहे. या दोघांनाही फ्लू झाला होता. त्यांच्या फॅमिली डॉक्टरांनी औषध दिलं, पण त्या दोघांनी आवश्यक ती विश्रांती न घेता पुन्हा कामाला प्रारंभ केला. तीन दिवसांनी एकाएकी पुन्हा ताप चढला. इतका की डॉक्टर घरी गेले तेव्हा दोघेही तापाच्या ग्लानीत होते. शेजारच्या राज्यशास्त्राच्या प्रोफेसरांनी वेळीच इथं आणलं म्हणून बरं नाहीतर मात्र या तापाचे विपरीत परिणाम झाले असते. आता तसं घाबरण्याचं कारण नाही. तुमचे बंधू शुद्धीवर आले की झालं!'

एक सतरंजी आणि चादर देऊन कात्यायनीला तिथं झोपायला सांगून राज पुन्हा सदाशिवरावांच्या खोलीत आला. दुसरी चादर आणि सतरंजी नागलक्ष्मीला देऊन तो पृथ्वीबरोबर घराकडे निघाला. एव्हाना रात्रीचे अकरा वाजले होते.

राघप्पानं रस्त्यात विचारलं, 'घरी जाऊन भात करून आणू का?'

'नको.' राज म्हणाला. ते तिघंही घरी परतले.

खरोखरीच नर्सनं सांगितल्याप्रमाणे दुसरे दिवशी सकाळी सदाशिवरावांनी डोळे उघडले तरी समोरच्या व्यक्तीला ओळखण्याएवढी शुद्ध यायला त्यानंतरही तीन दिवस जावे लागले. नागलक्ष्मीला पाहताच क्षणभर त्यांचा स्वत:च्या डोळ्यावर विश्वास बसेना. थोडा विचार करताच आपण बेशुद्ध झाल्यानंतर काय घडलं असावं याचा त्यांना अंदाज आला.

खोलीतली नर्स शेजारच्या खोलीतल्या नर्सशी गप्पा मारायला गेली होती. खोलीत दुसरं कोणीही नव्हतं. नागलक्ष्मीला ते आपल्याकडेच पाहात असल्याचं जाणवलं तशी तिनं मान खाली घातली. तिला काय करावं ते सुचेना. उठून त्यांच्यापाशी जावं अशी उत्कट इच्छा झाली तरी ती जागची हालली नाही. इतक्या वर्षांनंतर पतीची दृष्टी आपल्यावर खिळली आहे हे जाणवत असताना प्रेम, लज्जा, करुणा याचबरोबर आशंका आणि सूक्ष्म प्रतिकारानं तिचं मन भरून गेलं. स्वत:च्या मनातील विविध भावनांशी झगडत तिनं मान वर केली त्यावेळी सदाशिवरावांना पुन्हा ग्लानी आली होती. त्यांचे डोळे मिटले होते.

नागलक्ष्मी उठली आणि त्यांच्याजवळ जाऊन उभी राहिली. त्यांच्या हातावर आपला हात ठेवून त्यांच्या चेहऱ्याकडे एक टक पाहात राहिली. श्वासाच्या लयीत किंचित बदल होऊन त्यांना जाग येईलसं वाटताच ती तिथून निघून सतरंजीवर जाऊन बसली.

त्यानंतरही ती खालच्या मानेनं त्यांची नजर चुकवून वावरत होती. त्यांना झोप लागली की त्यांच्याकडे पहात बसत होती. सकाळी ती आणि कात्यायनी घरी जाऊन आंघोळ आणि जेवण आटोपून येत होत्या. रात्रीचं जेवण राघप्पा घेऊन येत होता. पृथ्वी हॉस्पिटल ते घर अशा चकरा मारत होता. डॉक्टर सांगतील ती औषधं आणून देत होता. राज दोन्ही रुग्णांकडे लक्ष देत होता.

सदाशिवराव व्यक्तींना ओळखू लागले त्याच्या दुसरे दिवशीचीच गोष्ट! रात्री नागलक्ष्मी अंथरुणावर पडली होती. खोलीत मंद दिवा जळत होता. काही केल्या तिला झोप येत नव्हती. ती जागीच तळमळत होती. मध्येच तिचं सदाशिवरावांकडे लक्ष गेलं. ते एकटक तिच्याकडे पाहात होते. ती चटकन उठली आणि खाली मान घालून जागीच बसून राहिली.

'नागू-' क्षीण स्वरातली हाक तिच्या कानी आली. कितीतरी वर्षांनी कानावर आलेल्या त्या हाकेनं ती नखशिखांत मोहरून गेली. तरीही तिचा स्वत:च्या कानावर विश्वास बसेना. तिनं मान वर केली नाही.

पुन्हा एकदा तीच क्षीण हाक कानावर आली, 'नागू-'

मनातला सगळा गोंधळ निमाला. स्वत:च्या नकळत ती उठली आणि कुणीतरी खेचल्यासारखी कॉटपाशी आली. सदाशिवरावांच्या अशक्त हाताची हालचाल होताच तिनं आपल्या उजव्या हातानं त्यांचा हात धरला. तिनं त्यांच्या चेहऱ्याकडे पाहिलं. त्यांच्या डोळ्यांच्या कडांत पाणी साचलं होतं. तिच्या डोळ्यांतल्या अश्रूंचा पूर लोटला. ती हुंदके देऊन रडू लागली. तिचे अश्रू पुसण्याचं बळ त्यांच्या हातात नव्हतं.

थोडं रडून मन हलकं झाल्यावर ती शांत झाली. त्यांचा हात धरून ती त्यांच्या शेजारी बसून राहिली. दोघांपैकी कुणीच बोलत नव्हतं. त्यांच्या शरीरात काही बोलण्याइतकी शक्ती नव्हती. आणि ती दहा वर्षांनंतर प्रथमच शब्दातीत भावात रंगून गेली होती. त्यांचा पुन्हा डोळा लागला तरी पहाटे तीन वाजता औषध द्यायला नर्स येईपर्यंत ती तशीच बसून होती.

चार दिवस गेले. प्रकृती सुधारत असली तरी डॉक्टरांनी त्यांना बोलायला बंदी केली होती. तशी नागलक्ष्मीलाही ताकीद दिली होती. आता नागलक्ष्मी स्वत: त्यांची सुश्रूषा करत होती. नर्सच्या हातून औषध घेऊन स्वत: त्यांना पाजत होती. नर्सच्या मदतीनं घामानं भिजलेले कपडे काढून त्यांना वेगळे कपडे घालत होती. लघवीचं भांडं देणं आणि नंतर ते स्वच्छ धुवून ठेवण्याचं कामही तीच करत होती. शिवाय फळांचा रस काढून त्यात ग्लुकोज पावडर घालून पाजण्याचंही तीच पाहात होती. कुणी नसलं की त्यांचा हात हातात घेऊन शेजारी बसून राहात होती. ते काही बोलण्याचा प्रयत्न करू लागले की त्यांच्या ओठावर बोट ठेवून त्यांना डॉक्टरांच्या

सांगण्याची आठवण करून देत होती.

डॉक्टर तपासायला आले की त्यांच्याकडून सदाशिवरावांना करुणेच्या प्रकृतीची खुशालीही समजत होती. तिच्या प्रकृतीत सुधारणा होत असल्याचं ऐकून तेही प्रसन्न होत होते.

एकदा ते नागलक्ष्मीचा हात हातात घेऊन म्हणाले, 'अशा वेळी तू आलीस-'

'मग काय बिघडलं? आपलं काय भांडण झालंय? नशिबाचा खेळ हा! त्या वेळी तसं घडलं खरं; पण म्हणून आपला ऋणानुबंध खोटा की काय?'

काही क्षण शांततेत गेल्यानंतर त्यांनी पुन्हा विचारलं, 'राजची बायको चांगली आहे. त्या घरी तुला आणि पृथ्वीला काही त्रास नाही ना?'

'अंहं!'

त्या दिवशीचं बोलणं तिथंच थांबलं.

त्यानंतर दोन दिवसांनी पृथ्वी तिथं आला तेव्हा त्याचे आई-वडील एकमेकांशी बोलत बसले होते. पृथ्वी खोलीत आला आणि संकोचून एका बाजूला उभा राहिला.

'इथं ये बाळ.' सदाशिवरावांनी त्याला हाक मारली.

तो जवळ आला. त्याचा हात पकडत त्यांनी विचारलं, 'कुठल्या वर्गात आहेस?'

'आता ज्युनियर इंटर संपलं.'

'मोठा झालास तू! तुला माझी आठवण होती?'

'हो.' पाच मिनिटं थांबून तो निघून गेला.

एक दिवस त्यांनी नागलक्ष्मीचा हात हातात घेऊन म्हटलं, 'माझ्याशी लग्न करून आयुष्यभर तुला त्रास झाला नागू-'

'छे:!'

'मला सगळं समजतंय नागू!'

'तर मग मला का टाकली तुम्ही?'

ते काहीच बोलले नाहीत.

तीच पुढं म्हणाली, 'त्या घरी मला काडीचाही त्रास नाही. राज तर पहिल्यापेक्षा अधिक आपुलकीनं वागतो. कात्यायनीही धाकट्या बहिणीच्या मायेनं वागते. पण तरीही तुम्ही तिथं नाही. तुम्हाला घासभर भात शिजवून घालायचं भाग्य माझ्या नशिबात नाही.'

काही न बोलता ते पडून होते.

ती पुन्हा म्हणाली, 'तुम्ही तिच्याशी लग्न केलंत, तोही एक ऋणानुबंधच! तिच्यापाशी तुम्ही राहायला मी कशाला नको म्हणू? पण माझ्यासारखी तुमच्या प्रकृतीची काळजी कोण घेईल? डोळ्याचा चष्मा पाहा किती जाड झालाय. तो

तुमचा राघप्पा मोठ्या श्रद्धेनं अन्न शिजवून वाढतो खरा; पण त्याला काही स्वयंपाक करता येत नाही. गेले पंधरा दिवस तेच तर जेवतेय मी. रोज मी चांगलं-चुंगलं करून वाढलं असतं तर पोटभर जेवून तुम्ही सुदृढ राहिला असता. आठवड्यातून एकदा तरी अंगाला तेल लावून मी न्हाऊ घातलं असतं.'

त्यांना आठवत होतं, खरोखरच त्या घरी असताना ती त्यांच्या प्रकृतीची काळजी घेत होती. आठवड्यातून एकदा तरी बळेबळेच त्यांना तेल लावून न्हाऊ घालत होती. रात्री जेवण झाल्यानंतर ते अभ्यासिकेतल्या आरामखुर्चीत बसले की त्यांच्या तळपायांना तेल लावून चोळत होती. रोज नव्या नव्या चवीची आमटी, गोज्जु, सांडगे, पापड वगैरे रुचकर स्वयंपाक करून जेवायला वाढत होती. त्यावेळी त्यांची प्रकृती एकदाही बिघडली नव्हती.

'एक गोष्ट सांगते .. .. ..ती ऐकाल?'

'काय?'

'यानंतर तरी मी तुमच्याबरोबर राहू? तिलाही राहू द्या. तुम्ही दोघं सुखानं राहा. हवा तेवढा अभ्यास करा. तिची तुम्हाला खूप मदत होते असंही राज मला सांगत होता. राघप्पाला बाहेरची कामे करू द्या. मी तुम्हा दोघांना दोन्ही वेळेला ताजा स्वयंपाक करून वाढेन. आठवड्यातून एकदा तुम्हाला तेल लावून न्हाऊ घालीन, चालेल?' एवढं सांगेपर्यंत तिचे डोळे अश्रूंनी भरले. सारा अभिमान बाजूला सारून हे मागणं मागताना तिचं हृदय दुःखानं भरलं होतं.

तिचं कळकळीचं बोलणं ऐकून सदाशिवरावही गहिवरले होते. इतके दिवस तिच्यापासून दूर राहिल्याबद्दल त्यांनी स्वतःला मनोमन दोष दिला. त्यांच्या डोळ्यांसमोर क्षणार्धात अनेक दृश्ये तरळून गेली.

लहानपणी अनाथ झाल्यावर त्यांना त्यांच्या मामांनी आधार दिला होता. त्याच मामांची मुलगी नागलक्ष्मी अवघ्या तेराव्या वर्षी त्यांच्याशी विवाहबद्ध होऊन मोठ्या विश्वासानं त्यांच्याबरोबर मैसूरला आली होती. त्यावेळच्या अपुऱ्या पगारातही पुस्तकं आणून उरलेल्या पैशात टुकीनं संसार करत होती. एखाद्या मुलाप्रमाणे त्यांची काळजी घेत होती.

तीच नागू आज त्यांच्या प्रकृतीसाठी आपला सारा अभिमान बाजूला सारून त्यांच्याबरोबर राहाण्याची इच्छा कळकळीनं व्यक्त करत होती.

तिचा हात हातात घेऊन ते आवेगानं म्हणाले, 'नागू, तू यानंतर माझ्याबरोबरच राहा. माझं चुकलं. तू क्षमा कर मला. यानंतर तू आणि पृथ्वी इथंच राहा.'

'तसं नको. पृथ्वीला राजपाशीच राहू द्या. त्याला इथं आणलं तर राज आणि कात्यायनीला खूप वाईट वाटेल. ती सगळी हकिकत नंतर सांगेन तुम्हाला.'

करुणा शुद्धीवर आली तेव्हा कात्यायनी समोरच्या खुर्चीत बसली होती. तिनं कात्यायनीला ओळखलं नसल्याचं जाणून कात्यायनीनं विचारलं, 'मला ओळखलंत?'

'चेहरा पाहिल्यासारखा वाटतो. पण-'

'मी कात्यायनी.'

रत्नेच्या चेहऱ्यावर ओळखीचं हसू पसरलं. ती म्हणाली, 'आलं लक्षात. पाच वर्षांपूर्वी तुम्ही बेंगळूरला गेलात तेव्हा तुम्हाला पाहिलं होतं. केव्हा आलात?'

एवढ्या बोलण्यानंही तिला फार श्रम झाले. ती डोळे मिटून पडून राहिली. बराच वेळ गेल्यावर तिनं पुन्हा डोळे उघडले आणि विचारलं, 'ते कुठं आहेत? कसे आहेत?'

'आम्ही सगळेजण बेंगळूरहून आलो आहोत. आक्का बसल्या आहेत त्यांच्यापाशी.'

'हं!' म्हणून पुन्हा तिनं डोळे मिटले.

दुसरे दिवशी तिला खूपच बरं वाटत होतं. सकाळी कात्यायनी आंघोळीसाठी घरी गेली आणि राज आला तेव्हा तिनं आपण होऊन त्याला विचारलं, 'तुम्ही आलात! अशा वेळी तुमच्याशिवाय कोण आहे आम्हाला? पण तुम्हाला समजलं कसं?'

'राघप्पानं तार केली होती.' नंतर बराच वेळ राज तिच्याशी बोलत बसला होता.

रत्नेनं चौकशी केली, 'गेल्या खेपेपेक्षा तुम्ही खूपच बारीक झालात. त्यांचं मी समजू शकते, पण तुम्ही ही गोष्ट फारच मनाला लावून घेतलेली दिसते.'

'तसं नाही.' म्हणत राजनं तो विषयच बदलला.

दुपारी कात्यायनी जेवण करून आली आणि राज निघून गेला. त्यानंतर करुणेनं दोन तास झोप काढली. ती जागी झाल्यानंतर कात्यायनीनं अर्ध भांडं फळाचा रस आणि ग्लुकोज तिला पाजलं. रत्नेनं तिला उशी थोडी वर करायला सांगितलं आणि तिच्या मदतीनं करुणा थोडी वर मान करून झोपली. थोडं बरं वाटल्यावर ती कात्यायनीला म्हणाली, 'एवढी सेवा करता माझी, तुमच्या चांगुलपणाला काय म्हणावं ते कळत नाही.'

'मी काही परक्याची सेवा करत नाही. थोरल्या दीराची बायको म्हणजे मोठी बहीणच असते! मोठ्या बहिणीचं थोडंफार केलं तर त्यात काय विशेष!'

करुणेला आनंद झाला. या देशात आपल्याला आपलं मानणारं कुणी असल्याचं पाहून ती तृप्त झाली. काही वेळ डोळे मिटून ती पडली. नंतर पुन्हा डोळे उघडून म्हणाली, 'तुम्हाला त्रास झाला तेव्हा राज तुमच्या रजेच्या कामासाठी इथं आले होते. त्या वेळी मी तुमची सेवा करायला हवी होती, पण तेव्हा नुकतीच चौथ्या खंडाच्या टायपिंगच्या कामाला सुरुवात झाली होती. प्रकाशकांनी ग्रंथप्रसिद्धीची तारीख प्रसिद्ध केली होती. शिवाय, मी तिथं येणं योग्यही नव्हतं.'

कात्यायनी काहीच बोलली नाही.

करुणा पुढं म्हणाली, 'राजनी सगळं सांगितलं. पुन्हा असं व्हायला नको होतं. एवढी काळजी घेतली तरी असं घडलं. दैवापुढे कुणाचं चालत नाही. तुम्ही ही गोष्ट फारच मनाला लावून घेतलेली दिसते. फारच बारीक झालात!'

त्याच वेळी पृथ्वी त्या खोलीत आला. त्याच्या हातात फळांचं पुडकं आणि इंजेक्शनच्या ट्यूबज् होत्या. हातातलं सामान कात्यायनीच्या हाती देत तो म्हणाला, 'काकू, डॉक्टरांनी सांगितलेली इंजेक्शन्स मिळाली. औषधं मात्र मिळाली नाहीत. एका दुकानदारानं 'उद्या मिळतील' असं सांगितलंय. तू डॉक्टरांना तसं सांग.' एवढं सांगून तो निघाला.

'बॉय, कम हिअर.' करुणेनं त्याला बोलावलं.

तो थांबला. कात्यायनी तिला म्हणाली, 'हाच आपल्या सगळ्यांचा मुलगा पृथ्वी.'

पृथ्वी त्या खोलीत बऱ्याच वेळा गेला असला तरी आजवर वडिलांच्या दुसऱ्या बायकोशी प्रत्यक्ष बोलण्याचा प्रसंग कधी आला नव्हता. त्यामुळे तो गोंधळून गेला. काय करावं ते न समजून तो समोरच्या भिंतीकडे पाहात उभा राहिला.

रत्नेनं पुन्हा बोलावलं तरी तो जवळ गेला नाही. अखेर कात्यायनी त्याच्याजवळ गेली आणि त्याचा दंड धरून कन्नडमध्ये म्हणाली, 'जा त्यांच्याजवळ. एवढा कसला संकोच?'

करुणेलाही थोडंफार कात्यायनीचं बोलणं समजलं. पृथ्वी करुणेच्या पलंगाजवळ येऊन समोरच्या भिंतीकडे पाहात उभा राहिला. करुणा त्याच्याकडे निरखून पाहात होती. चेहरा आईसारखा असला तरी उभं राहण्याची पद्धत आणि नाक सदाशिवरावांची आठवण करून देत होती. प्रकृती मात्र वडिलांपेक्षा सुदृढ होती. त्याच्या अंगावरचे उत्तम दर्जाचे कपडे आणि पायातले बूट पाहताच राज त्याची किती काळजी घेत असेल याची कल्पना येत होती. त्याच्या डाव्या हातात चमकणाऱ्या घड्याळाकडे पाहात करुणेनं प्रसन्नपणे इंग्लिशमध्ये विचारलं, 'तुझं नाव काय?'

'पृथ्वी.'

'छान! फार आवडतं मला ते नाव! पण इतकं छोटं का आहे ते? पूर्ण नाव काय आहे? पृथ्वीराज, पृथ्वीकुमार की पृथ्वीपती?'

'पृथ्वीराज.'

'कुणी सुचवलं हे नाव?'

'काकानं सुचवलं म्हणे!'

कात्यायनी मध्येच म्हणाली, 'एका प्रसिद्ध नाट्यकलावंताचं नाव म्हणून काकांनी सुचवलं आणि भारतीय इतिहासातल्या एका श्रेष्ठ वीराचं नाव म्हणून

त्याच्या वडिलांनी त्याला अनुमती दिली.'

करुणेनं त्याचा हात धरून त्याला कॉटवर बसवून घेतलं. तो संकोचानं पलंगाच्या कडेला बसला.

'कुठल्या वर्गात आहेस?'

'इंटरचं पहिलं वर्ष संपलं.'

करुणा काही न बोलता त्याचा हात हातात धरून बसली होती. नंदीहिलच्या आठवणी मनात घोळत असतानाच तिला झोप लागली. थोडावेळ तसंच बसून पृथ्वीनं हळुवारपणे आपला हात सोडवून घेतला तरी ती जागी झाली नाही. तो हलक्या पावलानं खोलीबाहेर आला आणि त्यानं सुटकेचा निःश्वास सोडला.

दोन दिवसांनी करुणा बोलता बोलता कात्यायनीला म्हणाली, 'राज त्यांच्या बंधूंना सांगत होते की, तुम्ही पुन्हा गर्भवती झालात तर तुमच्या जिवाला धोका आहे म्हणून.'

'हो.'

करुणा पुढं काहीच बोलली नाही. तिला स्वतःच्या स्थितीची प्रकर्षानं आठवण झाली. कात्यायनीची मातृत्वाची आस तिच्या शारीरिक कमतरतेमुळे अपुरी राहिली होती आणि तिनं शारीरिक क्षमता असूनही वेगळ्याच इच्छेपायी त्या मातृत्वाचा जाणीवपूर्वक त्याग केला होता. राजची मनःस्थितीही तिला समजत होती.

काही वेळानं ती म्हणाली, 'मातृत्वाची इच्छा निसर्गदत्त आहे आणि ती प्रत्येक स्त्रीच्या मनात असते. पण दुर्दैवानं ते अशक्य असेल तर स्वतःचं लक्ष दुसऱ्या कुठल्यातरी गोष्टीत गुंतवायला हवं. मला वाटतं तुम्हीही स्वतःला कुठल्या तरी ग्रंथनिर्मितीला जुंपून घ्यावं.'

'पण प्रत्येकाचा स्वभाव वेगळा असतो! तुमच्याप्रमाणे आम्हा दोघांचाही अभ्यासाचा पिंड नाही. आमचा मनोधर्म वेगळा आहे.'

दवाखान्यात त्या दोघींनीही नागलक्ष्मीचा विषय काढला नव्हता. बरं वाटू लागलं तसं करुणा आपला ग्रंथ, त्यातला क्रम, त्यांत येणाऱ्या अडचणी याचविषयी बोलत होती. एकदा कितीतरी वेळ आपले आई, वडील, भाऊ आणि गाव यांविषयी सांगत बसली, पण तिनं कात्यायनीच्या पूर्वायुष्याविषयी अवाक्षरही उच्चारलं नाही. तिला कात्यायनीला पूर्वीचा एक मुलगा असल्याचंही ठाऊक होतं.

त्या दोघीही एकमेकींना अडचणीत आणणारे विषय जाणीवपूर्वक टाळून गप्पा मारत होत्या.

सदाशिवराव आणि करुणा हॉस्पिटलमधून घरी आले होते. अजून सदाशिवरावांची प्रकृती अशक्त होती. त्यामानानं करुणेची प्रकृती झपाट्यानं सुधारत होती. ते दोघे

आजारी असताना चौथ्या खंडाच्या प्रती घरी येऊन पडल्या होत्या. त्यातली एक प्रत चाळत सदाशिवराव आरामखुर्चीत बसले होते. पण त्यांचं त्यात लक्ष नव्हतं. नेमकं काय करावं ते न समजल्यामुळे एक चाळा म्हणू ते तसा वेळ घालवत होते. ग्रंथाचा तिसरा खंड त्यांनी मैसूरच्या दिवंगत महाराजांना अर्पण केला होता. हा चौथा खंड त्यांनी नंजनगूडच्या श्रीनिवास श्रोत्रींना अर्पण केला होता. पाचव्या खंडाच्या मुद्द्यांची मनात उजळणी चालली होती. पण त्यासाठी अजून कितीतरी विषयांचा अभ्यास करायला हवा होता.

नागलक्ष्मीनं कधीच स्वयंपाकघराचा ताबा घेतला होता. राघप्पा इतर घराबाहेरची कामं करत होता. सगळ्यांना नागलक्ष्मीचा स्वयंपाक मनापासून आवडत होता. नुकतेच आजारातून उठलेले सदाशिवराव जिभेचे चोचले पुरवणारे अन्न मनापासून जेवत होते. रत्नेसह सगळ्यांना नागलक्ष्मी आधी जेवायला वाढत होती. पण रत्ने आणि नागलक्ष्मीचं संभाषण नव्हतं. नागलक्ष्मी स्वयंपाकघरातून बाहेर येत नव्हती आणि रत्ने जेवणाच्या वेळांशिवाय स्वयंपाकघरात जात नव्हती. ती बहुतेक सगळा वेळ अभ्यासिकेत बसून टाईप केलेली पानं वाचत होती. अधूनमधून राज किंवा कात्यायनी बाहेर येऊन तिच्याशी थोड्याफार गप्पा मारत. कधी सदाशिवरावही तिच्याबरोबर पाचव्या खंडाविषयी काहीतरी बोलत.

घरी आल्यापासून नागलक्ष्मी आणि सदाशिवराव मात्र एकदाही एकांतात एकमेकांशी बोलले नव्हते. प्रकृती सुधारू लागली तसे ते पाचव्या खंडात अधिकाधिक गुरफटत चालले होते.

पृथ्वी मात्र मैसूरमधली प्रेक्षणीय स्थळं पाहण्यात रंगून गेला होता. त्यासाठी राजनं त्याला बरेच पैसेही दिले होते.

करुणा आणि नागलक्ष्मी यांची परस्पर ओळख झाल्यानं आता सदाशिवराव 'नागूला इथं ठेऊन जा' असं सांगतील, असं राजला वाटत होतं. नागू त्याची भावजय आणि मामेबहीण तर होतीच, शिवाय ती त्याची बालमैत्रीणही होती. परदेशातली दोन वर्ष सोडल्यास तो कधीच तिच्यापासून दूर राहिला नव्हता. आपल्या भावानं तिला राहा म्हटलं तरी ती इथं राहायला तयार होईल की नाही याची त्याच्या मनातही शंकाच होती. तरीही तिनं आपल्या पतीबरोबर राहावं असं त्याला वाटत होतं. पण पृथ्वीला सोडून राहाण्यास मात्र तो तयार नव्हता.

एके दिवशी त्यानं कात्यायनीला हे बोलून दाखवलं तेव्हा मात्र ती म्हणाली, 'मला वाटतं की त्यांना कुणी इथं राहा म्हणणार नाही, आणि कुणी म्हटलं तरी त्या राहायला तयार होणार नाहीत.'

हॉस्पिटलमध्ये नागलक्ष्मीला दिलेला शब्द सदाशिवरावांच्या लक्षात होता. राजला इथं येऊन महिना झाला होता. तीन-चार दिवसांत आपण बेंगळूरला जाणार

असल्याचं राजनं त्यांच्या कानावर घातलं होतं.

त्या दिवशी सदाशिवराव आणि करुणा संध्याकाळी फिरायला घराबाहेर पडले. गेल्या दोन महिन्यांत ते असे बाहेर पडले नव्हते. राज आणि कात्यायनीविषयी बोलत ते कॉलेजच्या मैदानावर आले. सुटीचे दिवस असल्यानं तिथं लोकांचा वावर नव्हता. एका झाडाखाली बसल्यावर सदाशिवराव म्हणाले, 'एका महत्त्वाच्या गोष्टीविषयी बोलावं म्हणून इथं आलो.'

'काय?' तिनं आशंकेनं विचारलं.

'नागलक्ष्मीला आपण इथंच ठेवून घेऊया.'

काही न बोलता करुणा खाली मान घालून बसून राहिली. तिचा चेहरा गंभीर झाला होता.

तिच्या चेहऱ्यावरून तिचे विचार जाणण्याचा प्रयत्न करत सदाशिवराव पुढं म्हणाले, 'आजारपणात तिनं माझी खूप सेवा केली, इथं राहून ती आपल्याला स्वयंपाक करून वाढेल. नाहीतरी राघप्पाच्या हातच्या बेचव स्वयंपाकाचा कंटाळा आलाय!-'

त्यांच्या ओढूनताणून केलेल्या विनोदानंही तिच्या चेहऱ्यावरची रेषा हलली नाही.

ते पुढं म्हणाले, 'तिच्या हाती आपली प्रकृती सोपवून आपण निश्चिंत मनानं आपल्या कामाला लागूया. आणि खरं सांगू? तिला असं दूर ठेवणं हा माझ्या दृष्टीनं एक नैतिक अपराधच आहे. तू सूज्ञ आहेस. यावर विचार कर.'

करुणेनं मान वर केली नाही.

तिच्या मनात नागलक्ष्मीविषयी मुळीच तिरस्कार नव्हता. मत्सरही नव्हता. होती ती फक्त अनुकंपा. तशी काहीही चूक नसताना पतीपासून दुरावलेल्या नागलक्ष्मीची तिला दया येत होती. एवढ्या मोठ्या प्राध्यापकाची पत्नी असूनही सतत स्वयंपाकघरात कोंडून घेण्याच्या तिच्या प्रवृत्तीची तिला कीव येत होती.

नागलक्ष्मीला त्यांनी कुठल्याही प्रकारचं साहाय्य केलं तरी त्याला तिचा विरोध नव्हता. पण एका छताखाली एका पुरुषाबरोबर दोन बायकांनी पत्नीच्या नात्यानं राहाणं तिला तिरस्करणीय वाटत होतं. भारताच्या इतिहासाचा सविस्तर अभ्यास करताना विविध कारणांसाठी दोन, तीन आणि प्रसंगी त्याहूनही अधिक लग्न करणाऱ्या राज्यकर्त्यांविषयी तिनं वाचलं होतं. काही वेळा सामान्य लोकही बहुपत्नीत्वाचा अवलंब करत असल्याचे पुरावेही तिनं अभ्यासले होते. कितीही चांगली स्त्री असली तरी मत्सर आणि द्वेष ह्या स्वभावावर फार वेळ दडपण ठेवता येणार नाही असं तिला वाटत होतं. परदेशातही पती-पत्नीचं एकमेकांशी पटलं नाही तर दुसरा विवाह करण्याआधी घटस्फोट घेणं फक्त कायद्यानं आवश्यक होतं असं नव्हे, तर ती

तिथली सामाजिक रूढी असल्याचं तिनं तिथल्या वास्तव्यात पाहिलं होतं.

'का? गप्प बसलीस? काहीतरी बोल ना!'

विचारग्रस्त करुणा सावकाश पण स्पष्टपणे बोलू लागली, 'तुम्ही त्यांच्याकडे दुर्लक्ष करावं असं मी कधीच म्हटलं नाही आणि म्हणणारही नाही. हवं तर तुम्ही अजूनही वेगळं घर करून त्यांच्याबरोबर राहा. किंवा तुम्ही दोघे इथं राहा आणि मी एका दुसऱ्या छोट्या घरात राहायला जाईन. ज्या कारणासाठी आपण विवाहबद्ध झालो आहोत ते काम पूर्ण झालं की बस्स! तुम्हापासून दूर राहावं लागलं तरी मी ते सहन करेन'

'तू एकटी राहू शकशील?'

'हो.' त्यांचा हात हातात घेत कापत्या स्वरात ती उत्तरली. त्यांनी पाहिलं, तिच्या डोळ्यांत अश्रू तरारले होते.

त्यांनी विचारलं, 'एवढा हट्ट का तुझा?'

'हट्ट नाही. ज्या वातावरणात मी वाढले त्याचा परिणाम म्हणा हवं तर; पण द्विपत्नीत्व माझ्या मनाला कधीच पटणार नाही. नाहीतरी आपल्या मीलनाचा हेतूच वेगळा होता. तो साध्य झाला तरी मी तृप्त आहे. तेच माझं सौभाग्यलेणं आहे. इतक्या दिवसांच्या सहजीवनात, भावनात्मक दृष्ट्याही एक झाल्यानंतर तुम्हापासून दूर राहाणं मला फारसं सोपं जाणार नाही याची जाणीव असूनही मी तुम्हाला आडकाठी करणार नाही. तुम्ही तिथं राहा. मी नेहमीप्रमाणेच तुमच्या ग्रंथनिर्मितीला साहाय्य करेन. मला मुळीच मत्सर वाटणार नाही.'

इतक्या वर्षांच्या सहवासानं त्यांना करुणेच्या स्वभावाची कल्पना होती. तिचा निर्णय बदलायला लावणं ही अशक्यप्राय गोष्ट असल्याचा त्यांचा अनुभव होता. त्याच जबर इच्छाशक्तीच्या जोरावर ती ग्रंथाची कामंही करत होती, हेही त्यांना ठाऊक होतं.

'चल, निघूया.' म्हणत ते उठून उभे राहिले. एव्हाना बराच अंधार झाला होता. मैदानावरच्या अंधूक उजेडात करुणा त्यांचा हात धरून चालू लागली. काही अंतर चालून गेल्यावर तिनं विचारलं, 'काय ठरवलंत मग?'

'विचार करतोय.' ते उत्तरले.

रात्रभर ते त्याच विचारात गढून गेले होते. दोन संसार मांडण्याचा विचार त्यांना पटला नव्हता. शिवाय, नागलक्ष्मीसाठी वेगळं घर केलं तरी त्यांचा दिवसातला बराच वेळ आणि अनेक वेळा रात्रीचा वेळही करुणेबरोबरच जाणार होता. अख्खा दिवस तर ग्रंथालयातच जात होता. रोज फक्त जेवायच्या वेळीच नागलक्ष्मीच्या घरी जाता येईल हे त्यांना स्पष्टच दिसत होतं. म्हणजे तिला एकाकी जीवनच कंठावं लागणार होतं.

परिस्थिती विचित्र झाली होती. नागलक्ष्मीची मन:स्थिती ते समजू शकत होते. तसंच करुणेचे विचार प्रथमदर्शनी थोडे पराकोटीचे वाटले तरी तिच्यावरचे संस्कार आणि बुद्धी यांची माहिती असल्यानं त्यातही काही चूक नसल्याचं त्यांना समजत होतं. काय करावं हा प्रश्न मात्र सुटता सुटत नव्हता.

बेंगळूरला जायचा दिवस तीन दिवसांवर येऊन ठेपला होता. नागलक्ष्मी आतुरतेनं पती कधी सांगतील याची वाट पाहात होती. कात्यायनी, राज आणि पृथ्वीपासून लांब राहण्याच्या विचारानं ती व्याकूळ होत होती. शिवाय, ते दोघे अभ्यासात रंगून गेल्यावर आपण कसा वेळ काढायचा याचीही काळजी तिला होतीच. आपल्या रामनाम जपाची आठवण येताच तिला थोडं बरं वाटलं. इथं आल्यानंतरही रामनामाचा जप लिहीत राहाण्याचं तिनं ठरवून टाकलं.

पण निघण्याचा आदला दिवस उजाडला तरी त्यांनी तिला काही विचारलं नाही. तेव्हा तिनं अस्वस्थ होऊन राजला स्वयंपाकघरात बोलावून विचारलं, 'यांनी तुला काही सांगितलं काय?'

'कशाविषयी?' त्यानं विचारलं.

'काही नाही.' म्हणून ती गप्प बसली. आपल्या तोंडून त्याचा पुनरुच्चार करणं तिला अपमानास्पद वाटत होतं. राजनं पुन्हा पुन्हा विचारलं तरी तिनं काहीच उत्तर दिलं नाही.

रात्रभर नागलक्ष्मीच्या डोळ्यांतल्या अश्रूंना खंड नव्हता. दहा-अकरा वर्षांनंतरही आपल्याला रडू यावं याचं तिला आश्चर्य वाटत होतं.

पहाटे सर्वांआधी ती उठली. खाणं तयार केलं आणि कात्यायनीला सगळ्यांना ते वाढायला सांगितलं.

सकाळच्या रेल्वेची वेळ होत आली. दारात टॅक्सी येऊन थांबली. राघप्पा आणि पृथ्वीच्या मदतीनं राजनं सारं सामान टॅक्सीत भरलं. राज, कात्यायनी आणि पृथ्वी टॅक्सीजवळ आले तरी नागलक्ष्मी घराबाहेर पडली नव्हती. पृथ्वीनं मागं वळून आईला हाक मारली.

नागलक्ष्मी सावकाश घरातून बाहेर आली. सदाशिवराव बाहेरच्या फाटकापाशी उभे होते. ती सावकाश पावलं टाकत त्यांच्यापाशी आली, वाकून त्यांना नमस्कार केला आणि अवाक्षर न बोलता टॅक्सीत जाऊन बसली.

टॅक्सी सुरू झाली त्यावेळी सदाशिवराव हलकेच डोळे टिपत होते. काही क्षणात सदाशिवरावांचं घर दिसेनासं झालं आणि आतापर्यंत कसेबसे आवरलेले हुंदके नागलक्ष्मीला अनावर झाले. ते पाहून शेजारी बसलेल्या कात्यायनीनं विचारलं, 'आक्का, शांत व्हा पाहू. आपण ज्यासाठी आलो होतो ते काम तर झालं ना!'

‘पण स्वत:चेच शब्द ते विसरले गं!’ तिच्या दंडावर तोंड ठेवून नागलक्ष्मी म्हणाली.

‘काय विसरले?’ पुढच्या सिटवर बसलेल्या राजनं मागं वळून विचारलं.

‘काल नाही का मी तुला विचारलं? रेल्वेत सगळं सांगेन.’ स्वत:ला सावरत नागलक्ष्मी म्हणाली.

■

वीस

वयाच्या एकोणपन्नासाव्या वर्षी आपल्या महाग्रंथाचे चार खंड प्रसिद्ध झाल्यामुळे सदाशिवराव समाधानी होते. आता फक्त एक खंड लिहिला की या महाग्रंथाचं काम पूर्ण होणार होतं. हे काम पूर्ण करताना जमलेले विषय आणि असंख्य मुद्दे यातून आणखी तीन-चार लहान मोठे ग्रंथ निर्माण होऊ शकतील, हे स्पष्ट दिसत होतं. शिवाय, चौथ्या खंडासाठी जमलेले मुद्देही दोन खंड होतील इतके होते. अखेर प्रकाशकांच्या सल्ल्यानुसार त्यातला काही भाग वगळला तरी चौथा खंड खूप मोठा झाला होता. त्यातल्या राहिलेल्या मुद्द्यांचीही छोटी-मोठी पुस्तकं काढायला हवी होती. साडेपाचशे पानांचा तो ग्रंथराज त्यांनी श्रीनिवास श्रोत्रींना अर्पण केला होता. गेल्या दहा वर्षांत त्यांची आणि श्रोत्रींची भेट झाली नसली तरी त्यांच्याकडून लाभलेल्या विद्वत्-साहाय्याचा त्यांना विसर पडला नव्हता. त्यांच्याविषयी आपली आदरभावना व्यक्त करण्यासाठी ग्रंथ अर्पण करण्याशिवाय दुसरा कुठलाही मार्ग त्यांना योग्य वाटला नव्हता. तो खंड हातात पडल्यानंतर स्वत: नंजनगूडला जाऊन तो ग्रंथ त्यांच्या हाती देऊन त्यांचे आशीर्वाद घ्यायचे असं सदाशिवरावांनी ठरवलं.

शिवाय, तिसऱ्या खंडाचं परीक्षण करताना जर्मनीच्या एका विद्वानानं धर्मशास्त्राविषयीच्या काही मुद्द्यांच्या ऐतिहासिक सत्यतेविषयी संशय व्यक्त केला होता. त्याविषयीही श्रोत्रींशी चर्चा करून त्या मुद्द्यांची शहानिशा करायची होता.

पण आता तिथं जाणं त्यांना थोडं अवघड वाटत होतं. कारण श्रोत्रींच्या विधवा सुनेनं त्यांच्या भावाशी प्रेम-विवाह केला होता. त्यामुळे श्रोत्रींच्या मनात आपल्याविषयी कडवटपणा असेल अशी त्यांना भीती वाटत होती. त्यांच्या अंदाजाप्रमाणे श्रोत्री असा कडवटपणा मनात धरणार नाहीत, असं वाटलं तरी एखाद्या विचित्र प्रसंगी अमक्याची प्रतिक्रिया अशीच होईल, अशी ग्वाही देता येणार नाही हे त्यांनाही समजत होतं.

राज आणि कात्यायनी यांचं लग्न जुळलं तेव्हा ते स्वत:च्या अभ्यासात गढले होते आणि लग्न झालं तेव्हा रत्नेबरोबर काही कामासाठी कलकत्त्याला गेले होते. पण समजा, आधी आपल्याला लग्न ठरल्याचं समजलं असतं तर

आपण त्यात काही हस्तक्षेप केला असता? या प्रश्नाला त्यांनी स्वत:च उत्तर दिलं, निदान राजला या विवाहाचा श्रोत्रींच्या घरावर होणारा परिणाम तरी स्पष्टपणे सांगितला असता.

श्रोत्रींना आधी पत्र लिहून त्या पत्राचा रागरंग पाहून नंतर नंजनगूडला जावं असं करुणेनं सुचवताच सदाशिवरावांना ते पटलं. त्याप्रमाणे पत्र लिहून अखेरीस त्यांनी लिहिलं, 'आपल्याला अडचण होणार नसेल तर आम्ही दोघंही तिथं तीनचार दिवस राहायला येत आहोत. कृपया पत्र लिहावे.'

पत्र पोहोचताच लगेच उलटटपाली श्रोत्रींचं उत्तर आलं. नेहमीच्याच सौजन्यानं त्यांनी सदाशिवरावांच्या नंजनगूडला येण्याच्या विचाराचं स्वागत केलं होतं आणि लिहिलं होतं- 'आता माझंही वय झालं. अशा वेळी आपल्यासारख्या विद्वानांबरोबर चार दिवस काढायला मिळतील हे माझं सुदैवच! आपण उभयतांनी जरूर यावे. वाट पाहात आहे.'

पत्र वाचताच सदाशिवरावांचं मन भरून आलं. सतत भारतीय संस्कृतीच्या विचारात गुरफटलेल्या त्यांच्या मनात त्या संस्कृतीच्या प्रतीकाच्या रूपानं श्रोत्रींचं चित्र उभं राहिलं. ते पत्र वाचून करुणेची त्यांना पाहण्याची आणि भेटण्याची इच्छा कितीतरी पटीनं वाढली.

एक दिवस रत्नेसह चारही खंड घेऊन सदाशिवराव संध्याकाळी चारच्या गाडीनं नंजनगूडला निघाले. हमालाच्या डोक्यावर सामान देऊन दोघेही घरी आले तेव्हा दरवाजा बंद होता. दोनदा दरवाजा वाजवल्यानंतर एका पंधरा वर्षाच्या मुलानं दरवाजा उघडला. त्या दोघांना दिवाणखान्यात बसायला सांगून तो आत निघून गेला. तो श्रोत्रींचा नातू आणि कात्यायनीच्या प्रथमविवाहाचा मुलगा, हे त्या दोघांच्याही लक्षात आलं.

दोन मिनिटांत श्रोत्री बाहेर आले आणि त्यांनी आदरानं त्या दोघांना हात जोडले.

श्रोत्रींच्या डोक्यावरचे बरेच केस गेले होते. पांढरी दाढी वाढली होती. नेहमीप्रमाणे ते लाल काठाचं पांढरं धोतर नेसले होते. अंगावर एक शाल पांघरली होती. अजूनही दात शाबूत असले तरी कपाळावरच्या सुरकुत्या मात्र वाढल्या होत्या. एकूणच चेहऱ्यावर किंचित चिंतेची रेषा दिसत होती. आता ते थोडे वाकलेही होते.

सदाशिवराव आणि करुणेला वाकून अभिवादन करून त्यांनी हाक मारली, 'चिनी-'

चिनी बाहेर आला. त्याला सांगताच त्यानं पाहुण्यांचं सामान उचलून माडीवर ठेवलं. पाहुण्यांनी हात-पाय धुतल्यानंतर श्रोत्रींनी त्यांना पेल्यातून दूध आणून दिलं.

थोड्याफार गप्पा झाल्यावर ते तिघेही माडीवरच्या अभ्यासिकेत गेले. खाली बसल्यानंतर सदाशिवरावांनी पिशवीतले चारही खंड काढून आदरानं त्यांच्या समोर

ठेवत म्हटलं, 'आपल्या आशीर्वादाची फळं ही! आता आणखी एक खंड लिहायचा राहिला आहे.'

श्रोत्रींनी आस्थेनं प्रत्येक खंड हातात घेऊन पाहिला. ग्रंथाचं नाव, लेखकाचं नाव आणि प्रकाशकाचं नाव कौतुकानं वाचलं. तेवढं इंग्लिश त्यांना येत होतं. प्रत्येक खंडाच्या पहिल्या पानावर कन्नड लिपीत 'पूज्य श्रीनिवास श्रोत्रींना, भक्तिपूर्वक अर्पण- सदाशिवराव' असं लिहिलं होतं. चौथ्या खंडाचं दुसरं पान उघडून पाहताच श्रोत्रींना आश्चर्य वाटलं. सुरुवातीचे दोन-चार शब्द कळण्याइतकं त्यांचं इंग्लिश चांगलं नव्हतं. पण त्यानंतर 'नंजनगूडच्या श्रीनिवास श्रोत्रींना हा खंड श्रद्धापूर्वक अर्पण' असे मोठ्या अक्षरातले शब्द वाचून ते अस्वस्थ झाले. त्यावर बोट ठेवून म्हणाले, 'तुम्ही असं करायला नको होतं.'

'या ग्रंथरचनेसाठी तुम्ही मला बहुमोल मदत केली आहे. तुमच्या ज्ञानानं माझी बुद्धी पोसली आहे. शिवाय, तुमच्या आशीर्वादामुळेच माझी संकल्पशक्ती भरून आली आणि माझ्या हातून हे कार्य झालं. मग हा खंड तुमच्याशिवाय इतर कुणाला असा अर्पण करणार?'

'कुणाला का अर्पण करायचा?' ते सावकाश म्हणाले, 'एवढा महान ग्रंथ लिहायची भगवंतानं तुम्हाला प्रेरणा दिली. त्याच्या पूर्ततेसाठी मदत करायचं काम त्याच भगवंतानं आमच्यासारख्या चार-सहाजणांवर सोपवलं. माझ्या हातून तुम्हाला साहाय्य झालं, माझी त्या चार-सहा जणांमध्ये योजना झाली हा निव्वळ योगायोगच. मैसूरच्या थोरल्या महाराजांनीही त्यासाठी साहाय्य केलं असं मला समजलं होतं. अहो, तुमच्या ज्ञानाच्या महापूजेत आम्हीही चार फुलं वेचून देणं हा आमचा धर्मच नाही का? आणि आम्ही धर्मासाठी केलेल्या कार्यासाठी धन्यवाद कशाला हवेत?' सदाशिवराव निरुत्तर झाले.

श्रोत्री आस्थेनं ग्रंथाची पानं उघडून पाहात होते. त्यातली चित्रं लक्ष देऊन पाहात होते. नंतर त्यांनी रत्नेला विचारलं, 'आमचं बोलणं तुम्हाला समजतं का?'

श्रोत्रींना करुणेविषयी ठाऊक असल्याचं सदाशिवरावांच्या लक्षात आलं. त्यांनीच उत्तर दिलं, 'फारसं समजत नाही, पण बोलण्याच्या रोखावरून थोडंफार समजतं इतकंच! घरच्या नोकराबरोबर आवश्यक तेवढं बोलता येतं.'

थोड्या इकडच्या तिकडच्या गप्पा झाल्यावर श्रोत्री म्हणाले, 'आता थोडी विश्रांती घ्या. मी येतो.'

ते खाली गेले. त्यांची पूजेची वेळ असल्याचं सदाशिवरावांना ठाऊक असल्यामुळे तिथंच बसून ते करुणेला एवढा वेळ झालेल्या बोलण्याचा मथितार्थ इंग्लिशमध्ये सांगू लागले. त्यानंतर दोघेही तिथल्या जुन्या पोथ्या आणि ताडपत्रावरील पोथ्या चाळू लागले.

रात्री आठ वाजता चिनीनं त्या दोघांना जेवायला खाली यायला सांगितलं. नेहमीच्या जागी तीन पानं मांडली होती. श्रोत्री चिनीला म्हणाले, 'तूही त्यांच्या बरोबर जेवायला बैस, बाळ.' तो एका पानावर बसला.

'आपण?' सदाशिवरावांनी विचारलं.

'मी वाढतो.'

'आणि त्या?'

'नंतर सांगेन.' श्रोत्री म्हणाले आणि त्यांना सगळा उलगडा झाला. सुमारे पंधरा वर्षापूर्वीही असंच झालं होतं! त्यावेळी श्रोत्रींनी पानावर बसलेल्या अतिथीला अशुभ घटना सांगू नये म्हणून मुलाच्या मृत्यूची घटना सांगितली नव्हती.

सत्तरीच्या वृद्ध श्रोत्रींनी आपल्याला अशा परिस्थितीत स्वयंपाक करून जेवायला वाढावं याचा त्यांना संकोच वाटला. श्रोत्री मात्र पत्नीनं वाढलेलं जेवताना गप्पा माराव्यात तशाच गप्पा मारत होते, आग्रह करून वाढत होते. स्वयंपाकही गरम आणि रुचकर होता.

जेवणानंतर तासाभरानं श्रोत्री दिवाणखान्यात आले. चिनीनं पानसुपारीचं तबक बाहेर आणून ठेवलं होतं. श्रोत्री येताच सदाशिवरावांनी त्यांना म्हटलं, 'आपणही पानसुपारी घ्या ना!'

'नको, फार दिवसांपूर्वीच ते सोडलंय. शिवाय, आता मी पूर्णपणे गृहस्थही नाही.' श्रोत्री उत्तरले.

'कधी घडलं हे? काय झालं होतं?'

'दोन वर्षं झाली. आणि होणार काय? म्हातारपण. साठी उलटली होती. आजकाल 'शतमानं भवति' म्हणायचं ते फक्त आशीर्वादासाठीच!' म्हणत ते हसले.

सदाशिवरावांना काय बोलावं ते सुचेना. असा प्रसंग आणखी कुणावर ओढावला असता तर त्यांनी सांत्वनाचे चार शब्द सांगण्याचं धैर्य केलं असतं. पण समोर बसलेल्या धीरोदात्त वृद्धाला सांत्वनाच्या चार गोष्टी सांगण्याची बुद्धीची, ज्ञानाची किंवा मनाची पक्वता आपल्याकडे नसल्याची त्यांना जाणीव होती. ते म्हणाले, 'काही गैर समजू नका, पण मी एक सांगतो ते तुम्ही ऐकायला हवं.'

'काय?'

'इथं आम्ही तीन-चार दिवस राहाणार आहोत. तुम्ही रोज आम्हाला स्वयंपाक करून वाढणं आम्हाला लाजिरवाणं वाटेल. खरं तर आम्हीच तुम्हाला स्वयंपाक करून वाढायला हवं. पण हिचा जन्मजात धर्म वेगळा असल्यानं नाईलाज आहे. त्याऐवजी उद्यापासून वेगळ्या खोलीत ती आम्हा दोघांचा स्वयंपाक करेल. चूल, भांडी, तांदूळ आणि डाळ खोलीत ठेवायला सांगा म्हणजे झालं!'

'तुम्हा दोघांसाठी मी वेगळा का स्वयंपाक करतोय? आम्हा तिघांच्या स्वयंपाकातच दोन मुठी तांदूळ आणि मूठभर डाळ जास्त टाकली की झालं! त्यात कष्ट कुठले? तुम्ही मुळीच संकोच करू नका.'

थोड्या वेळानं ते ग्रंथाच्या विषयाकडे वळले. रात्री अकरा वाजेपर्यंत त्यांची चर्चा चालली होती. त्यानंतर श्रोत्री त्या दोघांना घेऊन माडीवर गेले. तिथं त्या दोघांचं अंथरूण अंथरलं होतं. 'आता तुम्ही झोपा. उद्या पुढचं बोलू-' असं सांगून ते खाली उतरले.

सदाशिवराव आणि करुणा तिथं चार दिवस होते. करुणा श्रोत्रींच्या व्यक्तित्त्वानं भारावून गेली होती. तशी तिनं वृद्धापकाळाची पक्वता पाहिली होती. तिचे वडील वृद्धापकाळी परिपक्व झाले होते. कितीतरी वयोवृद्ध आणि ज्ञानवृद्ध प्राध्यापक तिनं पाहिले होते. तरीही श्रोत्रींचं व्यक्तिमत्त्व तिला अनन्यसाधारण वाटलं होतं. भारतीय इतिहासात आढळणारी वसिष्ठ, युधिष्ठिर, राम यांसारखी व्यक्तिमत्त्वं प्रसंगी कशी वागू शकतील हे सांगण्याइतपत तिचा भारतीय धर्मग्रंथांचा अभ्यास झाला होता. श्रोत्रींना पाहताना तिला त्या पुराणकथांतल्या धीरोदात्त व्यक्तींची क्षणोक्षणी आठवण येत होती.

श्रोत्रींच्या विधवा सुनेनं आपल्या पतीच्या धाकट्या भावाशी लग्न केलंय आणि त्या दोघांची ओळख करून द्यायला सदाशिवराव जबाबदार असूनही श्रोत्रींचं त्यांच्याबरोबर स्नेहपूर्ण वागणं तिला थक्क करत होतं. वयाची सत्तरी उलटली तरी त्यांचा चेहरा तेजस्वी भासत होता. चालणं, उठणं, बसणं सगळ्याच वागणुकीत संस्कृतीचं सौजन्य दिसत होतं.

नेहमीप्रमाणे श्रोत्री पहाटे तीन वाजता उठत होते. नदीत अंघोळ करून देवपूजा उरकून सात वाजता स्वत: पाहुण्यांना कॉफी बनवून देत होते. दहा वाजता जेवायला वाढत होते. त्यानंतर तीनपर्यंत पाहुण्यांशी चर्चा करत हाते. पुन्हा कॉफी आणि खाणं करून आणत होते. त्यानंतर संध्याकाळपर्यंत चर्चा, रात्रीचं जेवण झाल्यानर पुन्हा रात्री बारा वाजेपर्यंत विचारविनिमय. एवढं सगळं करताना त्यांच्या चेहऱ्यावर एक क्षणही वैतागाची रेषा उमटत नव्हती.

चर्चेच्या वेळी त्यांच्या तोंडून ओघानं येणारे संस्कृत श्लोक ऐकताना करुणेच्या अंगावर रोमांच उभे राहात. आवश्यक त्या शब्दांवर जोर देऊन आवश्यक त्या शब्दांचे संधी समान सोडवण्याच्या त्यांच्या शैलीमुळे करुणेलाही क्लिष्ट श्लोकांचा अर्थ क्षणार्धात समजत होता. ते दोघे आपसात कन्नडमध्ये बोलू लागले तरी त्यात येणाऱ्या मुबलक संस्कृत शब्दांमुळे तिला बराचसा अर्थबोध होत होता शंका असलेल्या ठिकाणी श्रोत्री त्याच खोलीत असलेल्या पोथीमधून विशिष्ट श्लोक काढून दाखवत होते. धर्म, शास्त्र, पुराणे, तत्त्वज्ञान या विषयांवरील ग्रंथांनी भरून

गेलेल्या त्या खोलीत श्रोत्री काही वेळा स्वत:च्या नकळत संस्कृतमधूनच काहीतरी समजावून सांगू लागले की करुणा अवाक् होऊन पाहात राही.

श्रोत्री स्वयंपाक करण्यासाठी स्वयंपाकघरात गेले की सदाशिवराव रत्नेला जे काही बोलणं झालं त्याचा गोषवारा इंग्लिशमध्ये सांगत. ती त्यातले महत्त्वाचे मुद्दे शीघ्रलिपीत लिहून घेत होती. जर्मन टीकाकाराला उत्तर देताना श्रोत्रींनी कितीतरी सुयोग्य मुद्दे मांडले होते. आपल्या मुद्द्यांचं समर्थन करणारे ग्रंथातले श्लोकही वाचून दाखवत होते. त्या मुद्द्यांच्या साहाय्यानं त्या टीकेला सविस्तर उत्तर देण्याचं सदाशिवरावांनी ठरवून टाकलं होतं.

इथं आल्यापासून श्रोत्रींचा दिनक्रम पाहताना सदाशिवरावांच्या मनात एक विचार सलत होता. वृद्धापकाळात पत्नी-निधन ही नैसर्गिक आपत्ती असली तरी जर त्यांची सून घरात असती तर श्रोत्रींचे कष्ट कमी झाले असते, असं त्यांना राहून राहून वाटत होतं. अर्थात श्रोत्रींच्या वागण्यावरून ते त्यांना कष्ट मानत नसावेत, हे तर स्पष्टच दिसत होतं. इथं कात्यायनी केशवपन केल्याशिवाय स्वयंपाक करू शकली नसती तरी तिच्या अस्तित्वानं त्यांना थोडा आधार वाटला असता हे खरं!

सदाशिवरावांचं चिनीकडेही बारीक लक्ष होतं. पंधरा वर्षांच्या चिनीचा आजोबांसारखा सुंदर, सुदृढ, आणि उंच देह पाहून त्यांना बरं वाटलं तरी त्याच्या चेहऱ्यावरचं अकाली गांभीर्य पाहून सदाशिवरावांना कसंतरी वाटत होतं. त्याचे आजोबा त्याच्याशी मनमोकळ्या गप्पा मारत असल्याचं त्यांनी पाहिलं तरी आजोबांचं खडतर जीवन पाहून तो गंभीर झाला असावा, हे त्यांना समजत होतं. त्याची आई इथंच असती तर कदाचित परिस्थिती वेगळी झाली असती.

राजला या घराची काहीच माहिती नव्हती. राज-कात्यायनीच्या ओळखीला आपण जबाबदार असल्याची खंत सदाशिवरावांना जाणवू लागली. एक प्रकारची अपराधी भावना त्यांना ग्रासू लागली.

अखेर न राहवून मैसूरला परतण्याच्या आदले दिवशी रात्रीचं जेवण झाल्यानंतर ते श्रोत्रींना म्हणाले,'आज फिरायला जाऊया नदीकडे. तुम्ही थकला नसाल तर-'

'छे:! नाही थकलो.' म्हणत श्रोत्रींनी अंगाभोवती शाल पांघरली आणि ते निघाले. सदाशिवराव एकटेच निघालेले पाहून त्यांनी विचारलं, 'हे काय? तुमच्या पत्नी येणार नाहीत?'

'अंहं! तिला कुठलासा ग्रंथ पाहायचा आहे.'

देवळासमोरून पुढं जाऊन दोघे मणिकर्णिका घाटाच्या पायऱ्यांपाशी आले. ज्येष्ठ आषाढाचा जोर नसला तरी नदीचं पात्र प्रशांत वाटत होतं. शुक्लपक्षातली अष्टमी किंवा नवमी असल्यामुळे चंद्राचा अर्धा भाग काळोखात होता. नदीचे दोन्ही काठ धीरगंभीरपणे नदीचं पात्र निरखत होते.

दोघेही एका पायरीवर बसले. काहीवेळ शांततेत गेला. बोलायला सुरुवात करायची ठरवूनही काय बोलावं ते न सुचल्यानं सदाशिवराव गप्प बसले होते.

अखेर श्रोत्रींनीच विचारलं, 'बोला, काही सांगायचं होतं का?'

मला वाटतं तुमच्या दृष्टीनं ती घटना महत्त्वाची नसेलही; पण बोलल्याशिवाय बरं वाटणार नाही म्हणून बोलतो.'

'काय?'

'माझ्या भावाच्या लग्नाविषयी. खरोखरच मला त्याविषयी काहीच ठाऊक नव्हतं. ठाऊक असतं तरी त्यावेळी मी नेमकं काय केलं असतं कोण जाणे! पण मला वाटतं, या वयात सून तुमच्या घरी असायला हवी होती. खरं सांगायचं तर माझा भाऊही स्वभावानं चांगला आहे. त्याला या घरची काहीच माहिती नव्हती. त्याच्या वतीनं मी तुमची क्षमा मागतो.'

'हे काय बोलता तुम्ही? यात क्षमा मागायचा प्रश्नच कुठं आला?'

'तुम्हाला कशातच वाईट दिसत नाही. पण या परिस्थितीत तुमची सून या घरी असती तर बरं झालं असतं.'

'सगळं आपल्या मनाप्रमाणे घडतं तर मग संसार कशाला म्हणायचं?' श्रोत्री शांतपणानं म्हणाले, 'तसंच म्हणायचं तर माझी बायको जगली असती तर बरं झालं असतं. मुलगा जगला असता तर छान झालं असतं. माझे आई-वडील जगले असते तर उत्तम झालं असतं! ज्याचा जेवढा ऋणानुबंध असेल तेवढे दिवस तो आपल्याबरोबर राहात असतो. तो ऋणानुबंध संपला की दूर जाणं अटळ असतं. काहीजण मृत्यूमुळे दूर जातात, तर काहीजण जिवंतपणीच दुरावतात. आपण त्याचा तसाच स्वीकार करायला हवा, नाही का?'

'सुनेविषयी तुमच्या मनात कधीच तिरस्कार निर्माण झाला नाही?'

'का व्हावा?' मंदपणे हसत त्यांनी विचारलं. ते पुढं म्हणाले, 'माझ्या मुलाचा ऋणानुबंध संपला आणि तो नदीत बुडून माझ्यापासून दुरावला. माझी पत्नी आजाराचं निमित्त होऊन माझ्यापासून दूर गेली. त्यांचा मी कसा तिरस्कार करू? ते दोघे मृत्यूमुळे माझ्यापासून दूर गेले आणि ती जिवंत असताना दुरावली एवढाच माझ्या दृष्टीनं फरक. माझ्याबरोबरचा ऋणानुबंध संपला. ती निघून गेली. त्यात तिचा तरी काय दोष?'

'पण तुमच्या नातवाच्या दृष्टीनं-'

'हे मात्र खरं आहे. त्या दृष्टीनं पाहता मन थोडं कष्टी होतं खरं; पण स्वतःच्या उदरात नऊ महिने वाढवलेल्या मुलाला सोडून जाताना तिलाही दुःख झालं असेलच ना? त्या दुःखावर मात करणारी नैसर्गिक शक्ती त्यावेळी प्रबल ठरली! यालाच आपण माया म्हणतो, नाही का? या जगात प्रकृति-सहज गुणधर्मांनी जगायचं

ठरवलं की त्या प्रकृतीविरुद्ध उभं राहाणं अतिशय कठीण असतं. ती याला बळी पडली यात काहीच आश्चर्य नाही. या कारणासाठी तिचा तिरस्कार करणं योग्यही नाही.'

हे तत्त्वज्ञान सदाशिवरावांना ठाऊक नव्हतं असं नव्हे. पण स्वत:च्या जीवनातील घटनांचं मोजमाप याच निकषावर करणाऱ्या वृद्ध श्रोत्रींविषयी त्यांच्या मनातील आदर अनंतपटीनं वाढला.

'कधीही सुनेविषयीचे विचार तुमच्या मनात येत नाहीत?'

'जे घडून गेलंय ते पुन्हा पुन्हा आठवून काय मिळणार? मृत मुलगा आणि पत्नीची आठवण मनाला कमकुवतच करते. आता करायला काय थोडी कामं आहेत? नातवाला मोठं करायचं, त्याच्या शिक्षणाकडे लक्ष द्यायचं. मीही आता बहात्तर वर्षांचा झालो. नातू थोडा मोठा झाला की त्याच्यावर सांसारिक जबाबदाऱ्या सोपवून प्रपंचातून निवृत्त व्हायला हवं. क्वचित कधी मन विमनस्क होतं हे खरं; तरीही मी शक्यतो घडून गेलेल्या घटनांची उजळणी करत बसत नाही.'

त्यांचं बोलणं ऐकून सदाशिवरावांचं मन स्वत:च्या जीवनाचा विचार करू लागलं. श्रोत्रींनी स्वत:च्या जीवनात मानसिक द्वंद्व निर्माण होण्यासारखं एकही कृत्य न केल्यानं त्यांना असं जगणं शक्य होत असावं, असंही त्यांना वाटलं. आपल्याला विदीर्ण करणाऱ्या मानसिक द्वंद्वाचा नायनाट करणारा उपाय कोणता?

श्रोत्रीच यावर काहीतरी सांगू शकतील या आशेनं त्यांनी विचारलं, 'माझं दुसरं लग्न झाल्याचं आणि त्यामागची कारणं तुम्हाला ठाऊक आहेत?'

'हो.'

'त्या वेळची परिस्थितीच तशी होती. करुणारत्नेशिवाय माझी साधना पूर्ण होणं अशक्य होतं. ग्रंथ पूर्ण होण्यासाठी तिची अनिवार्य आवश्यकता होती. पण पहिल्या पत्नीला तिचा काहीही दोष नसताना दूर करावं लागलं, हे माझं चुकलं असं तुम्हाला वाटतं का?'

'तुमचं चुकलं की नाही ते मी कसं सांगू? इतरांच्या वागणुकीचा न्यायनिवाडा करण्याची माझी योग्यता नाही हे मला ठाऊक आहे.'

'तसं नव्हे, पण- माझ्या जागी तुम्ही असता तर काय केलं असतं?'

'तुमच्या जागी मी असतो तर असा वागलो असतो असं आज सांगणं योग्य नव्हे, असं मला वाटतं. तुम्ही तुमच्या एका इतिहासाच्या तासाच्या वेळी वर्गात सांगितलेली गोष्ट परवा चिनी सांगत होता- एका साधूनं राजाला म्हटलं, 'मी तुझ्यासारखा चक्रवर्ती असतो तर असा रक्तपात केला नसता.' त्यावर तो राजा उत्तरला, 'मी तुझ्यासारखा साधू असतो तर युद्धाचा विचारच माझ्या मनात आला नसता.'

काही क्षण थांबून ते पुढं म्हणाले, 'ग्रंथनिर्मितीसाठी तुम्ही दुसरा विवाह केलात असं तुम्ही म्हणता. ग्रंथनिर्मिती हा बुद्धीशी संबंधित विषय आहे. बुद्धितत्त्व ही प्रकृतीची एक अवस्था आहे. बुद्धीचं कारण सांगून त्यासाठी दुसरं लग्न करणं हाही प्रकृतीच्या आकर्षणाचाच एक भाग! केवळ शारीरिक आकर्षणापोटी केलेल्या विवाहापेक्षा हे उत्तम असलं तरी त्यात मूलभूत फरक नाही, असं मला वाटतं. खरं ज्ञान ही बुद्धीच्या पलीकडची गोष्ट आहे. त्यासाठी कुणाच्याही साहाय्याची आवश्यकता नाही हृदयाची सच्ची हाक तीव्र असली की पुरेसं आहे.'

'पण मनुष्य-जीवन ज्या साधनेसाठी तपश्चर्या करतं त्यालाच विरोध करणाऱ्या विवाहाला इतकं महत्त्व का द्यायचं? त्या जीवन-ध्येयाच्या पूर्ततेसाठी केलेला विवाह प्रकृतीच्या प्रभावानं झालेला विवाह, असं कसं म्हणता येईल?'

'एका दृष्टीनं पाहता तुमचं म्हणणं खरं आहे. बदललेल्या सामाजिक चौकटीत विवाहाचा उद्देशच बदलत असल्याचं दिसतंय. ते योग्य आहे की अयोग्य हा वेगळाच मुद्दा आहे. आपल्या कळत वा नकळत केलेला विवाह, त्या दुसऱ्या जीवाची काहीही चूक नसताना कसा कमी महत्त्वाचा ठरेल?' आपलं वैवाहिक जीवन आठवत श्रोत्री पुढं म्हणाले, 'मलाही काही वेळा तुमच्यासारखं वाटत होतं. मी सतत संस्कृत ग्रंथांच्या अध्ययनात बुडलेला आणि माझ्या बायकोला मात्र संस्कृतचा गंधही नव्हता. वेदांतावर चिंतन करत मी अनेक ग्रंथांची पारायणं करत होतो आणि माझ्या बायकोला कन्नडमध्ये चार ओळीचं पत्रही लिहिता येत नव्हतं. तरीही ती मोठ्या भक्तिभावानं पतीची सेवा करत होती. देवपूजेसाठी फुलं आणून देत होती. गंध उगाळत होती. तिनं वंशवृद्धीसाठी एक मूलही दिलं. बौद्धिक पातळीवर तिचा आणि माझा काहीही संबंध नसला तरी ती उत्तम धर्मपत्नी होती.'

सदाशिवराव काही न बोलता बसून राहिले होते. साऱ्या वातावरणात नीरव शांतता परसली होती.

आपल्या बोलण्यामुळे सदाशिवरावांना वाईट वाटलं असेल असं वाटून श्रोत्रीच पुढं म्हणाले, 'तुमच्या जागी मी असतो तर असा विचार करणं योग्य नव्हे, तसंच त्याच्या विरुद्धही विचार करणं फारसं योग्य नव्हे. प्रत्येकाच्या जीवनदृष्टीवर ते अवलंबून असतं. कधी कधी एका मार्गानं चालताना अपरिहार्यपणे द्वंद्व निर्माण होतं. पण त्या रस्त्यानं पुढं गेल्यावर माघारी वळण्याचं ठरवलं तर त्यातून वेगळंच द्वंद्व जन्म घेईल. आता तुमचं जे कार्य चाललं आहे ते काही सामान्य नाही. अजून ते पूर्ण व्हायचं आहे. तुमच्या दुसऱ्या लग्नाचा अर्थ मला कळू शकतो. पण तुम्ही प्रथम पत्नीला का दूर लोटलंत?'

'द्वितीय पत्नी द्विपत्नित्वाच्या विरुद्ध आहे. एका घरात एका वेळी दोन बायकांबरोबर एका पुरुषानं पती म्हणून राहाणं तिला तिरस्करणीय वाटतं. हेही एक

आधुनिकतेचं मुख म्हणा हवं तर!'

'त्यांचे विचार सर्वस्वी चुकीचे आहेत असं नव्हे; पण तुमची पहिली पत्नी हयात असताना त्या तुमच्याशी लग्न करायला ज्या विशिष्ट ध्येयासाठी तयार झाल्या, त्याच ध्येयसाधनेला संपूर्ण महत्त्व देऊन त्या मनातला तिरस्कार थोडा कमी करू शकल्या असत्या, नाही का? व्यक्ती किंवा समाजाच्या जीवनाच्या प्रत्येक जीवनपद्धतीचा स्वत:चा असा विशेष उपयोग असतो. पण विशिष्ट संदर्भात त्या जीवनपद्धतीला किती महत्त्व द्यायचं याचा प्रत्येकानं विचार करायला हवा. जीवनाचं मूळ ध्येय स्पष्टपणे उमजलं असेल तर प्रत्येक जीवनपद्धतीला नेमकं किती महत्त्व द्यायचं ते आपोआपच उमजतं.'

सदाशिवरावांचं मन विचारात बुडून गेलं होतं. ते काही न बोलता बसून राहिले. अखेर श्रोत्री उठून म्हणाले, 'झोपायची वेळ झाली. निघायचं?'

सदाशिवराव उठले. ते दोघे घरी पोहोचले तेव्हा रात्रीचे अकरा वाजले होते. दिवाणखान्यात करुणा चिनीशी बोलत बसली होती. ते दोघे आत येताच चिनी निघून गेला. करुणा सदाशिवरावांना म्हणाली, 'फारच हुशार मुलगा आहे हा!'

दुसरे दिवशी सकाळी निघताना सदाशिवरावांनी श्रोत्रींना वाकून नमस्कार केला तेव्हा ते संकोचून मागं सरत म्हणाले, 'असं करू नये. नमस्कार देवाला करावा.'

करुणेनंही मान लववून हात जोडले.

श्रोत्री म्हणाले, 'असेच अधूनमधून येत जा. आता मी म्हातारा झालो. कुठं जायला जमत नाही. कुणी येऊन गेलं की तेवढंच बरं वाटतं.'

हात जोडून त्यांनी पाहुण्यांना निरोप दिला.

ते नंजनगूडहून मैसूरला आले त्यावेळी साडेदहा वाजत आले होते. अंगणातल्या खुर्चीत बसून राज बुटांचे बंद बांधत होता. त्याला पाहताच सदाशिवरावांनी आश्चर्यानं विचारलं, 'अरे! केव्हा आलास?'

'तीन दिवस झाले. कात्यायनीही आलीय. दोघांचीही इथं बदली झालीय.'

'कधीपासून?' म्हणत ते शेजारच्या खुर्चीत बसले. हमालानं आणलेलं सामान ठेवण्यासाठी करुणा आत गेली. राजला पाहून तिलाही आनंद झाला होता.

'चार दिवसांत हजर व्हा म्हणून ऑर्डर आली.'

'कधी?'

'परवा सोमवारी. तुला लगेच पत्रही लिहिलं होतं. इथं येऊन पाहतो तर आमचं पत्र तसंच पडलेलं. राघप्पानं सांगितलं की पत्र मिळायच्या आधीच तुम्ही नंजनगूडला गेला होता म्हणून!'

'हो-'

'तिथले सगळेजण बरे आहेत ना?' विचारायचं म्हणून राजनं विचारलं. ते लक्षात न येऊन सदाशिवराव म्हणाले,

'श्रोत्रींच्या पत्नी वारल्या. दोन वर्षं झाली म्हणे!'

एवढ्यात करुणेबरोबर कात्यायनी गप्पा मारत तिथं आली. ती कॉलेजला जायला निघाली होती. सदाशिवरावांशी औपचारिक दोन शब्द बोलून ती आणि राज कॉलेजला निघून गेले.

खरं तर आधी फक्त राजची मैसूरच्या महाराजा कॉलेजला बदली झाली होती, पण दोघांना सोयीचं व्हावं म्हणून कात्यायनीचीही मैसूरच्या दुसऱ्या कॉलेजला बदली करण्यात आली होती. कात्यायनी आणि नागलक्ष्मीच्या मनात मैसूरला येण्याची मुळीच इच्छा नव्हती. पण त्यांचा नाईलाज होता. आधी राज आणि कात्यायनी पुढं आले होते. राहायला वेगळं घर मिळाल्यानंतर पृथ्वी आणि नागलक्ष्मीला घेऊन यायचं त्यांनी ठरवलं होतं.

करुणेकडून नंजनगूडची हकिकत जाणून घेण्याची प्रबळ इच्छा कात्यायनीच्या मनात होती. राजलाही ते कुतूहल होतं. पण तिची इच्छा अधिक तीव्र होती. कधी काळी आपलं असलेलं घर आणि तिथला आपला चिनी! तिचं मन चिनीला पाहायला आसुसलं होतं? आजोबा-आजीबरोबर तो सुखात असेल ना? वयस्कर सासू-सासरे कसे असतील?

दुपारी तीन वाजताच कात्यायनी घरी आली. राजही रजा घेऊन कुठंतरी घर पाहायला गेला होता. उशिरा येणार असल्याचं त्यानं सागितलं होतं. नेहमीप्रमाणे सदाशिवराव ग्रंथालयात गेले होते. कात्यायनीला कंटाळा येऊन नये म्हणून करुणा घरातच थांबली होती. वेळ वाया जाऊ नये म्हणून श्रोत्रींशी झालेल्या चर्चेतले मुद्दे टाईप करून ठेवत होती.

घरी आल्यावर कात्यायनीचं खाणं झालं. दोघींनी एकमेकींच्या प्रकृतीची चौकशी केली. नंतर कात्यायनीनं विचारलं, 'नंजनगूडला जाऊन आलात ना? तिथली हकिकत सांगा मला.'

'सगळेजण खुशाल आहेत.'

'फक्त एवढं सांगून चालायचं नाही. मला तिथली सगळी हकिकत ऐकण्याची एवढी इच्छा का आहे ते तुम्हालाही ठाऊक आहे. तुम्हाला तितकंसं कन्नड येत नाही. तरीही तुम्हाला जे काही समजलं त्यातला शब्दही न गाळता मला सांगा.'

'खूप चांगली वाटली ती माणसं. त्यातही ते वृद्ध गृहस्थ! खूपच प्रभावित झाले मी!'

'बाकी सगळेजण कसे आहेत? माझा मुलगा, सासूबाई, लक्ष्मी-'

'तुमच्या सासूबाईंना जाऊन दोन वर्षं झाली.'

'काय?' अनपेक्षित बातमी ऐकून कात्यायनीला धक्काच बसला. अंतर्मनातला कुठलातरी आधारस्तंभ उन्मळून पडल्यासारखं तिला वाटलं.

'आता घरातलं सगळं कोण पाहतं? मुलाकडे कोण पाहतं?'

'ते वृद्ध गृहस्थच सारं पाहतात. पहाटे तीन वाजता उठतात. त्याचा अभ्यास घेणं आणि दोन्ही वेळचा स्वयंपाक करणंही तेच पाहतात. यंदा तो एस्. एस्. एल्. सी. ला आहे. संध्याकाळी त्याचा वेदपाठही ते वृद्ध गृहस्थच घेतात.'

'कसा आहे तो? त्याला आईची आठवण आहे का? आजीच्या मृत्यूच्या धक्क्यातून तो सावरला की नाही?'

'काल रात्री हे दोघे बाहेर फिरायला गेले होते. तेव्हा मी दोन तासांपेक्षाही अधिक वेळ त्याच्याशी गप्पा मारत होते. माझं इंग्लिश त्याला चांगलं समजत असलं तरी संभाषणाची त्याला सवय नसावी. पण संस्कृतमध्ये मात्र छानच संभाषण करत होता! मी जे इंग्लिशमध्ये विचारत होते त्याचं उत्तर तो संस्कृतमध्ये देत होता. संस्कृतचा बराच अभ्यास झालाय असं दिसतं. भगवद्गीता तोंडपाठ आहे. रामायण-महाभारत स्वत: वाचून त्याचा अर्थ समजून घेतो. खूपच हुशार वाटतो तो मुलगा! अगदी आजोबांची प्रतिकृतीच! तशीच उंची, विशाल छाती आणि खांदे, रुंद चेहरा, चमकदार डोळे, दोन्ही कानांत चमकणारे खडे-'

'त्याला आईची आठवण येते का?' कात्यायनीनं उत्सुकतेनं विचारलं.

करुणा विचारात पडली. कात्यायनीनं तो प्रश्न दोनदा विचारला तरी ती काही बोलली नाही.

'कसलाही संकोच न करता जे खरं असेल ते सांगा. माझी शपथ आहे तुम्हाला!' तिनं पुन्हा पुन्हा म्हटलं.

अखेर करुणा सांगू लागली, 'मी त्याला विचारलं, 'तुझी आई कुठं आहे? त्यांना पाहिलेलं तुला आठवतं का?' पण त्याला हा प्रश्न आवडला नसावा, असं त्याच्या चेहऱ्यावरून दिसलं. त्याला आईविषयी सगळं ठाऊक असावं, असं मला वाटतं. पण मी त्याच्या आईच्या नात्यातल्यापैकी कुणी असल्याचं त्याला समजलं नसावं. नंतर मी त्याला त्याच्या आजीविषयी विचारलं. आजीविषयी मात्र त्याच्या मनात फारच प्रेमाची भावना दिसली. बोलण्यात संयम असला तरी चेहऱ्यावरचे भाव आणि आवाजातल्या ओलाव्यावरून मला तसं वाटलं. आजीचं आजारपण जास्त झालं आणि ती गेली. एवढंच नव्हे, तर पुढचे विधी कुठं केले वगैरे सगळ्या घटनांविषयी त्यानं सविस्तरपणे सांगितलं. आजोबांविषयी त्याच्या मनात प्रेम आणि भक्ती आहे.'

'त्याचा चेहरा लहान मुलासारखा हसतमुख वाटला की गंभीर?'

'आजी असताना तो मोकळ्या स्वभावाचा असावा असं वाटतं. आताही त्याच्या

घरात ती लक्ष्मी नावाची म्हातारी आहे ना, तिच्याशी मोकळा वागतो तो. रात्री त्याचं अंथरूण तिच्याच खोलीत असतं. तिचीही खूप माया दिसते त्याच्यावर. पण एरवी मात्र त्याचा चेहरा वयाच्या मानानं गंभीर वाटतो. हा विद्याभ्यासाचा परिणाम की घरातल्या परिस्थितीचा परिणाम, हे मला सांगता येणार नाही.'

श्रोत्रींविषयी सांगताना करुणा सांगत होती, 'रामायण-महाभारतादि पुरातन ग्रंथांच्या अभ्यासातून अशा व्यक्तीची कल्पना मला येत होती. पण त्या कल्पनेशी शंभर टक्के साम्य दर्शवणारी एक व्यक्ती या युगात इथून फक्त पंधरा मैलांवर मला भेटेल, असं मात्र मला वाटलं नव्हतं! त्यांचं अगाध ज्ञान आणि विस्मयकारक मनाचं संतुलन पाहून मी तर थक्क होऊन गेले. त्यांच्या चेहऱ्यावरचा तो स्थितप्रज्ञाचा भाव मी कधीच विसरू शकणार नाही. फक्त वयाच्या पक्वतेमुळे तो येऊ शकत नाही हे मला ठाऊक आहे. डोळ्यांतला तो कुठल्याशा अंत:प्रज्ञेनं चमकणारा विश्वास! पण तरीही त्या मृदू व्यक्तिमत्त्वामागं एका कुठल्यातरी कोपऱ्यात अव्यक्त असा कठोर भाव आहे, असं मला वाटतं. संकल्पशक्ती आणि कर्तव्यज्ञान हेच त्यांचं आयुष्य चालवत असावेत!'

करुणा बोलायची थांबली तरी कात्यायनी तशीच बसून राहिली. तिचा चेहरा गंभीर आणि चिंतामग्न झाला. एक अस्वस्थ वेदना त्या चिंतामग्न चेहऱ्यावर उमटलेली पाहून करुणा म्हणाली, 'मला जे वाटलं ते मी सांगितलं. मला कन्नड येत नसल्यामुळे यात काही चुकलंही असेल. तुम्ही फारसा विचार करू नका. जीवनात हे असं चालायचंच!'

कात्यायनी कितीतरी वेळ तशीच बसून होती. तिच्या डोळ्यांसमोर श्रोत्री आणि चिनी उभे राहात होते. श्रोत्रींच्या आणि नंजुंडाच्या रूपावरून ती पंधरा वर्षांच्या चिनीची कल्पना करत होती. रत्नेनं केलेल्या वर्णनावरून ते चित्र अधिक स्पष्ट होत होतं.

राघप्पाला रात्रीच्या स्वयंपाकाची सूचना देण्यासाठी करुणा आत निघून गेली तरी कात्यायनी सुन्नपणे बसून होती.

आजीच्या मृत्यूविषयी आणि आजाराविषयी सविस्तरपणे बोलणारा चिनी आईविषयी शब्दही बोलला नव्हता. त्याच्या मनात आपल्या आईविषयी तिरस्कार भरला असेल काय? त्या घरात आपल्याविषयी काय बोललं गेलं असेल? त्याला कुणी 'तुझी आई कुलटा आहे, तुला सोडून ती दुसऱ्याचा हात धरून पळून गेली' असं सांगितलं असेल तर असा तिरस्कार निर्माण होणं साहजिकच आहे. स्वत: श्रोत्री असं काही सांगणार नाहीत, याची तिला खात्री असली तरी भागीरथम्मांविषयी तिला तशी खात्री देता येईना. त्यांचा स्वभाव थोडा संतापी होता. शिवाय, करुणेनं त्याच्या हुशारीविषयीही सांगितलं होतं. कुणी काही सांगण्याआधीच त्यानं सगळं जाणलं असेल काय?

स्वत:च्या मुलाकडून तिरस्काराचा विषय होण्याआधी आपला जीव का गेला नाही, असं वाटून तिचा कंठ दाटून आला. त्या घरातून बाहेर पडण्याऐवजी आपण मरून गेलो असतो तर त्यानं वडील आणि आजीइतक्याच श्रद्धेनं आणि भक्तीनं आपली आठवण काढली असती, या विचारानं ती व्यथित झाली.

त्यापेक्षा आपण त्याला इथं आणलं असतं तर? काही दिवसांनी त्याच्या मनात सावत्र वडिलांविषयी प्रेम निर्माण करण्यात आपल्याला निश्चित यश मिळालं असतं. नाहीतरी त्यावेळी श्रोत्रींनीही आपल्याला आडकाठी केली नव्हती.

मग कुणी आडकाठी केली? ज्या आत्म्यानं त्यावेळी चिनीला न्यायला मनाई केली तोच आत्मा आज असं का सांगतोय?

अखेर या द्वंद्वाचं मूळ कशात आहे?

विचार करून कात्यायनी थकून गेली होती, तरी उत्तर मात्र सापडत नव्हतं.

■

एकवीस

पंधरा दिवसांत मनाजोगतं घर मिळवण्यात राज यशस्वी झाला आणि कात्यायनीबरोबर तो त्या घरी गेला. आठवडाभरानंतर राज बेंगळूरला गेला आणि त्यानं एका ट्रकमधून घरातलं सारं सामान भरून पाठवून दिलं. पाठोपाठ पृथ्वी आणि नागलक्ष्मीला घेऊन तोही मैसूरला परतला.

राज आणि कात्यायनी नव्या घरी राहायला गेल्यानंतर सदाशिवराव आणि करुणेला करमेनासं झालं. ते असताना सकाळी गप्पा मारत जेवण होई आणि रात्री जेवणानंतरच्या गप्पाही खूप रंगत. कात्यायनीनं स्वयंपाकघरात लक्ष घालून राघप्पाला काही नवे पदार्थही शिकवले होते. ते पंधरा दिवस घर भरल्यासारखं वाटत होतं.

आता पुन्हा एकसुरी दिनक्रम सुरू झाला होता. अभ्यास, वाचन, टिपणं काढणं आणि त्यावर चर्चा करणं पुन्हा सुरू झालं होतं. पाचव्या खंडाची तयारी सुरू झाली होती. त्यातही सदाशिवरावांचं मन आपल्या जीवनात द्वंद्व निर्माण करणाऱ्या प्रश्नांचा विचार करत होतं.

त्यांना पदोपदी श्रोत्रींच्या बोलण्याची आठवण येत होती. त्या दिवशी श्रोत्री म्हणाले होते- 'बुद्धी ही प्रकृतीचंच एक स्वरूप. केवळ शारीरिक आकर्षणापेक्षा हे उत्तम असलं तरी त्यात मूलभूत फरक नाही.' पुन्हा एकदा त्यांच्यावर करुणेबरोबरच्या विवाहावर विचार करायची पाळी आली होती.

ती नसती तर इतक्या लवकर ग्रंथाचं काम आटोपत आलं नसतं हे तर खरंच! तिच्यासारखी मदत करणारं आणखी कुणी भेटलं असतं तर? पण त्यांच्या जीवनकार्याला आपलं मानून तादात्म्यभावानं आपलं जीवन गहाण टाकून कोण राबलं असतं?

हे खरं असलं, तरी आता पुन्हा त्यावरच विचार करताना त्यांना एक वेगळीच गोष्ट जाणवली. आपल्या ग्रंथाविषयी जेव्हा करुणा गौरवोद्गार काढते, त्यातील काही अभिनव विचारांचं कौतुक करते, तेव्हा आपलं मन अधिक फुलून येतं, हा त्यांचा आजवरचा अनुभव होता. विविध देशांतील प्रकांड पंडितांच्या सविस्तर स्तुति-पत्रांपेक्षा तिचा एक शब्द आपल्याला अधिक स्फूर्तिदायी वाटतो हे त्यांनी मनोमन कबूल केलं. तिच्या तोंडून 'आपला ग्रंथ' असा उल्लेख ऐकताना त्यांचं

हृदय हर्षानं भरून जात होतं. रात्री फिरायला जाताना एखाद्या विषयावर चर्चा करताना त्यांनी एखादा चपखल मुद्दा मांडला की ती त्यांचा हात हातात घेत होती त्यावेळी, अथवा घरी आल्यावर ती आठवणीनं एकेक मुद्दा लिहून काढत होती तेव्हा 'हीच माझी योग्य पत्नी' असंही वाटल्याचं त्यांना आता आठवत होतं. एखाद्या पुरुष-साहाय्यकानं असंच साहाय्य केलं असतं तर ही भावना आपल्याला अनुभवता आली असती का?

श्रोत्रींनी आपलं आयुष्य संस्कृत ग्रंथांच्या वाचन-मननात घालवलं होतं. वेदान्त, धर्म-शास्त्र, तत्त्वज्ञान वगैरे विषयांचा त्यांचा गाढा अभ्यास होता. त्यांच्या पत्नी तर नागू एवढ्याही शिकलेल्या नव्हत्या. तरीही त्यांना कधी दुसऱ्या स्त्रीच्या मदतीची आवश्यकता भासली नव्हती. कदाचित त्यांनी कुठल्याही ग्रंथरचनेचा संकल्प केला नव्हता म्हणून. ते आपल्या जागी असते तर-!

अशी तुलना करणं योग्य नव्हे, हे समजूनही सदाशिवरावांच्या मनानं ग्वाही दिली- श्रोत्रींनी हे काम निश्चितच एकट्यानं केलं असतं! फार तर मदतीसाठी एखादा पगारी टायपिस्ट लावला असता. इतर सगळं त्यांनी स्वत: पाहिलं असतं. कुठल्याही परिस्थितीत त्यांनी दुसऱ्या विवाहाचा मार्ग अवलंबला नसता.

सदाशिवरावांचं मन दिवसेंदिवस नागलक्ष्मीच्या आठवणीनं तडफडत होतं. आता तर ती त्यांच्या घरापासून अर्ध्या मैलावर राहात होती. त्यांच्या आणि करुणेच्या आजाराच्या वेळी तिनं सारा मान अपमान बाजूला सारून त्यांच्याबरोबर राहण्याची आणि त्यांची सेवा करण्याची इच्छा आपण होऊन बोलून दाखवली होती. पतीला आणि सवतीला स्वयंपाक करून वाढण्याची आणि त्यांची प्रकृती चांगली राखण्याची तिची अपेक्षा होती!

दुसऱ्या लग्नाच्या आधीच्याही कितीतरी घटना त्यांना आठवत होत्या. ती कधीही त्यांना अर्धपोटी राहू देत नव्हती. त्यांनी कितीही टाळाटाळ केली तरी आठवड्यातून एकदा तरी त्यांचं डोकं तेल लावून चोळत होती. ती विशेष शिकलेली नसली तरी तिचं व्यक्तिमत्त्व विकसित झालं होतं. त्यामुळे घरात तिचं एक अढळ स्थान झालं होतं. तिनं कधी आपला अधिकार सांगितला नाही. पण तिच्या कष्टमय जीवनापुढे सर्वजण नतमस्तक होत होते. केवळ प्रेम आणि विश्वासामुळे तिला ही शक्ती लाभली होती. मातृत्वाचा एक अंश तिच्या व्यक्तिमत्त्वात चिरंतन होऊन राहिला होता.

किती दिवस तिला असं दूर ठेवायचं? अखेरपर्यंत? त्यांच्या आजारपणात त्यांनी तिला इथंच राहायला सांगितलं होतं तेव्हा तिचा चेहरा आनंदानं फुलून गेला होता. हॉस्पिटलमध्ये असताना त्यांची बारीकसारीक सेवा करतानाही आपलं अंत:करण अर्पण करत असल्याच्या भावनेनं ओथंबलेले तिचे डोळे त्यांना आठवत होते.

घरी आल्यावर आपण स्वत:ला पुन्हा ग्रंथरचनेला जुंपून घेतलं आणि तिच्याकडे पूर्ण दुर्लक्ष केलं. करुणेच्या उपस्थितीमुळे तर आपल्या हातून तसं घडलं नसेल? नंतर करुणेच्या नकारापुढे आपलं काहीच चाललं नाही. तरीही निघताना ती त्यांच्या पायाशी वाकली होती. डोळ्यांत निराशेचे अश्रू आणि अपमान भरलेल्या नागलक्ष्मीची निघताना वाकून नमसकार करणारी मूर्ती आठवताच ते अस्वस्थ झाले.

कशी सुटका व्हायची या द्वंद्वातून? कुणाला दूर करून कुणाला जवळ करायचं? ग्रंथनिर्मिती हा तर त्यांच्या जीवनाचा श्वास! पण नागूची आठवणही त्यांचं हृदय भाजून काढत होती. हा श्वास आणि ती आग! या वणव्यात जगायचं कसं? ग्रंथनिर्मितीचा आणि करुणेचा त्याग करून नागूकडे निघून गेलं तर? करुणेला वेगळं घर करून देऊन नागूबरोबर राहिलं तर?

कितीही उलटसुलट विचार केला तरी ग्रंथनिर्मितीसाठी रत्नेबरोबर राहाणं आवश्यक आहे असं त्यांना वाटतच होतं. ग्रंथनिर्मिती सोडून द्यायचा विचार करताना श्रोत्रींचं बोलणं आठवत होतं, 'काही वेळा जीवनात अपरिहार्यपणे द्वंद्व निर्माण होतं. पण तिथून माघारी वळण्याचा प्रयत्न केला तर वेगळ्याच द्वंद्वाला समोरं जावं लागेल.'

सदाशिवरावांनाही हे पटत होतं. ग्रंथनिर्मितीचा विचार सोडून दिला तर आयुष्यभर आपल्याला शांती मिळणार नाही, हेही त्यांना समजत होतं. प्रकृतीचा विचार करता शक्य तितक्या लवकर हे काम उरकायला हवं, हेही समजत होतं. यानंतर आपण फार वर्षं जगणार नाही, असा त्यांचा आतला आवाज सांगत होता.

हा एकच आवाज त्यांना कामाला प्रवृत्त करत होता.

दिवसेंदिवस मनस्ताप वाढत होता. शरीर कणाकणानं खंगत चाललं होतं.

डॉक्टरी तपासणीत सदाशिवरावांना कुठलाच आजार असल्याचं निष्पन्न होत नसलं तरी त्यांच्या शरीरातली शक्ती घटत चालली होती. दुपारचं जेवण पचेनासं झाल्यानं अलीकडे ते दुपारी फक्त दूध आणि ब्रेड खाऊ लागले. वाचता वाचता मध्येच त्यांना काही कळेनासं होत होतं. नागलक्ष्मीची आठवण त्यांचा पिच्छा सोडायला तयार नव्हती. कधी कधी करुणा आणि नागलक्ष्मीचा विचार करता करता ते थकून जात होते.

सदाशिवरावांच्या प्रकृतीतील उतारमान करुणेच्या कधीच लक्षात आलं होतं. तिनं आग्रहानं त्यांना मोठमोठ्या डॉक्टरांकडे नेलं होतं. प्रत्येकानं त्यांना कुठलाच आजार न झाल्याचं सांगितलं. फक्त एक डॉक्टर मात्र म्हणाले होते, 'थोडी हृदयात गडबड वाटते. पण घाबरण्याचं कारण नाही. एवढा दोष कितीतरी सुदृढ माणसातही दिसतो. हवापालट आणि विश्रांती घ्या. टॉनिक्स आणि औषधं लिहून देतो ती घ्या.'

यापैकी हवापालटाचा विचार सदाशिवरावांनी खोडून काढला. त्याऐवजी अधिक लवकर ग्रंथ संपवण्याचा मनसुबा त्यांनी करुणेला बोलून दाखवला. पाचवा खंड लवकर संपवण्याची इच्छाशक्ती पहिल्याइतकीच अदम्य असली तरी त्यांचं शरीर पहिल्यासारखं साथ द्यायला तयार नव्हतं. त्यांची अवस्था पाहून करुणा हवालदिल होत होती. त्यासाठी तिनं दोन दिवस जेवणही सोडून दिलं. पण सदाशिवराव तयार झाले नव्हते.

त्या दिवशी रात्रीचं जेवण झाल्यानंतर नेहमीप्रमाणे दोघे फिरायला निघाले. कॉलेजच्या मैदानावर आले. इथंच करुणेनं नागूला घरी ठेवून घेण्यास नकार दिला होता.

त्याच क्षणी रत्नेच्या मनातही तोच प्रसंग तरळत होता. त्यासाठी तर हे खंगत नसतील ना? अखेर तिनं विचारलं, 'कुठल्या विचारांनी तुम्ही इतके खंगत आहात? मला नाही का सांगणार?'

'छे:! काही नाही.'

'असं काय करता? मला ठाऊक आहे. तुम्ही सांगा ना!'

मान वर करून त्यांनी तिच्याकडे पाहिलं. मंद प्रकाशातल्या तिच्या गंभीर चेहऱ्याकडे पाहात ते सावकाश म्हणाले, 'तुला ठाऊक आहे ना? मग पुन्हा मला का विचारतेस? तुला समस्या ठाऊक आहे आणि त्याचं उत्तरही तुझ्याच हातात आहे. माझ्या हातात काहीच नाही.'

करुणेला काय बोलावं ते सुचेना.

ते पुढे म्हणाले, 'आजारपणात तिनं माझी खूप शुश्रूषा केली, ती काही फक्त कर्तव्यभावनेनं नव्हे. एका हिंदू स्त्रीनं श्रद्धा-भक्तीनं केलेली ती पूजा होती! झालं गेलं विसरून ती माझी सेवा करण्याची संधी मागत होती. तिची अपेक्षा होती, ती आपल्या दोघांचा स्वयंपाक करून जेवू घालण्याची; मला आठवड्यातून एकदा न्हाऊ घालण्याची! पत्नीत्वाच्या भावनेहून ती एक पायरी वर चढली आहे. आपल्या दोघांची आई होऊन राहाण्याची तिची पात्रता आहे. तिला इथं राहू देण्याचं माझ्याही मनात होतं, पण- '

एवढं बोलून ते गप्प बसले. करुणाही काही बोलली नाही. काही क्षण शांततेतच सरले. पुन्हा सदाशिवराव म्हणाले, 'या विषयावर नंजनगूडच्या श्रोत्रींशी बोलता ते काय म्हणाले ठाऊक आहे? ज्या ध्येयसाधनेला महत्त्व देऊन तुम्ही विवाहित असतानाही त्यांनी तुमच्याशी लग्न केलं त्याच साधनेला महत्त्व देऊन त्यांना या घटनेकडे पाहता आलं असतं. जीवनध्येय स्पष्टपणे समजलं असतं तर त्यांना हे फारसं कठीण नव्हतं.'

पुन्हा तिच्याकडे पाहून त्यांनी थोड्या कठोर स्वरात विचारलं, 'तुला तुझ्या

जीवनध्येयाचं स्पष्टपणे आकलन झालंय?'

करुणेला काय बोलावं ते सुचत नव्हतं.

असा किती वेळ गेला कोण जाणे! सदाशिवराव उठले आणि एक सुस्कारा सोडत म्हणाले, 'चल, घरी जाऊया, बराच उशीर झालाय.'

अंधूक उजेडात करुणेचा हात धरून ते घरी येऊन पोहोचले आणि नेहमीप्रमाणे अभ्यासिकेत शिरले. करुणा अर्धवट राहिलेले कागद टाईप करू लागली. अर्ध्या पानात आठ चुका होताच ती थांबली. की-बोर्डावरून बोटं काढली आणि खुर्चीत रेलून बसून राहिली. तिचं मन तिला विचारत होतं, 'तुला तुझ्या जीवनध्येयाचं स्पष्टपणे आकलन झालंय?'

सदाशिवरावांची प्रकृती दिवसेंदिवस ढासळत असल्याचं ती पाहात होती. पाचव्या खंडाच्या कामाला अजूनही म्हणावा तसा वेग येत नव्हता.

नागलक्ष्मीबद्दल तिच्या मनात कधीच कटुता नव्हती. आजारपणात तिनंही नागलक्ष्मीचं जीवन जवळून पाहिलं होतं. त्या महिनाभरात नाही म्हटलं तरी कितीतरी वेळा तिचा खिन्न चेहरा तिनं पाहिला होता. ज्याच्याशी धर्मविधीनं लग्न झालंय त्या पतीच्या घरी एखाद्या स्वयंपाकिणीसारखी ती स्वत:ला स्वयंपाकघरात कोंडून घेत होती. जेव्हा सदाशिवरावांनी ती पत्नीत्वाची पायरी ओलांडून मातृत्वापर्यंत पोहोचल्याचा उल्लेख केला तेव्हा त्याच तिच्या स्वयंपाकिणीच्या रूपाकडे वेगळ्या दृष्टीनं पाहण्याचा दृष्टिकोन तिला दिसला. एक स्त्री म्हणून ती आपल्यापेक्षा वरच्या पातळीवर असल्याचं रत्नेनं मनोमन मानलं. शिवाय, पृथ्वीची आठवणही तिला हळवी करून गेली.

करुणेच्या मनात भावना आणि विचारांची धुमश्चक्री चालू होती. एक आठवडा मध्ये गेला. एक दिवस मनोयातना आणि विचित्र प्रकारचा उदात्त आनंद यांनी भरलेल्या स्वरात ती सदाशिवरावांना म्हणाली, 'त्यांनाही तुम्ही इथं घेऊन या. आपण तिघं मिळून इथं राहू.'

या बोलण्यावर सदाशिवरावांचा पटकन विश्वास बसेना. त्यांनी तिच्या गंभीर आणि शांत चेहऱ्याकडे निरखून पाहिलं आणि त्यातलं सच्चेपण समजताच ते प्रसन्नपणे हसले.

एका फुलारलेल्या आशेचा फुलोरा कोमेजून गेल्यावर नागलक्ष्मीची मन:स्थिती मोठी विचित्र झाली होती. जर सदाशिवराव दवाखान्यातच तुटकपणे वागले असते तर तिची आशा पालवण्याचा प्रश्नच आला नसता. तिचाही मान-अभिमान फार तीव्र होता. त्यामुळे करुणेशी विवाह करून सदाशिवराव घरी आले तरी ती त्यांच्याबरोबर बोलली नव्हती. पण रामनाम जपानं निवळलेल्या मनातला उरलासुरला अभिमान

हॉस्पिटलमधल्या त्यांच्या स्नेहपूर्ण वर्तणुकीनं गळून पडला होता. म्हणून तिनं आपण होऊन तिथं स्वत:ला ठेवून घेण्याची त्यांना विनंती केली होती. सवतीबरोबर राहण्याची तिला स्वत:ला मुळीच हौस नव्हती.

पण घरी गेल्यानंतर सदाशिवरावांची वागणूक तुटक होत गेली होती. तशी ती निराश होऊ लागली. निघायच्या घटकेपर्यंत ते आपल्याला राहायला सांगतील म्हणून ती वाट पाहात होती. निदान राजला तरी 'नागूला इथं ठेवून जा.' असं सांगतील, अशी तिची अपेक्षा होती; पण तिची त्याबाबतीत घोर निराशा झाली.

बेंगळूरला परतल्यावर तिला जगणंही नकोसं वाटू लागलं. आपल्या जीवनाची विनाकारण चाललेली परवड पाहून ती वैतागली होती. जाणूनबुजून जेवणाकडे दुर्लक्ष करत होती. सारी हकिकत ऐकून राज आणि कात्यायनीलाही खूप वाईट वाटलं होतं. त्या घटनेला करुणाच जबाबदार असावी, असा राजला संशय असला तरी तो काहीच बोलला नाही. त्यानंतर ते दोघे तिची अधिकच काळजी घेऊ लागले.

एक दिवस कात्यायनीनं मुद्दामच तिला विचारलं, 'आक्का, आता रामनामाच्या किती वह्या भरल्या?'

'कुणास ठाऊक!'

'का? तुम्ही लिहीत नाही वाटतं.'

'कुठल्याही देवाचं नाव लिहून काय उपयोग?' ती दु:खानं म्हणाली.

'आपल्या दुर्दैवाचा ठपका देवावर ठेऊ नये, आक्का! हे मी तुम्हाला सांगावं? गतजन्मीच्या कुठल्यातरी पापाची फळं आपण या जन्मी भोगतोय. या जन्मी देवाला विसरलं तर कसं? निदान पुढचा जन्म तरी चांगला हवा की नाही? घरात तुम्ही रामनाम लिहीत राहिलात तर या घराचं भलं होईल- यांचं, पृथ्वीचं. घरातली कामं कमी करा आणि रामनाम लिहायला सुरुवात करा पाहू. पृथ्वी कॉलेजमधून घरी आला की त्याच्याकडून शाई आणवून घ्या. वह्या पुरेशा आहेत ना?'

इतके दिवस आपल्याच दु:खात चूर होऊन आपण देवाला विसरलो याचं नागलक्ष्मीला वाईट वाटलं. तिनं मनोमन रामाची क्षमा मागितली. दुसरे दिवशी तिनं पुन्हा रामनाम लिहायला सुरुवात केली. सकाळचा स्वयंपाक तीच करत होती. दुपारचं खाणं करून झाल्यानंतर त्याच चुलीवर रात्रीसाठी तुरीची डाळ शिजायला टाकत होती. रात्रीच्या स्वयंपाकाची जबाबदारी कात्यायनीनं आपल्यावर घेतली होती.

काही दिवसांतच नागलक्ष्मीचं मन ताळ्यावर आलं. कुणीही टाकलं तरी आपला श्रीराम आपल्याला दूर लोटणार नाही, असा विश्वास तिच्या मनात निर्माण होत होता. आता तिच्या वयाची चाळिशी उलटली होती. राज, पृथ्वी आणि कात्यायनीचं भलं व्हावं एवढी एकच इच्छा तिच्या मनात राहिली होती. सवयीनं ती 'पतीही सुखात राहू दे' अशी रामाच्या फोटोपुढे प्रार्थना करत असली तरी मनातला

तो कोपरा दिवसेंदिवस कठोर होत होता. पतीच्या आजारपणात वाट्याला आलेली अवहेलना ती जाणीवपूर्वक विसरायचा प्रयत्न करत होती.

राज आणि कात्यायनीची मैसूरला बदली झाली तेव्हा मैसूरला जायला ती नाराज होती. कात्यायनीही त्याबाबतीत निरुत्साही होती. पृथ्वीही आता बेंगळूरच्या मित्रांमध्ये चांगला रमला होता. पण सगळ्यांचा नाईलाज होता.

पृथ्वीनं मैसूरला कॉलेजमध्ये नाव घातलं. हळूहळू तो तिथं रमू लागला. मैसूरला आल्यानंतर काही दिवस नागलक्ष्मीचं मन सैरभैर झालं होतं. तिनंही महत्प्रयासानं मन ताळ्यावर आणलं आणि स्वत:ला पुन्हा रामनामात बुडवून टाकलं. आतापर्यंत एकशेदहा वह्या रामनामानं भरल्या होत्या. मरायच्या आधी एक कोटीचा जप पूर्ण करणं एवढंच तिच्या जीवनाचं ध्येय ठरल्यासारखं झालं होतं. शनिवारची श्रीराम-पूजाही आता अधिक काटेकोरपणे करण्यात ती स्वत:ला रमवू लागली.

एक दिवस दुपारी एक वाजता घरातली सगळी कामं संपवून ती घराच्या व्हरांड्यात बसून रामनाम लिहिण्यात तल्लीन होती. घरात कुणीच नव्हतं. तिघेही आपापल्या कॉलेजला गेले होते. फाटकाच्या आवाजामुळे तिनं वर पाहिलं आणि तिचा तिच्या डोळ्यांवर विश्वास बसेना.

फाटकातून सदाशिवराव आत येत होते. तिला काही सुचण्याआधी ते दारात येऊन हजर झाले होते. पटकन ती उठली आणि घाईघाईनं वही, दौत, टाक घेऊन आत निघून गेली.

सदाशिवराव आत येऊन व्हरांड्यात थांबले. नंतर तिथल्या खुर्चीत जाऊन बसले. आत नागलक्ष्मीचं मन विविध आठवणी आणि विचार यांच्या कोलाहलात सापडलं होतं.

काही वेळ तसाच गेला. अखेर सदाशिवरावांनी हाक मारली, 'नागू-'

आतून काहीच उत्तर आलं नाही.

त्यांनी दोन-तीनदा हाक मारली तरी उत्तर आलं नाही. अखेर ते मोठ्यानं म्हणाले, 'नागू! माझं बोलणं तुला ऐकू येतं ना? तुला घेऊन जायला आलोय मी!'

तरीही ती काही बोलली नाही.

त्यांनी पुन्हा तेच सांगितल्यावर ती आतूनच म्हणाली, 'माझ्यापुरती मी सुखात आहे. मला कुणी घेऊन जायची गरज नाही.'

'नागू, रागाच्या भरात तू असं म्हणू नकोस. तू बेंगळूरला गेल्यावर फार तगमग झाली माझी! आता तीही कबूल झालीय-'

'कुणाच्या परवानगीनं मला तिथं यायचं नाही. मी कुठंही येणार नाही.' नकळत तिचा चढलेला आवाज कंप पावत होता.

‘तसं म्हणू नकोस, नागू! थोडा विचार कर. मी आता आलोय-’ ते अजिजीनं म्हणाले.

त्यांचं वाक्य अर्ध्यावर तोडत ती आतूनच म्हणाली, ‘कुणीही येवो. सगळा विचार करून बोलतेय मी.’

सदाशिवराव पाचएक मिनिटं तसेच बसून होते. तरी ती बाहेर आली नाही. अखेर ते उठून उभे राहिले आणि म्हणाले, ‘नागू, मी निघतोय. तू विचार कर. राजलाही मी सांगेन. हवं तर करुणेलाच पाठवून देतो बोलवायला-’

‘राजला सगळं ठाऊक आहे. तोच काय, कुणीही सांगितलं तरी मी या घरातून बाहेर पडणार नाही. त्याला सांगायला गेलात तर अपमान होईल. कुणीही मला बोलवायला नको. कुठंही चार कामं केली तर घासभर अन्न मिळेल मला! मलाही फार नसला तरी थोडा अभिमान आहे! तुम्ही आता जावं हे बरं!’ आतून ठिणग्या उडत होत्या.

निराश होऊन सदाशिवराव हळूहळू तिथून निघून गेले. बाहेरच्या फाटकाचा आवाज ऐकू आला. दुसऱ्याच क्षणी नागलक्ष्मी हुंदक्यावर हुंदके देऊ लागली.

अर्ध्या तासानं कात्यायनी घरी आली. नागलक्ष्मीचा चेहरा पाहून तिनं विचारलं, ‘आक्का, चेहरा रडल्यासारखा का दिसतो?’

नागलक्ष्मी काही बोलली नाही.

‘रडून काही फायदा आहे का?’ ती म्हणाली.

ग्रंथालयात आलेल्या सदाशिवरावांना रत्नेनं विचारलं, ‘त्या काय म्हणाल्या?’

‘निक्षून ‘येणार नाही’ असं सांगितलं तिनं. असं घडेल अशी माझी अपेक्षा नव्हती.

‘मी जाऊन येऊ का?’

‘नको. त्याचा काही उपयोग होणार नाही.’

आठवडाभर सदाशिवराव विचित्र मन:स्थितीत होते. तो प्रसंग घडला त्या वेळेपर्यंत नागलक्ष्मी दूर असली तरी त्यांच्या मनात तिच्या पतित्वाची भावना होती आता ती चूर होऊन गेली होती. एखादी अमूल्य गोष्ट हातून निसटून जावी तसं त्यांना झालं होतं. विवाहाआधी अनाथालयात राहात असताना असलेली अनाथपणाची भावना त्यांना विद्ध करत होती. अशी असहाय्यता त्यांनी यापूर्वी कधीच अनुभवली नव्हती. आतापर्यंतची साधना, मिळालेलं यश आणि ज्ञान असफल असल्याचं त्यांना जाणवत होतं.

प्रचंड लढा देऊन त्यांनी ती भावना मनातून निपटून काढली आणि पाचव्या खंडाच्या कामात त्यांनी स्वत:ला पूर्णपणे झोकून दिलं. आपण आता अधिक दिवस जगणार नाही याची जाणीव आतून कुणीतरी देत होतं. मरायच्या आधी हा खंड

लिहून संपवायलाच पाहिजे, या जिद्दीनं सारी शक्ती एकवटून ते कामाला लागले. त्यांनी करुणेला सांगितलं, 'यानंतर अधिक वेगानं हा खंड संपवायला पाहिजे. तुझ्यावरची जबाबदारी वाढली आहे. आता घाई करायला हवी.'

तिनंही मनातील विविध भावना आणि विचारांना बाजूला सारलं आणि कामाला जुंपून घेतलं.

■

बावीस

आपलं सगळं जीवनच दोन भागांत विभागून आपल्याला दुःखी करणाऱ्या अनामिक शक्तीचा कात्यायनी विचार करत होती. हा काही फक्त दोन विचारांचा झगडा नव्हता. त्यात तिचं मन, भावना, मनःस्थिती सारंच गुंतलं होतं. नंजनगूड सोडताना जे योग्य वाटलं होतं तेच आता चुकलं की काय असं वाटत होतं. त्याचबरोबर राजनं आपल्यासाठी केलेला त्याग आठवला की आपण ज्याचा हात धरला ती व्यक्ती गैर नव्हती असं वाटून थोडं बरंही वाटत होतं.

करुणेकडून नंजनगूडच्या घरची परिस्थिती समजल्यापासून तिचं मन सैरभैर झालं होतं. चिनीला भेटण्याची दुर्दम्य इच्छा पुन्हा पुन्हा फडा वर काढत होती. श्रोत्रींची मूर्ती डोळ्यांसमोर उभी राहात होती. या वयातही पत्नीच्या माघारी जगणारी त्यांची कर्तव्यनिष्ठ मूर्ती अधिकच भव्य वाटत होती. संकल्पशक्ती आणि कर्तव्यभावनेमुळेच त्यांचं जीवन चाललं आहे, असं करुणा म्हणत होती ते वरचेवर आठवत होतं. त्यांची संकल्पशक्ती अगाध असल्याचं तिलाही ठाऊक होतं. त्यांचा जीवनावरचा विश्वासही तसाच गाढ होता. स्वतःला अनन्यभावानं धर्माला अर्पण केलं तर तोच धर्म आपल्याला मार्ग दाखवतो अशा विश्वासानं ते जगत होते. हाच अनन्यभाव त्यांचे ठायी कर्तव्यभावनेनं प्रकट होत होता. दोन प्रवृत्ती, दोन ध्येयं, दोन दृष्टी यांना त्यांच्या जीवनात जागाच नव्हती. आपल्या जीवनदृष्टीला बाधा आणणाऱ्या सगळ्या प्रवृत्तींना त्यांनी प्रयत्नपूर्वक बाजूला सारलं होतं, हेच त्यांच्या मनःशांतीचं रहस्य असावं असं तिला वाटत होतं.

चिरनूतन, चिरचेतन अशा प्रकृतीला धर्माच्या चौकटीत बद्ध करणं हा अधर्म असल्याचं तिला तिच्या जीवनाच्या एका वळणावर वाटलं होतं. प्रकृतीतल्या एका क्षुद्र मूळशक्तीनं तिच्या बुद्धीला आणि विचारांना भारून टाकून त्यावेळी वेगळीच कलाटणी दिली होती. त्यावेळी बुद्धी ही प्रकृतीचाच एक अंश असल्याचं तिला उमजलं नव्हतं. अलीकडे अनेकदा विचारात गढून गेले असता तिला वाटत होतं की, त्यावेळी बुद्धीहूनही श्रेष्ठ अशा धर्माला आपण अनुसरायला हवं होतं. वरेचवर तिला श्रोत्रींचं बोलणं आठवत होतं- 'एका वंशाच्या वृद्धीसाठी एका क्षेत्राचं दान केलं जातं. त्या वंशाचं बीज धारण करून त्याचा वृक्ष केला की त्या क्षेत्राच्या जीवनाचं

सार्थक होतं.'

श्रोत्री घराण्यासाठी आपण जी कर्तव्य करायला हवी होती त्यात आपण कमी पडलो ही भावना तिला विद्ध करत होती. तिला एक विचार सतत झपाटत होता- जर आपण वृद्ध सासू-सासऱ्यांची सेवा करत मुलाला मोठं करायचं कर्तव्य पार पाडलं असतं तर हे द्वंद्व आपल्या जीवनात कधीच आलं नसतं.

उन्हाळ्याची सुटी संपून कॉलेज सुरू झालं होतं. विद्यार्थ्यांची कॉलेजमध्ये प्रवेश घेण्याची धावपळ चालली होती. अजून नियमित तास सुरू झाले नव्हते. ज्येष्ठ महिन्यातली पावसाची रिपरिप सुरू झाली होती. कात्यायनी छत्री घेऊन कॉलेजला जात होती. राज मैसूरला आल्यामुळे तिथल्या नाट्यसंघाचे पुनरुज्जीवन झाले होते. नव्या वर्षाच्या पहिल्या नाटकाच्या तालमी सुरू झाल्या होत्या. राज सकाळी लवकर उठून तालमीसाठी निघून जात होता.

ज्येष्ठातल्या त्या पावसातून छत्री घेऊन जाताना कात्यायनीचं मन नंजनगूडच्या आठवणीत बुडून जात होतं. या ज्येष्ठातल्या पावसाशी तिच्या कितीतरी आठवणी निगडित होत्या. तिच्या पहिल्या पतीचा - नंजुंडाचा - मृत्यू अशाच एका ज्येष्ठात झाला होता. जर ते गेले नसते तर-? अनेक वेळा मनात येणारा प्रश्न पुन्हा पुन्हा उठत होता. या विचारांचा काही उपयोग नाही हे समजूनही तिला वाटत होतं, जर ते गेले नसते तर या आयुष्यातल्या कितीतरी समस्यांचा जन्मच झाला नसता.

अशाच एका पावसाच्या दिवशी ती चिनीला आणायला गेली होती आणि तशीच रिकाम्या हाती परतली होती.

आता पावसातून चालताना तिला ती घटना आठवली. चिनी! तिचा मुलगा! तिच्या रक्ता-मांसाचा मुलगा! त्याला भेटायची अनावर ऊर्मी हृदयात दाटून आली. श्रोत्रींची धीरोदात्त मूर्तीही नजरेसमोर उभी राहिली. नंजनगूडला जावं, चिनीला भेटावं आणि मन:शांतीसाठी श्रोत्रींच्या पाया पडून त्यांचे आशीर्वाद घ्यावेत, असं वाटू लागलं. पण प्रत्यक्ष जायचं धैर्य मात्र होत नव्हतं.

अशा विचारातच तीन-चार दिवस गेले.

श्रोत्री आपला तिरस्कार करणार नाहीत. पश्चात्तापदग्ध होऊन त्यांच्या पायावर डोकं ठेवलं तर अनुकंपेनं डोक्यावर हात ठेवून आशीर्वाद देतील. चिनीला एकवार डोळे भरून पाहून आलं तर आपलं मन थोडंतरी शांत होईल, असं तिला अनेक वेळा वाटत होतं.

कॉलेज नियमितपणे सुरू झालं तसं तिला थोडं बरं वाटलं. आता शिकवण्यात वेळ बरा जाईल, असा विचार करून ती पहिल्या दिवशी कॉलेजला आली, पण तिची निराशा झाली. कॉलेजचे कुणी माजी प्राध्यापक निवर्तल्यामुळे कॉलेजला सुटी देण्यात आली होती. सगळी मुलं आपापल्या घरी निघाली होती. कात्यायनी

अध्यापकांच्या खोलीत बसली होती. तिथं कुणीच नव्हतं. पावसाचा जोर वाढला होता. कात्यायनी खिडकीतून एकटक त्या धारांकडे पाहात होती.

एकाएकी तिच्या मनातला नंजनगूडला जायचा विचार प्रबल झाला. आज आपण गेलो नाही तर आपलं डोकं फुटेल किंवा वेड लागेल असं वाटू लागलं. तशी ती उठून उभी राहिली. तिथल्या आपल्या लॉकरमध्ये हातातली पुस्तकं ठेवून ती तिथून बाहेर पडली. पाऊस कोसळत होता. छत्री उघडून ती सरळ चामराजपूरच्या स्टेशनवर आली. नंजनगूडच्याच गाडीनं जाणाऱ्या विद्यार्थ्यांचा एक घोळका स्टेशनवर उभा होता. काही वेळानं एक गाडी स्टेशनाता शिरली. कात्यायनी बायकांच्या डब्यात जाऊन बसली. गाडी निघाली.

रस्ताभर तिचं मन तिच्या पति-निधनानंतरच्या विद्यार्थिदशेच्या आठवणीत रमलं होतं. त्यावेळी दोन वर्षं ती अशीच रेल्वेनं नंजनगूड-मैसूर अशी ये-जा करत होती. तिचं जीवन वेगळ्याच आसक्तीत बुडालं ते याच काळात.

दक्षिण मैसूर स्टेशन मागं पडलं. खिडकीतून चामुंडी टेकडी दिसू लागली. ढगांच्या करड्या रंगाच्या पार्श्वभूमीवर त्या टेकडीची आकृती अधिक गंभीर भासत होती. या टेकडीवर बसून घेतलेला निर्णय पाळण्यात यशस्वी झाले असते तर आपल्यावर अशी परिस्थिती आली नसती, असं तिला वाटू लागलं. टेकडीबरोबरच श्रोत्रींची मूर्ती डोळ्यांसमोर उभी राहात होती. कडकोळहून थोडं पुढे गेल्यावर गाडी कपिलेवरच्या पुलावरून धावू लागली. खिडकीतून नदीचा प्रवाह तिच्या नजरेत आला. हीच नदी, हाच घाट, हेच देऊळ-

काही मिनिटांतच गाडी नंजनगूडच्या स्टेशनात शिरली. कात्यायनीचं हृदय धडधडू लागलं. तिथं उतरणारे विद्यार्थी आणि इतर प्रवासी निघून जाईपर्यंत ती स्टेशनच्या प्लॅटफॉर्मवरच उभी राहिली. स्टेशनच्या बाहेर पडण्याची तिला भीती वाटू लागली. गर्दी ओसरली. तिकिटचेकर तिच्याजवळ आला आणि त्यानं तिच्याकडं तिकीट मागितलं. त्याच्या हातात तिकीट देऊन ती तिथून बाहेर पडली. कुणी ओळखेल या भयानं तिनं मान खाली घातली आणि खालच्या मानेनं आजूबाजूला पाहात घराच्या दिशेनं चालू लागली. पावसामुळे रस्त्यात फारशी रहदारी नव्हती. तशीच ती घराच्या दरवाज्यासमोर जाऊन उभी राहिली.

कधीकाळी तिचं असलेलं घर!

घराचा दरवाजा पुढं लोटला होता. हो! पूर्वीही पावसाळ्यात हा दरवाजा असाच बंद असायचा. नुकतंच कुणीतरी पायऱ्या चढून घरात गेल्याचं पायऱ्यावरच्या ओल्या पायतणांच्या खुणांवरून समजत होतं. त्या ठशांजवळूनच छत्रीतून गळालेल्या पाण्याची एक रेषाही दिसत होती. दरवाजा लोटून आत जायची दुर्दम्य इच्छा पुन्हा उफाळून आली. ती एक पाऊल पुढे गेली आणि जागीच थबकली.

मनाच्या आतून धुराच्या लोटाप्रमाणे उसळलेल्या अनामिक भीतीनं ती घाबरी झाली. तिचं सर्वांग एकाएकी कापू लागलं. त्या पावसातही ती नखशिखांत घामेजून गेली. पाहता पाहता त्या अनामिक भीतीनं तिला व्यापून टाकलं. त्या भीतीमागील कारणाचा विचार करण्याइतकीही तिची बुद्धी कार्यरत राहिली नव्हती.

तरीही तिनं हात उचलून कडी वाजवण्याचा प्रयत्न केला, पण तो निष्फळ ठरला. तोच आत कुणीतरी बोलल्याचा आवाज ऐकू आला. तो आवाज कुणाचा असावा याचा वेध घेण्याआधी कुणीतरी दरवाजा उघडून आपल्याला पाहील याची जाणवी होऊन ती अधिकच घाबरून गेली. स्वत:च्या नकळत ती गर्रकन वळली आणि घाईघाईनं स्टेशनकडे जाऊ लागली. हातातली छत्री उघडण्याइतकंही तिला भान राहिलं नव्हतं. स्टेशनवर जाऊन पोहोचल्यानंतर ती थोडीफार भानावर आली.

प्लॅटफॉर्मवर एक मालगाडी उभी होती. तिनं तिथल्या एका रेल्वेच्या कर्मचाऱ्याला विचारलं, 'मैसूरला जाणारी गाडी केव्हा आहे?'

'या मालगाडीला एक पॅसेंजरचा डबा जोडलाय. जा त्यातनं.' तो उत्तरला.

तिकीट काढून ती त्या डब्यात जाऊन बसली. काही शेतकरी आधीच तिथं बसले होतं.

गाडीनं पूल ओलांडला तरी तिचं अंग कापतच होतं.

दुसरे दिवशीही पावसाला खंड नव्हता. रात्रभर झोप न लागल्यामुळे कात्यायनी भ्रमिष्टासारखी झाली होती. साडेदहा वाजता कॉलेजच्या वरच्या मजल्यावरच्या खोलीत ज्युनियर इंटरमिजिएटच्या वर्गावर तिचा तास होता.

तिनं प्रवेश करताच वर्गातला गोंधळ शांत झाला आणि मुलं उठून उभी राहिली. नवे विद्यार्थी कॉलेजमधल्या नव्या जीवनाला सामोरे जाण्यासाठी उत्सुक होते. ती खुर्चीत बसल्यावर मुलंही बसली. तिनं हजेरी घ्यायला प्रारंभ केला. सुमारे एकशे वीस मुलांची यादी पुढ्यात असली तरी पहिली जेमतेम पन्नास नावं घेऊन तिनं सगळ्या नावांपुढे हजेरी मांडली आणि मान वर केली.

समोरच्या खिडकीतून चामुंडी टेकडी दिसत होती. तिचं शिखर मेघांनी आच्छादलं होतं. तिच्यावरचे हिरवे वृक्ष ढगांच्या पटलाआडून काळपट भासत होते त्यामुळे टेकडीला गांभीर्य प्राप्त झालं होतं. ती तशीच खिडकीतून टेकडीकडे पाहात बसली.

काही क्षण शांत बसलेली मुलं कुजबुजू लागली. हळूहळू त्यांचा आवाज खूपच वाढला. आवाजानं भानावर येत आपली दृष्टी प्रयत्नपूर्वक टेकडीवरून काढत ती उठून उभी राहिली आणि म्हणाली, 'मेन्टेन सायलेन्स!'

मुलं पुन्हा शांत झाली. इंग्लिश काव्यसंग्रह हातात घेऊन ती काहीतरी

सांगायला सुरुवात करणार तोच वर्गाच्या दारात उभं राहून कुणीतरी विचारलं, 'मे आय कम इन?'

'कम इन,' म्हणत तिनं मान वर करून दाराकडे पाहिलं आणि तिची दृष्टी त्या मुलावर खिळून राहिली.

रुंद चेहरा, मोठे डोळे, सरळ नाक, उंच देहयष्टी, केस बेताचे राखलेले, रुंद कपाळावरची काळी अक्षत, अंगात शर्ट-पॅन्ट, बूट, हातात भिजलेली छत्री आणि या कशाचीच सवय नसल्यासारखं चालणं. वेष वेगळा असला तरी श्रोत्रींचंच रूप आणि तोच बांधा!

तिच्या पहिल्या लग्नाच्यावेळी नंजुंडही थोडाफार असाच दिसत होता!

दारातून आत येऊन भिंतीकडेच्या मोकळ्या रस्त्यानं तो मागच्या रिकाम्या डेस्ककडे गेला. तिची दृष्टी अजूनही त्याच्यावरच खिळली होती.

पुन्हा मुलांची कुजबूज सुरू झाली. हातातलं पुस्तक घेऊन तिनं शिकवायला सुरुवात केली. दोन वाक्यंही बोलून झाली नव्हती तोच त्या मुलाला शेजारच्या मुलानं काहीतरी सांगितलं आणि तो मुलगा उठून उभा राहिला. त्यानं विचारलं, 'मॅडम, माझी हजेरी-'

पुन्हा तिचं लक्ष त्याच्याकडे गेलं. हजेरीपुस्तक उघडत तिनं विचारलं, 'युवर नेम प्लीज!'

'एन. श्रीनिवास श्रोत्री.' तो उत्तरला.

कात्यायनीच्या हाताला सूक्ष्म कंप सुटला. तिच्या कपाळावर घर्मबिंदू तरारले. आधीच तिनं त्या नावापुढे न पाहता हजेरी लावली होती. ती कशीबशी खुर्चीत बसली आणि स्वत:ला सावरत शिकवू लागली. पण काय आणि कसं शिकवावं तेच तिला कळेनासं झालं होतं. काहीतरी चुकीचं सांगण्याऐवजी थांबलेलं बरं, असा विचार करून तिनं पुस्तक मिटलं आणि विद्यार्थ्यांना गोंधळ न करता एकेकाला बाहेर जायला सांगितलं. तीही उठून खोलीच्या दारापाशी उभी राहिली. त्या खोलीला तेवढा एकच दरवाजा असल्यामुळे एकेक मुलगा बाहेर जाऊ लागला.

चिनीही जवळ येईल आणि आपल्याशी बोलेल असं वाटलं होतं तिला! तिनं त्याला ओळखलं होतं. तोही आपल्याला ओळखेल अशी वेडी आशा तिच्या मनात होती. त्यामागे कुठलं कारणही नव्हतं. पण त्याचा अधिक विचार न करता ती तिथं उभी होती.

वर्गातली बरीच मुलं बाहेर गेली होती. तो शेजारच्या मुलाशी गप्पा मारत रमतगमत येत होता.

तोच चेहरा! लहानपणीही अस्साच दिसायचा तो!

दारापाशी येताच त्याचं तिच्याकडे लक्ष गेलं. बोलणं थांबवून त्यानं हायस्कूलच्या

मुलांप्रमाणे वह्या-पुस्तकं छातीशी धरली आणि खालच्या मानेनं संकोचून तिथून निघून गेला, तिच्याशी अक्षरही न बोलता!

ती घायाळ झाली.

सावकाश ती अध्यापकांच्या खोलीत आली. दुपारचे तास घेणार नसल्याचं एका कागदावर लिहून देऊन तो कागद नोटीस-बोर्डावर लावायला शिपायाला सांगून ती घरी निघाली.

प्रत्यक्ष तिच्या मुलानं आपल्या जन्मदात्रीला ओळखलं नसल्याचं दुःख तिला विद्ध करत होतं.

संध्याकाळपर्यंत ती थोडी सावरली आणि तिच्या मनानं तिला विचारलं, तू त्याला ओळखलंस खरं; पण तो तुला कसा ओळखणार? करुणेनं सांगितलं होतं, त्याला त्याच्या आईविषयी ठाऊक असावं असं वाटतं. पण आपणच त्याची आई असल्याचं त्याला कसं ठाऊक असणार? त्याचा कॉलेजमधला आजचा पहिलाच दिवस. त्यामुळे त्याला आपलं नावही ठाऊक नसेल. जर नाव समजलं असतं तर थोडा उलगडा झाला असता. या विचारात तिला थोडं बरं वाटलं. त्या रात्री तिला थोडी झोपही लागली.

दुसरे दिवशी तिचा त्याच्या वर्गावर तास नव्हता. तिसरे दिवशी सकाळी साडेदहाचा तास त्याच वर्गावर होता.

ती वर्गावर गेली तेव्हा वर्गातली सगळी मुलं आधीच येऊन बसली होती. टेबलापाशी जाताच तिची नजर आपोआप शेवटच्या डेस्ककडे गेली. चिनी त्याच जागेवर बसला होता. तोही तिच्याकडे पाहात होता. का कोण जाणे, पण त्यानं आपल्याला ओळखलं असावं असं तिला वाटलं. आज तास संपल्यानंतर तो निश्चित आपल्याशी बोलेल असं वाटलं. हजेरी घेताना तिनं मुद्दाम त्याच्या नावाचा उच्चार करून त्याच्याकडे पाहिलं. तोही उभा राहून 'प्रेझेंट मॅडम' म्हणाला.

हजेरी संपताच तिनं शिकवायला सुरुवात केली. शिकवतानाही तिची नजर वरचेवर त्याच्याकडे जात होती. पण त्याचं गात्र तिच्याकडे लक्ष नव्हतं. तो पुस्तकातच पाहात होता. अधूनमधून वहीत कठीण शब्दांचे अर्थ लिहून घेत होता. सारा वर्ग शांत होता.

तास संपल्याची घंटा होताच ती दरवाज्यापाशी उभी राहिली. पण पुढचा तास त्याच वर्गात असल्यानं मुलं उठली नाहीत. चिनीही आला नाही.

आता मात्र कात्यायनी थोडी शंकित झाली. त्यानं आपल्याला ओळखलं असेल की नाही? कॉलेजच्या पहिल्या दिवशी मुलं आपापल्या प्राध्यापकांची नावं जाणून घेतात, हे तिला ठाऊक होतं. म्हणजे आपलं नावही त्याला ठाऊक असेल. त्याला आईविषयी काहीच ठाऊक नसेल का? जर तो फक्त आजीबरोबर वाढला असता

तरी हे शक्य नव्हतं. मृत्यूपूर्वी आजीनं त्याला सारं सांगितलं असलं पाहिजे. लक्ष्मीच्या तोंडून ऐकून तरी त्याला ठाऊक असेल. मग त्यानं आपल्याला का ओळख देऊ नये? हा प्रश्न तिचं आतडं पिळवटून टाकत होता.

मध्ये दोन दिवस गेले. पुन्हा त्याच वर्गावर तिचा तास होता. ती गेली आणि तास संपल्यावर दाराबाहेर उभी राहिली. नेहमीप्रमाणे तो सगळ्या मुलांमागून येत होता. तिच्याकडे जाणूनबुजून दुर्लक्ष करून छत्रीची मूठ घट्ट धरून तो वर्गाबाहेर पडला. तिनं आपण होऊन हाक मारली, 'श्रीनिवास श्रोत्री-'

तो थांबला. इतर मुलं पुढे गेली. त्याच्याबरोबरचा मुलगाही काही पावलं पुढं जाऊन थांबला. ते पाहून ती त्या मुलाला म्हणाली, 'त्याला उशीर होईल, तू जा.'

चिनीकडे पाहात तो मुलगा निघून गेला.

चिनी खाली मान घालून उभा होता. त्याच्याजवळ जाऊन तिनं विचारलं, 'तुझं गाव कोणतं?'

'नंजनगूड.'

'रोज जाऊन-येऊन कॉलेज करतोस?'

'हो.'

'रेल्वेनं?'

'हो.' तो खालच्या मानेनंच बोलत होता.

एकटक त्याच्याकडे पाहात ती म्हणाली, 'आज आमच्या घरी जाऊया. चल.'

तो काही बोलला नाही. ती पुन्हा म्हणाली, 'चल, जाऊया.'

'मला गाडीला उशीर होईल, मॅडम!' तो उत्तरला.

'साडेपाचला गाडी आहे ना? आता कुठं चार वाजताहेत.'

तो निरुत्तर झाला. पण क्षणार्धात म्हणाला, 'मला उशीर होतोय, मॅडम- ' आणि ती काही म्हणायच्या आधीच तो निघून गेला.

म्हणजे त्याला आपली ओळख पटली आहे तर! अध्यापिकेच्या दृष्टीनं तिला त्याच्या तुटकपणाचा राग आला तरी त्या दृष्टीनं काही निर्णय घेणं तिला शक्य झालं नाही. त्याऐवजी त्यानंच आपल्या गतजीवनातल्या वर्तनाचा निषेध केल्यासारखं वाटलं तिला! स्वत:चाच आत्मा आपला धिक्कार करत असल्यासारखं तिला वाटत होतं. त्यानं 'तू अशी का वागलीस' असं खडसावलं असतं तरी तिनं त्याला उत्तर दिलं असतं. लाज सोडून त्याला आपल्या वर्तणुकीचं कारणं सांगून त्याची क्षमा मागितली असती. त्यावर तो अद्वातद्वा बोलला असता तरी तिनं ते सहन केलं असतं. पण त्याचं हे अबोल वागणं- कसली प्रतिक्रिया? की पूर्वनियोजित अशी ही शिक्षा आहे?

राज घरी आला तेव्हाही ती याच विचारात गढून गेली होती. संध्याकाळी तिचं

डोकं ठणकत होतं. रात्रीच्या जेवणात तिचं लक्ष नसल्याचं पाहून राजनं तिला स्पर्श करून पाहिलं. तिच्या अंगात ताप होता. जेवण करून पृथ्वीनं तिला दुकानातून डोकेदुखीची गोळी आणून दिली. रात्री राजला अंथरुणावर पडल्यापडल्या झोप लागली. पण कात्यायनी मात्र अंथरुणात तळमळत होती. चुकून डोळा लागलाच तर चिनी आपला धिक्कार करत असल्याची दृश्यं तिच्या डोळ्यांसमोर नाचत होती.

अर्धीअधिक रात्र उलटून गेली. तिचा डोळा लागला तरीही डोळ्यांसमोरची 'मला उशीर होतोय, मॅडम-' असं निग्रहानं सांगणारी चिनीची मूर्ती तशीच होती.

ती दचकून जागी झाली. तिचं सर्वांग घामानं थबथबलं होतं. हात-पाय जड-शीळ झाले होते. कशीबशी ती एका कुशीवर वळली आणि आधारासाठी ती शेजारी झोपलेल्या राजला घट्ट बिलगली.

राज जागा झाला. तिच्या कपाळावर हात ठेवत तो उद्गारला, 'बराच ताप चढलाय! आणि किती घामेजलीस!'

तो उठून बसला. त्याच्या मांडीवर डोकं ठेवून ती गदगदून रडू लागली. राजला काहीच अर्थबोध होईना. त्यानं कितीही विचारलं तरी उत्तर न देता ती हुंदके देतच होती.

आठवडाभर कात्यायनी तापानं तळमळत होती. तापातून उठून कॉलेजला जाऊ लागली तरी खुर्चीत बसूनच तास घेत होती. श्रीनिवास श्रोत्री वर्गात येत होता. नेहमीच्या जागेवर बसत होता. कितीही निग्रह केला तरी त्याच्याकडे वारंवार लक्ष जात होतं. तो खालच्या मानेनं पुस्तकावर नजर ठेवून ऐकत होता. मधून मधून कठीण शब्दांचे अर्थ लिहून घेत होता. त्याला आपली ओळख पटलीय की नाही हे अजूनही कात्यायनीला समजत नव्हतं.

त्या दिवशी साडेदहा वाजता त्याच्या वर्गावर तिचा तास होता. दहा वाजून पस्तीस मिनिटांनी तिनं शिपायाला हाक मारून सांगितलं, 'ज्यूनियर इंटर सायन्सच्या 'डी' सेक्शनमधल्या एन. श्रीनिवास श्रोत्रीला मी बोलावलंय म्हणून सांग. आणि मी आज तास घेणार नाही असं इतर मुलांना सांग.'

पाच मिनिटांत शिपायापाठोपाठ चिनी स्टाफरूममध्ये आला. त्याच्या मनगटावरच्या नव्या घड्याळाकडे तिचं लक्ष गेलं. डाव्या हातात पुस्तकं आणि उजव्या हातात छत्री होती. तो आत येताच ती उठून उभी राहिली आणि म्हणाली, 'आज काही गाडीला उशीर होणार नाही. आज माझ्या घरी जाऊया. आता नकार देऊन उद्धटपणा करू नकोस.'

टेबलाकडे पाहात तो उभा होता. त्याला काहीही बोलू न देता ती म्हणाली, 'चल, जाऊया.'

तो तिच्या पाठोपाठ निघाला. पावसाची रिमझिम थांबली होती. कॉलेजच्या पायऱ्या उतरून रामस्वामी चौकातून पुढं गेल्यावर त्याच्याकडे वळून ती म्हणाली 'माझ्याबरोबर चल. मागं का राहतोस? एवढा कसला संकोच?'

तरीही तो मागंच राहिला. तेव्हा चालण्याचा वेग कमी करून तीच त्याच्याबरोबर चालू लागली. तिचं त्याच्या पायांकडे लक्ष गेलं. बुटाऐवजी त्यानं चपला घातल्या होत्या. पायाला टाचेच्या वरच्या बाजूला बुटानं केलेली जखम दिसत होती. रस्ताभर ती काहीही बोलली नाही. तोही केवळ कर्तव्यभावनेनं तिच्याबरोबर चालत होता.

नागलक्ष्मी स्वयंपाकघरात बसून रामनाम लिहीत होती. राज आणि पृथ्वी कॉलेजला गेले होते. अधूनमधून राज किंवा कात्यायनीचे विद्यार्थी घरी येण्याची प्रथा असल्यानं नागलक्ष्मीला काही वाटलं नाही. तिनं फक्त दरवाजा उघडला आणि ती पुन्हा स्वयंपाकघरात निघून गेली.

त्याला बसायला सांगून कात्यायनी स्वयंपाकघरात गेली. एका ताटलीत दहीभात कालवून घेऊन आणि पेलाभर दूध घेऊन बाहेर आली. तिथल्या टेबलावर ते ठेवून तिनं त्याला तिथं बोलावलं आणि पिण्याच्या पाण्याची लोटी घेऊन आली.

दारापाशी चपला ठेवून तो टेबलाजवळच्या खुर्चीत बसला होता. संकोच आणि मनातला गोंधळ यांमुळे त्याचा चेहरा लालसर झाला होता. त्याचा चेहरा विचारमग्न दिसत होता. दृष्टी टेबलाच्या काठावर खिळली होती.

'खाऊन घे!' पुढचा दरवाजा लोटून घेत ती तिथल्या खुर्चीत बसत म्हणाली.

'नको, मॅडम! माझं जेवण झालंय.'

'थोडं खाऊन घे. हे काही जेवण नाही. गुरूनं सांगितलं तर ऐकावं!'

तरीही ताटलीला हात न लावता तो म्हणाला, 'पण हे फार आहे. मला जाणार नाही.'

'हवं तेवढं खा. नको ते राहू दे ताटलीत. घे.'

नाइलाजानं त्यानं ताटली हातात घेतली. त्यातला चमचा बाजूला सारून तो खाऊ लागला. दोन घास खाऊन झाल्यावर तिनं विचारलं, 'तू नंजनगूडचा नाही का?'

'हं!'

'तुझ्या वडिलांचं नाव काय?'

'नंजुंड श्रोत्री.'

'आई-वडील दोघेही आहेत?'

'अंहं!'

'दोघेही नाहीत?'

'नाहीत.' तो खालच्या मानेनंच बोलत होता.

त्याच्या तोंडात घास घोळत होता. ते पाहून कात्यायनी म्हणाली, 'भात जास्त झाला असेल तर राहू दे. त्यातच हात धू.'

त्यानं ताटली उचलून भिंतीच्या कडेला ठेवली. खिडकीच्या गजातून हात बाहेर काढून लोटीतल्या पाण्यानं हात धुतला आणि रुमालानं हात पुसत खुर्चीत बसला.

तिनं पुढं विचारलं, 'मग घरात मोठं माणूस कोण आहे?'

'माझे आजोबा.'

'त्यांचं नाव काय?'

'श्रीनिवास श्रोत्री.'

'तुझं सगळं करताना तुझ्या आजोबांना खूप कष्ट होत असतील, नाही का?'

तो काहीच बोलला नाही.

काही क्षण तसेच गेले. ती म्हणाली, 'माझ्या एका नातेवाईकाला नंजनगूडची चांगली माहिती आहे. त्यांनी सांगितलं- तू छोटा असताना तुझे वडील नदीत बुडून वारले, पण तुझी आई अजून हयात आहे.'

तो तसाच बसून होता, एकटक टेबलाकडे पाहात.

'खरं?' तिनं विचारलं.

'मला ठाऊक नाही.' तो उत्तरला.

काही क्षण काय बोलावं ते तिला सुचलं नाही. तिनं पुन्हा विचारलं, 'आईला पाहिल्याचं आठवतं तुला?'

'नाही.' त्याचा आवाज किंचित कापल्याचा तिला भास झाला.

'त्या जिवंत असल्याचं मी ऐकलंय. त्यांच्याविषयी घरी कुणीच काही बोलत नाही?'

'नाही.'

काय बोलावं ते न सुचून तिनं विचारलं, 'आईला पाहावंसं वाटत नाही तुला?' नकळत तिच्या आवाजाला कंप सुटला होता.

तो काही बोलला नाही. निश्चलपणे खाली मान घालून बसला होता.

तिनं पुन्हा विचारलं, 'तुला आईला पाहानंसं वाटत नाही, बाळ? काहीतरी उत्तर सांग-'

टेबलावरची नजर न हलवता दृढ स्वरात चिनी उत्तरला, 'नाही!'

कात्यायनीच्या हृदयावर विजेचा लोळच कोसळला! क्षणार्धात सगळ्या आशा मातीत मिळाल्या. तोल गेल्यासारखं झाल्यानं ती डोळे मिटून खुर्चीत अधिकच रेलली. तिनं पुन्हा डोळे उघडून त्याच्याकडे पाहिलं. तो तसाच टेबलाच्या काठावर दृष्टी रोखून बसून होता.

डोळे, चेहरा, उंची, बांधा, रंग- सारं काही श्रोत्रींसारखंच होतं! तीच दृढ जिवणीची ठेवण, तोच दृष्टीतला निर्धार-

अखेरचा प्रयत्न म्हणून ती म्हणाली, 'तुझी आई इथंच राहते. माझी तिच्याशी चांगली मैत्री आहे. तुला पाहण्यासाठी ती नुसती तडफडतेय. तिला इथं बोलावू?'

तो काही बोलला नाही.

'काही तरी बोल बाळ!' शांतता असह्य होऊन ती म्हणाली. तिचा आवाज भावनाविवश झाला होता. तरीही तो काही बोलला नाही.

'तू काहीच बोलत नाहीस. थांब, तिला निरोप पाठवते-'

'नको, मॅडम! मला उशीर होतोय-' म्हणत तो उठून उभा राहिला. दारापाशी जाऊन चप्पल घालून तो सावकाश तिथून बाहेर पडला. त्याचा हात धरून त्याला अडवण्याइतकं सामर्थ्य तिच्या अंगात नव्हतं.

तिनं खिडकीतून पाहिलं. शरीरापेक्षा डोकं खूप जड असावं असं वाटावं अशा रीतीनं मान झुकवत तो रस्त्यानं जात होता.

कपिलेच्या प्रवाहापेक्षाही अधिक वेगानं मनातलं रडू उसळी मारून वर आलं. ती जमिनीवर उन्मळून पडली. नागलक्ष्मीला ऐकू येऊ नये म्हणून पदराचा बोळा तोंडात कोंबून ती रडू आवरण्याचा प्रयत्न करू लागली.

आईविषयीचा किती क्रूर तिरस्कार हा! आईविषयीच्या सगळ्या प्रश्नांना त्यानं दिलेली निरासक्त, नकारात्मक उत्तरं तिला आठवत होती. त्याची ती निश्चल दृष्टी आणि चेहऱ्यावरचे भाव आठवत होते. याला हृदयाचं काठिण्य म्हणायचं की या वयातच आजोबांच्या सान्निध्यामुळे आलेली चित्ताची समस्थिती म्हणायची? कुठल्याही परिस्थितीत शांत राहाणाऱ्या श्रोत्रींच्या चेहऱ्यावरची शांती चिनीच्या चेहऱ्यावर नसली तरी कठीण प्रसंगाला सामोरं जाताना धैर्य देणारी संकल्पशक्ती तिनं त्याच्या चेहऱ्यावर पाहिली होती.

संध्याकाळी पाच वाजता राज घरी आला. तिचा चेहरा पाहून त्यानं विचारलं, 'हे काय? अशी अवेळी का झोपलीस? चेहराही रडल्यासारखा दिसतो.'

'काही नाही-' म्हणत ती उठली.

'मला नाही सांगणार? काय झालं?'

'काही नाही. जुनी आठवण-'

जन्माला येण्यापूर्वीच मरण पावलेल्या तीन बाळांच्या आठवणीनं ती किती हळवी होते ते ठाऊक असल्यानं तोही दु:खानं म्हणाला, 'आता ते आठवून काय उपयोग?'

त्या रात्री ती पुन्हा तापानं फणफणली. राज औषधपाणी आणि सेवाशुश्रूषा करत होता. नागलक्ष्मीही आपल्यापरीनं तिची समजूत घालत होती. तिसरे दिवशी ताप उतरला तरी अशक्तपणा होताच.

चौथे दिवशी टांगा करून ती कॉलेजला गेली तरी तास घेण्याइतकी ताकद तिच्या अंगात नव्हती. दोन-तीन दिवस तसेच गेले.

त्यानंतर चिनीच्या वर्गावर जाताना तिच्या मनात हरल्याची भावना होती. त्याच्याकडे न पाहण्याचा निश्चय करून ती वर्गात शिरली. तिच्या निश्चयाला न जुमानता तिची दृष्टी शेवटच्या बाकावर गेली.

तिथं चिनी नव्हता.

तिची सैरभैर दृष्टी वर्गभर फिरली तरी चिनी दिसला नाही. हजेरी घेताना तिनं दोन-दोनदा त्याचं नाव पुकारलं तरी कुणी उत्तर दिलं नाही. ती घाबरी झाली.

आज येईल, उद्या येईल म्हणून तिनं पंधरा दिवस वाट पाहिली तरी चिनी आला नाही. अखेर न राहवून तिनं कॉलेजच्या ऑफिसमध्ये चौकशी केली.

तिथलं रजिस्टर पाहून क्लार्कनं सांगितलं, 'एन. श्रीनिवास श्रोत्री- ट्रान्स्फर सर्टिफिकेट घेऊन गेलाय या टर्मची फी भरून. झाले आठ-दहा दिवस.'

त्यानं दर्शवलेला हा तिरस्काराचा तीव्र धक्का तिला घायाळ करत होता. तो कुठल्या कॉलेजला गेलाय हे शोधून काढणं फारसं कठीण नसलं, तरी त्याचा काय उपयोग असं तिला वाटू लागलं. त्याला जे वाटत होतं ते त्यानं स्पष्टपणे व्यक्त केलंच होतं.

त्याला शोधण्याचा विचार तिनं सोडून दिला असला तरी त्या वागणुकीनं ती अस्वस्थ झाली होती.

चिनीला आपल्या आईविषयी सगळं ठाऊक होतं.

तो माध्यमिक शाळेत शिकत असताना एकदा त्याच्या मित्रांनी त्याला यावरून छेडलं होतं. आजी जिवंत असताना त्यानं एकदा तिला आईविषयी विचारलं होतं. त्यावेळी आजी म्हणाली होती, 'आपण त्यावर बोलू नये बाळ! तुझ्या आजोबांना नाही आवडणार ते. ज्याचं पाप त्याच्याबरोबर!'

अलीकडे आपली आई बेंगळूरमध्ये प्राध्यापिका असल्याचं त्याला कर्णोपकर्णी समजलं होतं. तिच्या दुसऱ्या नवऱ्याचं नावही त्याला ठाऊक होतं. आजीच्या मृत्यूनंतर घरात हा विषय निघायचा प्रश्नच नव्हता. आजोबा या विषयावर अवाक्षर काढत नव्हते. त्यांना आवडत नाही म्हटल्यावर चिनीनंही त्याचा उच्चार केला नव्हता. लक्ष्मीही त्यावर काही बोलत नव्हती. परस्पर न ठरवता ते तिघेही या विषयाशी आपला संबंध नसल्यासारखे वागत होते.

आजोबांच्या हाताखाली चिनीचा वेदोपनिषिदांचा अभ्यास चालला होता. धर्म, कर्म, कर्तव्य, मनुष्य-जीवनाचं ध्येय याविषयी ते समजावून सांगत होते. त्यातलं सगळं जरी त्याला समजत नसलं तरी त्याच्या मनातली आजोबांविषयीची भावभक्ती दिवसेंदिवस वाढत होती. या वयातही दिसून येणारी त्यांची कर्तव्यनिष्ठा, भोवतालच्या लोकांकडून त्यांना लाभणारा आदर, आजीच्या जागी उभं राहून त्याच्यासाठी स्वयंपाक

करून वाढणं याचा त्याच्या मनावर निश्चितच परिणाम होत होता.

आठवड्यातून एकदा लक्ष्मी त्याला तेल लावून न्हाऊ घालत होती. नहाणं झाल्यावर हंड्याच्या तळाच्या राखेचं बोट त्याच्या कपाळावर टेकवून सांगत होती, 'बाळ, यज्ञेश्वराला नमस्कार कर. आजोबांनाही नमस्कार कर.'

'आणि तुला?'

'शीनप्पाला नमस्कार केला की तो सगळ्यांना पोहोचतो बरं! आणि तू मला नमस्कार करू नयेस.'

आजोबांच्या व्यक्तिमत्त्वानं चिनी अतिशय प्रभावित झाला होता.

पहिल्या दिवशी तो कॉलेजला गेला आणि सुटी असल्याचं समजताच बाराच्या गाडीनं माघारी आला होता. व्यंकटराव वकिलांचा मुलगा चक्रपाणी त्याचा हायस्कूलपासूनचा मित्र होता. यंदाही तो चिनीबरोबरच होता.

दुसरे दिवशी चक्रपाणी आधी वर्गात जाऊन चिनीची जागा पकडून बसला होता. चिनी वर्गात आला तेव्हा वर्गात शिकवणाऱ्या स्त्री-प्राध्यापकाला पाहून त्याला नवल वाटलं होतं. तो तास संपल्यावर सगळे लॅबोरेटरीमध्ये गेले. पण तिथंही काहीच घडलं नाही. लॅबमधून बाहेर पडल्यानंतर व्हरांड्यातून जाताना चक्रपाणीनं चिनीला विचारलं, 'इंग्लिशच्या बाईंचं नाव ठाऊक आहे?'

'नाही.'

'मिसेस कात्यायनी राजाराव.'

'म्हणजे? त्यांचं लग्न झालंय?' चिनीनं कुतूहलानं विचारलं.

'हो. त्यांचे मिस्टर 'महाराजा' कॉलेजमध्ये इंग्लिश शिकवतात. राजाराव त्यांचं नाव.'

पुन्हा ते नाव कानावर येताच चिनी चमकला. त्याला बराच अर्थबोध झाला होता. तरीही त्यानं विचारलं, 'पूर्वीपासून त्या इथंच आहेत?'

'अंहं! आधी बेंगळूरच्या सेंट्रल कॉलेजमध्ये दोघेही होते. यंदाच इथं आलेत. ते राजाराव नाटक खूप छान बसवतात म्हणे! माझी आतेबहीण त्याच कॉलेजमध्ये जाते. ती सांगत होती.'

चिनी काही बोलला नाही. त्याला इंग्लिशच्या प्राध्यापिकेची नेमकी ओळख पटली होती. शिवाय, चक्रपाणीलाही ठाऊक झालं असावं असंही त्याला वाटलं.

चिनी आपल्या आईकडे स्वत:च्या नकळत आकर्षित झाला होता. वर्गात ती शिकवत असताना तिची नजर चुकवून तिला पाहात होता. पहिल्या वेळी जेव्हा तिनं त्याला घरी बोलावलं तेव्हा तो गोंधळून गेला होता. सुचलं ते उत्तर देऊन त्यानं स्वत:ची सुटका करून घेतली होती. शेजारच्या कॉलेजमध्ये जाऊन तिच्या दुसऱ्या नवऱ्याला पाहण्याची इच्छा दुर्दम्य होती. अखेर तो त्या कॉलेजमध्ये जाऊन त्यांच्या

वर्गात जाऊनही बसला.

राजाराव वर्गावर आले तेव्हा चिनी त्यांना निरखून पाहात होता. ते बर्नार्ड शॉचं 'सेंट जोन' हे नाटक शिकवत होते. त्यातलं त्याला फारसं समजत नसलं तरी त्यांच्या वाक्य उच्चारण्याच्या पद्धतीचं आणि रुबाबदार शब्दोच्चाराचं त्याला क्षणभर आकर्षण वाटलं. पण याव्यतिरिक्त मनात कुठलीच भावना निर्माण झाली नाही. उलट, न समजणारी सूक्ष्म तिरस्काराची एक अपिरिचित भावना त्याला स्पर्श करून गेली. त्यानं आपल्या वडिलांना पाहिलं नव्हतं. ते गेले तेव्हा तो खूपच लहान होता. इतक्या वर्षांनंतर त्यांची आठवण आतून आली आणि तो व्याकूळ झाला. वर्गातून निघून जावं असं वाटलं तरी तास संपेपर्यंत तो तसाच बसून राहिला.

स्वत:ला नेमका अर्थबोध न होणाऱ्या विचित्र मन:स्थितीत तो तळमळत होता. आईला भेटावं, तिच्याशी बोलावं, असं कितीतरी वेळा त्याला वाटलं होतं. 'तू मला का टाकून गेलीस?' असं विचारायचं होतं त्याला. त्याला आजीचं बोलणं आठवलं. कधीतरी ती म्हणाली होती, 'त्यांनीच नाटक केलं आणि हिला भुरळ पडली.'

त्याच्या मनात एकप्रकारची किळस दाटून आली.

जर घरातून बाहेर पडून तिनं दुसरं लग्न केलं नसतं तर या उतारवयात आजोबांना तिची मदत झाली नसती का? पोटच्या मुलाला दूर लोटून ती कशी गेली? दोन-तीन रात्री तो असाच तळमळत होता.

कॉलेजमध्ये झालेली आईची भेट आजोबांना सांगावी असं असंख्य वेळा त्याच्या मनात येऊन गेलं. पण आजीनं सांगितलं होतं, त्यांना या विषयावर बोललेलं आवडत नाही. अखेर आजोबांचा मार्ग अनुसरून त्यानं संध्येच्या वेळी आणखी एकशेआठ वेळा गायत्री जप करून मनाचं संतुलन राखण्याचा प्रयत्न केला. मनाचा निश्चय करून त्यानं आईचा विषय मनाबाहेर टाकला. खरोखरच वयाच्या मानानं त्याचा मनावर खूपच संयम होता.

आता त्याच्यासमोर वेगळाच प्रश्न होता- यानंतर कधी ना कधी आई आपल्याशी बोलेल आणि ओळख सांगेल. त्यावेळी आपण काय करायचं?

आपण तिला ओळख दिली तर दिवसेंदिवस आपलं नातं दृढ होऊ लागेल. काही दिवसांनी आपल्यालाही तिच्याबरोबर राहावंसं वाटू लागेल. त्यावेळी आजोबांची काय गत?

आईप्रमाणे आपणही आजोबांपासून दूर जाण्याचा फक्त विचारही त्याच्या मनात स्वत:विषयी तिरस्कार निर्माण करून गेला.

मग आपण काय करायचं? दोन्ही घरी मुलगा होऊन राहायचं?

चिनीला थोडंफार धर्मशास्त्र समजत होतं. आपण, आपला वंश, त्या वंशाविषयीची आपली कर्तव्ये यांविषयीची प्रज्ञा त्याच्या मनात निर्माण झाली होती. रोज संध्येच्या

वेळी प्रवर सांगून नमस्कार करताना त्याचा अर्थही त्याच्या मनात रुजत होता. 'प्रत्येकानं आपापल्या वंशाचा गौरव फक्त सांभाळायचाच नाही, तर त्यात भर पडेल असं वागावं' हे श्रोत्रींचं बोलणंही त्याला आठवत होतं. आपापल्या कुलाचा गौरव वाढवणाऱ्या कितीतरी महात्म्यांच्या कथा त्याला तोंडपाठ होत्या. काश्यप गोत्रात जन्मून, श्रोत्री वंशात जन्मून दुसऱ्या घराण्यातल्या व्यक्तीचा मुलगा म्हणून कसं जगायचं? वयानं ज्येष्ठ असलेल्यांविषयी आदर बाळगणं हा तर त्याचा सहजस्वभावच होता. पण श्रोत्री वंशाचा त्याग करून दुसऱ्या वंशात गेलेल्या आईला आपली कशी मानायची?

तिनं आपल्याला जवळ बोलावून ओळख दिली तर काय करायचं?

आईपुढं उभं राहून उद्धटपणे दुरुत्तर देणं तर त्याला योग्य वाटत नव्हतं. नेमकं काय करावं हे उजमत नसलं तरी आईपासून दूर राहाण्याचा त्याचा पक्का निश्चय ठरला होता.

आणि तो तसाच तिच्याशी वागलाही होता.

तिथून बाहेर पडल्यावर मात्र त्याला खूप रडू आलं. रस्त्याच्या एका बाजूला झाडापाशी उभं राहून त्यानं मन मोकळं केलं. नंतर रुमालानं डोळे पुसून तो कॉलेजच्या पटांगणावरच्या एका झाडाखाली कितीतरी वेळ बसून राहिला.

तो नियमितपणे कॉलेजला जात होता. पण प्रश्न काही सुटला नव्हता. तिनं पुन्हा बोलावलं तर? आपल्यासमोर अश्रू ढाळले तर? त्यावेळी आपल्यालाही रडू आलं तर? ती चार दिवस रजेवर असल्याचंही त्याला समजलं. पण त्यानंतर काय करायचं? तिला भेटण्याची अदम्य इच्छा मनात दाटून येत होती आणि त्याचबरोबर आजोबांनी कुठल्याशा संदर्भात सांगितलेलं आठवत होतं, 'सहवासामुळे वस्तूवरचा मोह वाढतो. एकदा मोह वाढला की त्यापासून सुटका होणं कठीण! अशा वेळी सहवास टाळणंच सूज्ञपणाचं असतं.'

चिनीनं त्याच क्षणी कॉलेज सोडण्याचा निर्णय घेतला. दोन-तीन दिवस मनस्ताप झाला तरी पुढच्या दृष्टीनं पाहाता हेच योग्य ठरेल, असं वाटून त्यानं एक दिवस आजोबांना विचारलं, 'या कॉलेजमध्ये फारसं चांगलं शिकवत नाहीत असं वाटतं. मैसूरमध्ये काहीजण सांगत होते की शारदाविलास कॉलेज अधिक चांगलं आहे. ट्रान्स्फर सर्टिफिकेट घेऊन मी त्या कॉलेजला जाऊ का?'

'पण तिथं जागा मिळायला हवी ना?' आजोबांनी शंका उपस्थित केली.

दुसरे दिवशी घरी येताच तो श्रोत्रींना म्हणाला, 'तिथं जागा आहे. त्यांनी सर्टिफिकेट आणायला सांगितलंय पण टर्म-फी पूर्ण भरल्याशिवाय सर्टिफिकेट मिळणार नाही म्हणे! नव्या कॉलेजमध्येही फी भरायला हवी. आणखी साठ रुपये'

'पैशाचा प्रश्न नाही, बाळ! त्या पेटीत आहेत ते घे. अर्ज कसा लिहायचा ते

सांग. अभ्यास महत्त्वाचा-'

तीन दिवसांत चिनी दुसऱ्या कॉलेजला जाऊ लागला तरीही नंतर कितीतरी दिवस त्याचं मन अस्वस्थ होतं.

निराशेनं ग्रासलेल्या कात्यायनीची प्रकृती दिवसेंदिवस झपाट्यानं खालावत होती. नियमितपणे ताप येत नव्हता, डोकं दुखत नव्हतं की तिनं अंथरुण धरलं नव्हतं, तरी प्रकृती दिवसेंदिवस खालावतच होती. कधीकाळी सुंदर फुलांनी डवरलेल्या वेलीप्रमाणे असलेली तिची पुष्ट काया आता किडीनं कुरतडलेल्या वेलीसारखी झाली होती. राजनं तिची प्रकृती डॉक्टरांना दाखवली. पण कुठलाही आजार सापडला नाही. त्यांनी टॉनिक्स लिहून दिली आणि फळं-अंडी खाण्याचा सल्ला दिला. तिला स्वत:ला पटलं नाही, तरी राजच्या आग्रहाखातर ती रोज अंडं खाऊ लागली. रोज कितीतरी फळं घरी आणली जात होती. दुधाचा रतीबही वाढवण्यात आला होता. तरीही तिच्या प्रकृतीत फारशी सुधारणा होत नव्हती.

अलीकडे ती राजशीही विशेष बोलत नव्हती. कॉलेजमधून परत आल्यावर ती एकटीच खोलीत बसून राहात होती. शून्य मनानं समोरच्या भिंतीकडे किंवा रस्त्याकडे विमनस्कपणे पाहात बसत होती. स्वत:च्या पोटच्या मुलाकडून तिरस्कृत झाल्यावर तिला आता जगण्यात अर्थ वाटत नव्हता.

आताशी ती रात्री झोपेत बडबडत होती. कधी त्या आवाजानं जागा होऊन राज तिला हलवून जागं करत होता.

एके दिवशी ती झोपेत बडबडत होती. राज जागा झाला आणि त्यानं लक्ष देऊन तिचं बोलणं ऐकलं. ती झोपेत विचारत होती, 'धर्म-कर्माचा निर्णय देणारं मूलतत्त्व कोणतं?'

राज चकित झाला. तरी त्यानं उत्तर दिलं, 'सगळ्या जीवांचं सुख हेच धर्माचं मूलतत्त्व.'

क्षणभर शांततेत गेला. ती डोळे मिटूनच म्हणाली, 'केवळ सुख म्हणजे धर्म म्हणता येणार नाही. सुख तरी कुठलं? इंद्रियसुख, मानसिक सुख, बौद्धिक सुख, धार्मिक सुख- याचा नीट खुलासा न करता येणारं सुख धर्माचं मूलतत्त्व असू शकणार नाही.'

राज काही बोलण्याआधी तिनं कूस बदलली आणि शांत झाली.

दुसरे दिवशी राजनं ही घटना तिला सांगितली तेव्हा तिचा त्यावर विश्वासच बसला नाही.

त्यानंतरही अशा घटना घडत होत्या. राजनं एखाद्या मानसोपचार तज्ज्ञांना तिला दाखवायचं ठरवलं. पण ती तयार झाली नाही. ती म्हणाली, 'माझं मन कुणीही

पाहायची आवश्यकता नाही. 'तू तुला जाणून घे' हे सूत्र उत्तम आहे.'

एकदा मध्यरात्री राजला एकाएकी जाग आली. त्यानं डोळे उघडून पाहिलं. खोलीचा दरवाजा उघडा होता. त्यानं शेजारी पाहिलं तिथं कात्यायनी नव्हती. चटकन उठून तो खोलीबाहेर आला. बाहेरचा दरवाजाही उघडा होता. तो रस्त्यावर धावला. फर्लांगभर अंतरावर एक स्त्री-आकृती चामुंडपूरच्या दिशेनं चालली होती. ती कात्यायनी असल्याचं लक्षात येताच तो धावला. तिच्यासमोर उभं राहात त्यानं विचारलं, 'कुठं चाललीस?'

तिचे डोळे उघडे असले तरी ती झोपेत असल्याचं राजच्या लक्षात आलं होतं. तिनं मात्र त्याला ओळखलं नव्हतं. झोपेत बडबडल्याप्रमाणे ती उत्तरली, 'चामुंडी टेकडीवर.'

'का?'

'उंच उंच चढायला हवं! त्याशिवाय जगायचं कसं? स्वप्नात तर मी खोल गर्तेत जात होते. आता जागेपणी तरी उंच चढेन-'

'उद्या सकाळी जाऊया. मीही येईन तुझ्याबरोबर.'

तिला काय वाटलं कोण जाणे! त्याच्या आधारानं ती घरी परतली. राजनं सगळे दरवाजे घट्ट बंद केले. खोलीचा दरवाजा बंद करून तो पलंगापाशी आला तेव्हा ती गाढ झोपली होती.

राज कितीतरी वेळ तसाच बसून राहिला. पाच मिनिटांनी त्यानं तिला हलवून विचारलं, 'झोप लागली?'

डोळे उघडून ती म्हणाली, 'नाही. मी नेहमी जागीच असते.' पण तिच्या श्वासाच्या गतीवरून आणि चेहऱ्यावरून ती झोपेत असल्याचं लक्षात येत होतं.

'आता तू कुणाशी बोलतेस?'

'अं-'

'मी कोण आहे सांगशील?'

'हो. पुरुष-'

राज चमकला. तरी त्यानं पुढं विचारलं, 'आणि तू?'

'प्रकृती!'

राजच्या जिवाचा थरकाप उडाला. त्याच्या कपाळावर घामाचे थेंब तरारले. तरी सोक्षमोक्ष लावण्याच्या दृष्टीने त्यानं विचारलं, 'प्रकृती चिरनूतन नाही का?'

'चिरनूतनही नाही आणि चिरचेतनही नाही. धर्माचा मार्ग धिक्कारला तर तिला वेगळं अस्तित्वच नाही.'

क्षणभर विचारमग्न होऊन त्यानं विचारलं, 'मग माझं प्रयोजन काय?'

कात्यायनीनं उत्तर दिलं नाही. ती गाढ झोपी गेली होती. त्यानं पुन्हा हाक

मारली तरी ती जागी झाली नाही. राजच्या डोळ्यावरची झोप मात्र पार नाहीशी झाली होती. रात्रभर तो आरामखुर्चीत बसून विचार करत होता.

एकेकाळी कुठल्याही पार्श्वभूमीशिवाय जीवनाचा विचार करताना धर्म आणि आचार यामुळे माणसाच्या स्वतंत्र जीवनात येणाऱ्या विघ्नांचा त्यानं विचार केला होता. त्याच दृष्टीनं त्यानं आदर्श समाजाची स्वप्नंही पाहिली होती.

स्वभावत: राज सज्जन होता. कुणाचंही अहित व्हावं असं त्याच्या मनातही येत नव्हतं. शक्य तेवढी इतरांना मदत करणारा, अशी त्याची त्याच्या मित्रमंडळीत ख्याती होती. त्याच्या वैशिष्ट्यपूर्ण अशा जीवनदृष्टीमुळे त्याने कात्यायनीला प्रोत्साहन देऊन तिच्याशी विवाह केला होता. आता आपला जीवनमार्ग कुठल्या दिशेनं चालला आहे याचा विचार करता करता ती रात्र संपून दिवस उजाडला.

पहाटे कात्यायनी नेहमीप्रमाणे उठून कामाला लागली. राज उठून आला तेव्हा त्याच्या लालबुंद डोळ्यांकडे पाहात तिनं विचारलं, 'हे काय? रात्रभर झोप नाही लागली का? आणि उठून आरामखुर्चीत केव्हा बसलात?'

'तुला खरंच काही आठवत नाही?' तिच्या चेहऱ्याकडे निरखून पाहात त्यानं विचारलं.

'काय आठवायचं?' तिनं गोंधळून विचारलं. राजनं तिचा हात धरून शेजारी बसवून घेऊन रात्रीची सगळी हकिकत तिला सांगितली.

सारी हकिकत ऐकून तिचे डोळे पाण्यानं डबडबले. त्याचा हात धरून त्याला पलंगावर घेऊन जाऊन त्याचं डोकं आपल्या मांडीवर बळेच घेत ती सद्‌गदित स्वरात म्हणाली, 'माझ्यामुळे तुम्हाला किती त्रास हा! मला काहीच आठवत नाही हो! तुम्ही आता माझ्या मांडीवर झोपा. मी तुम्हाला थोपटते.'

राजनं आपले जळजळणारे डोळे मिटून घेतले. तान्ह्या बाळाला थोपटावं तसं हालक्या हातानं ती त्याला थोपटू लागली. पुन्हा तिचे डोळे भरून आले. अश्रूचा एक थेंब त्याच्या गालावर पडला.

डोळे न उघडता राजनं विचारलं, 'का रडतेस तू?'

त्याचं डोकं छातीशी घट्ट कवटाळत ती म्हणाली, 'माझ्यापायी किती कष्ट भोगताहात! तुम्ही काही बोलू नका. आता झोपा पाहू!'

दिवसेंदिवस ढासळणाऱ्या कात्यायनीच्या प्रकृतीमुळे राज व्याकूळ होत होता. तिची प्रकृती सुधारण्यासाठी काय करावं हे त्याला समजत नव्हतं. मन:स्थिती प्रक्षुब्ध असेल त्या वेळी तिची त्याच्याकडूनच्या प्रेमाची अपेक्षा वाढत होती. तो आपल्या कामात गुंतला की तिला त्याचं आपल्यावरचं प्रेम आटल्यासारखं वाटत होतं. तो थोडा त्रासला तरी तो आता आपल्याला टाकून देईल या भीतीनं ती विलक्षण घाबरी

होत होती. एकदा तर तिनं पलंगावर बसलेल्या राजचे पाय घट्ट धरून म्हटलं, 'तुम्ही मला अशी दूर लोटली तर माझं कसं होईल? दया करा माझ्यावर-'

तिला अकारण इतकी काकुळतीला आलेली पाहून राजनं चकित होऊन विचारलं, 'पण मी असं केलं तरी काय?'

ती काहीच बोलली नाही.

तिची समजूत घालत तो म्हणाला, 'उगाच घाबरतेस तू. तुझी प्रकृती सुधारावी म्हणून कितीही प्रयत्न केले तरी तू अधिकच बारीक होत चाललीस. निदान माझ्यासाठी तरी तू मनाला थोडं सावर-'

'त्यासाठी मी किती तळमळतेय ते तुमच्या लक्षात येत नाही का? माझ्यामुळे तुम्हाला दु:ख आहे. मी तुम्हाला सुखी करू शकले नाही-' म्हणत ती पुन्हा रडू लागली.

तिच्या मनाची व्यथा राजच्या लक्षात आली होती. पोटी एखादं मूल जन्मलं असतं तर तिनं थोडी उभारी धरली असती. ती तिन्ही बाळं जन्मण्याआधी गेली ती आपल्या पापामुळेच, ही भावना तिच्या मनात खोलवर पक्की रुजली होती. रात्री झोपेतल्या तिच्या बडबडण्यावरून ती पापपुण्याच्या कल्पनेमुळे खंगत चालली आहे, हेही त्याला समजत होतं. दिवसातला शक्य तितका वेळ तो तिच्याबरोबर काढत होता.

बराच विचार करून एक दिवस रात्री आठ वाजता तो थोरल्या भावाच्या घरी निघाला. अलीकडे सदाशिवरावांची प्रकृतीही खूप खराब झाली. ते व्हरांड्यातल्या एका आरामखुर्चीत बसले होते. करुणा अभ्यासिकेत बसून कुठलासा ग्रंथ वाचत होती.

एकमेकांशी प्राथमिक बोलणं झाल्यावर राज तिथल्या खुर्चीवर बसला आणि त्यानं सदाशिवरावांना कात्यायनीच्या मन:स्थितीविषयी सविस्तरपणे सांगितलं. नंजनगूडच्या श्रोत्रींविषयी जाणून घेण्याची त्याचीही बऱ्याच दिवसांची इच्छा होती. त्यांच्याविषयी कात्यायनीला अधिक विचारलं तर ती जास्तच कष्टी होईल म्हणून त्यानं तिला त्यांच्याविषयी विचारलं नव्हतं.

आता सदाशिवरावांना विचारताच त्यांनी आपल्याला ठाऊक असलेली सगळी माहिती सांगितली आणि म्हटलं, 'वर्षापूर्वी आम्ही तिथं गेलो होतो त्यावेळी अशा वृद्धापकाळी तिथं सून हवी होती असं आम्हालाही वाटलं.'

राज गंभीर होऊन विचारात गढून गेला. थोड्या वेळानं त्यानं विचारलं, 'आता कात्यायनीनं त्यांना भेटून त्यांची क्षमा मागितली तरी त्या वृद्ध गृहस्थांना समाधान होऊन हिचं मन शांत होईल का?'

'या विषयावर मी त्यांच्याशी थोडंफार बोललो होतो. त्यांनी यातलं काहीच

मनात ठेवलेलं नाही. आपल्याबरोबरचा संबंध तुटला की ते त्याविषयी पुन्हा विचार करत नाहीत. एकप्रकारचं अनासक्त जीवन जगतात ते! त्यांची क्षमा मागून जर कात्यायनीला बरं वाटणार असेल तर जायला हरकत नाही.'

घरी आल्यावर राजनं कात्यायनीपुढे हा विषय काढला तेव्हा ती घाबरी झाली. तिनं कातरस्वरात विचारलं, 'तुम्ही याविषयी भाऊजींच्या पुढे का बोलतात? मी कधीही नंजनगूडला जाऊ शकणार नाही. त्यांच्यासमोर उभं राहणंही मला शक्य नाही. त्यांच्यासमोर शुद्ध हरपून पडण्याऐवजी इथंच मरून जाईन मी!'

राज हताश झाला. अखेरचा उपाय म्हणून तो म्हणाला, 'नागूसारखी तूही रामाची पूजा का करत नाहीस? रामनामाचा जप लिही. मन:शांती लाभेल.'

'प्रयत्न चाललाय माझा. पण माझ्यासारखीवर तो राम तरी कशी कृपा करील?'

दिवसेंदिवस राज निराश होत होता. अलीकडे तो बराच अबोलही झाला होता. नाटकाचं निमित्त सांगून सकाळी लवकर घराबाहेर पडत होता आणि सायकल घेऊन कुठला तरी गावाबाहेरचा रस्ता धरून गावाबाहेर जाऊन बसत होता. आता सायकल चालवतानाही पहिल्याइतका जोम त्याच्या अंगात राहिला नव्हता.

नाताळची सुटी सुरू झाली होती. एक दिवस तो सहज हुणसूरच्या रस्त्यानं निघाला. या रस्त्यातले कितीतरी बारकावे आता तो विसरून गेला होता. सात-आठ मैल गेल्यावर एक ओढा लागला तसा तो थांबला. पूर्वी कात्यायनीसह तो इथं आला होता. इथून थोडं आत जाऊन ते दोघे एका झाडाखाली बसले होते. स्वत:च्या नकळत तो तिथं आला आणि थांबला.

समोरे ते झाड नव्हतं. कधी काळी तिथं झाड होतं याची खूणही आता राहिली नव्हती. आजूबाजूची सगळीच झाडं जवळच्या गावकऱ्यांनी कापून टाकली होती. चैतन्यानं सळसळणाऱ्या ओढ्याला पलीकडे बांध घातला होता. त्याचं साठवलेलं पाणी शेतीसाठी वापरलं जात होतं.

प्रकृतीनं आपलं स्वातंत्र्य गमावलं होतं. ती मानवनिर्मित योजनेच्या स्वाधीन झाली होती!

राज त्या बांधावर चढला आणि त्यानं पलीकडे साठलेल्या शांत निश्चल पाण्यात वाकून पाहिलं. त्यात स्वत:चा चेहरा पाहून तो अस्वस्थ झाला. डोक्यावरचे विरळ केस आता कानशिलापाशी पिकू लागले होते. कपाळावर सुरकुत्या दिसत होत्या.

नुकतीच एकेचाळीस वर्षं संपल्याची जाणीव त्याला अस्वस्थ करत होती.

■

तेवीस

पाचव्या खंडाचं काम वेगात सुरू होतं. ब्रिटिश भारतात आल्यापासून आजपर्यंतच्या भारतीय सांस्कृतिक इतिहासाचा परामर्श या खंडात घेण्याचं ठरलं होतं. फारच मोठा विषय होता हा! भारतावर राज्य करणारे ब्रिटिश आणि भारतातली त्यावेळची सांस्कृतिक निर्जीवता यांचा परस्परसंबंध या खंडात दाखवायचा होता. अखेरच्या दोन प्रकरणांत प्राचीन भारतीय संस्कृती अजूनही जिवंत आहे का, या प्रश्नाचा ऊहापोह करायचा होता. सगळं काही ठरलं होतं.

सदाशिवरावांवर फारसं काम पडू नये म्हणून करुणा अधिकाधिक काम स्वत:च करत होती. त्यांच्या विचाराला अनुकूल आणि प्रतिकूल अशा विवेचनांचा शोध घेणं, मूळ ग्रंथ वाचून त्यातली नेमकी पानं त्यांच्यासमोर आणून ठेवणं, वगैरे काम तीच करत होती. त्यांच्या प्रकृतीची काळजी घेत होती. रात्री त्यांना फारसं जागरण करू देत नव्हती.

एके रात्री अकरा वाजता सदाशिवराव आपल्या अभ्यासिकेतल्या खुर्चीत बसून टेबलावरच्या काही टिपणांवर खुणा करत होते. करुणा त्यांच्या पाठीमागे असलेल्या एका आरामखुर्चीत बसून एक ग्रंथ चाळत होती. हातातल्या पेन्सिलीनं काही ठिकाणी खुणा करत होती.

बसल्या बसल्या सदाशिवरावांच्या डोळ्यांसमोर अंधेरी आली. दोनतीनदा पापण्यांची उघडझाप केली तरी त्यांना हातातली लेखणी दिसेना. नाकावरचा चष्मा काढून टेबलावर ठेवण्याचा प्रयत्न केला, पण त्यांचं सारं शरीर जडशीळ झाल्यासारखं वाटू लागलं. त्यांनी क्षीण आवाजात हाक मारली, 'करुणे-'

करुणेनं मान वर करून पाहिलं.

सदाशिवरावांच्या छातीत डाव्या बाजूला मरणयातना जन्मली होती. श्वास अडखळत होता. कुणीतरी छाती आवळत असल्यासारखं वाटू लागलं. डोळे मिटून ती वेदना सहन करताना त्यांनी डावा हात उचलण्याचा प्रयत्न केला, पण ते शक्य झालं नाही. उजवा हात उचलून छातीपर्यंत नेईपर्यंत रत्ने उठून त्यांच्यापाशी आली आणि तिनं त्यांचं डोकं आपल्या छातीपाशी घेतलं. त्यांच्या चेहऱ्यावर यमयातना उमटली होती. त्या वेदनेची तीव्रता किंचित कमी झाली आणि त्यांनी तिच्या छातीवर

आपलं डोकं विसावलं.

करुणेला काहीच सुचेनासं झालं होतं. हा हृदयविकाराचा झटका असल्याचं लक्षात यायला काही क्षण जावे लागले. धैर्य एकवटून तिनं त्यांच्या नाकापाशी बोट नेलं. मंद श्वासोच्छ्वास चालला होता. तिनं त्वरेनं राघप्पाला हाक मारली. बाहेरच्या व्हरांड्यात झोपलेला राघप्पा पांघरलेली चौघडी अंगाभोवती गुंडाळून आत धावत आला त्याला करुणा मोडक्यातोडक्या कन्नडमध्ये म्हणाली, 'शेजारच्या प्रोफेसरसाहेबांना बोलावून आण. जा, लवकर-'

काहीतरी गंभीर घडलं हे लक्षात येताच राघप्पा धावला. दोनच मिनिटांत शेजारच्या बंगल्यातले राज्यशास्त्राचे प्राध्यापक धावत आले. सदाशिवरावांचं निरीक्षण करून ते करुणेला म्हणाले, 'आता ॲटॅक ओसरला आहे. जिवाला भीती नाही. तुम्ही तसंच त्यांना धरून ठेवा.'

राघप्पाकडे वळून ते म्हणाले, 'लगेच या खुर्चीशेजारी एक कॉट आणून त्यावर अंथरुण घाल. अगदी थोडाही आवाज न करता. नाही तर थांब. मीही आलोच.' म्हणत तेही त्याच्या मदतीला धावले.

करुणेच्या साहाय्यानं सदाशिवरावांना अंथरुणावर झोपवल्यावर ते तिला म्हणाले, 'अशी एक केस मी पाहिली आहे. इथं फारसा उजेडही नको. दिवा बंद करून तुम्ही इथंच बसून राहा. मी लगेच हार्ट-स्पेशालिस्टला घेऊन येतो. डॉक्टर आनंदराव ओळखीचे आहेत माझ्या.'

प्रोफेसर निघून गेल्यानंतर काही क्षणात मोटार सुरू होऊन निघून गेल्याचा आवाजही तिच्या कानावर आला. तिनं उठून त्या खोलीतला दिवा बंद केला. राघप्पा तिथंच उभा राहिला. ती पलंगापाशी येऊन उभी राहिली.

दिवसेंदिवस सदाशिवरावांची प्रकृती ढासळत असल्याचं तिलाही समजत होतं. पहिल्या पत्नीविषयीची गोष्ट त्यांनी बरीच मनाला लावून घेतल्याचं तिला ठाऊक होतं. ती स्वत: जाऊन नागलक्ष्मीला आणायला तयार होती, पण त्याचा काही उपयोग होणार नाही, असं स्वत: सदाशिवरावांनीच सांगितलं होतं. ते अशक्त झाले असले तरी असे एकाएकी जीवन-मरणाच्या सीमारेषेवर येऊन ठाकतील असं तिला मुळीच वाटलं नव्हतं. अंधूक प्रकाशात त्यांचा देह अशक्त दिसत होता. तिनं पुन्हा हाताची बोटं त्यांच्या नाकापाशी नेली. संथपणे श्वासोच्छ्वास चालला होता. शेजारच्या प्राध्यापकांनी जिवाला धोका नसल्याचं सांगितल्याचं आठवलं. तिनं दीर्घ श्वास सोडला. एखाद्या विषयाला स्वत:ला पूर्णपणे झोकून दिलेल्यांचा अंत असाच होतो, हेही तिला आठवलं.

बाहेरून मोटारीचा आवाज ऐकू आला. ती त्या खोलीतून बाहेर आली त्याचवेळी प्राध्यापक डॉक्टरांना घेऊन आत आले. रुग्णाची तपासणी करून झाल्यावर डॉक्टर

खोलीबाहेर आले. त्यांनी सांगितलं, 'तूर्तास दोन गोळ्या देतो. उद्या सारी तपासणी करावी लागेल. त्यांना फक्त दूध आणि फळांचा रस द्या. आता तशी भीती नाही. मला यायला उशीर झाला तर खोलीच्या खिडक्यांना पडदे लावा. वाऱ्याचा त्रास होता कामा नये.'

डॉक्टर निघाले तेव्हा करुणाही बाहेर आली. तिला प्राध्यापकांनी विचारलं, 'डॉक्टरांना घरी पोहोचवून येताना तुमच्या दीराला - राजारावांना - घेऊन येऊ का?'

'हं! तसंच त्यांच्या पत्नीलाही घेऊन या.'

थोडं घुटमळून प्राध्यापक म्हणाले, 'मला वाटतं आता यावेळी त्यांनी इथं येणं योग्य नाही. आता कुठलाही भावनोद्रेक होणार नाही हे पाहणं महत्त्वाचं आहे, नाही का?' अखेरचा प्रश्न त्यांनी डॉक्टरांना विचारला.

'हो. थोडे दिवस तरी भावनोद्रेक टाळायला हवा.'

ते दोघेही निघून गेल्यावर तिनं त्यांना औषधाचा डोस पाजला. ते शुद्धीवर होते. तिनं विचारलं, 'थोडा फळांचा रस घेता?'

त्यांनी मानेनंच नकार दिला.

करुणा पलंगाजवळच्या खुर्चीत बसली. डॉक्टर येऊन गेल्यामुळे तिला थोडं बरं वाटलं तरी ती अजून त्या धक्क्यातून पूर्णपणे सावरली नव्हती. आता जिवाला काही धोका नसला तरी यानंतर त्यांच्या हातून पहिल्यासारखं काम होणार नाही, असं तिचं मन सांगत होतं.

त्या परिस्थितीतही तिला स्वत:ची काळजी वाटत नव्हती.

ती खुर्चीत बसून होती. बाहेरच्या भिंतीला टेकून राघप्पा बसला होता. त्यालाही भ्रमिष्टासारखं झालं होतं.

एवढ्यात शेजारच्या प्राध्यापकांच्या सुविद्य पत्नी, त्यांच्या कॉलेजमध्ये शिकणाऱ्या दोन मुली आणि मेडिकल कॉलेजमध्ये शिकत असलेला त्यांचा मुलगा तिथं आले. सतत कामात बुडालेल्या करुणेची त्यांच्याशी फारशी सलगी नव्हती. त्याही आपण होऊन तिच्याशी बोलत नव्हत्या. आता त्या दाराशी आल्यावर राघप्पानं आत जाऊन करुणेला त्या आल्याचं सांगितलं. ती बाहेर आली.

'कसे आहेत?' प्राध्यापकांच्या पत्नींनी विचारलं.

'अॅटॅक ओसरलाय असं डॉक्टर म्हणाले. काळजीचं कारण नाही म्हणे! तुमच्या मिस्टरांनीही आधी तेच निदान केलं होतं.'

'काही काळजी करू नका. एकदा हार्ट अॅटॅक येऊन गेला तरी थोडंफार पथ्यपाणी सांभाळून कितीतरीजण रोजचा व्यवहार पाहतात. पराकोटीच्या मेहनतीमुळेच हा त्रास झाला असावा!'

त्यांचं बोलणं सुरू असताना घरासमोर प्राध्यापकांची मोटार येऊन थांबली.

प्राध्यापकांबरोबर उतरलेल्या राजचा चेहरा उतरून गेला होता. जवळ आल्यावर त्यानं रत्नेला विचारलं, 'कसं आहे आता?'

'आता औषध दिलंय-'

बाहेर चप्पल ठेवून प्राध्यापक आत गेले. राज तर घाईत अनवाणीच आला होता. तोही आत आला. सदाशिवराव ग्लानीत होते.

बाहेर येऊन प्राध्यापक म्हणाले, 'त्यांचा डोळा लागलाय. तुम्ही त्यांना उठवू नका.' पत्नीकडे वळून म्हणाले, 'त्यांना फळांचा रस द्यायचाय. घरात फळं असतील तर घेऊन ये.'

'घरात फळं आहेत.' करुणा म्हणाली. तरीही ते न ऐकता त्यांनी आपल्या घरातली फळं आणून देण्यास सांगितलं. त्याचबरोबर घरातल्या ग्लुकोजच्या पावडरचा डबाही आणून दिला. आणि - 'आता काळजी करू नका. राजाराव रात्री इथंच थांबताहेत-' असं सांगून ते पत्नी आणि मुलांसह घरी परतले.

सदाशिवरावांना गाढ झोप लागली होती. राघप्पाला तिथं बसायला सांगून करुणा आणि राज स्वयंपाकघरात गेले. हलक्या आवाजात राजनं विचारलं, 'अण्णाला काय झालं?'

सगळी हकिकत सविस्तरपणे सांगून करुणेनं विचारलं, 'घरी काय सांगितलंत? घरी सगळ्यांना ठाऊक आहे?'

'नाही. प्राध्यापकांनी 'घरी सांगू नका' असं सांगितलं. मोटारीनं मंड्यला जाऊन येतो असं सांगून आलोय. उद्या सकाळी नागूला घेऊन येतो. म्हणून इथलं सारं पाहायला तुम्हाला मदत होईल.'

'नको.'

'का?' राजनं आश्चर्यानं विचारलं.

करुणेनं सदाशिवराव नागलक्ष्मीला बोलावयला गेले होते ती हकिकत सांगितली.

'पण तुम्ही दोघांनी मला त्याविषयी का सांगितलं नाही?'

'सांगून काय उपयोग, असं वाटलं त्यांना.'

'अशा परिस्थितीत नागूला इथं बोलावणं योग्य नव्हे. उद्या कात्यायनीला इथं पाठवून देतो. ती राहील काही दिवस इथं. मीही अधिक वेळ इथंच थांबेन. नागूची समजूत कशीतरी काढता येईल.'

ते दोघेही सदाशिवराव झोपले होते त्या खोलीत आले. पलंगाच्या दोन्ही बाजूला एकेक आरामखुर्ची ठेवून दोघेही त्यावर निस्तब्धपणे बसून राहिले. राघप्पाला झोपायला सांगितलं तरी तो झोपला नाही.

दुसरे दिवशी सकाळी डॉक्टर आले. त्यांनी रुग्णाची जुजबी तपासणी केली आणि सांगितलं, 'आणखी आठवड्यानंतर यांना दवाखान्यात घेऊन जाऊन इतर

तपासणी करूया. नंतर काही दिवस दवाखान्यात ठेवावं लागेल. नंतरही दोन महिने त्यांनी अंथरुणावर झोपून विश्रांती घ्यायला हवी. भावनोद्रेक होणार नाही याची काळजी घ्यायला हवी. व्यवस्थित काळजी घेतली तर तीन महिन्यांत ते हिंडू-फिरू लागतील. मी दिवसाआड येत जाईन.'

राज त्यांना त्यांच्या मोटारीपर्यंत पोहोचवून आला.

त्याच दिवशी सकाळी दहा वाजता राज घरी गेला. सारी हकिकत त्यानं कात्यायनीला सांगितली. तिलाही हे ऐकून धक्काच बसला. नंतर त्यानं नागलक्ष्मीला सांगितलं, 'नागू, रत्नेंना बरं नाही. थोडे दिवस कात्यायनीला तिथं पाठवूया का?'

'हं!' ती म्हणाली.

त्या दिवसापासून रोज कॉलेजला जाऊन आल्यावर उरेल तेवढा वेळ कात्यायनी करुणेबरोबर राहू लागली. ती स्वत: अशक्त असल्यामुळे रोग्याची प्रत्यक्ष सेवा करत नसली तरी तिच्या अस्तित्वामुळे करुणेला थोडं बरं वाटत होतं.

आठवड्यानंतर सदाशिवरावांना हॉस्पिटलमध्ये हलवलं तेव्हा करुणाही त्यांच्याबरोबर तिथंच राहू लागली. कात्यायनी मात्र घरी परतली.

डॉक्टरांच्या सल्ल्याप्रमाणे सदाशिवराव महिनाभर दवाखान्यात राहिले. नंतर घरी दोन महिने काटेकोरपणे शुश्रूषा झाल्यानंतर डॉक्टरांनी त्यांना थोडं फिरून येण्याची परवानगी दिली होती. ते रोज सकाळ-संध्याकाळ फिरायला जात होते. सकाळच्या वेळी हातात काठी घेऊन कुक्करहळ्ळी तळ्याच्या मागच्या बाजूला ते सावकाश फेरी मारून येत होते. डॉक्टरांनी चढ-उतार असलेल्या रस्त्यानं जाण्यास मनाई केली होती. अलीकडे ते दुपारी ग्रंथालयातही जात नव्हते. कॉलेजात जाऊन एम. ए. च्या विद्यार्थ्यांचे तास घेऊन घरी येत होते. करुणाच ग्रंथालयात जात होती.

आणखी दोन महिन्यांच्या विश्रांतीनंतर डॉक्टरांनी पुन्हा एकवार सगळी तपासणी केली आणि सांगितलं, 'अजूनही तुमच्या हृदयाची परिस्थिती नाजूकच आहे. ग्रंथरचना, वाचन, लेखन वगैरे गोष्टी संपूर्णपणे बंद करायला हव्यात. दिवसातून एकदा कॉलेजपर्यंत जाऊन एक-दोन तास घ्यायला हरकत नाही. महिन्यातून एकदा संपूर्ण तपासणी करत राहायला हवी. औषधं घ्यायला पाहिजेत. अधिक रहदारीच्या रस्त्यानं जाऊ नका. धावपळ करू नका. एवढं सांभाळलंत तर तुम्ही अजून दहा वर्षं जगाल. पण जर काळजी घेतली नाही तर मात्र काय घडेल याची मी खात्री देऊ शकणार नाही.'

डॉक्टरांच्या या सूचनेनं करुणेच्या जिवाचा थरकाप उडाला होता. तिनं सदाशिवरावांना एक अक्षरही लिहिण्यास मनाई केली.

पाचव्या खंडाची रूपरेखा तिला ठाऊक होती. त्यातलं बरंच काम तिनं केलं

होतं. तिनं ठरवलं- सगळा अभ्यास करून ग्रंथाचं लेखन करायचं, ते त्यांना वाचून दाखवायचं आणि ते सांगतील तसे त्यात फेरबदल करायचे. सदाशिवरावांनीही तिच्या म्हणण्याला संमती दिली.

कधी कधी तिच्या मनात आपल्या भविष्याविषयीचे विचार येत होते. आई-वडिलांना जाऊन कितीतरी वर्षं झाली होती. वैमनस्य नसलं तरी एकुलत्या एक भावाबरोबर आता पत्रव्यवहारही राहिला नव्हता. आजपर्यंत कधीही तिच्या मनात सदाशिवरावांच्या पश्चात आपलं काय होईल असा विचार आला नव्हता. स्वत:च्या स्वार्थापायी रडण्याचा तिला पराकोटीचा तिटकारा होता. आताही तिला स्वत:च्या पोटापाण्यापायी त्यांच्या मृत्यूचं भय वाटत नव्हतं. पण त्यांच्या माघारी जगायचं कसं?

सदाशिवराव काही दिवस डॉक्टरांच्या सल्ल्याप्रमाणे वागत होते. पण दिवसेंदिवस त्यांना त्याचा कंटाळा येऊ लागला. शरीराला विश्रांती देणं त्यांच्या हातात होतं, पण मनाला निष्क्रिय करणं त्यांना अशक्य होतं. श्रोत्रींचं बोलणं त्यांना आठवत होतं, 'बुद्धी ही प्रकृतीचंच एक स्वरूप.' ते विचार करत होते, क्रियात्मकता हा प्रकृतीचा मूळ गुण असेल तर बुद्धी तशी कशी निष्क्रीय होऊन राहील? बुद्धीची वृत्तीरहित स्थिती साधता आली तर माणसाला मुक्तीच मिळेल. अनेक वेळा त्यांचं मन मुक्तीविषयी विचार करत होतं. भारतीय तत्त्वज्ञानानुसार मुक्ती म्हणजे काय याचा त्यांनी विचार केला होता. आता वैयक्तिक पातळीवर ते विचार करत होते. मुक्त जीवाला बुद्धीच्या माध्यमानं काहीच साधायचं नसतं. त्याला आत्म्याचं मूलभूत गुणज्ञान असताना बौद्धिक कसरतीनं तो अधिक काय साधणार? या अर्थानं आपल्याला कधी मुक्ती मिळेल का? त्यासाठी आवश्यक ती साधना, अष्टांगयोग त्यांच्या मनात घोळत होते. आजवरचा आपला मार्गच वेगळा! या वयात हा मार्ग सोडून त्या मार्गाला लागलं तर ध्येयपूर्ती अशक्य असल्याचं त्यांना समजत होतं.

आरशात पाहताना चेहऱ्यावर उमटलेली त्रेपन्न वर्षांची लक्षणं त्यांना जाणवत होती. डोक्यावरचे केस खूपच कमी होऊन टाळूवर आणि मागच्या बाजूला मोजकेच केस शिल्लक राहिले होते. आजवर ज्या मार्गानं चाललो त्याच मार्गानं पुढं जावं, असं त्यांना वाटत होतं. ग्रंथसमाप्ती हेच त्यांच्या जीवनाचं आता ध्येय राहिलं होतं.

करुणा ग्रंथपूर्तीसाठी किती धडपडत होती ते सदाशिवरावही पाहात होते. ही आपत्ती येण्यापूर्वी त्या दोघांनी या ग्रंथ-विषयावर बरंच मनन केलं होतं. तरीही या ग्रंथाचं काम तिच्या हातून होईल की नाही याविषयी ते साशंक होते. तिची बुद्धिमत्ता आणि या विषयावरील प्रभुत्व याविषयी त्यांची खात्री होती, पण ग्रंथनिर्मिती म्हणजे अंत:शक्तीचे मूलरूप असते यावर त्यांचा विश्वास होता. ज्या हातानं पहिले चार खंड लिहिले त्याच हातानं पाचव्या खंडाचं लेखन घडायला हवं होतं. रत्नेनं

पराकोटीचा प्रयत्न केला तरी हा ग्रंथ त्यांच्या अंत:शक्तीचं रूप होऊ शकणार नव्हता.

अखेर तो ग्रंथ आपणच लिहायचा असं त्यांनी ठरवलं.

महिन्यानंतर प्रकृती तपासायला डॉक्टरांकडे गेल्यानंतर त्यांनी तिथं हा विषय काढला. एवढ्या दिवसांत डॉक्टरांनाही त्यांच्या विद्वत्तेचा पुरेपूर परिचय झाला होता. त्यांच्या मनात सदाशिवरावांविषयी आदर निर्माण झाला होता. त्यांचं बोलणं ऐकून घेऊन डॉक्टर म्हणाले, 'मला तुमच्या मन:स्थितीची पुरेपूर कल्पना आहे. या आजारपणात नेमकं असंच होईल असा कुठलाही तज्ज्ञ सांगू शकणार नाही. तरीही तुम्ही काहीही कष्ट न करता दहा वर्षं जगणं शक्य आहे, असं माझं म्हणणं होतं. तुमचा हा ग्रंथ सहाशे पानांचा होईल असं तुम्ही म्हणालात, नाही का?'

'हो.'

'लिखाणाची तंद्री लागली तर दिवसाकाठी फक्त इतकीच पानं लिहिण्याचं पथ्यही तुम्ही पाळू शकणार नाही-'

'ते कदापि शक्य नाही. कारण ते माझ्या हातात राहात नाही. तो विषय खेचून मला आपल्याबरोबर घेऊन जात असतो. कितीतरी वेळा बिचारं शरीर थकून जातं पण लिहिण्याचं संपेपर्यंत ते माझ्या लक्षातच येत नाही.'

कौतुकाच्या दृष्टीनं त्यांच्याकडे पाहात डॉक्टरांनी मान हलवली आणि विचारलं,

'मग मी काय करू?'

'लेखनाशिवाय मी जगू शकणार नाही. बौद्धिक निष्क्रिय अस्तित्वाला काहीच किंमत नाही. सदाशिवराव नावाचा एक ग्रंथकर्ता मरणाला घाबरून किती वर्षं जगला, हे जाणून घेण्याची विद्वत्जगताला मुळीच गरज नाही. पण तेच विद्वत्जगत चार खंड पूर्ण केलेल्या सदाशिवरावांच्या पाचव्या खंडाचं स्वागत करायला आतुर झालं आहे. या ग्रंथाची पूर्तता न करता जगलं तर त्या माझ्या जगण्याला काडीचीही किंमत नाही. तो पूर्ण करून मी मेलो तर जीवनाचं ध्येय तरी पूर्ण होईल. मी ग्रंथ लेखनाला प्रारंभ करीन. चार महिन्यांचा अवधी मला त्यासाठी पुरेसा आहे. त्यानंतरचं पाहायला माझी पत्नी समर्थ आहे. या चार महिन्यांच्या कालावधीत मी मरणार नाही हे पाहण्याची जबाबदारी तुम्ही स्वीकाराल?'

सदाशिवरावांचं संपूर्ण व्यक्तिमत्त्व या शब्दांत आपल्या साऱ्या आशाआकांक्षा ओतत होतं.

गंभीरपणे डॉक्टर विचार करत होते. क्षणभर त्यांच्या ओठावर मंदस्मित तरळून गेलं. त्याकडे सदाशिवरावांचं लक्ष नव्हतं. वैद्यकीय शास्त्रातल्या संशोधनास सर्वस्व वाहिलेल्या अनेक वैज्ञानिकांविषयी डॉक्टरांनाही ठाऊक होतं. जर एका शब्दामुळे या विद्वान गृहस्थाचं कार्य पूर्ण होणार असेल, तर एका महान ग्रंथ समाप्तीत आपण

अडसर का बनायचं? त्यांनी सदाशिवरावांचा हात हातात घेतला आणि म्हणाले, 'तुम्ही काळजी करू नका. माझं सारं ज्ञान आणि अनुभव पणाला लावून मी तुमची काळजी घेईन! तुम्हाला मध्येच काही होणार नाही याची खात्री देतो मी!'

सदाशिवरावांचं मन संतुष्ट झालं. त्यांना डॉक्टरांचे कसे आभार मानावेत ते कळेना. डॉक्टरांनी स्वत:च्या गाडीतून त्यांना त्यांच्या घरी पोहोचवलं.

त्याच रात्री सदाशिवरावांनी करुणेला आपला संकल्प आणि डॉक्टरांशी जे बोलणं झालं ते सांगितलं. ती स्तब्ध झाली. तिच्या डोळ्यांत अश्रू भरून आले.

'इतर सामान्य स्त्रियांप्रमाणे तूही अशी रडशील असं मला वाटलं नव्हतं.'

'का? मी माणूस नाही की काय? विद्वत्‌जगताशी तुमच्या भावना इतक्या निगडित आहेत आणि आपल्या व्यक्तीविषयी मात्र कुठलंच कर्तव्य नाही?'

निरुत्तर होऊन सदाशिवरावांनी मान खाली घातली. तिचा प्रश्न त्यांच्या मनाला स्पर्श करून गेला.

आपल्यासाठी आणि आपल्या साधनेसाठी आयुष्याची कुरवंडी करण्यासाठी करुणेला आपण काय दिलं, हा प्रश्न त्यांच्या मनात उभा राहिला. आजवर तिनं त्यांच्याकडून कसलीच अपेक्षा व्यक्त केली नव्हती. आता तिच्यासाठी आपण अजून काही वर्षं जगणं एवढंच आपल्या हाती आहे. आपल्या माघारी तिचं काय होईल, या विचारानं ते दु:खी झाले. रात्रभर विचार करून दुसरे दिवशी सकाळी त्यांनी तिला सांगितलं, 'मी लिहिणार नाही. पण तू मात्र लवकर लिहायला सुरुवात कर. मी वाचून हवी ती दुरुस्ती करेन.'

करुणेला बरं वाटलं. तिनं त्यांचा हात दोन्ही हातात घेऊन स्नेहानं दाबला.

आठवडाभरात तिनं लिखाणला सुरुवात करून पन्नासएक पानं लिहूनही काढली. हस्तलिखित वाचताना त्यांना कष्ट होतील म्हणून ती हस्तलिखितं टाईप करून त्यांच्या हाती देत म्हणाली, 'एकदम सगळं वाचू नका हं! रोज चारसहा पानं वाचा.'

सदाशिवरावांनी ते वाचलं. त्यातलं भाषासौंदर्य, विशिष्ट इंग्लिश शब्दप्रयोग वापरण्याची पद्धती, विषयाचं ज्ञान पाहून ते संतुष्ट झाले तरी आधीच्या चार खंडांत आढळणारं अंत:सत्त्व या लिखाणात दिसत नव्हतं.

करुणेलाही ते समजत होतं.

दिवस सरत होते. सदाशिवराव नियमितपणे फिरायला जात होते. खाण्यापिण्यातली पथ्यं आणि औषधं व्यवस्थित सुरू होती. पण दिवसेंदिवस त्यांचा जगण्यातला उत्साह मावळत चालला होता. सतत कार्यरत असल्याची सवय असल्यामुळे त्यांना या निष्क्रियतेपेक्षा मरण परवडलं असं वाटू लागलं. दोन आठवड्यांत या भावनेनं देहावरही कब्जा मिळवला हे करुणेलाही दिसू लागलं.

सारं असह्य झालं तेव्हा एक दिवस सदाशिवराव तिला म्हणाले, 'करुणे, तू

माझ्या ह्या जड निष्क्रिय देहाशी लग्न केलं नाहीस हे आठव! ज्या उद्देशापायी तू माझी साथ स्वीकारलीस त्याची पूर्तता होण्यासाठी तूच मला मदत कर. सामान्य स्त्रियांच्या दृष्टीनं नवऱ्याच्या माघारी कसं होईल याचा तू विचार करू नकोस. तू काही इतर शंभरांसारखी एकशे एकावी स्त्री नाहीस.'

करुणा गंभीर झाली. रात्रभर ती विचार करू लागली. पुन्हा पुन्हा अश्रूंनी भरून येणारे डोळे टिपत पहाटेपर्यंत ती एका निर्धारापर्यंत येऊन पोहोचली.

नेहमीप्रमाणे सदाशिवराव पहाटे उठून फिरायला गेले होते. करुणा उठली. गेले सहा महिने पडून असलेलं त्यांचं पेन धुवून त्यात शाई भरली. त्यांच्या लेखनाच्या टेबलावर कागद आणि पेन व्यवस्थित मांडून ठेवलं.

सदाशिवराव फिरून आले. त्यांची अंघोळ आणि नाश्ता झाल्यावर त्यांचा हात धरून करुणा त्यांना टेबलापाशी घेऊन आली आणि म्हणाली, 'इतके दिवस मी अडाण्यासारखी वागले. आता तुम्ही लिहायला सुरुवात करा. पण एकदम अधिक श्रम न घेता एका ठराविक वेगानं लेखन करा. शक्य तेवढं काम मला सांगा. मी शीघ्रलिपीनं लिहून घेईन. सतत याच खोलीत तुमच्या मागं बसून मी तुम्हाला हवी ती मदत करेन.'

सदाशिवरावांनी तिच्या चेहऱ्याकडे पाहिलं. तिचे डोळे प्रेमानं आणि एका अनामिक तेजानं चमकत होते.

■

चोवीस

कॉलेज सुरू झाल्यापासून चिनीच्या संस्कृत अभ्यासाचा वेग थोडा मंदावला होता. सकाळी पावणे नऊ वाजता तो घरातून बाहेर पडला की घरी यायला संध्याकाळचे साडेसहा वाजत होते. हात-पाय धुवून संध्यावंदन करून रात्रीचं जेवण झालं की रात्री सुमारे दोन तास तरी श्रोत्री त्याच्याकडून वेदमंत्र स्वरानुसार पाठ करून घेत. सुटीच्या दिवशी दुपारी त्यांचा अभ्यास चाले. रोज परगावी जाऊन शिक्षण घेणाऱ्या नातवाला आजोबा आस्थेनं अधिक दूध-तूप वाढत होते. तो स्वयंपाकात मदत करू लागला की त्याला सांगत, 'तू तुझा अभ्यास कर बाळ!'

पहिलं वर्ष संपवून चिनी आता सीनियर इंटरमिजिएटला गेला होता.

अश्वयुज मास संपल्यावर कार्तिक बहुळ चतुर्दशीच्या दिवशी श्रोत्रींच्या वडिलांचं श्राद्ध होतं. सगळे विधी होईपर्यंत उपवास करणं आणि त्यानंतर स्वयंपाक करणं कष्टाचं असल्यामुळे श्रोत्री त्या दिवशी कुप्पय्यालाच स्वयंपाकाला बोलवत. आदले दिवशी येऊन तो स्वयंपाकघर सारवून सोवळ्याचं पाणी भरून मिरपूड वगैरे सगळी तयारी करून ठेवून जात होता. श्राद्धविधी सांगायला सुब्बय्याशास्त्रीच येत होते.

माता-पित्यांचं श्राद्ध श्रोत्री अत्यंत भक्तीनं करत होते. देवकार्य आणि पितृकार्य करताना ते सारख्याच भक्तिभावनेनं करत होते. वंशाचे पूर्वज तृप्त झाल्याशिवाय कुठल्याही वंशाचा उत्कर्ष होणार नाही यावर त्यांचा दृढ विश्वास होता. श्राद्धाच्या दिवशी पूर्वपंक्तीसाठी ते कर्मठ ब्राह्मणांनाच जेवायला आमंत्रण देत. रोज त्रिकाल संध्यावंदन करून जपजाप्य करणाऱ्या आणि सात्विक जीवन जगणाऱ्यांनाच ते जेवायला बोलवत. श्राद्ध करणाऱ्यांचं समाधान होईल असं जेवण्याची शारीरिक कुवत असलेले, सगळे दात घट्ट असलेले, वेदमंत्रांचा सुस्पष्ट उच्चार करणारे ब्राह्मण ते बोलवत. श्राद्धाच्या दिवशी ते भरपूर दानधर्म करत. तांब्याचं पळी-पंचपात्र, नवं धोतराचं पान आणि त्यावर दोन चांदीचे रुपये देऊन ब्राह्मणांना साष्टांग नमस्कार घालत. श्राद्धाच्या आदले रात्री ते उपवास करत आणि श्राद्धाच्या दिवशी सकाळी एक हजार आठ वेळा गायत्री जपाचं पठण झाल्याशिवाय तोंडात पाण्याचा थेंबही घेत नसत.

श्रोत्रींच्या वडिलांचं श्राद्ध दुसऱ्या दिवसावर आलं होतं. आदले दिवशी कुप्पय्या

येऊन नेहमीची कामं करून गेला होता. शेजारच्या खोलीत कोळशाच्या शेगडीवर श्रोत्रींनी त्या दिवशी नेहमीचा स्वयंपाक केला होता. पूर्वपंक्तीच्या ब्राह्मणांना निरोप गेला होता.

दुपारी तीनच्या सुमाराला श्रोत्री आपल्या अभ्यासिकेत कुठलासा ग्रंथ शोधत होते. श्राद्धाच्या संदर्भात त्यांच्या मनात एक प्रश्न उठला होता. 'गोभिल स्मृति'त त्याचं नेमकं उत्तर असल्याचं त्यांना ओझरतं आठवत होतं. पण काही केल्या नेमके श्लोक आठवत नव्हते. त्या ग्रंथाची छापील प्रत त्यांच्याकडे नव्हती. आपण स्वत: त्याची हस्तप्रत तयार करून ठेवल्याचं त्यांना आठवत होतं. हस्तलिखितांचा एक थोरला पेटारा उघडून ते त्यात शोधू लागले. त्या पेटाऱ्यात कितीतरी हस्तलिखित ग्रंथ, जुनी कागदपत्रं आणि जीर्ण झालेल्या जुन्या पोथ्या भरल्या होत्या. तासभर शोधलं तरी त्यांना हवा तो ग्रंथ मिळाला नाही. पेटारा बंद करायच्या वेळी त्यांचं लक्ष अचानक एका कागदाकडे गेलं. खूप जुना कागद होता तो!

त्यांनी सहज तो कागद हातात घेतला. त्यावरचं हस्ताक्षर त्यांना सर्वस्वी अपरिचित होतं. कुतूहलापोटी त्यांनी ते पत्र वाचायला सुरुवात केली-

'ती. नंजुंड यास,

किट्टप्पाचा नमस्कार

उभय कुशलो परि सांप्रत

पंधरा वर्षांनंतर तुला पत्र लिहितोय मी. हे पत्र लिहिताना माझं मन फारच दुःखमय स्थितीत आहे. धाकट्या भावाचा घात करणारा नीच माणूस तू! कितीतरी जणांना तू भिकेला लावलं आहेस. पण तरीही जगाला फसवून जमवलेली संपत्ती धाकट्या भावाला किंवा त्याच्या मुलांना मिळेल या द्वेषापोटी तू आणि तुझ्या बायकोनं असं करायला नको होतं. हरिकथाकार शामदासांची हकिकत आम्हाला समजली आहे! परमपावन अशा श्रोत्री वंशाच्या मागच्या सात पिढ्या तुझ्या या करणीनं नरकात गेल्या असतील! तुझी संपत्ती कोल्ह्या कुत्र्यांच्या तोंडी पडली असती तरी मी किंवा माझ्या मुलांनी तिकडं ढुंकूनही पाहिलं नसतं. देवच तुमच्या पाप-पुण्याकडे पाहून घेईल!

इति नमस्कार!

-किट्टप्पा

मुक्काम- एडेतोरे'

पत्र वाचून श्रोत्री चकित तर झालेच, त्याचबरोबर त्यांचं मन विचित्र समस्येत बुडून गेलं. अगदी लहानपणी किट्टप्पा हे नाव कानावर आल्याचं श्रोत्रींना आठवत होतं. त्यांच्या वडिलांच्या धाकट्या भावाचं ते नाव होतं. दोघा सख्ख्या भावांतून आडवा विस्तव जात नसल्याचं घरच्या बोलण्यातून त्यांच्याही कानावर आलं होतं.

तरीही परमपवित्र अशा श्रोत्री घराण्याच्या मागच्या सात पिढ्या नरकात जाण्यासारखं कुठलं पाप आपल्या आई-वडिलांकडून घडलं असेल? आपली संपत्ती भावाच्या मुलांना जाऊ नये म्हणून त्यांनी काय केलं असेल? हे शामदास कोण असावेत?

दुसरे दिवशी श्राद्ध असल्यामुळे श्रोत्रींचं मन त्या दिवसभरात देव आणि पूर्वज यांच्या विचारात मग्न झालं होतं. पूर्वज नरकात जातील हे वाक्य वाचून त्यांना दुःख वाटलं. हे नेमकं जाणून घेण्याची इच्छा दुर्दम्य असली तरी यासंबंधी कोण काय सांगणार? आता श्रोत्रीच त्र्याहात्तर वर्षांचे झाले होते. तारीख आणि वर्षाची नोंद नसलेलं हे पत्र नेमकं किती जुनं आहे हे समजण्यास मार्गच नव्हता. इतक्या जुन्या काळातली माहिती सांगणारं आता जिवंत तरी कोण असेल?

एकाएकी त्यांना लक्ष्मीची आठवण झाली. तीही याच घरात जन्मून इथंच वाढली होती. काही बाबतीत पुरुषांपेक्षा बायकांनाच अधिक माहिती असते, हे श्रोत्रींना ठाऊक होतं. तिलाच यासंबंधी विचारायचं ठरवून ते पत्र घेऊन तडक खाली आले. लक्ष्मी माजघरात बसून दुसरे दिवशीची भाजी निवडून ठेवत होती. तिथं जाऊन श्रोत्रींनी तिला विचारलं, 'तू शामदास हे नाव कधी ऐकलंस?'

लक्ष्मीला काहीच बोध झाला नाही. तिचा गोंधळलेला चेहरा पाहून श्रोत्री पुढं म्हणाले, 'खूप पूर्वी, माझ्या जन्माच्या आधी घडलेली हकिकतही असणं शक्य आहे. या घरासंबंधी-'

'शामदास?- हो. ऐकलंय.' एवढंच म्हणून काहीतरी चूक घडल्यासारखा चेहरा करून ती गप्प बसली.

हातातलं पत्र तिला वाचून दाखवून त्यांनी तिला विचारलं, 'सात पिढ्या नरकात जाण्याचा संदर्भ काय? हरिकथाकार शामदासांची हकिकत कुठली?'

'मला तरी काय ठाऊक शीनप्पा! ते या गावी कीर्तन करायला येत होते असं ऐकलंय, एवढंच!'

श्रोत्री पुन्हा माडीवर गेले. उगीच एखाद्या किरकोळ गोष्टीनं शंकित होण्याचा त्यांचा स्वभाव नव्हता. पण पूर्वज नरकात जाण्याच्या उल्लेखानं ते अस्वस्थ झाले होते. बोलता बोलता लक्ष्मी गप्प झाली होती. हेही त्यांच्या लक्षात आलं होतं. त्यांचं कुतूहल संशयाच्या सीमारेषेपार गेलं होतं.

ते पुन्हा माडीवरून खाली उतरले आणि लक्ष्मीपाशी येऊन हात पुढं करून म्हणाले, 'लक्ष्मी, हा माझा हात धर.'

'का?' ती चकित झाली.

'माझं ऐक आधी.' म्हणत तिच्या उजव्या हातात आपला हात देत म्हणाले, 'आता सांग, तुला त्या पत्रातल्या मजकुराविषयी काहीच ठाऊक नाही?'

लक्ष्मीनं मान खाली घातली. श्रोत्रींनी पुन्हा पुन्हा तोच प्रश्न विचारल्यावर ती

व्यथित होऊन म्हणाली, 'मला का या संकटात टाकतोस शीनप्पा?'

तरीही श्रोत्रींनी पुन्हा पुन्हा विचारलं, अखेर नाईलाज होऊन तिनं सांगितलं, 'रात्री चिनीला झोप लागल्यानंतर सांगेन.'

रात्रीचं जेवण झाल्यावर, चिनीला झोप लागल्यावर श्रोत्रींनी पुन्हा तिला विचारलं. तेव्हा 'इथं नको, माडीवर चल' असं सांगून ती माडीवरच्या त्यांच्या अभ्यासिकेत त्यांना घेऊन गेली. खोलीचा दरवाजा बंद करून तिनं विचारलं, 'हे सारं ऐकून तुला काय करायचंय? उगीच का हट्ट करतोस?'

'हा हट्ट नव्हे लक्ष्मी. का कोण जाणे पण कुतूहल आहे खरं! कितीही वाईट गोष्ट असली तरी सांग. तुझ्या माझ्यावरच्या विश्वासाची शपथ आहे तुला! तुला ठाऊक असल्यातलं कणभरही न लपवता सांग.'

'बरं! बैस. तुझीच शपथ घातलीस. तुझ्याहून मोठं काय आहे या जगात-'

समोरच्या व्याघ्रचर्मावर श्रोत्री बसले. कुठल्याही परिस्थितीत अविचल राहाणारं त्यांचं मन थोडं गोंधळून गेलं होतं.

जुनी हकिकत आठवताना लक्ष्मीचे वृद्ध डोळे जुन्या घटनांचा वेध घेत होते.

लहानपणापासून अतिशय लोभी असलेला नंजुंड श्रोत्री वडिलांच्या मृत्यूनंतर घराचा मालक झाला होता. त्यावेळी त्याचं वय अठ्ठावीस वर्षांचं होतं. त्याचा धाकटा भाऊ चोवीस वर्षांचा होता. थोरला स्वार्थी आणि कंजूष होता तर धाकटा उदार आणि धार्मिक प्रवृत्तीचा होता. थोरला प्रत्येक गोष्टीकडे व्यापारी दृष्टीनं पाहात होता, तर धाकटा भावनात्मक दृष्टीनं. धाकट्याचा थोरल्यापेक्षा देव-धर्म-कर्मकांड यावर अधिक विश्वास होता. खुरट्या नंजुंडपेक्षा किट्टप्पा अधिक सशक्त होता. त्या दोघांच्या बायकाही आपापल्या पतीला साजेलशाच होत्या. सख्ख्या भावांचं जिथं पटत नव्हतं तिथं जावांचं एकमेकींशी पटायचा प्रश्नच नव्हता!

योग्य वयात दोघांचीही लग्नं झाली होती. गर्भादानानंतर वर्षभरातच किट्टप्पाची बायको एका मुलाची आई झाली. पण अच्चम्मा मात्र चोवीस वर्षांची झाली तरी तिला मूल-बाळ झालं नव्हतं. एकदा जावा-जावांच्या भांडणात किटप्पाच्या बायकोनं टोला हाणला, 'प्रत्येकाच्या पाप-पुण्यानुसारच देव प्रत्येकाला मुलं देतो म्हटलं!'

एकदा वडिलांच्या श्राद्धाच्या वेळी भावांचं भांडण झालं. ब्राह्मणांना चांदीच्या रुपयाची दक्षिणा द्यावी अशी किट्टपाची इच्छा होती. पण नंजुंड म्हणाला, 'तू स्वत: मिळवशील तेव्हा दे हवं तर! मी जिवंत असेपर्यंत एका पावलीहून अधिक देणार नाही.'

हळूहळू वादावादीची जागा मारामारीनं घेतली आणि किट्टप्पानं थोरल्या भावाला चार दणके हाणले. अच्चम्माही प्रत्यक्ष भांडणात उतरली. पाठोपाठ एकट्या

पडलेल्या किट्टप्पाला मदतीसाठी त्याची बायकोही आली.

नंतरही महिनाभर किट्टप्पा गुरगुरत होता. पण आश्चर्य म्हणजे नंजुंड मात्र भांडणाच्या दुसरे दिवशीपासूनच त्याच्याशी हसतमुखानं बोलू लागला.

या घटनेलाही वर्ष होऊन गेलं. एकमेकांशी न पटल्यामुळे दोघांच्या वाटण्या करायच्या ठरल्या. चार लोकांबरोबर किट्टप्पाचे सासरे आले. नंजुंडाचे सासरेही आले. पंचायतीसमोर हिशेब मांडताना नंजुंड श्रोत्रीनं जमिनीवर काढलेलं पंचवीस हजाराचं कर्ज दाखवलं. ती कागदपत्रं किट्टप्पाच्या नावानं होती.

किट्टप्पा बिथरला. त्यानं बराच आरडाओरडा केला. कोर्टातही गेला. पण त्याच्या सहीची कागदपत्रं नंजुंडानं हजर केल्यामुळे त्याचा काही फायदा झाला नाही. थोरल्यानं गोड बोलून कधीतरी धाकट्याकडून फसवून सह्या घेतल्या होत्या!

अखेर वाट्याला आलेली फक्त दोन एकर जमीन विकून किट्टप्पानं बायको आणि तीन मुलांसह ते गाव सोडलं. एडेतोरेलगतच्या एका देवळात तो देवपूजा करून पोट भरू लागला. पण आतल्या आत तो खदखदत होता.

नंजुंड श्रोत्रींना रात्री दोन-तीन वेळा बाहेर जाऊन यायची सवय होती. एके रात्री ते नेहमीप्रमाणे परसातला दरवाजा उघडून गुंडल ओढ्यावर गेले होते. कुणीतरी पाठीमागून येऊन जोरानं गुद्दा मारला. ते ओरडणार तोच कुणीतरी त्यांना उताणं पाडलं आणि त्यांच्या तोंडात कापसाचा बोळा कोंबला. आधी ज्यानं मारलं होतं त्यानंच त्यांचे हात-पाय करकचून बांधले. त्यांच्या अंगावरचं धोतर फेकून उघड्या अंगावर वेताच्या काठीनं बेदम मार देऊन पळून जाता जाता एकजण त्या काळोखात त्यांच्यापुढे उभा राहून म्हणाला, 'मला फसवलंस त्याची ही शिक्षा-'

त्यांनी किट्टप्पाचा आवाज ओळखला तरी ते काहीच करू शकले नाहीत.

काय घडलं याची कल्पना नसल्यामुळे अच्चमा घरात गाढ झोपली होती. पहाटे उठल्यावरही 'बाहेर गेले असतील' असा विचार करून ती घरकामाला लागली.

पहाटे पाण्याला गेलेल्या बायकांनी उघड्या अंगानं पडलेल्या नंजुंड श्रोत्रींना पाहिलं आणि शरमून गेल्या. त्यापैकी एकजण अच्चम्मांकडे धावली आणि तिनं सारी हकिकत सांगितली. शेजार-पाजारच्या पुरुषांनी नंजुंड श्रोत्रींचं मुटकुळं सोडलं आणि त्यांना घरी आणलं. हा सारा किट्टप्पा श्रोत्रीचाच प्रताप असल्याचं जाणून ते मनातल्या मनात हसले.

त्यानंतर पंधरा दिवस नंजुंड श्रोत्री अंगभर विविध लेप लावून बसत होते. त्यांनी किट्टप्पाविरुद्ध कोर्टात दावा केला. पण पुराव्याअभावी यातून काहीच निष्पन्न झालं नाही.

वाटण्या झाल्यानंतर नंजुंड श्रोत्रींची आर्थिक आवक दिवसेंदिवस वाढत होती.

देवरसनहळ्ळीजवळ त्यांनी थोडी जमीन विकत घेतली. त्यांचा गहाणवटीचा धंदा भरभराटीला येत होता. त्यापैकी बहुतेक वेळा चक्रवाढ व्याज इतकं होत होतं की दागिने परत द्यायचा प्रश्नच उद्‌भवत नव्हता! दहा वर्षांत संपत्ती अमाप वाढली. मूळच्या लहान घराच्या जागी दुमजली घर उभं राहिलं. अच्चम्मा सोन्यानं नखशिखांत लगडली होती.

पण दिवसेंदिवस एकच प्रश्न त्या दोघांना सतावू लागला होता. ही सगळी संपत्ती आपल्या माघारी कुणासाठी ठेवायची? दान-धर्माचा विचार त्यांच्या मनातही येत नव्हता. आपण असेच मेलो तर कायद्यानं ही सगळी संपत्ती धाकट्या भावाला आणि त्याच्या कार्ट्यांना मिळेल या विचारानं त्याची झोप उडाली होती. किट्टप्पानं केलेली मारहाण आणि नग्न करून काढलेले धिंडवडे ते मुळीच विसरले नव्हते.

आता ते अडतीस वर्षांचे झाले होते. अच्चम्माही चौतीस वर्षांची झाली होती. कवडीचुंबक नंजुंड श्रोत्री आता धर्मस्थळाच्या मंजुनाथाला शरण गेले. मुलगा झाला तर त्याच्या पाचव्या वर्षी त्या मुलाच्या वजनाएवढी चांदी देण्याचा संकल्प सोडून मंजुनाथाच्या नावानं हळदीच्या कापडात पावली बांधून ठेवली. ललितासहस्रनामाचं पारायण करून रोज एका ब्राह्मणाला विडा-दक्षिणा देऊ लागले. कुणी नागांची स्थापना करायला सांगितल्यावरून पंधरा रुपये खर्च करून नदीच्या काठावर नागांची स्थापना केली. तरी अच्चम्मांची कूस उजवली नाही.

याच काळात त्यांचा शामदासांशी परिचय झाला होता. उंच देहयष्टी, रुंद चेहरा, मोठे डोळे, सरळ नाक! गावोगाव भटकून कीर्तन करण्याचा त्यांचा पेशा होता. कोक्केगाल येथे त्यांचे घर होते. सुंदर आवाज, शुद्ध उच्चार आणि भरपूर संस्कृत अवतरणं देऊन सांगायची पद्धती त्यामुळे त्यांचं कीर्तन खूप रंगत होतं.

नंजुंड श्रोत्रींनी त्यांना घरी बोलावलं आणि मुलं होण्यासाठी काय करावं ते विचारलं. त्यांनी सांगितल्याप्रमाणे पति-पत्नी तिरुपतीलाही जाऊन आले, तरी गुण काही आला नाही.

एकदा मैसूरला गेले असता नंजुंड श्रोत्रींनी तिथल्या एका प्रसिद्ध डॉक्टरांना आपली प्रकृती दाखवली. सारी तपासणी झाली आणि डॉक्टरांनी सांगितलं 'तुमच्यामध्ये संतान-जन्माला प्रतिकूल असा एक दोष आहे यावर उपाय नाही!'

आता कुठल्याही देवाला शरण जाण्यात अर्थच राहिला नव्हता. अखेर त्यांनी दत्तक घेण्याचा विचार केला. चार ठिकाणी विचारलंही, पण त्यांच्या घरी आपली मुलं द्यायला कुणीच तयार झालं नाही.

अशा वेळी कुणीतरी त्यांच्या कानावर बातमी घातली. एडेतोरेमध्ये किट्टप्पा कुणाला तरी सांगत होता म्हणे, 'त्याला ना मूल ना बाळ! त्याच्या माघारी सारं माझ्या मुलांनाच तर मिळणार आहे!'

नंजुंड श्रोत्रींच्या अंगाची नुसती लाहीलाही झाली. त्यांनी मनोमन निश्चय केला, पितर नरकात गेले तरी हरकत नाही, पण या चांडाळाच्या कार्ट्यांना यातली दमडीही मिळू द्यायची नाही!

मुलं नसल्याची निराशा, त्याबाबतची स्वत:ची असमर्थता आणि भावाबद्दलचा द्वेष यात त्यांचं मन तळमळत असतानाच त्यांच्या मनात तो विचार चमकून गेला.

सुरुवातीला तो विचार असह्य वाटला तरी भावाच्या वल्गना ऐकून ते त्यासाठी तयार झाले. त्यांनी आपला विचार अच्चम्माच्या कानावर घातला.

अच्चम्माही आधी थरकापली. लोभ, स्वार्थ, कपट वगैरे कितीतरी नीच गुण तिच्या अंगी असले तरी ती पतिव्रता होती; किंबहुना त्यामुळेच तिनं कितीतरी दुर्गुणांना आश्रय दिला होता!

पण गर्भादानानंतर वयाच्या चाळिशीपर्यंत मातृत्वाच्या निष्फळ इच्छेत ती तळमळत होती. सुरुवातीला तिला पतीचा तिटकारा वाटला तरी आपल्या माघारी ही धनदौलत त्या जावेच्या कार्ट्यांना जाणार हा विचार तिला असह्य वाटला. आई होण्याच्या इच्छेनं पुन्हा तोंड वर काढलं.

तिच्याच वयाचे किंवा तिच्यापेक्षा किंचित लहान असणारे शामदास वर्षातून दोन वेळा नंजनगूडला येत होते. शेजारच्या गावात कीर्तन असलं तरी ते नंजनगूडला श्रोत्रींच्या घरीच उतरत.

ठरल्याप्रमाणे शामदास महिनाभर कीर्तनासाठी नंजनगूडला आले आणि नंजुंड श्रोत्री शेतीच्या कामाचं निमित्त सांगून घराबाहेर पडले. अधूनमधून ते नंजनगूडला आले तरी पुन्हा बाहेरच राहात होते.

असा महिना गेला आणि अच्चम्मांना सकाळी उलट्यांचा त्रास होऊ लागला. घडलेली हकिकत शामदास आणखी कुणाला तरी सांगेल या भयानं नंजुंड श्रोत्रींनी त्यांना एका खोलीत कोंडून घातलं, दोन रट्टे दिले आणि बजावलं, 'ज्या घरी राहिलात त्याच घरी असे वागलात! पुन्हा या भागात दिसलास तर शामदास नावाचा माणूस कधी काळी अस्तित्वात होता की नव्हता असं करेन! आज संध्याकाळी मी शेताहून घरी परतण्याआधी इथून काळं कर.' आणि ते शेतावर निघून गेले.

अच्चम्मानंही शामदासांच्या हातात पाचशे रुपये देऊन सांगितलं, 'यांचा स्वभाव तुम्हाला ठाऊक नाही! इथं राहिलात तर तुमच्या जिवाला धोका आहे. पुन्हा कधीच इथं फिरकू नका-'

शामदासांनाही याचं काही फारसं वाईट वाटलं नाही. ते पुन्हा कधीच त्या भागात फिरकले नाहीत.

नऊ महिने भरले आणि अच्चम्मांच्या पोटी एक अतिशय सुंदर बाळ जन्मलं. रुंद चेहरा, मोठे नाक, उंच कपाळ! नंजुंड श्रोत्रींनी मोठ्या थाटामाटात बारसं केलं

आणि बाळाचं नाव ठेवलं- 'श्रीनिवास'. नंजुंड श्रोत्रींच्या वडिलांचं नाव.

नाही म्हटलं तरी गावात थोडीफार कुजबूज झाली. पण कुणीही त्यावर 'ब्र' उच्चारला नाही. कारण कधी ना कधी आर्थिक अडचणीच्या वेळी सोनं-नाणं घेऊन नंजुंड श्रोत्रींच्याच दाराशी जावं लागणार!

अतिशय कुशाग्र बुद्धीच्या श्रीनिवासची आठव्या वर्षी थाटात मुंज करून नंजुंड श्रोत्रींनी त्याला प्रवर सांगितला, 'काश्यप गोत्रोत्पन्न: काश्यपावत्सार नैद्रव प्रवरत्रयान्वित अश्वलायनसूत्र समन्वित: ऋक् शाखाध्यायी श्री श्रीनिवास श्रोत्रीयोऽहं-'

साधारण अर्ध्या तासात लक्ष्मीनं यापैकी आपल्या कानावर आलेली हकिकत सांगितली तेव्हा श्रोत्रींच्या मनाच्या पार ठिकऱ्या उडाल्या होत्या. लक्ष्मी सांगायची थांबली. काही क्षण विचित्र शांततेत गेले. नंतर श्रोत्रींनी विचारलं, 'हे खरं आहे का लक्ष्मी?'

'मी तरी यातलं काय डोळ्यांनी पाहिलंय? तुझ्यापेक्षा पाच वर्षांनी मी लहान, नाही का? लहानपणी वडील कुणाला तरी याविषयी सांगत होते ते ऐकल्याचं आठवतंय, एवढंच!'

श्रोत्री काही बोलले नाहीत. त्यांना नंजुंड श्रोत्री आणि त्यांच्या आईची आठवण येत होती. नंजुंड श्रोत्रींचा बांधा खुरटल्यासारखा होता. काळा रंग, नकटं नाक, एका पोत्यावर भोपळा ठेवावा तसं त्यांचं डोकं होतं. त्यांची आईही तितकीशी देखणी नव्हती. श्रोत्रींचं स्वत:च्या देहाकडे लक्ष गेलं. वयाच्या चौऱ्याहत्तराव्या वर्षीही सुदृढ असलेली काया, रुंद चेहऱ्यावरचे मोठे डोळे, सरळ नाक-

एकाएकी श्रोत्रींना स्वत:च्या देहाविषयी किळस वाटू लागली. शरीराविषयी त्यांच्या मनात कधीच ममत्व नव्हतं, पण आरोग्याविषयी समाधान मात्र होतं. देहाला ते नशिबाचा भागच मानत होते. पण आता मात्र त्यांना तसं वाटेना.

'चल, शीनप्पा. उद्या दुपारपर्यंत उपवास आहे. भरपूर कामं आहेत-' म्हणत लक्ष्मी उठून उभी राहिली. श्रोत्रीही उठले आणि पलंगावर पडले. त्यांच्या मनात प्रचंड उलथापालथ चालली होती. त्यांना वडिलांचा गहाणवटीचा धंदा असल्याचं ठाऊक होतं. वडिलांच्या माघारी त्यांनी तो धंदा बंद केला होता. शिवाय, अशा मार्गानं मिळवलेला बराच पैसा दानही करून टाकला होता. तरीही वडिलांच्या जीवनपद्धतीवर आपलं मत देण्यास त्यांच्या मनानं कधीच परवानगी दिली नव्हती. इतरांच्या वागणुकीचं योग्य-अयोग्य असं मूल्यमापन करण्याचा आपला अधिकार नाही, असं त्यांचं मत होतं. त्यातही आई-वडिलांविषयी! तो एकप्रकारचा अहंभाव असल्याबद्दल त्यांना विश्वास होता.

पण आता सगळ्या विश्वासाचा पायाच ढासळून गेला होता.

आपल्या श्रोत्री-वंशाविषयी त्यांच्या मनात अपार अभिमान होता. वंशाचं पावित्र्य टिकवून त्यात शक्य तेवढी भर घालणं हेच प्रत्येकाचं जीवितकार्य असतं यावर त्यांचा विश्वास होता. विवाहाआधीचे संस्कार, गृहस्थ-जीवन हे सगळं वंशाचं पावित्र्य टिकवण्यासाठीच असल्याचं ते मानत होते. आजवर ते स्वत: तसे वागले होते. गोत्रप्रवर्तक काश्यप ऋषींच्या परंपरेतल्या अनादी अशा श्रोत्री वंशाचा अभिमान बाळगणाऱ्या श्रोत्रींच्या विश्वासाच्या पार ठिकऱ्या उडाल्या होत्या.

याऐवजी इतर कुठल्याही वंशातल्या माता-पित्यांच्या पोटी जन्म घेतला असता आणि या घरी दत्तक आले असते तरी त्यांना इतका धक्का बसला नसता. जर नंजुंड श्रोत्रींनी एका अनाथ बेवारशी मुलाला आणून वाढवलं असं समजलं असतं तरी ते इतके व्यथित झाले नसते. तीन सुपं नागली देऊन आपल्याला विकत घेतलं असं समजलं असतं तरी त्यांनी तो धक्का सहन केला असता. केवळ वंश वृद्धीसाठी, वंश-प्रज्ञेपायी किंवा मरणोत्तर पिंड देण्यासाठी नंजुंड श्रोत्रींनी तसं केलं नव्हतं, हा अपवित्र मार्ग त्यांनी अवलंबला होता तो धाकट्या भावाकडून अन्यायानं हिसकावून घेतलेली संपत्ती त्यांच्या मुलांना मिळू नये म्हणून! अशा द्वेषभावनेपोटी जन्मलेल्या या देहाचा वंश कुठला? या जन्मात पावित्र्याचा एक कण तरी आहे का? आई-वडिलांचा तिरस्कार करण्याऐवजी रात्रभर श्रोत्री स्वत:चाच तिरस्कार करत अंथरुणात तळमळत होते.

चिनीच्या पलीकडे झोपलेली लक्ष्मीही जागीच होती. शीनप्पाच्या मनावर केवढा आघात झालाय हे तिला समजत होतं. इतके दिवस तिच्या मनात एकच प्रश्न असंख्य वेळा येऊन गेला होता, ‘असल्या आई-बापाच्या पोटी जन्मून वाढलेल्या शीनप्पाला ही धर्मरायाची दानत कुठून लाभली असेल?’ पण तिनं हे कुणापुढेही बोलून दाखवलं नव्हतं. आता साऱ्या गावात ही हकिकत ठाऊक असलेल्या व्यक्तींपैकी मोजकीच माणसं हयात होती. पण ऋषीसमान आचारण असलेल्या शीनप्पाविषयी त्याचा उच्चार करण्यासाठी कुणाचीही जीभ उचलत नव्हती. स्वत:च्या गुण आणि वागणुकीनं श्रेष्ठत्व पावलेल्या शीनप्पाला लक्ष्मी तर देवासमान मानत होती. त्यानं स्वत:ची शपथ घातली नसती तर तिनं या घटनेचा उच्चारही त्याच्यासमोर केला नसता.

या कुशीवरून त्या कुशीवर अस्वस्थपणे तळमळणाऱ्या शीनप्पाला ती म्हणाली, ‘तू मनाला लावून घेऊ नकोस शीनप्पा! प्रत्येकजण आई-वडिलांपोटी जन्मलो म्हणून विश्वास ठेवतो. खरं-खोटं देवालाच ठाऊक असतं. माझा तर यावर विश्वासच नाही. प्रत्येकाला आपापल्या कर्माप्रमाणे देव सद्‌गती देतो. मी पाहतेय तेव्हापासून तू धर्मरायासारखा आहेस. कुठलाही यमधर्म पाप-पुण्य तोलायला बसला तरी तुला स्वर्गच मिळेल.’

श्रोत्री काहीच बोलले नाहीत. तिचं बोलणं कानावर पडत होतं, पण मनातला कोलाहल शांत होत नव्हता. ज्या आधारावर जगले तो आधारच समूळ तुटला होता. त्यामुळे कुठल्यातरी खोल खोल गर्तेत कोसळत असल्यासारखं त्यांना वाटत होतं. ज्या घनदाट वृक्षाची स्वत:ला एक शाखा मानली तो वृक्षच त्यांना दूर लोटत होता. अपवित्र उद्देशापोटी अपवित्र रीतीनं जन्मलेला अपवित्र देह! कधी नव्हे तो त्यांच्या मनात प्रश्न उभा राहात होता, 'देवा, कुठल्या जन्मीच्या पापापोटी मला असं जन्माला घातलंस!'

त्यांना आईची आणि नंजुंड श्रोत्रींची आठवण येत होती. मोठ्या मायेनं त्या दोघांनी त्यांना वाढवलं होतं. स्वभावातला कंजूषपणा सोडला तर नंजुंड श्रोत्रींनी त्यांचं खूप कौतुक केलं होतं. एवढंच नव्हे, तर कंजुषपणानं जमवलेली संपत्ती मृत्यूपूर्वी त्यांच्या हवाली केली होती. आईची मायाही असामान्य होती. मुलाच्या खाण्या-पिण्यातच ती आनंदित होऊन जात होती. त्या दोघांना जाऊन इतकी वर्षं झाली तरी श्रोत्री मोठ्या आदरानं त्यांची आठवण काढत होते. आता मात्र त्यातलं पावित्र्यच नष्ट झाल्यासारखं झालं होतं.

त्यांनी कूस बदलली.

त्यांना महाभारताची कथा आठवली. त्या काळी ज्याला मूल होणं अशक्य आहे असा गृहस्थ केवळ वंशवृद्धीसाठी काही शास्त्रानुसार दुसऱ्या पुरुषाला आपल्या पत्नीपाशी जाण्याची परवानगी देत होता. पण तो दुसरा पुरुष यतीच्या मन:स्थितीचा असला पाहिजे आणि त्यानं केवळ दानवृत्तीनं हे वीर्यदान करायला हवं, असा तेव्हा नियम होता. तो एकप्रकारचा यज्ञच होता. नियोग. पण या कलियुगात हा धर्म अस्तित्वात नसल्याचं श्रोत्रींना ठाऊक होतं. कलियुगाचा धर्मच वेगळा! त्यातही ऐश्वर्याच्या मोहापायी मूल हवं असा नीच उद्देश असता कामा नये. पण आपल्या जन्माच्या बाबतीत याहीपेक्षा नीच उद्देश होता ना! श्रोत्रींनी एक नि:श्वास सोडला.

ते ऐकून पुन्हा लक्ष्मी म्हणाली, 'शीनप्पा, आजपर्यंत कितीतरी कठीण प्रसंगांना न डगमगता तोंड दिलंस तू! आता तू स्वत:च चोख सोनं आहेस. मग असे नि:श्वास का सोडतोस? कधीच मी तुला असा पाहिला नाही. आता शांतपणे झोप पाहू. इतरांच्या कर्माचा आपण इतका विचार करू नये. चिनीकडे पाहायला हवं. आता झोप. उद्या खूप कामं आहेत.'

उद्या आपण नंजुंड श्रोत्रींचं श्राद्ध करणार! मुलगा या नात्यानं! मोठं विडंबन वाटलं त्यांना हे! ज्यांच्याशी आपला कसलाही रक्ताचा संबंध नाही, ज्या वंशाशी आपला धर्माचाही संबंध नाही, ज्यांनी फक्त द्वेषापोटी स्वत:च्या सात पूर्वजांच्या नरकात धाडण्यासारखं पातक केलं त्यांना वडील मानून त्यांचं श्राद्ध करायचं? सगळं समजल्यानंतर?

श्रोत्रींना प्रीति-श्राद्धाचीही माहिती होती. एखाद्याला मूल नसेल आणि तो मरण पावला तर त्याचे स्नेही त्याचं श्राद्ध करू शकतात हे त्यांना ठाऊक होतं. इथं तर तोही प्रश्न नव्हता. त्यांनी लक्ष्मीला हाक मारली.

तीही जागीच होती, 'अजून झोपला नाहीस?'

'खरं ते समजल्यावर उद्याचं श्राद्ध करण्यात काहीच अर्थ नाही. सकाळी लवकर जाऊन पूर्वपंक्तीच्या ब्राह्मणांना जेवायला येऊ नका म्हणून सांगून येतो.'

'पण इतकी वर्षं सगळं चाललं होतं, आणि-'

'सत्य न समजल्यामुळे एखाद्या श्रद्धेनं एखादी परंपरा कितीही वर्षं चालली तरी ती वंदनीय ठरत नाही. आता मी वेगळाच आहे. फक्त श्रीनिवास, श्रीनिवास श्रोत्री नव्हे!'

लक्ष्मीला काय बोलावं ते सुचेना. श्रोत्री विचारात गढून गेले होते. ती म्हणाली, 'कुठलीही गोष्ट घाईनं करू नये असं तूच सांगत नव्हतास का? धर्माचा धागा फार सूक्ष्म असतो. खोल विचार न करता ताणला तर तो तुटून जाईल असं तूच सांगतोस नाही का? आता घाईत तू काहीच ठरवू नकोस. उद्याचं श्राद्ध होऊ दे. नंतर सावकाश त्यावर विचार कर. तुझ्याहून समजूतदार कोण आहे?'

श्रोत्री काही बोलले नाहीत. रात्रभर दोघंही जागेच होते.

सकाळचे सहा वाजले तरी श्रोत्री अंथरुणावर म्लान चेहऱ्यानं पडून राहिले होते. लक्ष्मी आणि चिनी उठून कामाला लागले होते. चिनी त्या दिवशी कॉलेजला जाणार नव्हता. सकाळी आठ वाजण्याच्या आधी कुप्पय्या आला आणि त्यानं परसातल्या विहिरीतलं पाणी शेंदून अंगावर ओतून घेतलं. ओलेत्यानं आदले दिवशी लक्ष्मीनं चिरून ठेवलेल्या भाजीवर पाणी शिंपडून स्वयंपाकघरात शिरला. चिनीनंही अंघोळ करून ओल्या पंचाचा काचा घातला आणि तो कुप्पय्याच्या मदतीला गेला. शुद्ध तुपाचा सढळ हातानं वापर करत कुप्पय्या स्वयंपाकाला लागला.

अजूनही श्रोत्रींची अंघोळ झाली नव्हती. परसातल्या गोठ्यातल्या वासराची मान खाजवत ते बसून राहिले होते. विचारचक्र सुरूच होतं. जनावरांना प्राण असतो ना? त्यांना आपली वंशाची प्रज्ञा कुठली? आई-वडिलांचं ऋण मानून श्राद्ध करण्याची कल्पनाही त्यांना नाही. पति-पत्नीधर्माचा निर्णय घेणारी समाज रचनाच नसेल तर मरून गेलेल्या माता-पितरांच्या श्राद्धाचा विचार तरी कसा घडणार? कधीही न उद्भवलेले विचित्र प्रश्न त्यांच्या डोक्यात धुमाकूळ घालत होते.

बारा वाजता सुब्बय्याशास्त्री आले. पूर्वपंक्तीचे ब्राह्मणही सोवळं नेसून कपाळावर विभूती लावून पळी-पंचपात्र घेऊन हजर झाले. अजूनही श्रोत्रींची अंघोळ न झालेली पाहून त्यांनी विचारलं, 'हे काय आश्चर्य! अजून अंघोळ नाही? डोळेही लाल दिसताहेत. प्रकृती बरी नाही की काय?'

काही उत्तर न देता श्रोत्री यंत्रवत् न्हाणीघरात गेले.

कर्मकांडाला सुरुवात झाली. मंत्र आणि त्यांचा अर्थ जाणणाऱ्या श्रोत्रींना त्या दिवशी शास्त्री काय सांगत होते तेच उमजत नव्हतं. दर्भाची पवित्रा तर्जनीत अडकवण्याऐवजी त्यांनी मधल्या बोटात घातली होती. बारीकसारीक गोष्टीही शास्त्रींना सांगाव्या लागत होत्या. श्रोत्रींची प्रकृती बरी नसावी, असा विचार करून तेही सावकाश त्यांच्याकडून सगळे विधी व्यवस्थित करवून घेत होते.

ब्राह्मणांचं पाद-प्रक्षालन होऊन ते पाणी श्रोत्रींनी डोक्यावर शिंपडून घेतलं. ब्राह्मण जेवायला बसले. चिनी त्यांना सोवळ्यानं वाढत होता. शास्त्रींनी पुन्हा विचारलं, 'का? बरं नाही वाटत?'

'काही नाही. थोडं-' काहीतरी बोलायचं म्हणून श्रोत्री म्हणाले. त्यांची फारसं बोलण्याची इच्छा नसावी असा विचार करून शास्त्री गप्प बसले. चिनी वाढत होता. श्रोत्रींचं मन अपरिचित दिशांना धावत होतं.

अखेर शास्त्रींनी सांगितलं, 'ब्राह्मण भोजनानंतर तिलोदक पिंड प्रदानं करिष्ये-'

ब्राह्मणांचं जेवण होऊन त्यांनी हात धुतला. अखेर दक्षिणेसाठी दर्भ पसरून, त्यावर पाणी शिंपडून बांधून ठेवलेल्या पिंडांपैकी एक घ्यायला शास्त्रींनी सांगितलं, श्रोत्रींच्या हातात पिंड देऊन शास्त्री सांगत होते, 'अतत्ते अस्मत्पितु: । नंजुंडदेव शर्मण: काश्यपगोत्रस्य वसुरूपस्य काश्यपगोत्राय वसुरूपाय अयं पिंड स्वधान मम नमम । तेभ्यश्च गयाया श्रीरुद्रपादेषुदत्त- तो दर्भावर ठेवून दुसरा पिंड हातात घ्या. पितामह-'

शास्त्रींचे चढ्या आवाजातले मंत्र श्रोत्रींच्या कानांवर आदळत होते. ते मंत्र कानावर येताच श्रोत्रींना सारा आसमंत फिरल्यासारखं झालं. कितीही सावरायचा प्रयत्न केला तरी ते तिथंच जमिनीवर तोल जाऊन कलंडले. हातातला पिंड जमिनीवर पडून फुटला! जेवण संपवून बसलेले अनंतराम मास्तर घाबरून उठले आणि त्यांनी श्रोत्रींचं डोकं मांडीवर घेतलं. कुणीतरी त्यांच्या डोक्यावर थंड पाणी शिंपडलं. शास्त्रींनी स्वयंपाकघरातल्या चिनीला हाक मारली. आणि वारा घालण्यासाठी काहीतरी आणायला सांगितलं. चिनी घाबऱ्या घाबऱ्या पंखा घेऊन आला.

पाणी शिंपडून वारा घातल्यावर काही वेळानं श्रोत्रींनी डोळे उघडले. त्यांनी उठण्याचा प्रयत्न केला तरी ते त्यांना शक्य झालं नाही. त्यांना जवळच झोपवून शास्त्रींनी कुप्पय्याला दर्भाची पवित्रा घालून यायला सांगितलं. श्रोत्री डोळे मिटून पडले होते. कुप्पय्या आला. फुटलेल्या पिंडाऐवजी दुसरा पिंड तयार करून शास्त्रींनी 'अस्मत् पितु:-' पासून मंत्रांना सुरुवात करून 'पितृपितामह प्रपितामहेभ्य; गंधान् समर्पयामि । तिलाक्ष यदाक्षतान् समर्पयामि । श्री तुलसीपत्राणि समर्पयामि । दर्भान् समर्पयामि-' या मंत्रांनी तो विधी संपवला.

श्राद्ध संपल्यावर दरवर्षीप्रमाणे ब्राह्मणांना नेहमीप्रमाणे धोतर, पळी-पंचपात्र आणि चांदीच्या रुपयांची दक्षिणा देण्यात आली. एवढ्या अवधीत श्रोत्रींची प्रकृती डोळे उघडून बोलण्याइतपत सुधारली होती.

पिंड फुटल्याचा अपशकुन श्रोत्री घराण्याला कसा बाधेल याच काळजीत शास्त्री विचारमग्न झाले होते.

एक दिवस श्रोत्री म्हणाले, 'चिनी, तू दोन दिवस कॉलेज चुकव. एडेतोरेला जाऊन यायला हवं.'

'का, आजोबा?'

'जाताना गाडीत सारं सांगेन.'

लक्ष्मीला घरात ठेवून ते दोघेही रेल्वेनं मैसूरला आले. एडेतोरेला जाणाऱ्या एका शटल गाडीत बसल्यानंतर काही वेळात गाडी सुरू झाली. श्रोत्री त्याला म्हणाले, 'माझ्या वडिलांचा धाकटा भाऊ किट्टप्पा श्रोत्री हे होते. मी काही त्यांना पाहिलं नाही. संपत्तीचा अर्धा वाटा देताना माझ्या वडिलांनी त्यांना फसवलं. आता त्यांची नातवंडं-पतवंडं जे कुणी असतील त्यांना शोधून आपल्या संपत्तीतला अर्धा वाटा देण्याची माझी इच्छा आहे. तोच धर्म आहे. तुझी त्याला तयारी आहे का?'

'मला काय विचारता? तुम्हाला जे योग्य वाटेल तसं करा.'

'जर तसं द्यायचं ठरलं तर कागदपत्रांवर तुझीही सही हवी. मी म्हातारा माणूस. आज आहे तर उद्या नाही. नंतरचा अधिकारी तू आहेस. तू आनंदानं याला संमती द्यावीस.'

चिनी विश्वासानं म्हणाला, 'जर तो धर्म असेल तर मी आनंदानं द्यायला तयार आहे. तुमचा शब्द म्हणजे धर्मच!'

श्रोत्रींच्या चेहऱ्यावर समाधान पसरलं.

दुपारी दोन वाजता एडेतोरे स्टेशनवर पोहोचल्यावर टांग्यातून नव्यानं वसलेल्या गावात जाऊन एका ओळखीच्या घरी ते जाऊन उतरले. पंचाहत्तर वर्षांपूर्वी चाळीस वर्ष वय असलेल्या किट्टप्पा श्रोत्रींच्या वंशजांची चौकशी करता या गावात श्रोत्री या आडनावाचं कुणीच नसल्याचं समजलं. नंजनगूडहून आलेल्या कुणाही व्यक्तीच्या वंशजांचं घर त्या गावात नव्हतं. जवळपास देवळात पूजा करणाऱ्यांपैकी कुणाच्याही आजोबांचं किंवा वडिलांचं नाव किट्टप्पा नव्हतं.

एक ऐंशी वर्षाचे वृद्ध गृहस्थ भेटले. त्यांनी मात्र सांगितलं, 'मी सुमारे वीस वर्षांचा असताना या गावात किट्टप्पा नावाचे एकजण होते. नंजनगूडकडचेच. तीन मुलं होती त्यांना. पंचेचाळीस-पन्नास वर्षाचे आणि अतिशय संतापी होते. कुठल्यातरी देवळात पूजा करत होते. एकदा देवस्थानातल्या पारुपत्यगारांशी त्यांचं भांडण

झालं. किट्टप्पांनी त्यांना यथेच्छ झोडपून काढलं. चूक पारुपत्यगारांचीच होती. पण ती श्रीमंत आसामी! त्यांनी किट्टप्पांना गावाबाहेर पळवून लावलं. वयात आलेल्या मुलांना घेऊन ते कुठं गेले कुणास ठाऊक!'

हा प्रयत्न निष्फळ झाल्यामुळे निराश होऊन श्रोत्री चिनीबरोबर नंजनगूडला परतले. सगळी हकिकत समजल्यावर लक्ष्मी म्हणाली, 'आता त्यांच्या घराण्याचं कुणी भेटणं शक्य नाही. तो विचार सोडून दे शीनप्पा.'

तसेच दिवस चालले होते. चिनी कॉलेजला जात होता. अलीकडे वेदपाठाविषयी श्रोत्रींचा उत्साह कमी झाला होता. पाठ शिकवताना त्यांचं मन कुठंतरी भरकटत राही. त्यामुळे पाठ तिथंच थांबे.

श्रोत्रींच्या मनात विचार येत, 'हे घर, ही जमीन, पैसे, सोनं-नाणं यापैकी काहीही माझं नाही. किट्टप्पा श्रोत्रींच्या घराण्यातलं कुणी भेटलं तर हे सगळं त्यांच्या ताब्यात देणं हाच धर्म! पण त्यांना शोधायचं तरी कुठं?'

कितीतरी वेळा जेवायला बसलेल्या वेळी समोरच्या अन्नावर आपला अधिकार नसल्याची भावना प्रबळ होत होती. त्यामुळे ते अर्ध्या ताटावरून उठून जात होते.

नंजनगूडला अनेक यात्रेकरू, कथेकरी, कीर्तनकार, लग्नासाठी मदत मागणारे येत होते. ते सर्वजण श्रोत्रींच्या घरी आल्याखेरीज राहात नसत. त्या सगळ्यांना श्रोत्री सढळ हातानं मदत करत होते. अलीकडे ते प्रत्येकाला सांगत, 'तुम्ही इतके फिरत असता, कुठे श्रोत्री आडनावाचं कुणी भेटलं तर कृपा करून मला कळवा. या म्हाताऱ्यावर खूप उपकार होतील. त्यांच्या घराण्यात आजोबा किंवा पणजोबा किट्टप्पा नावाचे असले पाहिजेत आणि ते मूळचे नंजनगूड गावचे असले पाहिजेत.'

वर्तमानपत्रातही त्यांनी तशी एक जाहिरात दिली. तरी त्याला कुणी उत्तर दिलं नाही.

आताशा श्रोत्रींना कधी नव्हे ती कात्यायनीची आठवण येत होती. वैधव्याचे नियम धिक्कारून नव्या पतीबरोबर ती निघून गेली होती. एका वंशाच्या मुलाची माता होऊन त्यानंतर दुसऱ्या वंशातील एकाची पत्नी होऊन राहिली. मनातल्या मनात नंजुंड श्रोत्री आणि आपल्या आई यांच्या वर्तणुकीशी कात्यायनीची तुलना करण्यात त्यांचं मन बुडून जाई.

कात्यायनीच्या वागणुकीत कुठलीही क्षुद्र वृत्ती नव्हती. फसवणूक, स्वार्थ यांसारख्या दुष्ट प्रवृत्ती त्यात नव्हत्या. नव्या विचाराच्या प्रभावाखाली ती तशी वागली. तारुण्यसुलभ भावनांना ती आवर घालू शकली नव्हती, एवढाच काय तो तिचा दोष म्हणता येईल. आपल्या मनाचा कमकुवतपणा लक्षात येताच तिनं एकाचं पत्नीपद स्वीकारलं. एका दृष्टीनं पाहता तिचं योग्यच होतं.

स्वत:च्या आई-वडिलांच्या पापाची आठवण येताच श्रोत्रींचा देह तिरस्काराच्या

अग्नीत जळत होता. कितीही प्रयत्न केला तरी दोन-तीन तास ते त्या तिरस्काराच्या भावनेत होरपळत राहात. नंतर स्वत:चं मन आवरून पश्चात्ताप दग्ध होऊन जात. अखेर डोळे मिटून ते मनोमन म्हणत, 'इतक्या वर्षांत मिळवलेली चित्तशांती मी आता का गमवावी? तिरस्कारासारख्या भावनेला का थारा द्यावा? माझा जन्म असाच व्हावा असा दैवसंकल्प असेल तर त्यात चूक कुणाची? परमेश्वरा, आई-वडिलांचा तिरस्कार करून त्यांच्या पाप-पुण्याचा हिशेब न करणारं मन मला दे!'

■

पंचवीस

सतत पाच महिने बैठक मारून ग्रंथाचा अखेरचा खंड लिहून संपला तेव्हा सदाशिवरावांनी सुटकेचा नि:श्वास सोडला. त्या महाग्रंथाचं अखेरचं वाक्य लिहून संपलं तेव्हा रात्रीचे दहा वाजले होते. त्यांच्या मागच्या खुर्चीवर बसून करुणा हस्तलिखित चाळण्यात गर्क झाली होती. हातातलं पेन टेबलावर ठेवत सदाशिवरावांनी हाक मारली, 'करुणे-'

रत्ने चटकन उठून त्यांच्यापाशी येऊन उभी राहिली. तिचे दोनही हात हातात घेत ते म्हणाले, 'ग्रंथ पूर्ण झाला!'

तिचं हृदय भरून आलं. हळुवारपणे त्यांचे दोन्ही हात दाबून त्यांच्या आणखी जवळ जाऊन त्यांचं डोकं हृदयाशी ओढून घेत ती भावनापूर्ण स्वरात म्हणाली, 'तुमचं काम पूर्ण झालं. परमेश्वरानं तुमची प्रार्थना ऐकली. आता मात्र डॉक्टरांच्या सल्ल्यानुसार वागायला हवं. यापुढे आता कुठल्याही कामाचा विचार करायचा नाही.'

त्या दिवसापासून सदाशिवरावांचं मन एका अवर्णनीय आनंदात बुडून गेलं होतं. वीस वर्षांच्या तपश्चर्येचं फळ, रत्नेच्या श्रद्धा-भक्तीचं प्रतीक असा तो ग्रंथराज पूर्ण झाला होता. आपापल्या मार्गानं जीवन सार्थकी लावण्याचा प्रयत्न सगळेजण करतात. त्या मार्गात एका विशिष्ट पातळीवर पोहोचल्याचं मोठं समाधान त्यांच्या चर्येवर विलसत होतं. ह्या ग्रंथनिर्मितीच्या निमित्तानं जमलेल्या ज्ञानावर आणखी चार-सहा लहान-मोठी पुस्तकं लिहिणं शक्य होतं. कितीतरी प्रबंध लिहिता येण्यासारखे होते; पण ते करण्याइतकी शक्ती आपल्या अंगात नाही हे त्यांना समजत होतं. करुणा हे काम सहज करू शकेल आणि देवानं आयुष्य दिलं तर आपण तिला या कामात मदत करायची असं त्यांनी ठरवलं होतं.

आता ते नियमितपणे फिरायला जात होते. कधी सकाळी करुणेलाही 'घरी आल्यावर हवी तेवढी कामं कर' असं सांगून हौसेनं फिरायला जात. रत्नेची मात्र अजून खूप कामं शिल्लक होती. ग्रंथालयात जाऊन संदर्भग्रंथाची सूची तयार करणं, काही ठिकाणी नजरचुकीनं राहिलेल्या चुकांची दुरुस्ती करणं, लिहिण्याच्या ओघात काही वाक्यांचा क्रम मागं-पुढं झाला असेल तर तो नीट लावणं, त्यानंतर सगळी

हस्तलिखितं टाईप करणं आणि प्रकाशकाकडे पाठवून देणं- कितीतरी कामं होती तिला.

हा अखेरचा खंड करुणेला अर्पण करायची सदाशिवरावांची इच्छा होती; पण तिनं त्या विचाराला निक्षून विरोध करत म्हटलं, 'आपलं मूल कुणी पिता त्या मुलाच्या आईलाच अर्पण करेल का?'

आता रत्ने आपल्या कामात मग्न होती. सदाशिवराव दिवसातून तासभर कॉलेजमध्ये जाऊन येत आणि उरलेला वेळ घरीच विश्रांती घेण्यात घालवत. आश्चर्य म्हणजे अलीकडे कंटाळा आला की ते चक्क शेजारच्या प्राध्यापकांच्या घरीही जाऊन येत. ते प्राध्यापकही त्यांची थट्टा करत- 'अखेर डॉक्टर सदाशिवराव माणसांत आले म्हणायचे!'

आता कधी कधी त्यांचे विद्यार्थीही कॉफी पिण्यासाठी घरी येत!

पाऊस कोसळून गेल्यावर हवेत अलगद तरंगणाऱ्या ढगाप्रमाणे झालं होतं त्यांचं मन!

एक दिवस त्यांना नागलक्ष्मीची तीव्रपणे आठवण आली. तिला आपल्या प्रकृतीविषयी कुणी सांगितलं नसावं हे त्यांच्या लक्षात आलं. जर समजलं असतं तर मनातला सारा राग विसरून ती आपली सेवा करायला धावली असती. मध्ये ते तिला बोलवायला गेले असता ती कडवटपणे वागली होती, हे खरं असलं तरी त्याआधीच्या आजारपणात तिनं मन लावून केलेली शुश्रूषा त्यांना आठवली.

ग्रंथनिर्मितीचं काम हातावेगळं झाल्यावर त्यांना पुन्हा तिची उत्कटतेनं आठवण झाली होती. आता यानंतर आपण फार दिवस जगू शकणार नाही. मग तोपर्यंत तिच्या जवळच राहावं असं त्यांना वाटू लागलं.

त्यांनी रत्नेपुढे आपला हा विचार बोलून दाखवला. रत्ने म्हणाली, 'पुन्हा त्या गेल्या खेपेसारख्या वागल्या तर? डॉक्टरांनी कुठल्याही प्रकारचे भावनोद्रेक टाळावेत म्हणून सांगितलंय ना?'

'या खेपेला तसं काही होणार नाही याची मला खात्री आहे.'

'मीही तुमच्याबरोबर येऊ का?'

'नको, मी एकटाच जाऊन येईन. राजही घरीच असेल.' असं म्हणत त्या दिवशी सकाळी ते फिरायला बाहेर पडले ते लक्ष्मीपूरकडे निघाले.

ते घरी पोहोचले तेव्हा राज घरीच होता. त्यांना पाहातच तो बाहेर आला आणि आदरानं त्यांना घेऊन आत आला. थोड्या वेळात कात्यायनीनं आतून एका लोट्यातून दूध आणून दिलं. ती आता पांढऱ्या झुरळासारखी निःसत्त्व दिसत होती. अंगात थेंबभरही रक्त नसावं असं वाटण्याइतकी ती पांढरीफटक पडली होती. तिच्या प्रकृतीची सारी हकिकत ठाऊक असल्यामुळे सदाशिवरावांनी तिच्या प्रकृतीचा विषय

काढला नाही.

ते राजला म्हणाले, 'ग्रंथरचनेचं काम संपूर्ण झालं. नागूला घेऊन जावं म्हणून आलोय. ती तयार असेल तर आता तिला घरी घेऊन जाईन.'

राज स्वयंपाकघरात गेला. कात्यायनीनं पृथ्वीला बाहेर त्याच्या वडिलांपाशी पाठवलं. बाहेर येऊन त्यानं वडिलांच्या पायांना स्पर्श करून नमस्कार केला. त्याच्या डोक्यावर हात ठेवून आशीर्वाद देत त्यांनी विचारलं, 'आता कुठल्या वर्गात शिकतोस?'

'यंदा बी. एस्सीला. बसलोय.'

'त्या घरी रोज येत जा. संध्याकाळी फिरायला जात जाऊ.'

'हं!'

राजनं स्वयंपाकघरात स्वयंपाकात गढलेल्या नागलक्ष्मीला, सदाशिवराव तिला घेऊन जायला आल्याचं सांगताच, ती निक्षून म्हणाली, 'मला कुणाच्याही घरी जायचं नाही.'

निराश होऊन राजनं तिला त्यांच्या आजारपणाविषयी सांगितलं. डॉक्टरांनी मनाई केली असतानाही त्यांनी पुस्तक लिहून पूर्ण केल्याची हकिकतही सांगितली आणि म्हणाला, 'बहुतेक त्यांना जो हृदयविकाराचा झटका आला तो मुळी तुझ्यामुळे! अजूनही त्यांची प्रकृती नाजूकच आहे. आता यावेळी हट्टीपणानं तू नकार दिलास तर कधी काय घडेल ते सांगता येणार नाही. आणि जे घडेल त्याला तू जबाबदार असशील हे लक्षात ठेव!'

राजचं थोडं कठोर बोलणं ऐकून तिचं हृदय विरघळलं. ती म्हणाली, 'का ते कठोर शब्द उच्चारतोस बाबा! त्यांना आज जेवायला थांबायला सांग. तासाभरात माझा स्वयंपाक होईल. त्यांना आणि तुम्हा सगळ्यांना एकदा जेवायला वाढेन आणि नंतर त्यांच्याबरोबर निघून जाईन. पण इथं तुझ्या बायकोची तब्येत कशी आहे ते मला ठाऊक आहे! तुम्ही इथलं कसं करून घ्याल?'

'इथं आमचं कसंही होईल. तू काळजी करू नकोस. मी तिला स्वयंपाक कामात मदत करेन. पृथ्वीही थोडंफार पाहील. हवंतर त्या राघप्पाला इथं बोलावून घेता येईल. त्यानं वरची कामं केली तर बसल्या ठिकाणी ती सार भात करेल.'

राजनं बाहेर येऊन सारी हकिकत सदाशिवरावांना सांगितली आणि जेवून जाण्याची विनंती केली. ती मान्य करून ते राजशी गप्पा मारू लागले. साडेनऊ वाजता तिथंच अंघोळ करून ते जेवायला बसायच्या तयारीत असताना करुणा तिथं आली. तिचा चेहरा काळजीनं भरला होता. सदाशिवरावांना सुखरूप पाहून एक सुस्कारा सोडून ती राजला म्हणाली, 'त्यांची प्रकृती नाजूक झाली आहे. इतका वेळ ते आले नाहीत म्हणून घाबरून गेले होते मी!'

'आता जेवण करून नंतर तिघं मिळून घरी जा.' राज तिचं स्वागत करत म्हणाला.

करुणा घरात आली. हात-पाय धुवून जेवायला बसण्याआधी ती स्वयंपाकघरात गेली आणि तिनं नागलक्ष्मीला वाकून नमस्कार केला. नागलक्ष्मी संकोचून गेली. काय बोलावं ते तिला कळेना. तरी तिचं मन आनंदानं भरून आलं. सगळ्यांना जेवायला बसवून तिनं आग्रहानं त्यांना जेवायला वाढलं. सगळ्यांची जेवणं झाल्यावर ती जेवायला बसली.

तिचं जेवण होताच राजनं एक टांगा आणला. निघताना सदाशिवराव कात्यायनीला म्हणाले, 'आता दोन-दोन घरं का ठेवायची? तुम्ही सगळेजण त्या घरीच चला. माझी तुम्हा सर्वांसह राहाण्याची खूप इच्छा आहे.'

टांगा घराकडे निघाला तेव्हा तिघांचीही मनं एका वेगळ्याच मन:स्थितीत गढून गेली होती. कुठलीतरी अवर्णनीय उन्नत भावना करुणा अनुभवत होती. जीवनातील एक क्रूर द्वंद्व संपून एकप्रकारचा समन्वय निर्माण झाल्यासारखं सदाशिवरावांना वाटत होतं. नागलक्ष्मीचं मन रामाचरणी रमलं होतं. ती मनोमन प्रार्थना करत होती, 'देवा रामचंद्रा! तुला शरण आलेल्यांचा तू कधीच हात सोडत नाहीस!'

नागलक्ष्मीचं पाऊल त्या घरात पडताच एकप्रकारचं चैतन्य आलं. घरात आल्या आल्या तिनं राघप्पाच्या स्वयंपाकाची पाहणी केली. मिरपुडीचा डबा उघडून तिनं शिळ्या मिरपुडीचा वास पाहिला. त्याच दुपारी तिनं राघप्पाला बाजारात पिटाळून मिरी आणि इतर मसाल्याचं सामान आणवून घेतलं. स्वत: ते पदार्थ खमंग भाजले आणि त्यांची पूड करून ठेवली. संध्याकाळी त्याला बाजारात पाठवून लिंबू, आलं, फुलं-फळं, भाजी, विड्याची पानं आणायला लावली. नवी चुन्याची डबी आणि सुपारीचे तुकडे आणले. संध्याकाळी घरी आलेल्या पृथ्वीकडून त्या घरातलं श्रीरामचंद्राचं चित्र, रामनाम-जपाच्या वह्या, दौत, टाक वगैरे सामान मागवून घेतलं. त्या रात्री तिनं स्वत: स्वयंपाक केला. सदाशिवराव आणि करुणेला जेवायला वाढलं. नागलक्ष्मीचं जेवण झाल्यावर राघप्पाही संकोचून जेवायला बसला.

करुणा जमेल तशा कन्नडमध्ये नागलक्ष्मीशी गप्पा मारत होती.

रत्नेनं तिला 'सिस्टर' असं संबोधताच सदाशिवरावांनी त्या शब्दाचा अर्थ 'आक्का' असा असल्याचं सांगितलं.

दुसरे दिवशी नागलक्ष्मी चार वाजताच उठली आणि तिनं चूल पेटवली. पाच वाजता उठलेल्या सदाशिवराव आणि करुणेला पुढ्यात तिनं गरम दुधाचा पेला ठेवला. नेहमीप्रमाणे सदाशिवराव हातात काठी घेऊन फिरायला बाहेर पडले. करुणा नागलक्ष्मीला मदत करायला स्वयंपाकघरात आली. पण नागलक्ष्मी तिला म्हणाली,

'तू त्या पुस्तकाचं काही काम असलं तर पाहा. मला येतं ते मी करीन. तू तुझी कामं कर.'

करुणा मंद हसली. इतके दिवस न मिळालेलं भाग्य नव्यानं मिळाल्याचा तिला आनंद झाला. ती उल्हासानं अभ्यासिकेत गेली आणि हस्तलिखितं वाचू लागली.

सदाशिवराव साडेआठ वाजता फिरून घरी आले. नागलक्ष्मीनं त्यांचा हात धरून त्यांना न्हाणीघरात नेलं आणि लहान मुलाला न्हाऊ घालावं तसं त्यांचं अंग चोळून न्हाऊ घालू लागली. त्यांनी विचारलं, 'हे काय? मी काय लहान मूल आहे?'

'नाहीतर काय! स्वत:च्या प्रकृतीची इतकीही काळजी घेता येत नाही. मग काय म्हणायचं तुम्हाला!' ती फणकारून म्हणाली. सदाशिवराव तिच्याकडे पाहात राहिले.

दहा वाजता स्वयंपाक झाल्यावर जेवायला बसण्याआधी ती त्या दोघांना म्हणाली, 'चला, आधी श्रीरामचंद्राला नमस्कार करा. नंतर जेवायला मिळेल!'

दोघेही रामाच्या चित्रापुढे वाकले. करुणेला काय वाटलं कोण जाणे! सदाशिवरावांकडे बोट दाखवत ती नागलक्ष्मीला म्हणाली, '-हे आपले श्री राम! खरं की नाही?'

'पण या रामाला दोन बायका!' सदाशिवराव मध्येच म्हणाले.

त्या दोघींची हसता हसता पुरेवाट झाली.

त्या दिवशीच्या स्वयंपाकाची चवच आगळी होती. एवढा रुचकर स्वयंपाक करुणेनं याआधी खाल्ला होता तो त्या उभयतांच्या आजारपणात. तोही नागलक्ष्मीच्याच हातचा! सदाशिवरावांनाही कितीतरी वर्षांनी इतकं रुचकर सार, गोज्जू, कोशिंबीर, भाजी यातलं काय आणि किती खाऊ असं झालं होतं. करुणा तर एवढे सगळे रुचकर पदार्थ पाहून चकित झाली होती. रोजच्यापेक्षा ती दीडपट जेवली. सदाशिवरावही घासभर अधिकच जेवले.

जेवण झाल्यावर करुणा पुस्तकं आणि हस्तलिखित घेऊन कॉलेजच्या लायब्ररीत गेली. नागलक्ष्मी जेवायला बसली होती. सदाशिवराव स्वयंपाकघरात आले आणि तिला आग्रहानं वाढत म्हणाले, 'इतके दिवस जे झालं ते झालं! यानंतर रोज मीच तुला आग्रहानं वाढेन.'

तिथंच बसून ते तिच्याशी गप्पा मारू लागले, 'कात्यायनी कशी आहे? जर ती तयार झाली तर आपण सगळे एकत्र राहूया. उगाच का दोन-दोन घराची भाडी भरायची? कात्यायनीचीही प्रकृती चांगली नसते. राजलाही तुझ्याशिवाय करमणार नाही. पृथ्वीही आपल्याबरोबर राहील.'

तिच्या जेवणानंतर राघप्पा जेवायला बसला. जेवण झाल्यानंतर मात्र तो म्हणाला, 'अम्मा, आता तरी तुम्ही बाहेर जा पाहू! काही काम न करता अन्न गिळायला लाज वाटते. तुमच्यासारखा स्वयंपाक जमायला मात्र सरस्वतीचीच कृपा

पाहिजे.’

एका ताटलीत पान-सुपारी घेऊन नागलक्ष्मी स्वयंपाकघरातून बाहेर आली. सदाशिवराव आपल्या पलंगावर बसले होते. आत येऊन खोलीचा दरवाजा पुढं लोटून ती पलंगालगतच्या एका खुर्चीत बसली. पानं जुळवत तिनं विचारलं, ‘विडा करून देऊ?’

‘नको. डॉक्टरांनी मनाई केली आहे.’

तिनं हातातली पानं ताटलीत ठेऊन दिली.

सदाशिवराव तिच्याकडे पाहात होते.

तिच्या डोक्यावरचे बरेच केस पांढरे झाले होते. नीट विंचरून बांधलेल्या रुपेरी आंबाड्यावर बाजारातून आणलेली शेवंतीची वेणी माळली होती. कपाळावरचं ठसठशीत कुंकू उठून दिसत होतं. त्याच्याखाली लहानशी चंद्रकोर दिसत हाती. तिच्या चेहऱ्यावरच्या सात्त्विक सौंदर्यातला एकप्रकारचा मुग्धपणा आताही दिसत होता. नेहमीप्रमाणे दोन्ही हातांत भरगच्च काचेच्या बांगड्या भरल्या होत्या. गाल, तळहात, तळपाय यांना लावलेली हळद उठून दिसत होती.

तिच्याकडे टक लावून पाहात असलेल्या सदाशिवरावांनी अभावितपणे हाक मारली, ‘नागू-’

तिनं मान वर करून त्यांच्याकडे पाहिलं.

‘इतकी वर्षं तुझ्यापासून लांब राहिलो मी! तुझ्याबरोबर राहिलो असतो तर प्रकृती अधिक चांगली राहिली असती.’

तिनं पुन्हा मान खाली घातली. तिच्या डोळ्यांत पाणी भरलं होतं. ते पाहून त्यांनी तिला जवळ बोलावलं. ती जवळ आल्यावर तिचा हात धरून तिला शेजारीच पलंगावर बसवून घेत ते म्हणाले, ‘रडू नको नागू. आता मी कधीच तुझ्यापासून दूर राहाणार नाही.’

‘तुम्ही दमला आहात. झोपा पाहू.’ म्हणत तिनं त्यांचं डोकं स्वतःच्या मांडीवर घेतलं. पत्नीच्या मांडीवर डोकं विसावलं त्या क्षणी त्यांना पूर्वी कधीही न अनुभवलेल्या अमर्याद आनंदाचा अनुभव आला. त्यांचा चेहरा आपल्या ओंजळीत घेऊन तिनं विचारलं, ‘तुम्हाला बरं नव्हतं तेव्हा मला का बोलावून घेतलं नाही? तुम्ही आजारी असतानाही तुमची सेवा न करण्याइतकी का मी पापी आहे?’

‘असं म्हणू नकोस नागू! तू खरोखरच पुण्यवान आहेस. इतके दिवस तुझ्यापासून दूर राहिलेला मीच पापी आहे-’

‘शीः! असं म्हणू नये-’ म्हणत तिनं त्यांच्या ओठावर हात ठेवला. तिचा हात बाजूला सारत ते म्हणाले,

‘पाप-पुण्याचा हिशेब मी करत नाही. तुलाही ठाऊक आहे, मी कुठल्याही

हलक्या भावनेनं तिच्याशी लग्न केलं नाही. ती नसती तर माझा ग्रंथ पूर्ण झाला नसता, अजून दहा वर्षं गेली असती तरीही! आपण तिघेही असे एकत्र राहू शकलो असतो. पण-! काही का असेना आता अखेरीस आपण तिघे एकत्र आलो ना? आणखी काय हवं!'

त्यांचा आवाज आनंदाच्या उन्मादानं थोडा चढल्यासारखा झाला होता. जीवनातील द्वंद्व नाहीसं करणारी ती घटका त्यांना आनंदाचा धक्काच झाली होती. ते तशाच चढ्या आवाजात सांगत होते, 'या महादेशाच्या भव्य संस्कृतीचा इतिहास लिहिलाय मी! किती उत्तुंग दर्शन! तिच्या महाप्रवाहाला आपलं गंगाजल अर्पण केलेल्या कितीतरी महानुभावांच्या अंत:सत्वाचा वेध घेण्याचा प्रयत्न केलाय मी! फक्त प्रयत्न नव्हे नागू, मला तृप्त केलंय माझ्या या महाग्रंथानं! अशा मोठ्या कार्यात किरकोळ चुका व्हायच्याच नागू! इतकी वर्षं आपण दुरावलो, तू दु:ख भोगलंस- हे सगळं या महाग्रंथासाठी आवश्यक होतं की काय कोण जाणे! तीही देवाचीच इच्छा! आता सगळी दु:खं सरली. पुन्हा तुझ्या मांडीवर डोकं ठेवून झोपण्याचा क्षण आला नागू! मला किती आनंद झालाय ठाऊक आहे? माझ्या छातीवर तुझं डोकं ठेऊन मला तू मिठीत घे. तुलाही आनंद होतोय ना?' म्हणत त्यांनी तिच्या कमरेला दोन्ही हातांनी वेढलं.

नागलक्ष्मीच्या डोळ्यांतही आनंदाश्रू भरून आले. तिनं वाकून त्यांना अधिकच छातीशी कवटाळलं.

'नागू, हा आनंद, हा आनंद-' सदाशिवरावांच्या तोंडून पुढचा शब्द उमटणं अशक्य झालं. एक श्वास घेऊन ते कसेबसे म्हणाले, 'मला-सहन होत नाही-'

त्यांचा श्वास कोंडल्यासारखा झाला. सर्वांग घामानं चिंब भिजलं. छातीच्या डाव्या बाजूला एक असह्य कळ उठली. कसाबसा त्यांनी उजवा हात छातीपाशी नेला.

नागलक्ष्मी घाबरून गेली. तिनं त्यांना आपल्या छातीपासून दूर करून मांडीवर झोपवलं. त्यांच्या चेहऱ्यावर यमयातना उमटली होती. तिनं घाबरून राघप्पाला हाक मारली.

राघप्पा तिथं येण्यापूर्वी सदाशिवरावांच्या चेहऱ्यावरची वेदना निमाली होती. त्यांचे डोळे मिटलेले होते. हाता-पायांची हालचाल शांत झाली होती.

राघप्पानं त्यांचा हात हातात घेऊन पाहिलं. नाकापाशी हात धरला. त्याला सगळं समजून चुकलं, तरीही बाहेर धाव घेत तो म्हणाला, 'शेजारच्या प्रोफेसरांना बोलावतो.'

नागलक्ष्मीलाही सारं समजलं. तिनं टाहो फोडला. काही क्षणापूर्वी आनंदाश्रूंनी भरलेल्या तिच्या डोळ्यांतून आता दु:खाश्रूंची नदी वाहात होती.

शेजारचे प्राध्यापक घरात नव्हते, पण त्यांच्या पत्नी धावतच तिथं आल्या. खोलीत पाऊल टाकताच त्यांच्या सारं लक्षात आलं. आक्रोश करणाऱ्या नागलक्ष्मीच्या पाठीवरून त्या हात फिरवू लागल्या.

राघप्पानं येऊन बातमी सांगताच करुणाही घराकडे धावली. खोलीतील दृश्य पाहताच आपल्या माघारी घरी काय घडलं असेल याचा तिला अंदाज आला. पण त्याचा उच्चार न करता ती सदाशिवरावांपाशी आली आणि तिनं स्वत:ला त्यांच्या मृतदेहावर झोकून दिलं.

डॉक्टर सदाशिवरावांच्या मृत्यूची बातमी समजताच कॉलेजला सुटी जाहीर करण्यात आली. पाहता पाहता कितीतरी विद्यार्थी आणि प्राध्यापक त्यांच्या बंगल्यावर अंत्यदर्शनासाठी जमले. लगेच त्यांना श्रद्धांजली वाहण्यात आली. त्यांच्या ग्रंथाचे प्रसिद्ध झालेले चार खंड टेबलावर मांडून ठेवण्यात आले होते. शेजारच्या खुर्चीवर त्यांचा फाटो ठेवून त्याला मोठा हार घालण्यात आला होता. त्या सभेत बोलताना कुलगुरू म्हणाले, 'कुठल्याही विद्यापीठाचा गौरव उंचावतो तो अशा विद्वानांमुळेच! डॉक्टर सदाशिवरावांच्या अद्वितीय ग्रंथरचनेमुळे आपल्या विद्यापीठाचाही गौरव वाढला आहे.'

इतर तीन प्राध्यापकांपैकी एकजण म्हणाले, 'आमच्यासारख्या प्राध्यापकांनाही ते गुरूस्वरूप होते. ज्ञानासाठी आपलं जीवन गहाण टाकणाऱ्या या विद्वानाच्या पावलांची आपण सतत आठवण ठेवली पाहिजे-' हे सांगत असताना त्यांच्या डोळ्यांत अश्रू दाटून आले.

त्याच दिवशी बंगल्याला कुलूप लावून संध्याकाळी राज करुणा आणि नागलक्ष्मीला घरी घेऊन आला. सनातन धर्माप्रमाणे सगळे विधी पृथ्वीनं करायला हवे होते, पण त्याची मुंज झालेली नसल्यामुळे त्याऐवजी राजनं सारे विधी केले. सातव्या दिवसापासून क्रियाकर्मांना सुरुवात झाली.

नागलक्ष्मीची परिस्थिती केविलवाणी झाली होती. आदले दिवशीच ती पतीबरोबर मोठ्या आनंदानं त्यांच्या घरी गेली होती. त्यानंतर फक्त चोवीस तासांत तिचे पती तिला कायमचे सोडून गेले होते! तिच्याच मांडीवर त्यांनी अखेरचा श्वास घेतला होता. तिला ते आपल्या गतजन्मीचं पापच वाटत होतं. इतके दिवस ती जिवंत पतीपासून दूर राहिली होती. आता तर तेच राहिले नव्हते. या वैधव्यापेक्षा तिला त्यांचा दु:खद दुरावाच सुसह्य वाटला होता. राज, कात्यायनी आणि करुणेनं कितीही समजूत घातली तरी तिचं रडू थांबत नव्हतं.

वडिलांबरोबर फारसा संबंध नसला तरी पृथ्वी रडत होता. कात्यायनीच्या मनातही सदाशिवरावांविषयी खूप आदर होता. त्यांच्या विद्वत्तेकडे ती भक्तिभावानं

पाहात होती. दोन दिवस तिच्या डोळ्यांना संततधार लागली होती. करुणेला चार सांत्वनाचे शब्द सांगण्याची जबाबदारीही तिच्यावरच होती. या प्रकारात ती अधिकच अशक्त होत होती. राजला थोरल्या भावाचा मृत्यू अकस्मात धक्कादायक वाटला तरी स्वत:ला सावरून तो मुलाच्या जागी उभा राहून थोरल्या भावाचे मृत्यूनंतरचे विधी करत होता.

पतिनिधनानंतर दहा दिवस नागलक्ष्मी सुवासिनीच्या वेषातच होती. घरी स्वयंपाक करायला आलेल्या बायका तिच्या केसात फुलांच्या माळा माळत होत्या. तिच्या कपाळावर मोठं कुंकू लावत होत्या. गालाला हळद लावत होत्या.

दहावा दिवस जसा जसा जवळ येत होता तसं आता आपलं हळदी-कुंकवाचं भाग्य संपत आलं म्हणून नागलक्ष्मी रात्रंदिवस रडत होती. वेणी घालताना दिवसातून एखाद्या वेळी आरशात डोकवणारी नागलक्ष्मी आता घटके-घटकेला आपला हळद-कुंकू लावलेला चेहरा पाहात होती. दृष्टीत साठवून ठेवायचा प्रयत्न करत होती. रडून रडून हैराण होऊन जमिनीवर पडून तळमळत होती.

नवव्या दिवशी राजचा तिच्याशी बराच वाद झाला. तिचं एकच उत्तर ठरलं होतं, 'मुख्य प्राणच निघून गेल्यावर हा सडलेला देह का नटवायचा? उद्या हे केस, ही साडी-सगळं जाऊ दे! वेगळी लुगडी आणायला सांग.'

'जुन्यापुराण्या लोकांसारखी तू वागू नकोस नागू! इतर जे शास्त्रविधी चालले आहेत ते चालू दे. यानंतर फार तर फक्त पांढऱ्या साड्या नेस म्हणजे झालं!'

'पांढऱ्या साड्या नेसून मला कुठं ऑफिसला जायचं? मला हे काहीच नको.' ती हट्टानं म्हणाली.

कात्यायनी तिथंच उभी राहून हा संवाद ऐकत होती. तिला नागलक्ष्मी आक्रोश करत म्हणाली, 'तू तरी सांग गं याला! मला सोवळी व्हायचंय-'

कात्यायनीच्या हृदयावर कुणीतरी निखारे ठेवल्यासारखं तिला वाटलं. बहिणीसारखी माया करणाऱ्या नागलक्ष्मीच्या केशविरहित आणि लाल अलवाण लपेटलेल्या मूर्तीच्या कल्पनेनंच तिचं काळीज चर्र झालं. असाच एक प्रसंग तिच्याही जीवनात एकदा आला होता.

वीस वर्षांपूर्वी पहिल्या पतीच्या निधनानंतर तीही अशीच दहा दिवस सवाष्णीच्या वेषात राहिली होती तिचंही केशवपन करून लाल अलवाण नेसवण्याचं भागीरथम्मांच्या मनात होतं. पण त्यावेळी श्रोत्रींनी ठामपणे त्याला मोडता घातला होता. त्या दिवशी गळ्यातलं मंगळसूत्र, हातातल्या बांगड्या काढून कपाळावरचं कुंकू पुसून रंगीत साडीऐवजी पांढरी साडी नेसताना ती बेशुद्ध झाली होती.

पुढं पाहता पाहता तिचं जीवन बदलून गेलं होतं. ती पुन्हा फुलं माळू लागली आणि कुंकूही लावू लागली होती. पण मनातलं ते द्वंद्व-!

काहीक्षण स्वत:शीच विचार करून ती म्हणाली, 'आक्का म्हणतात ते बरोबर आहे. त्यांच्या मनाप्रमाणे होऊ द्या.'

'हे तू म्हणतेस? नागूला मी लाल अलवाणात पाहू? मला शक्य नाही ते!' त्याचा आवाज सद्‌गदित झाला होता. चेहरा केविलवाणा झाला होता.

'तुम्हाला हे सहन करायलाच हवं! या बाबतीत तुमच्यापेक्षा त्यांचेच विचार पक्व आहेत. नव्या परिस्थितीला रीतीनुसार स्वीकारायची त्यांची तयारी आहे. जर तुम्ही परिस्थिती बदलू शकत नाही तर आल्या परिस्थितीचे संकेत झुगारण्यात काय अर्थ आहे? याविषयी विचार आणि तर्कापेक्षा त्या स्त्रीची अंत:प्रेरणाच अधिक महत्त्वाची असते, असं मला वाटतं.'

राज निरुत्तर झाला.

दहाव्या दिवशी सौभाग्यचिन्ह उतरवताना रडायचं नाही म्हणून खालच्या ओठात दात रोवून नागलक्ष्मीनं हुंदका रोखला होता. सगळं संपल्यावर विधीप्रमाणे ती परसातल्या दरवाजातल्या दगडावर बसली होती. डोक्यावर घागरभर थंड पाणी ओतून आत येताना ती बेशुद्ध होऊन जमिनीवर कोसळली. ती सुमारे पंधरा मिनिटं कात्यायनीनं प्रयत्न केल्यावरच शुद्धीवर आली.

क्रियाकर्माचे दिवस संपल्यावर ती रामाच्या चित्रासमोर आली आणि म्हणाली, 'श्री रामराया! तुझ्यावर गाढ विश्वास होता माझा! तू असं केलंस तरीही मी तुझी पूजा करत राहीन. पुढच्या जन्मीही त्यांनाच माझे पती म्हणून दे. पण एक कर! सवाष्णीचं मरण माझ्या नशिबी लिहायला तू विसरू नकोस बाबा!'

त्या दिवसानंतर ती अधिकाधिक वेळ श्रीरामनाम लिहिण्यातच घालवू लागली.

या सर्व प्रकारात घरची जबाबदारी कात्यायनीवर पडली होती. तिच्या दुबळ्या शरीरात तेवढी ताकद राहिली नव्हती. पण त्यावर काही इलाज नव्हता. परिणामत: आठ-दहा दिवसांतच पुन्हा तिच्या अंगात ताप भरू लागला. तिची सेवा करण्यास नागलक्ष्मीशिवाय कुणीच नव्हतं.

दिवस-कार्य होण्याआधी आपण गेलो तर राज आणि कात्यायनीला वाईट वाटेल म्हणून ते तेरा दिवस करुणा तिथंच राहिली होती. सदाशिवरावांशी लग्न झालेल्या दिवसापासून कुणी न सांगता ती कुंकवाची बारीक टिकली कपाळावर लावत होती. दहाव्या दिवशी तिनं आपण होऊनच कपाळावरचं कुंकू पुसून टाकलं होतं.

वैकुंठसमाराधनेच्या दुसरे दिवशी ती राजला म्हणाली, 'आता मी त्या घरी जाते.'

राजला आश्चर्य वाटलं. तो म्हणाला, 'त्या बंगल्यात एकट्याच का राहता?

शिवाय, आता तो बंगला कॉलेजला परत द्यावा लागेल. तिथली सगळी पुस्तकं इथं आणूया. इथल्या एका खोलीत बसून उरलेली कामं तुम्ही करा. तुम्हीही माझ्या वहिनीच नाही का!'

'हा तुमचा मोठेपणा आहे. पण उरलेली कामं तिथंच बसून करायला हवीत. तिथं राहिलं तरच मला मन:शांती मिळेल.' ती निग्रहानं म्हणाली. कुणी किती आग्रह केला तरी ती थांबायला तयार झाली नाही.

अखेर निरुपाय होऊन राजनं सांगितलं, 'बरं! पण तुम्ही संकोच करायचं कारण नाही. मी दर महिन्याला खर्चापुरते पैसे देईन.'

'माझ्याकडे तेवढे पैसे आहेत. त्यांना पहिला हार्टअ‍ॅटॅक आला, त्याचवेळी त्यांनी बँकेचं खातं माझ्या नावावर केलं होतं. त्यात सात-आठ हजार रुपये आहेत. परवाच प्रकाशकांकडूनही थोडे पैसे आले आहेत. तुम्ही माझी काळजी करू नका. घरी राघप्पा सोबतीला आहेच. तुम्ही मात्र अधूनमधून येत जा.'

नागलक्ष्मीला सांगून, कात्यायनीचा निरोप घेऊन राघप्पाच्या बरोबर ती टांग्यात बसून बंगल्यावर जायला निघाली तेव्हा तिच्या डोळ्यांत पाणी तरारलं होतं.

ती बंगल्यावर गेली त्याच दिवशी संध्याकाळी शेजारच्या प्राध्यापकांबरोबर युनिव्हर्सिटीचे कुलगुरू तिला भेटायला बंगल्यावर आले. ज्या खोलीत सदाशिवरावांचा मृत्यू झाला होता त्याच खोलीत बसून त्यांचा गुणगौरव करताना ते पुढं म्हणाले, 'तुम्हाला राजारावांबरोबर राहता येईल ना?'

'तेही तसं म्हणाले. पण का कोण जाणे, माझी इथंच राहायची इच्छा आहे.'

'हवं तर तसं करा. सदाशिवरावांच्या निधनाची बातमी युरोप-अमेरिकेतही प्रसिद्ध झाली आहे. बी. बी. सी. वर सांगितल्याचं तर मीही ऐकलं आहे. त्यांच्या विद्वत्तेची प्रशंसा करून त्यांच्या कुटुंबियांना आपल्या भावना कळवण्यासाठी अनेक विदेशी विद्वानांनी कॉलेजच्या पत्त्यावर कळवलं आहे. डॉक्टर सदाशिवरावांमुळे आमच्या विद्यापीठाचा गौरव वाढला आहे. आता पाचवा खंड कुठवर आला आहे?'

'आणखी दोन-तीन महिन्यांनी प्रकाशकांकडे पाठवून देईन.'

'हे काम तुमच्याशिवाय इतर कोण करणार? तुम्हाला हवे तितके दिवस तुम्ही या बंगल्यावर राहा. भाडं भरावं लागणार नाही याची मी व्यवस्था करतो. तुम्हाला आर्थिक मदत मिळेल याचीही व्यवस्था करतो. तुम्ही मुळीच काळजी करू नका.'

'आभारी आहे! आता मला गरज आहे ती फक्त या जागेची. पैशांची आवश्यकता नाही. आवश्यकतेपुरते पैसे आहेत.'

दुसरे दिवशी प्रकाशकांकडून आलेलं पत्र तिला पोहोचलं. त्यांनाही करुणेनं पाचव्या खंडाचं लिखाण सदाशिवरावांनी मृत्यूपूर्वी पूर्ण केल्याचं आणि तीन-चार महिन्यांनी हस्तलिखित पाठवत असल्याचं कळवलं.

त्याच दिवशी तिनं कामाला सुरुवात केली.

महिनाभरात ग्रंथालयातल्या कितीतरी ग्रंथांतल्या संदर्भांची फेरतपासणी केली आणि त्यानंतर हस्तलिखिताच्या टंकलेखनाच्या कामाला प्रारंभ झाला. ती अविश्रांत श्रमत होती. शरीर थकून जात होतं. पण क्षणभर विश्रांती घ्यायची तिची प्राज्ञा नव्हती. तेवढ्या वेळात चहुबाजूनं असंख्य आठवणी तिच्यावर लढाई करून तिला घायाळ करत होत्या

आवश्यक ती कामं करत राघप्पा तिथं राहात होता. पुढं आपलं कसं व्हायचं, हा विचार आला तरी तो करुणेपुढे बोलून दाखवत नव्हता. सदाशिवरावांच्या मृत्यूनं तोही कष्टी झाला होता.

चार महिने संपले. एक दिवस संध्याकाळी करुणेची सगळी कामं संपली. टाईप करायचं काम संपून पंधरा दिवस झाले होते. टाईप केलेले कागद वाचून त्यातल्या चुका तिनं दुरुस्त केल्या. पुन्हा वीसेक पानं टाईप करावी लागली. सगळे कागद क्रमानं लावण्याचं काम झालं. खंडाची प्रस्तावना करुणारत्नेनंच लिहावी आणि त्यात सदाशिवरावांच्या विद्वत्‌जीवनाविषयीही थोडं फार लिहावं, अशी प्रकाशकांनी विनंती केली होती. तिनं रेखाटलेलं सदाशिवरावांचं शब्दचित्र चित्रकारापेक्षाही अधिक हृदयंगम झालं होतं.

सगळे कागद नीट जोडून त्यावर जाडसं वेष्टण गुंडाळून सील करून त्यावर करुणा प्रकाशकांचा पत्ता लिहीत होती तेव्हा रात्रीचे साडेदहा वाजले होते.

पत्ता लिहून होताच करुणा उठली आणि तिथल्या आरामखुर्चीत तिनं स्वत:चा देह टाकला. काही क्षण नि:शब्द शांततेत गेले आणि एकाएकी दु:ख उन्मळून येऊन हुंदके देऊन रडू लागली.

काम सुरू झाल्यापासून ती एकदाही रडली नव्हती. आपल्या पतीसोबत काम करत असल्याच्या तंद्रीतच ती होती. टाईप करताना प्रत्येक वाक्यातून त्यांचा आवाज तिच्या कानात सांगितल्याप्रमाणे ऐकू येत होता. प्रस्तावना लिहितानाही ते समोरच्या खुर्चीत बसून सांगताहेत आणि आपण ते शीघ्रलिपीत लिहून घेत आहोत असा तिला अनुभव येत होता.

सगळी कामं संपली आणि तिच्या दृष्टीनं आता सारं जीवन शून्यवत् झालं होतं!

तासभर तरी ती रडत होती. रडू आवरण्याचा थोडाही प्रयत्न न करता रडत होती.

अखेर हुंदके थांबले तशी ती उठली आणि खिडकीपाशी उभी राहिली.

बाहेर अंधार पसरला होता.

ती दारापाशी आली. राघप्पा बाहेरच्या ओसरीत झोपला होता. त्याला जाग येऊ नये म्हणून घराच्या दाराला हलक्या हातानं कुलूप घालून ती रस्त्यावर आली. त्या

विरळ लोकवस्तीच्या रस्त्यावर बऱ्याच अंतरावर एकेक दिव्याचे खांब होते. त्या मंद प्रकाशात ती रस्त्यानं चालू लागली. स्वत:च्या नकळत ती कुक्करहळ्ळीच्या तलावापाशी आली आणि तिथल्या एका लताकुंजाखालच्या बाकावर बसली.

तिला आठवण झाली ती प्रबंध संपवून सिलोनला निघाली होती त्या दिवसाची. त्या दिवशी पहाटे ती सदाशिवरावांबरोबर इथं आली होती. त्यांना सोडून जाण्याच्या विचारानं व्याकूळ होऊन इथंच तिनं त्यांच्या मांडीवर डोकं ठेवून अश्रू ढाळले होते. आणि इथंच त्यांनी तिला मिठीत घेतलं होतं.

क्षणभर त्या आठवणींनी सर्वांग मोहरून गेलं. पण वास्तवाचं भान येताच पुन्हा डोळ्यांतून अश्रू वाहू लागले. तिथं बसणं अशक्य होऊन ती उठली आणि कॉलेजच्या दिशेनं चालू लागली.

तिथल्या मैदानावरच्या झाडाखाली रात्रीच्या वेळी कितीतरी वेळा ती दोघं येऊन बसत आणि झालेल्या वाचनावर किंवा लिखाणावर चर्चा करत. कधी दोघंही काही न बोलता शांतपणे तिथं बसून राहात. तिथल्या अपुऱ्या उजेडात त्यांचा हात हातात घेऊन त्यांना घेऊन जाण्याचं कामही तीच करत असे.

तिनं कटाक्षानं तिथल्या झाडांकडे पाहाणं टाळलं आणि कॉलेजच्या व्हरांड्यात शिरली.

कॉलेज स्थिरपणे उभं होतं. गेली तीस वर्षं सदाशिवराव याच कॉलेजमध्ये विद्यार्थी घडवण्याचं काम करत होते. त्यांची विद्वत्ता याच कॉलेजच्या वातावरणात पोसली होती. तशीच चालत करुणा पुढे निघाली.

डाव्या बाजूला ग्रंथालयाची वास्तू या अंधारातही तेजाळून उभी होती. नकळत करुणेची पावलं तिकडं वळली.

हीच लायब्ररी आणि हीच अभ्यासिका!

सोळा वर्षांपेक्षाही अधिक काळ इथंच तिला सदाशिवरावांबरोबर श्रमण्याचं आणि एका महान ग्रंथाच्या निर्मितीला साहाय्यभूत होण्याचं भाग्य लाभलं होतं. तिच्या डोळ्यांसमोर गेल्या सोळा वर्षांतले अगणित क्षण स्पष्टपणे तरळत होते.

आठवणी! आठवणी!! करुणा पार थकून गेली होती. गळून गेलेल्या अवस्थेत ती घरी परतली आणि घराचं कुलूप काढून आत आली.

अंथरुणावर पडली तरी झोपेचा पत्ता नव्हता. याच खोलीत सदाशिवरावांचा मृत्यू झाला होता. नागलक्ष्मीच्या मांडीवर! जर नागलक्ष्मी इथं आली नसती तर त्यांचा भावनोद्रेक होऊ न देता अजून दहा वर्षं तरी जगवलं असतं असंही तिला वाटत होतं.

रात्रभर तिच्या डोळ्याला डोळा लागत नव्हता.

सकाळी उठून अंघोळ करून तिनं कॉफी घेतली. आठ वाजता खोलीतलं टाईप

केलेल्या प्रतीचं पार्सल घेऊन ती पोस्ट-ऑफिसला निघाली. स्वत:च्या घराच्या कंपौंडमध्ये उभ्या असलेल्या शेजारच्या प्राध्यापकांनी विचारलं, 'पोस्ट -ऑफिसला जायचंय का? तुम्ही का जाता? इथं द्या. माझ्या शिपायाबरोबर पाठवून देईन.'

'नको. मीच जाऊन येते.' म्हणत ती फाटकातून बाहेर पडली.

पोस्टात जाऊन पार्सल पाठवून घरी येत असताना तिला एक विचित्र पोकळी जाणवत होती. महाग्रंथाचं काम आता झाल्यात जमा होतं. जमलेल्या टिपणांतून लहान-मोठी पुस्तकं लिहिण्याचं काम शिल्लक होतं. पण ते सारं निवांतपणे करायला हवं होतं.

तिचं मन भीती वाटण्याएवढं शून्य आणि एकाकी झालं होतं. जगात कुणीही आपलं नाही ही भावना भयावह वाटत होती.

पाय ओढत ती घराकडे चालली होती. रामस्वामी सर्कलपाशी पृथ्वी दिसताच तिनं त्याला हाक मारली, 'पृथ्वी-'

तो थांबला. तिनं त्यांच्याजवळ जाऊन विचारलं, 'कुठं निघालास? आता कुठं साडेनऊ वाजले आहेत.'

'कॉलेजमध्ये स्पेशल क्लास आहे.'

'आजचा दिवस तुझा क्लास चुकला तर चुकू दे. तू माझ्याबरोबर चल.' म्हणत तिनं त्याचा हात धरला. पृथ्वी संकोचून गेला. ती चालू लागली तसा त्याचाही नाईलाज झाला.

ते घरी पोहोचले तेव्हा राघप्पाचा स्वयंपाक चालला होता. पृथ्वीलाही तिथंच जेवायला सांगून ती त्याच्याशी बोलत बसली.

'काकू कशा आहेत?'

'गेले काही दिवस सतत ताप येतोच आहे. अशक्तपणाही खूपच आहे. आता ती सिक लीव्हवरच आहे.'

'-आणि काका?'

'तास-दोन तास कॉलेजमध्ये जाऊन येतात आणि उरलेला वेळ चिकम्मापाशीच बसतात.'

'तरीच! म्हणून ते इथंही आले नाहीत. मलाही वेळ नव्हता म्हणून तिथं यायला जमलं नाही.'

राघप्पानं स्वयंपाक झाल्याचं सांगताच ती उठली. दोघांची ताटं घेऊन ती पृथ्वीबरोबरच जेवली. जेवण झाल्यानंतर त्याला सदाशिवरावांच्या खोलीत घेऊन आली. ते झोपत होते त्या पलंगावर त्याला बसवून तीही त्याच्या शेजारी बसली.

'त्या भिंतीपाशी असलेल्या टेबलावरची तुझ्या वडिलांनी लिहिलेली पुस्तकं तू वाचलीस?'

'नाही.'

'का?'

'मी सायन्सचा विद्यार्थी आहे. या वर्षी बी.एस्सीला बसलोय.'

करुणा स्वत:शीच विषादानं हसली. ज्या महान ग्रंथासाठी त्यांनी आपलं तन-मन वेचलं, आपल्या जीवनाचीच बाजी लावली त्या ग्रंथाविषयी त्यांच्या मुलाच्या मनात आस्था नव्हती! त्याचा विषय वेगळा आणि आस्थेचे विषयही वेगळे होते! आपण जे काही पुढच्या पिढीसाठी म्हणून करतो ती पिढी कोणती?

तिनं मान करून पृथ्वीकडे पाहिलं. त्याचा चेहरा बराचसा नागलक्ष्मीसारखा असला तरी डोळे आणि नाकाची ठेवण सदाशिवरावांची आठवण करून देत होती. वडिलांपेक्षाही तो अधिक सुदृढ होता. रत्नेला वाटलं, कदाचित वडिलांप्रमाणे ज्ञानपिपासा नसल्यामुळे तो सुदृढ असावा. त्याची बसण्याची ढब वडिलांसारखी होती. करुणा त्याच्याजवळ सरकली आणि म्हणाली, 'ये! माझ्या मांडीवर डोकं ठेवून झोप.'

काही न बोलता तो संकोचून बसून राहिला. ती पुन्हा म्हणाली, 'लाजू नकोस, मीही तुझी आईच आहे.' म्हणत तिनं त्याचं डोकं आपल्या मांडीवर ठेवून घेतलं. त्याचा चेहरा दोन्ही हातांत घेऊन तिनं विचारलं, 'बाळ, तुझ्या आईपासून तुझे वडील दुरावले. तू माझा राग करत नाहीस?'

'नाही.'

'मीच कारणीभूत झाले तेव्हा-'

'पण तुमच्यामुळेच त्यांचा ग्रंथ पूर्ण झाला असं काका आणि काकूंनी मला सांगितलंय.'

करुणेचं हृदय भरून आलं. तिनं त्याला तसंच छातीशी धरलं. अवर्णनीय आनंदात ती आपलं एकलेपणाचं दु:खही विसरून गेली.

पृथ्वी जायला निघाला तेव्हा त्याचा हात धरून तिनं सांगितलं, 'जमेल तेव्हा मी घरी येऊन जाईन असं काकांना सांग आणि तुला जमेल तेव्हा तूही इथं येत जा.'

त्याच्या मनातला संकोच आता कमी झाला होता. 'मी निघतो' एवढं सांगून तो निघून गेला.

तो दिसेनासा होईपर्यंत दारात उभं राहून ती आत आली. गेल्या रात्री दडी मारलेली झोप आता डोळ्यांवर येत होती. पलंगावर पडल्या पडल्या ती गाढ झोपी गेली.

संध्याकाळी पाच वाजता ती जागी झाली तेव्हा तिचं मन पुन्हा भीती वाटण्याइतकं

शून्य झालं होतं. पुन्हा आठवणींचं मोहोळ उठलं होतं. राहून राहून वाटत होतं, 'मीही आई झाले असते तर मनाला केवढा आधार मिळाला असता. जीवन एवढं भयावह वाटलं नसतं.'

रात्रीचं जेवण करून ती अंथरुणावर पडली तरी झोपेचा पत्ता नव्हता. सतत कामात गुंतलेल्या मनाला हे रितेपण असह्य होत होतं. जर आपण आई झालो असतो तर तो महाग्रंथ पूर्ण झाला नसता आणि चौथा खंड अर्धवट असतानाच ते या जगातून निघून गेले असते. ज्या उद्देशापोटी करुणा त्यांच्या जीवनाशी एकरूप झाली होती ते बालक आता मोठं होऊन कीर्तिवंत झालं होतं! त्या बालकाचं पितृत्व सदाशिवरावांकडे होतं आणि मातृत्व करुणेकडे!

या विचारानं तिच्या धगधगत्या दुःखावर कुणीतरी फुंकर घातल्यासारखं वाटलं.

रात्री ती पुन्हा घराबाहेर पडली आणि पुन्हा पुन्हा आठवणीत भोवंडत अर्ध्या तासात घरी आली.

एक मात्र तिच्या लक्षात आलं होतं - आता या गावात राहाणं तिला सर्वस्वी अशक्य होतं. ज्यासाठी ती इथं आली होती ते कार्य संपलं होतं. आता या गावात तिचं काहीच राहिलं नव्हतं!

एकाएकी तिला आपल्या गावाची, आपल्या देशाची आठवण झाली. आईवडील गेले तरी तिचा भाऊ अजून जिवंत होता. आता तो पन्नासएक वर्षांचा असेल हेही तिला आठवलं. त्याची मुलंबाळं मोठी झाली असतील. गेल्या कितीतरी वर्षांत त्याच्याशी तिचा पत्रव्यवहारही नव्हता. तरीही आजवर कधीही त्याच्याविषयी न वाटलेला विश्वास तिला वाटू लागला.

त्या विचारासरशी तिनं एक पत्र लिहिलं. स्वतःच्या नकळत त्यात तिनं स्वतःच्या एकलेपणाविषयी लिहिलं, 'जीवनाचं ध्येय तर गाठलं. आता भयानक शून्यतेनं भरलेल्या जीवनात तुझं सान्निध्य लाभेल का? तुझं पत्र आलं तर मी तिथं येईन. एखाद्या विद्यापीठात अध्यापनाचं काम करत उरलेलं आयुष्य कंठेन.'

राजच्या घरी एकदा जाऊन यावं असं कितीही वाटलं तरी घराबाहेर पडणं तिला अशक्य वाटत होतं. दिवसभर ती पलंगावर नुसती झोपून राहात होती.

चौथे दिवशी सकाळी अकराच्या सुमारास राजच तिथं आला. या कालावधीत तोही खूप रोडावला होता. त्याच्या गालाची हाडं वर आली होती. तो म्हणाला, 'पृथ्वीनं सांगितलं तुम्ही घरी येणार आहात म्हणून! चार दिवस होऊन गेले तरी तुम्ही आला नाहीत. काळजी वाटली म्हणून मीच आलो. प्रकृती बरी आहे ना?'

'बसा ना. का कोण जाणे काही करण्याची इच्छाच नाही. घरातून पाऊलच निघायला तयार नाही. कात्यायनी कशा आहेत?'

'तशीच आहे.' राजच्या चेहऱ्यावरची निराशा लपत नव्हती. 'तशीच बोलते.

क्षणभरही मला नजरेआड होऊ देत नाही. सारखी रडते. रात्री झोपतानाही माझा दंड घट्ट धरून झोपते. तापाच्या ग्लानीतही तीच बडबड चालते 'मला सोडून जाऊ नका-'

दोघेही कात्यायनीच्या प्रकृतीविषयी बराच वेळ बोलत होते. बोलण्याच्या ओघात करुणेनं भावाला पत्र लिहिल्याचं राजला सांगितलं आणि म्हणाली, 'माझी मन:स्थिती तुम्ही समजू शकाल. भावानं ये म्हणून कळवलं तर मी निघून जाईन. सगळा विचार केलाय मी. बँकेत सहा-सात हजार रुपये असतील. ते आक्कांच्या नावानं करायचे आहेत. ग्रंथाचं मानधन पृथ्वीला मिळावं, असं प्रकाशकांना कळवलंय. या घरातलं सगळं सामान तुम्ही घेऊन जा. राघप्पाला थोडे पैसे देऊन हवं तर त्याच्या गावी जाऊद्या. किंवा हवं तर तो तुमच्या घरीही राहू दे. इथली हस्तलिखितं, पुस्तकं आणि ग्रंथ मात्र मला पाठवून द्या. ते जिवंत असते तर त्यांनी जे काम केलं असतं ते मी यापुढे करेन. त्यातच माझं उर्वरित आयुष्य जाईल.'

'तुम्ही भावाला भेटून या. पण ही सगळी कामं तुम्ही आमच्या सोबत राहून करावीत, अशी आमची इच्छा आहे.'

त्यांचं बोलणं सुरू असतानाच घराच्या फाटकापाशी एक गाडी येऊन थांबली. रत्ने बाहेर आली.

मोटारीतून एक स्थूल, मध्यम उंचीची व्यक्ती उतरून घराकडेच येत होती. त्यांच्या हातात एक चामड्याची बॅगही होती. करुणेला त्या गृहस्थांची ओळख पटेना. तिच्यापाशी येऊन त्या व्यक्तीनं सिंहली भाषेत विचारलं, 'मला ओळखलं नाहीस?'

तो आवाज ऐकताच तिनं त्यांच्याजवळ जाऊन त्यांचा हात धरला.

'तुझं पत्र आलं. राहवेना म्हणून लगेच निघालो. लगेच विमानात जागा मिळाली. उद्या बेंगळूरहून निघणाऱ्या विमानात दोन जागा राखून ठेवायला सांगितल्या आहेत. मद्रासमधल्या आपल्या देशाच्या ऑफिसमधून तू सिंहली असल्याचा दाखला घेऊया. पासपोर्टची कटकट नाही. आज रात्रीच आपल्याला निघायला हवं.'

रत्नेनं आपल्या भावाशी राजची ओळख करून दिली.

राघप्पानं पुन्हा पाहुण्यांसाठी स्वयंपाक केला. दारात उभ्या असलेल्या टॅक्सीतून करुणा राजबरोबर बँकेत गेली. हजार रुपये काढून घेऊन उरलेले पैसे तिनं नागलक्ष्मीच्या नावे केले. राजनं किती सांगितलं तरी तिनं तिकडं लक्ष दिलं नाही. त्याच टॅक्सीनं ते दोघे राजच्या घरी आले.

कात्यायनीची परिस्थिती करुणेला वाटलं होतं त्याहीपेक्षा अधिक गंभीर होती. तिच्या चेहऱ्यावर थोडाही तजेलदारपणा राहिला नव्हता. तरीही ती बोलत होती. तिच्याशी तासभर बोलून करुणा आत गेली. नागलक्ष्मीला म्हणाली, 'आता या जीवनात आपण दोघीही समदु:खी आहोत. माझं काही चुकलं असेल तर तुम्ही मला क्षमा करायला हवी.'

नागलक्ष्मीला काय बोलावं ते सुचलं नाही. तिनं डोळ्यांना पदर लावला.

करुणेनं दिलेले हजार रुपये घेताना राघप्पाचं हृदय कृतज्ञतेनं भरून आलं होतं. शेजारच्या प्राध्यापक दांपत्यांचा निरोप घेऊन ती निघाली तेव्हा राज टॅक्सीतून तिथं आला. त्या टॅक्सीत पृथ्वीही होता.

रेल्वेगाडी निघायची वेळ झाली होती. राज करुणेला सांगत होता, 'मध्ये जमेल तेव्हा एकदा तरी येऊन आम्हाला भेटायला विसरू नका.'

करुणारत्ने एकटक पृथ्वीकडे पाहात होती. त्याचा चेहरा ओंजळीत घेऊन त्याच्या कपाळाचं चुंबन घेऊन ती त्याला मन:पूर्वक म्हणाली,'बाळ, तू विज्ञानाचा विद्यार्थी असलास तरी एकदा तरी तुझ्या वडिलांचा तो ग्रंथ वाचल्याशिवाय राहू नकोस!'

गाडी निघताना डोळ्यांत अश्रू भरल्यामुळे करुणा पृथ्वीला पाहू शकली नाही.

अवाक् होऊन पृथ्वी मात्र धडधडत जाणाऱ्या गाडीकडे पाहात होता.

■

सव्वीस

किट्टप्पा श्रोत्रींच्या वंशजाविषयी कुठलीही माहिती न मिळाल्यामुळे श्रोत्रींनी आता ते प्रयत्न सोडून दिले होते. आता त्यांचं मन वेगळ्याच विचारात गढून जात होतं. आठ दिवसांत त्यांचा तो विचार दृढ झाला. लक्ष्मीला त्यांनी तो विचार बोलून दाखवला तेव्हा लक्ष्मी उद्‌गारली, 'शीनप्पा, तुझा हा अतिवेडेपणा आहे! या जगात इतका वेडेपणा कुणीच करणार नाही!'

'धर्माचा तंतू अतिसूक्ष्म असतो लक्ष्मी! फक्त जनरूढीचा विचार करून त्यातला अर्थ उमजत नसतो.' श्रोत्रींनी सांगितलं तरी लक्ष्मीला ते मुळीच पटलं नाही.

एके दिवशी रविवारी दुपारच्या वेळी चिनीला शिकवत असताना ते म्हणाले, 'बाळ, माझ्या मनाला कष्टी करणारी गोष्ट कुठली आहे हे तुलाही ठाऊक आहे. यावर मला एक उपाय सुचला आहे. तू मनापासून होकार दिला नाहीस तर माझं काहीही म्हणणं नाही.'

'तुमच्या कुठल्या सांगण्याला मी नकार दिलाय, आजोबा?'

कशी सुरुवात करावी याचा क्षणभर विचार करून त्यांनी त्याला स्वतःच्या जन्माची कथा सविस्तरपणे सांगितली आणि नंतर अवाक् झालेल्या चिनीला पुढे म्हणाले, 'हे पाहा, एडेतोरे किंवा इतर कुठल्याही गावी किट्टप्पा श्रोत्रींचे कुणी वंशज भेटले तर त्यांना अर्धी संपत्ती देण्याचा मी विचार केला होता. पण आता मला वाटतं इथल्या पितळेच्या वाटीवरही माझा अधिकार नाही. ज्या रक्तापासून आपण जन्मलो नाही त्यांच्या संपत्तीचा उपभोग घेण्याचा तरी आपल्याला काय अधिकार आहे? मीच या घरट्यातला अनधिकारी पक्षी असताना तूही या घरात तितकाच परका आहेस. श्रोत्री ह्या आडनावावरही आता आपला अधिकार नाही! ब्रह्मोपदेशासाठी एका गोत्राची आवश्यकता असते. काश्यप गोत्राच्या नावाखाली आपल्याला ब्रह्मोपदेश झाला. श्रद्धेनं आजवर आपण त्याचं पालन करत आलो आहोत. शास्त्राच्या दृष्टीनं पाहताही आपल्याला काश्यप गोत्राचा स्वीकार करता येईल. पण या संपत्तीचं काय करायचं? किट्टप्पा श्रोत्रींचे वंशज न भेटल्यामुळे आता या संपत्तीचं सत्पात्री दान करणं एवढंच आपल्या हातात आहे.

क्षणभर चिनी विचारात पडला. सगळी संपत्ती दानापोटी देऊन टाकल्यावर

आपलं कसं होणार, असा विचार त्याच्या मनात येऊन गेला. पण आजोबा सांगत असलेल्या धर्मशास्त्रावर त्याचा विश्वास होता. त्याच विश्वासानं तो म्हणाला, 'तुमचं खरं आहे. जी संपत्ती आपली नाही ती देऊन टाकायला माझी काहीच हरकत नाही. आता मलाही सतरा वर्षं पूर्ण झाली. कुठंतरी एखादी नोकरी मिळाली की आपल्या तिघांचं कसंही भागेल.'

ते ऐकून आजोबांना खूप आनंद झाला. वेदांचा अभ्यास करणाऱ्याला साजेसं होतं चिनीचं उत्तर! जे आपलं नाही ते त्यागावं हे उत्तम! नाहीतर वंशात कुणीतरी त्या संपत्तीचा अधर्म पद्धतीनं नाश करायचा. श्रोत्रींना भीती होती ती संपत्तीच्या नाशाची नव्हे, तर अधर्म मार्गाची! कुठल्याही प्रकारे पुढच्या पिढीच्या पापाला आपण कारणीभूत होऊ नये अशी त्यांची धारणा होती.

ते पुढं म्हणाले, 'बरं! आता माझा पुढचा विचार ऐक.' - त्यांनी त्याला आपल्या जीवनातील अखेरच्या संकल्पाविषयी सांगायला सुरुवात केली, 'तुझ्या वडिलांच्या लग्नानंतर लगेच मी विरक्त जीवन जगायला सुरुवात केली होती. त्यांच्या मृत्यूनंतर माझ्यावर पुन्हा संसारी जीवन जगण्याची पाळी आली. गेल्या सात-आठ वर्षापासून संन्यास घेण्याचे विचार माझ्या मनात येत आहेत. माझ्या जन्माची हकिकत समजल्यापासून माझा निश्चय दृढ झाला आहे. वंशाच्या उज्ज्वल परंपरेसाठीच माणसानं जगायचं ही कल्पना माझ्यापुरती नष्ट झाली असली तरी त्या कल्पनेविषयी अजूनही माझ्या मनात आदरच आहे. आता मी पंचाहत्तर वर्षांचा झालो. तूही आता अठरा वर्षांचा होशील. मला संन्यास घ्यायला तू परवानगी दे.'

चिनीच्या डोळ्यात अश्रू उभे राहिले. तो म्हणाला, 'आजोबा, तुमच्या पहिल्या विचाराला मी तत्क्षणी मान्यता दिली. पण तुम्ही मलाच सोडून गेलात तर मी काय करू? माझ्यापासून दूर जायचा का विचार करता? मला कंटाळलात?'

'नाही बाळ! तसं नव्हे. इतके दिवस मी संसारी जीवन जगलो. अखेर या संसाराचा त्याग करून सतत परब्रह्माच्या ध्यानात मग्न व्हायला हवं. सरत्या वयाप्रमाणे योग्य असं जीवनध्येय न ठरवणंही पापच आहे. संन्यासासाठी माझं योग्य वय होऊन कितीतरी दिवस झाले. संसारी जीवनातली कर्तव्ये आता संपली आहेत. तू संमती देणं एवढंच आता राहिलं आहे. माझ्या जन्माची हकिकत समजली नसती तरीही मी संन्यास घेतलाच असता.'

चिनी निरुत्तर झाला. आजोबांचं बोलणं त्याच्या वेदाभ्यास केलेल्या बुद्धीला पटत असलं तरी त्याचं अंत:करण हे मानायला तयार नव्हतं. भरलेल्या अंत:करणानं तो तसाच बसून होता.

ते पुढं म्हणाले, 'अजून माझं तुझ्याविषयीचं कर्तव्य संपलेलं नाही. योग्य घरातली कन्या शोधून तिच्याशी तुझा विवाह करून तुला गृहस्थाश्रमात प्रवेश

मिळवून द्यायला हवा. तेही करीन! यंदा तुझं इंटरमिजिएटचं वर्ष संपेल. पुढच्या दोन वर्षांचं शिक्षण आणि त्या दोन वर्षांचा इतर खर्च म्हणून पाच हजार रुपये बँकेत ठेवेन. ते पैसे श्रोत्रीवंशाचे असले तरी इतकी वर्षं त्या मालमत्तेसाठी जे श्रम घेतले त्याचा तो मोबदला, असं समजायला हरकत नाही. त्यानंतर पत्नीबरोबर धर्मानुसार गृहस्थाश्रमाचं पालन करणं हाच तू माझं ॠण फेडण्याचा मार्ग! हेज्जिगेजवळ लक्ष्मीसाठी दोन एकर जमीन ठेवली आहे. ती तिचीच आहे. ती जिवंत असेपर्यंत तिला पोसायची जबाबदारी तुझी! मरण्याआधी त्या जमिनीची हवी तशी विल्हेवाट लावण्याचा तिला अधिकार आहे.'

चिनी काहीच बोलला नाही.

'इतके दिवस तूही वेदांचं अध्ययन केलं आहेस. तूही यावर विचार कर. कसलीही घाई नाही.' श्रोत्रींनी गंभीरपणे आपलं बोलणं थांबवलं.

त्या दिवशी चिनी आजोबांच्या अभ्यासिकेत जाऊन अलीकडे ते वरचेवर वाचत असलेले ग्रंथ पाहात होता. संन्यासोपनिषद्, वैखानससूत्र, धर्मसिंधू, जीवन्मुक्तिविवेक या ग्रंथांचं ते बऱ्याच वेळा वाचन आणि मनन करत असल्याचं त्याच्या ध्यानात आलं होतं. काही पानांमध्ये त्यांनी खुणेसाठी मोरपिसं ठेवली होती. काही श्लोकांना खुणा केल्या होत्या. जवळच असलेल्या बृहदारण्यक उपनिषदावरील शंकराचार्यांच्या भाष्यातही एक मोरपीस ठेवलं होतं. त्यातला खूण केलेला श्लोक असा होता-

अथ परिव्राड् विवर्ण वासामुंडो ऽपरिग्रह:
शुचिरद्रोही भैक्षणो ब्रह्मभूयाय भवतीति ॥

संस्कृत श्लोकांचा अर्थ समजणं चिनीच्या दृष्टीनं मुळीच कठीण नव्हतं. एकीकडे संन्यास घेण्याची परवानगी मिळवण्यासाठी प्रजापति-यज्ञ करून आपली समस्त मालमत्ता ब्राह्मण, गरीब आणि असहाय्यांना दान करावं असं लिहिलं होतं. दुसऱ्या ठिकाणी लिहिलं होतं, 'बायको-मुलांना सोडून त्यानं गावाबाहेरच राहायला हवं. गृहहीन होऊन झाडाखाली, निर्जन घरात किंवा सूर्यास्ताच्या वेळी जिथं असेल तिथंच त्यानं राहावं. फक्त पावसाळ्यात तो एका ठिकाणी राहू शकतो.' आपले पंचाहत्तर वर्षांचे आजोबा अशा गृहहीन अवस्थेत भटकत असल्याचं दृश्य डोळ्यांसमोर येताच त्यानं दु:खानं नि:श्वास सोडला.

'संन्याशानं न ठरवता सात घरी भिक्षा मागायची. त्याला भिक्षा वाढताना आधी त्यांचे हात धुतलेले असले पाहिजेत. त्याचं खाणं झाल्यावर पुन्हा हातावर पाणी घालायला पाहिजे. त्यानं कधीही पोटभर खाता कामा नये. जीवनासाठी आवश्यक तेवढंच खाल्लं पाहिजे. अन्न मिळेल त्या दिवशी आनंदित होऊ नये आणि न

मिळालेल्या दिवशी खंत करू नये त्याच्याजवळ फक्त एक कमंडलू, एक वस्त्र, पादुका, आसन आणि कंथा एवढंच असावं-'

दुसरं पान वाचताना चिनीचं मन दुःखानं भरून गेलं. 'संन्याशानं उंच अशा भूभागावर झोपलं पाहिजे. आजारपणाची काळजी करू नये. मरणाचं स्वागत करू नये. जीवनावर लोभ ठेऊ नये. सेवकानं आपल्या सेवेचा अवधी संपायची वाट पाहावी तशी त्यानं आपल्या अखेरच्या दिवसाची वाट पाहायला पाहिजे-'

महाभारतातल्या अनुशासन पर्वातल्या काही ओळींवर श्रोत्रींनी खूण केली होती. तिथं पुटीचक, बहुदक, हंस आणि परमहंस अशा चार प्रकारच्या संन्यासाची माहिती दिली होती. परमहंसाच्या वर्णनांच्या श्लोकांना श्रोत्रींनी खूण केली होती. 'परमहंसांनी झाडाखाली, निर्जन घरात किंवा स्मशानात राहावं. ते वस्त्र धारण करू शकतात, तसेच नग्नही राहू शकतात. धर्म-अधर्म, सत्य-असत्य अशा द्वंद्वापासून ते अतीत असतात. सोनं आणि माती या दोन्हींकडे आत्मा म्हणूनच पाहतात. सर्व वर्णाच्या लोकांकडून भिक्षेचा स्वीकार करतात. शास्त्रात सांगितलेल्या विधिनिषेधांचं बंधन त्यांना बांधून ठेऊ शकत नाही-'

आजोबांनी ज्या मार्गानं जायचं ठरवलं होतं त्या मार्गातल्या कठोर नियमांविषयी वाचताना चिनी अधिकच कष्टी होत होता. त्यालाही संन्यासाश्रमाची माहिती होती. त्या आश्रमाच्या ध्येयादेशाविषयी तो सर्वस्वी अनभिज्ञ होता असं मुळीच नव्हे. तरीही आजवर मोठ्या प्रेमानं आपलं पालनपोषण केलेल्या आजोबांचा देह अशा कठीण परिस्थितीत कल्पणं त्याला अशक्य वाटत होतं.

ते निघून गेले तर आपलं कसं होईल याचा विचार त्याला त्रस्त करत नव्हता. पण या वयात त्यांनी इतकं कठोर जीवन जगावं असं त्याला वाटत नव्हतं.

एक दिवस त्यानं लक्ष्मीला परसातल्या जुईच्या मांडवाखाली बसवून स्वतः तिच्या शेजारी बसून संन्यासाश्रमातल्या खडतर जीवनाची माहिती सांगितली आणि म्हणाला, 'तू तरी त्यांना सांग 'जाऊ नका' म्हणून! मी एखादी नोकरी शोधेन. आपण तिघंही सुखानं राहूया.'

चिनीचं बोलणं ऐकून लक्ष्मीचा जीव गलबलला. आपणही शीनप्पाबरोबर जाऊन त्याची सेवा करावी असंही तिला वाटलं. पण तो तर एकटाच चाललाय! आजवर साठवलेलं पुण्य पुरेसं नाही का? पण त्याला कोण सांगणार?

चिनीचं कॉलेज सुरू होतं. संध्याकाळी तो घरी परतत होता. अजूनही श्रोत्री स्वतःच स्वयंपाक करत होते. रोज रात्रीचं जेवण झाल्यानंतर त्याला धर्मशास्त्राविषयी सांगत होते. अनेक ऋषी, ब्रह्मर्षी आणि पुराणातल्या धीरोदात्त व्यक्तींच्या कथा सांगत होते. कितीतरी संस्कृत ग्रंथ त्याला दाखवून नंतर ते ग्रंथ वाच, असं सांगत होते. त्यांच्यासमोर बसून श्रद्धेनं त्यांचं बोलणं ऐकताना चिनीची बुद्धी त्यांच्या

विचारांशी सहमत होत होती. तरी कॉलेजला जाताना त्याचं मन आपल्यापासून दूर निघालेल्या आजोबांच्या आठवणीनं कष्टी होत होतं.

श्रोत्री आपल्या धनदौलतीचं दान करून संन्यास घेणार असल्याची बातमी नंजनगूडभर पसरली होती. कितीतरीजण त्यांना भेटून तसं न करण्याविषयी सांगत होते

पण त्यांना श्रोत्री सांगत होते, 'आता वय झालं. संन्यासाचा स्वीकार करणं हाच माझा धर्म नाही का? ही संपत्ती नको आहे असं माझा नातूही सांगतोय म्हणून दान करतोय.'

काहीजण दान स्वीकारण्यासाठी आपणच कसे सत्पात्र आहोत हेही दाखवण्याचा प्रयत्न करू लागले.

आताशा श्रोत्रींचं घर सतत माणसांनी गजबजलेलं होतं. आजोबांच्या अंतिम निर्णयाविषयी चिनीच्या मनात मुळीच संदेह राहिला नव्हता. त्यांच्या जीवनाच्या सार्थकतेत आपल्या मायेचा अडसर घालणं अधर्म असल्याचं त्याचं मन त्याला सांगत होतं. लक्ष्मीला श्रोत्री अनेक गोष्टी सांगून तिची समजूत घालत होते.

चैत्र महिन्यातल्या एका शुभ दिवशी श्रोत्रींनी अनंतराम मास्तरांना बोलावून आणायला चिनीला सांगितलं.

मास्तर चामराजपूरला राहात होते. दहा वर्षं ते नंजनगूडला राहात होते. तीनचार वर्षं नंजनगूडच्या माध्यमिक शाळेत नोकरी करत होते. त्यानंतरही आजूबाजूच्या खेड्यांत कुठंतरी बदली झाली तरी त्यांनी नंजनगूडलाच बिऱ्हाड ठेवलं होतं. आता पुन्हा त्यांची नंजनगूडला बदली झाली होती. अजून पाचएक वर्ष त्यांची नोकरी होती. गावाबाहेर तीन एकर जमीन घेऊन त्यावर एक छोटंसं घर बांधून आपल्या कुटुंबियांसह राहात होते. श्रोत्रींशी त्यांचा परिचय वाढण्याचं कारण म्हणजे मास्तरांनाही संस्कृतविषयी असलेली ओढ होय. सात्त्विक, कर्मनिष्ठ असे मास्तर धर्मशास्त्रातल्या अनेक शंकांचं निरसन करून घेण्यासाठी श्रोत्रींकडे येत होते. त्यांची कर्मशीलता आणि सात्त्विक जीवन पाहून श्रोत्री त्यांना आपल्या घरातल्या श्राद्धाच्या वेळी पूर्वपंक्तीला बोलावत होते.

रात्री आठ वाजता मास्तर घरी आले. श्रोत्रींनी चिनीला सांगितलं, 'आम्ही थोडे फिरून येतो.'

ते आणि मास्तर सावकाश चालत देवळाच्या समोरून अंघोळीच्या घाटावर गेले आणि तिथल्या पायरीवर बसले. श्रोत्रींचा संन्यासाचा निर्णय मास्तरांनाही समजला होता. त्यांनीही श्रोत्रींना सगळ्यांना सोडून न जाण्याची विनंती केली होती. अखेर धर्मशास्त्रातले विचार सांगून श्रोत्रींनी त्यांनाही निरुत्तर केलं होतं. पण सगळ्या

संपत्तीचं दान करण्यामागचा हेतू मात्र मास्तरांना समजला नव्हता.

दोन मिनिटं शांततेत गेली. श्रोत्रींनी बोलायला प्रारंभ केला, 'मी सगळ्या संपत्तीचं दान करतो आहे याचं तुम्हाला आश्चर्य वाटलं असेल. याचं कारण मी, लक्ष्मी आणि चिनीशिवाय इतर कुणालाही ठाऊक नाही. आज ते मी तुम्हाला सांगत आहे. कारण तुमच्याकडून मला मोठ्या मदतीची आवश्यकता आहे.'

'मी? आणि तुम्हाला मदत? छे:! एवढी माझी योग्यता कुठली?' हात जोडत मास्तर म्हणाले.

'आधी मी जे काही सांगतो ते नीट ऐका-' अशी सुरुवात करून श्रोत्रींनी आपल्या जन्माची कथा, श्रोत्रींच्या वंशजांना शोधण्यासाठी केलेले विफल प्रयत्न आणि आता घेतलेला दानाचा निर्णय, हे सारं काही सविस्तरपणे सांगितलं.

मास्तर सारं काही अवाक् होऊन ऐकत होते. अखेर ते भारावून म्हणाले, 'धर्माचा इतका सूक्ष्म विचार करून त्याप्रमाणे वागणारी दुसरी व्यक्ती मी पाहिली नाही की ऐकली नाही! तुमचं काही चुकलं असं म्हणायला माझी जीभ रेटणार नाही.'

'माझी इच्छा तुमच्यासमोर मांडण्यासाठी मी तुम्हाला आज बोलावलं होतं. नातवाचा गृहस्थाश्रमाचा प्रवेश झाल्याशिवाय मला इथून निघता येणार नाही. माझा तुमच्यावर सगळ्याच दृष्टीनं विश्वास आहे. तुमची सर्वांत धाकटी कन्या आता बारा-तेरा वर्षांची झाली आहे ना?'

'हो.'

'मन मोठं करून तिचं माझ्या नातवाशी लग्न करा. यंदा तो इंटरला बसलाय. त्याच्या पुढच्या शिक्षणासाठी मी पाच हजार ठेवले आहेत. एकदा वाटलं, श्रोत्रींच्या या पैशांवर तरी माझा काय अधिकार? पण एवढंही केलं नाही तर त्या संपत्तीचा तिरस्कारानं त्याग केल्यासारखं होईल. त्या तिरस्काराच्या भावनेला तरी थारा का द्यावा? शिवाय, धर्माच्या नावाखाली चिनीला अर्ध्यावर सोडणंही अधर्मच आहे. तो बी.एस्सी. झाला की माझी जबाबदारी संपली. त्याचं शिक्षण आणि तो धर्माच्या मार्गानं चालेल याकडे तुम्ही लक्ष द्यायचं. तुमच्यापासून मी काहीही लपवून ठेवलेलं नाही.'

मास्तर विचारात गढले. नंतर त्यांनी विचारलं, 'तुमचं गोत्र काश्यप, नाही का?'

'सांगितलं ना, आम्ही श्रोत्री घराण्यातले नव्हेत. काश्यप गोत्रानं आम्हाला ब्रह्मोपदेश झाला आहे. चला, उशीर झाला. घरी जाऊया.'

'माझी या संबंधाला संमती आहे. आजोबांचे संस्कार आणि गुण नातवात आले आहेत हे तर मीच पाहतोय. असा जावई मिळाला हे माझं सुदैवच म्हणायला हवं. घरच्यांच्या कानावर घालतो ही बातमी-' ते उठून उभे राहात म्हणाले.

श्रोत्रींना समाधान वाटलं.

दुसरे दिवशी मास्तर श्रोत्रींच्या घरी आले आणि त्यांनी आपल्या मुलीची आणि चिनीच्या पत्रिका जुळवून पाहिली, पत्रिका छान जुळत होती. त्यांनी चिनीला विचारलं, 'बाळ, आमच्या ललिताला पाहिलंयस तू?'

काहीच ठाऊक नसल्यानं तो म्हणाला, 'हो-'

'तू तिच्याशी लग्न करावंसं असं तुझ्या आजोबांना वाटतं. आम्हा सगळ्यांचीही तीच इच्छा आहे.'

त्यानं श्रोत्रींकडे पाहिलं. त्यांच्या चेहऱ्यावरची प्रसन्नता त्याच्या ध्यानात आली. तो लाजला.

ललिता चुणचुणीत आणि लाघवी मुलगी होती. दिसायलाही गोड होती. तेरा वर्षांची ललिता हायस्कूलमध्ये शिकत होती. लहान वय सोडलं तर जोडा एकमेकांना अनुरूप होता. आता लग्न केलं तरी चिनीचं शिक्षण होईपर्यंत गर्भादान विधी करायचा नाही असं ठरलं. त्या वेळेपर्यंत मुलगीही मॅट्रिक होईल असा विचार त्या दोघांनी केला.

वैशाख महिन्यातल्या एका शुभमुहूर्तावर चिनी-ललितेचा विवाह श्रीकंठेश्वर देवालयात साध्या पद्धतीनं साजरा झाला.

चिनी गृहस्थ झाला.

श्रोत्रींनी आता जमिनीची पाहणी करायला सुरुवात केली. त्या जमिनी कसणाऱ्या शेतकऱ्यांच्या परिस्थितीचा त्यांनी विचार केला. त्यातले अधिकांश शेतकरी गरीबच होते. त्यांच्या जमिनी काढून घेतल्या तर त्यांची बायका-मुलं उपाशी राहतील हे त्यांच्या ध्यानात आलं होतं. यापेक्षा अधिक सत्पात्र कुठं शोधायचं? ते जमिनी आपल्याला देऊन आपण संन्यास घेऊन निघून जात असल्याचं समजताच शेतकरी त्यांना लोटांगण घालत म्हणाले, 'देवा, तुझ्यासारख्या देवाची जमीन आम्हाला नको. तूच याचा मालक म्हणून राहा. जमेल तेवढं राबून पिकेल त्यातलं तुला थोडं देऊन आम्हीही थोडं खाऊ.' तरीही श्रोत्री जातीनं प्रत्येक रयताच्या घरी गेले आणि त्यांनी जमिनी त्यांच्या नावे केल्या. उरलेली सहा एकर जमीन मैसूरच्या अनाथालयाला द्यावी असंही ठरलं. घराची जागा यात्रेकरूंसाठी विश्रांतिस्थान म्हणून द्यायचं ठरलं. वकिलांकडून आवश्यक ती कागदपत्रं तयार करून एका शुभ दिवशी त्यावर सही करून रजिस्ट्रारच्या ऑफिसमध्ये जाऊन रजिस्टर करून ते घरी आले तेव्हा त्यांना हलकं हलकं वाटत होतं. छातीवरचं मोठं ओझं उतरल्यासारखं त्यांना वाटत होतं.

आता त्यांना स्वतःचा प्रयाणाचा दिवस ठरवायचा होता. संन्यास करण्यासाठी एका गुरूची आवश्यकता होती. ते शास्त्र कुठं करावं ते नक्की ठरलं नव्हतं. एका शुभ दिवशी हे गाव सोडून बद्रीनारायण किंवा हरिद्वारला जायचं त्यांनी ठरवलं. तिथं

योग्य गुरू शोधून गृहस्थाश्रमाचा विधिपूर्वक अंत करायचा होता.

अनंतराम मास्तरांच्या तीन मुलींपैकी दोघी आपापल्या सासरी होत्या. थोरला मुलगा चिनीच्या वर्गातच शिकत होता. तोही रोज रेल्वेनं मैसूरला जाऊन येत होता. आणि दुसरा हायस्कूलमध्ये शिकत होता. मास्तरांनी श्रोत्रींना सांगितलं, 'तुम्ही काही काळजी करू नका. जशी मुलं तसाच जावई. माझ्या थोरल्याबरोबरच तो मैसूरला कॉलेजला जाईल. त्याचं शिक्षण होऊन तो नोकरीला लागेपर्यंत तो आणि लक्ष्मी माझ्या घरी राहतील. त्या दोघांकडे मी लक्ष देईन.'

श्रोत्रींनी त्याला संमती दिली. घरातलं सोनं-चांदी विकून आलेले पैसे, घरातली भांडी आणि इतर सामानही त्यांनी देवस्थानाला देऊन टाकलं.

आपली ग्रंथसंपत्ती चिनीच्या हाती देत श्रोत्री त्याला म्हणाले, 'बाळ, तुझ्या आजोबांकडून तुला आलेली संपत्ती ही एवढीच! इतक्या दिवसांत जमेल तेवढी विद्या तुला दिली आहे. यानंतर सतत अभ्यास आणि जे अडेल ते जाणकारांना विचारत तू ज्ञानात भर घाल. लवकर मला हे घर सोडून जायलाच हवं. आजच रात्री हे सगळे ग्रंथ तुझ्या सासऱ्यांच्या घरी नेऊन ठेव.'

प्रयाणासाठी ज्येष्ठ शुद्ध पंचमीचा दिवस ठरला होता. कितीही मन घट्ट केलं तरी चिनी आणि लक्ष्मीला भावनावेग आवरत नव्हता. शीनप्पाच्या समोर डोळ्यांतून टिपूस काढायचं नाही असा लक्ष्मीचा निर्धार होता. आजोबांच्या प्रयाणाच्या वेळी डोळ्यांतले अश्रू काढून त्यांना दुःख होऊ नये म्हणून चिनीही प्रयत्न करत होता. तरी एकमेकांच्या समोर आलं की मात्र दोघांच्याही हृदयाचा बांध फुटत होता.

श्रोत्री मात्र शांतपणे निघण्याच्या दिवसाची वाट पाहात होते.

जाण्याआधी एकदा तरी श्रोत्रींनी आपल्या घरी येऊन पान-सुपारीचा स्वीकार करावा म्हणून नंजनगूडचा प्रत्येकजण त्यांना घरी बोलावत होता. श्रोत्रींनी आपल्या घरी येऊन दूध आणि फळं घ्यावीत म्हणून पंचक्रोशीतले शेतकरी बैलगाड्या जुंपून येत होते. हसतमुखानं श्रोत्री सगळ्यांच्या आमंत्रणाचा स्वीकार करत होते.

निघण्याच्या दिवशी सकाळी पाहुण्यांच्या घरी खिरीचं जेवण झालं. अंगावरचे कपडे, सोबत दोन धोतरं आणि एक लोटी एवढं एका चौघडीत बांधून एका काठीला ते गाठोडं बांधून श्रोत्री निघायला तयार झाले. हरिद्वारापर्यंत पोहोचण्यासाठी प्रवासखर्च म्हणून तीनशे रुपये घेऊन ते निघाले तेव्हा चिनीच्या सासूबाई, मास्तरांची मुलं आणि चिनीची चिमुकली बायको मोठ्यानं रडू लागले. शांत स्वरात सगळ्यांचं समाधान करत श्रोत्री घराबाहेर पडले.

त्या दिवशी सकाळपासून ज्येष्ठाच्या पावसाला सुरुवात झाली होती. त्या पावसातही संध्याकाळी पाच वाजता रेल्वेस्टेशनवर लोकांची ही गर्दी लोटली होती. श्रोत्री स्टेशनवर पोहोचताच असंख्य लोकांनी त्यांना वेढलं. आणि त्या गर्दीतही

त्यांच्या पायांना स्पर्श करण्यासाठी धडपडू लागले.

गाडी स्टेशनात आली तेव्हा मास्तरांनी श्रोत्रींच्या पायांवर डोकं ठेवलं आणि म्हणाले, 'माझे गुरू होतात तुम्ही! आता माझ्यावर कर्तव्य सोपवून निघून जात आहात. संबंध जोडून माझा मानही वाढवलात! माझ्यावर सोपवलेलं हे कर्तव्य माझ्या कुवतीपेक्षाही अधिक मन लावून मी करेन. आशीर्वाद द्यावा.'

चिनी, लक्ष्मी आणि ललितेनंही त्यांच्या पायांवर डोकं ठेऊन नमस्कार केला. 'असतो मा सद्गमय । तमसो मा ज्योतिर्गमय । मृत्योर्मा अमृतं गमय । ॐ -शांतिः शांतिः शांतिः ।' असं मनात म्हणत शांतपणे श्रोत्री गाडीत चढले. गाडी सुटली तेव्हा जमलेल्या लोकांनी जयजयकार केला, 'हर हर महादेव!'

आजोबांचा चेहरा दिसेनासा झाला तेव्हा चिनीच्या डोळ्यांसमोर अंधकार पसरला. शेजारी उभ्या असलेल्या लक्ष्मीचा आधार घेऊन तो तिथंच जमिनीवर मटकन बसला. घाबरून मास्तर त्याच्याकडे धावले.

गाडी दळवाई स्टेशनपाशी येईपर्यंत पावसाचा जोर वाढला होता. श्रोत्रींनी खिडकीतून बाहेर पाहिलं. दोन्ही बाजूला उंच वाढलेल्या वृक्षांमधून कपिला वाहात होती. त्यांना आठवत होतं तेव्हापासून त्यांनी दररोज याच कपिलेत अंघोळ केली होती. कितीतरी वेळा मन अस्थिर झालं की या नदीकाठी बसून त्यांनी ते शांत केलं होतं. याच नदीनं त्यांच्या एकुलत्या एका मुलाची आहुती घेतली होती आणि याच नदीच्या पाण्यावर वाढलेलं धान्य इतकी वर्षं खाऊन त्यांचा देह पोसला होता. श्रोत्रींच्या डोळ्यांसमोरून कितीतरी दृश्यं पुढे जात होती. आई आणि नंजुंड श्रोत्रींची आठवण येऊन गेली, न पाहिलेल्या शामदासांची आठवण झाली. पत्नी भागीरथी, लक्ष्मी, मुलगा नंजुंड, चिनी, ललिता, कात्यायनी-

कात्यायनीची आठवण येताच त्यांचं मन तिथंच थबकलं, चौदा वर्षं झाली होती तिला पाहून! आता ती कुठं असेल? ती बेंगळूरला असल्याचं मागं सदाशिवरावांनी सांगितलं होतं. लौकिक-जीवनाचा त्याग करण्याआधी तिला एकवार भेटावं असं त्यांच्या मनात आलं. मैसूरला जाऊन आधी सदाशिवरावांना भेटायचं आणि त्यांच्याकडून कात्यायनीचा पत्ता घेऊन बेंगळूरला तिला भेटून नंतर हरिद्वारला मार्ग धरायचा असं ठरवत असतानाच चामराजपूर स्टेशन आलं. काठीला गाठोडं अडकवून ते गाडीतून उतरले.

पावसाची संततधार कोसळत होती.

सदाशिवराव प्राध्यापकांसाठी असलेल्या बंगल्यात राहात असल्याचं ठाऊक असल्यानं विचारत विचारत श्रोत्री त्या परिसरात आले. तिथल्या गृहस्थांकडे त्यांनी सदाशिवरावांच्या बंगल्याची चौकशी केली.

आत वेताच्या खुर्चीवर बसलेले ते गृहस्थ बाहेर आले आणि म्हणाले, 'आठ महिन्यांपूर्वीच ते वारले.'

बसलेल्या धक्क्यातून स्वत:ला सावरत त्यांनी विचारलं, 'त्यांच्या घरातली इतर माणसं कुठं आहेत? त्यांचा भाऊ कुठं असतो ते ठाऊक आहे का तुम्हाला?'

'त्यांच्या पहिल्या पत्नी त्यांच्या भावाच्या घरी राहातात. दुसऱ्या पत्नी मात्र आपल्या देशाला परतल्या. सदाशिवरावांचे बंधू इथंच लक्ष्मीपूरला राहातात.'

त्यांनी सांगितलेल्या पत्त्यावरून श्रोत्री त्या घरी जायला निघाले. पावसाची अखंड धार कोसळतच होती. त्यांनी पांघरलेलं धोतर काढून त्याची चौघडी श्रोत्रींनी डोक्यावर पांघरली. त्यांच्या मनानं त्यांना ताकीद दिली, अजून फक्त थोडे दिवस. त्यानंतर मात्र एवढे कपडे सोबत ठेवता येणार नाहीत.

पायी चालत, दोन-चार ठिकाणी चौकशी करत ते राजच्या घरापुढे येऊन उभे राहिले तेव्हा सायंकाळचे साडेसात वाजले होते. दरवाजा वाजवताच सुमारे पंचेचाळीस वर्षाच्या लाल अलवाण नेसलेल्या एका विकेशा विधवेनं विचारलं, 'कोण?'

'मी नंजनगूडचा श्रीनिवास श्रोत्री. इथं कात्यायनीम्मा राहतात का?'

तो आवाज ऐकताच आतून राज धावत बाहेर आला आणि त्यांना वाकून नमस्कार करत त्यानं विचारलं, 'एकटेच आलात? तुमचा नातू नाही आला? टॅक्सी कुठं आहे?'

'मला काहीच ठाऊक नाही! सहज तुम्हाला भेटून जावं म्हणून मी आलो होतो.'

राजनं त्यांचा हात धरून त्यांना आत नेलं. पलंगावर आसन्नमरण असा स्त्री-देह पडला होता. राजनं सांगितलं, 'ही कात्यायनी!'

श्रोत्रींचा स्वत:च्या डोळ्यांवर विश्वास बसेना!

'काय झालंय तिला?'

'आधी तुम्ही न्हाणीघरात चला. तुमचे कपडे ओले झालेत. कपडे बदलल्यावर सगळं सांगेन' तो म्हणाला.

न्हाणीघरात जाऊन ओलं धोतर बदलून दुसरं दमट धोतर नेसून बदललेलं ओलं धोतर घट्ट पिळून ते बाहेर आले. बाहेर कोरडं धोतर घेऊन उभ्या असलेल्या राजला 'नको' असं सांगत ते कात्यायनीच्या खोलीत आले.

पलंगावर झोपलेल्या कात्यायनीला गळ्यापर्यंत पांघरलं होतं. तरीही तिचं शरीर अस्थिपंजर झाल्याचं दिसत होतं. तिचे डोळे मिटले होते. गालाची हाडं इतक्या अंतरावरूनही स्पष्ट दिसत होती. श्वास संथपणे चालला होता.

श्रोत्रींनी पुन्हा पुन्हा विचारलं, 'काय झालंय तिला?'

'डॉक्टरांच्या औषधांनी गुण येण्यासारखा आजार नाही तो! पुन्हा लग्न करण्याऐवजी ती तुमच्या घरीच राहायला हवी होती. पण तसं झालं नाही. त्यामुळे तिच्या मनात

धर्म, कर्म आणि कर्तव्याचा गोंधळ सुरू झाला आहे. आम्ही कितीही प्रयत्न केले तरी तिच्या मनातलं हे शल्य भरून आलं नाही. बाकी सारं नंतर सांगेन. आजची तिची अखेरची रात्र ठरेल असं डॉक्टरांनी सांगितलं आहे. संध्याकाळी तिनं तुम्हाला आणि मुलाला भेटायची इच्छा व्यक्त केली होती. त्याच क्षणी नंजनगूडला टॅक्सी पाठवली आहे. तिचा मुलगा येईल की नाही कोण जाणे! पण तुम्ही आलात हे आमचं नशीब!

'तोही निश्चित येईल असं मला वाटतं.'

'पण मला नाही तसं वाटत. तो सरकारी कॉलेजमध्ये शिकत असताना तिनं त्याच्याशी बोलण्याचाही प्रयत्न केला. पण त्यानं ते कॉलेजच सोडलं. अर्थात तुम्हालाही हे माहीत असेलच ना?'

'छे! मला हे मुळीच ठाऊक नाही.'

राज पुढं म्हणाला, 'मध्यंतरी हिचा तीन वेळा गर्भपात झाला. आपल्या पापामुळे असं झालं, ही भावना तिच्या मनात कोरत होती. अखेर मुलानंही पाठ फिरवली म्हणून ती पराकोटीची निराश झाली. त्या दिवसापासून तिच्या मनातली जगायची ऊर्मीच नाहीशी झाली. तो आला नाही तरी तुम्ही आलात आणि आमच्यावर उपकार केलेत -' राजचे डोळे पाण्यानं भरले होते.

'असं का म्हणता?'

'माझ्यामुळे तुमच्यावर असा प्रसंग आला. मला तुमची आधी ओळख असती, तुमचं व्यक्तिमत्त्व मी आधीच जाणलं असतं तर मी तिच्याशी लग्न केलं नसतं. मला क्षमा करा.'

'हे सगळे ब्रह्मनियम असतात. तुमची काय चूक त्यात?'

राजनं स्वत:ला सावरलं आणि तो कात्यायनीपाशी आला. तिच्या कानापाशी ओरडून म्हणाला, 'तुझे सासरे, श्रोत्री आलेत पाहा!'

दोन-तीन वेळा असं सांगितल्यावर तिच्या चेहऱ्यावरचे भाव थोडे बदलले. डोळे उघडण्याचा प्रयत्न केला तरी ती पूर्ण डोळे उघडू शकली नाही. राजनं श्रोत्रींना खुर्चीवर बसून दोन्ही पाय तिच्याजवळ नेण्यास सांगितले. त्यांनी तसं केल्यावर त्यानं कात्यायनीला एका कुशीवर वळवून तिचे हात त्यांच्या पायांवर ठेवले.

कात्यायनीला हे समजलं की नाही कोण जाणे! तिच्या डोळ्यांतून मात्र दिसेल न दिसेल असं पाणी पाझरलं.

तोच बाहेर टॅक्सी थांबल्याचा आवाज ऐकू आला. खोलीच्या दारापाशी उभी असलेली नागलक्ष्मी दाराकडे धावली. टॅक्सीतून उतरलेला पृथ्वी चिनीचा हात धरून थेट कात्यायनीच्या खोलीत घेऊन आला.

तिथल्या खुर्चीत बसलेल्या आजोबांना पाहून चिनी चकित झाला. श्रोत्री त्याला

म्हणाले, 'ये बाळ, तुझ्या आईची आता तरी सेवा कर.'

चिनी कात्यायनीच्या पलंगापाशी उभा राहिला. श्रोत्रींनी त्याला पलंगावर बसायला सांगितलं. 'तुझ्या अम्माचा हात हातात घे बाळ!'

त्यानं तिचा हात हातात घेतला तेव्हा तिचा श्वास ओढला जात होता. राजला वाटलं कुशीवर वळवण्याच्या कष्टामुळे तसं होत असावं. त्यानं आपल्या बोटांनी तिची पापणी उघडून पाहिली.

पण तिच्या डाव्या हाताची नाडी पाहात श्रोत्री म्हणाले, 'हा फक्त श्रमाचा परिणाम नाही, तिचा अंतकाळ जवळ आला आहे. डॉक्टरांना बोलावणं पाठवा.'

'त्याचा काही उपयोग नाही. तीन दिवसांपूर्वीच तिनं त्यांना 'येऊ नका' म्हणून सांगितलं आहे' राज म्हणाला.

'गंगाजल असेल तर आणा, नाही तर शुद्धपाणी चालेल.' श्रोत्रींनी सांगताच नागलक्ष्मीनं धावत जाऊन एका चांदीच्या भांड्यातून शुद्ध पाणी आणलं. श्रोत्री चिनीला म्हणाले, 'चिनी, तुझ्या अम्माच्या पोटात ते पाणी सोड.'

चिनीचे डोळे अश्रूंनी डबडबले होते. त्याचा हात कापत होता. श्रोत्रींनी कात्यायनीचं तोंड उघडलं. चिनीनं घातलेलं पाणी कात्यायनीच्या पोटात गेलं. नंतरही दहा मिनिटं तिचा श्वासोच्छ्वास विचित्र वेगानं चालला होता. नंतर अवरोह गती सुरू झाली. क्रमाक्रमानं सारं शांत होत गेलं. तिचा श्वास थांबला.

ज्या द्वंद्वानं तिच्या आयुष्याची परवड केली होती ते द्वंद्वही आता मृत्यूत विलीन झालं होतं.

राज ओक्साबोक्शी रडत होता. पृथ्वी आणि नागलक्ष्मी एका कोपऱ्यात बसून हुंदके देत होते. श्रोत्रींनी त्या तिघांनाही चार समाधानाच्या गोष्टी सांगितल्या. या अवेळी पुढच्या गोष्टी होणं शक्य नव्हतं. उजाडेपर्यंत कुणालाही याविषयी कळवू नये असं सगळ्यांनीच ठरवल्यासारखं दिसत होतं. शवाचे हात-पाय दुमडून त्यापाशी एक चाकू ठेऊन श्रोत्री राजचा हात धरून त्याला बाहेर व्हरांड्यात घेऊन गेले. नागलक्ष्मी खोलीच्या दारापाशी बसून रडत होती. पृथ्वी रडत होता. एका बाजूला बसलेला चिनी गहन विचारात गढून गेला होता. त्याच्या चेहऱ्यावर दुःख स्पष्टपणे दिसत असलं तरी त्याच्या डोळ्यांत अश्रू नव्हते.

राजचं सांत्वन करत त्याचं लक्ष दुसरीकडे वेधण्यासाठी श्रोत्रीच बोलू लागले. त्यांनी सदाशिवरावांच्या मृत्यूची, त्याच्या ग्रंथाची आणि दुसऱ्या पत्नीची चौकशी केली, सगळं सांगून झाल्यावर राजनं विचारलं, 'तुम्ही असे कसे अवचित आलात? कुठं निघाला होतात?'

'संन्यास घ्यायला हरिद्वार किंवा हृषीकेशला जातोय.'

ते ऐकून त्यावर विश्वास ठेवणंही राजला अशक्य वाटू लागलं. श्रोत्री त्याला

संन्यास-धर्माविषयी थोडंफार सांगू लागले.

रात्रीचे दोन वाजले होते. रडण्याचा आवेग आता ओसरला होता. सगळीजणं श्रोत्रींचं बोलणं ऐकत होती.

पुन्हा काही वेळ तसाच गेला. काहीतरी विचारायचं म्हणून श्रोत्रींनी सहज विचारलं, 'तुमचं गाव कुठलं?'

'बेक्करू. पण आम्ही वाढलो तो कुणकल्लला, आमच्या मामाच्या घरी.'

श्रोत्रींच्या मनात एकाएकी एक प्रश्न उमटला. त्यांनी विचारलं, 'तुमच्या माहितीतलं कुणी श्रोत्री या आडनावाचं आहे का?'

'का?'

'थोडं काम होतं. माझ्या वडिलांचे भाऊ किटप्पा श्रोत्री त्या काळी नंजनगूडहून निघून गेले म्हणे! साधारण ऐंशी-पंचाऐंशी वर्षांपूर्वीची तरी हकिकत असावी. नंतर त्यांच्याविषयी काहीच समजलं नाही.'

'किट्टप्पा श्रोत्री?' राज आठवू लागला, 'माझ्या आजोबांचं नाव किट्टप्पा होतं आणि तेही नंजनगूड भागातूनच आले होते म्हणे! पण त्यांचं आडनाव श्रोत्रीच होतं की नाही ते मला ठाऊक नाही.'

दाराआडून नागलक्ष्मी म्हणाली, 'हो, त्यांना किट्टप्पा श्रोत्रीच म्हणत होते म्हणे! माझ्या वडिलांच्या तोंडून मी ते ऐकलंय.'

श्रोत्री आश्चर्यचकित झाले. त्यांनी लगेच विचारलं, 'तुमचं गोत्र कुठलं?'

'काश्यप.'

त्यांच्या मनात आता मुळीच संदेह राहिला नव्हता. ते विस्मित होऊन बसून राहिले.

नागलक्ष्मी पुढं म्हणाली, 'किट्टप्पा श्रोत्रींना तीन मुलं होती, सगळी मेली. फक्त दुसरा मुलगा जगला म्हणे! त्यांनाच आमच्या आत्याला दिलं होतं. त्यांची मुलं ही दोघं.'

श्रोत्री अवाक् होऊन बसून होते. त्यांचं मन गोंधळून गेलं. त्यांच्या तोंडून शब्द बाहेर पडले, 'थोडी घाई झाली-'

'का? काय झालं?'

'काही नाही.'

'कसली घाई म्हणालात तुम्ही?'

'तसं म्हणालो मी? बरं! तुम्हाला सांगतो. आमची सारी मालमत्ता किट्टप्पा श्रोत्रींच्या मालकीची होती. माझ्या वडिलांनी त्यांना फसवून घराबाहेर काढलं होतं. मला हे या सात-आठ महिन्यापूर्वी समजलं. त्यानंतर त्यांच्या वंशजांना शोधण्याचा खूप प्रयत्न केला. पण कुणीही भेटलं नाही. अधर्माची मालमत्ता नको म्हणून गेल्या

पंधरा दिवसात घरा-दारासकट संपत्तीचं दान केलं. आधी समजलं असतं तर सगळं तुमच्या नावे केलं असतं.'

श्रोत्रींच्या भव्य व्यक्तिमत्वाविषयी राजनं सदाशिवरावांकडून ऐकलं होतं. कात्यायनीच्या झोपेतल्या बडबडीतून त्यानं ऐकलं होतं. पण त्यांचा धर्मपरायण स्वभाव इतक्या उत्तुंग स्थानावर पोहोचला असेल याची त्याला कल्पना नव्हती. त्यानं एकदा समोरच्या व्यक्तीला डोळे भरून पाहिलं. एक अनामिक भीती त्याच्या मनाला स्पर्शून गेली.

कावळ्यांचा आवाज ऐकू येऊ लागला तसे श्रोत्री उठले. बाहेर जाऊन आकाश पाहून पुन्हा आत आले. चार वाजले होते. पाऊस थांबला होता. ते म्हणाले, 'तुम्ही आता पुढच्या कामाला लागा. मी आता निघतो.'

'आम्हाला सोडून जाता? नवं नातं सांगितलंत, तुम्ही माझ्या वडिलांच्या जागी आहात!'

'ते खरं असलं तरी संन्यास घ्यायला निघालेल्या व्यक्तीला कुठलंच नातं नसतं. अशा परिस्थितीत तुम्हाला सोडून जाताना मलाही वाईट वाटतं, पण या चार-पाच दिवसांत मला हरिद्वारला पोहोचलंच पाहिजे.' म्हणत त्यांनी आपलं धोतर गाठोड्यात बांधलं. गाठोडं काठीला अडकवून ते उठून उभे राहिले.

राज नमस्कार करायला जवळ आला तेव्हा त्याला थोपवत श्रोत्री म्हणाले, 'आता नमस्कार करू नये,' ते नागलक्ष्मीकडे वळून 'निघतो अम्मा -' म्हणत घराबाहेर पडले.

चिनीला काय घडतंय ते उमजत नव्हतं.

श्रोत्री फाटक उघडून बाहेर पडले. राज दारात उभा राहून त्या भव्य आकृतीकडे पाहात होता.

श्रोत्री सुमारे फर्लांगभर गेले होते. पावसामुळे रस्त्यावरचे दिवे विझले होते. अंधारातच स्टेशनच्या रस्त्याचा अंदाज घेत ते निघाले होते. मागच्या अंधारातून चिनीची हाक ऐकू आली, 'आजोबा-'

ते तिथंच थबकले. धावत येऊन चिनी त्यांच्यासमोर थांबला आणि एक आवंढा गिळून म्हणाला, 'पुन्हा तुमच्यासमोर रडणार नाही. एक विचारायला आलो.'

'काय बाळ?'

'आता वारल्या त्या माझ्या आई! त्यांचं जीवन कसंही गेलं तरी आता सगळं संपून गेलं आहे. त्यांची उत्तरक्रिया मला करता येईल की नाही, तेवढं सांगा.'

दोन क्षण श्रोत्री डोळे मिटून विचार करत होते. नंतर ते उत्तरले.

'इतरांच्या पापपुण्याचा विचार करण्याचा आपल्याला अधिकार नाही. त्यातही आई-वडिलांच्या जीवनाचं मोजमाप करणं म्हणजे महापाप! आपलं कर्म करणं

एवढंच आपलं कर्तव्य! तू श्रद्धेनं तुझ्या आईची सगळी क्रियाकर्मे पार पाड. मी असं सांगितलं असं तुझ्या सासऱ्यांनाही सांग. कपिलेच्या काठावरच सारी कर्मं कर.

चिनी तसाच उभा होता.

'आता तू जा. आजचा शवसंस्कारही तूच करायला हवा.' एवढं सांगून त्यांनी स्टेशनच्या दिशेनं पाऊल उचललं.

■